மிஸ்டர் விக்கிரமாதித்தன் கதைகள்

விந்தன்

Title: Mister Vikramathithan Kathaigal

Author: Vindhan

Language: Tamil

First Published on: 1983

Year of Publication: 2024

Book Format: Paperback

*Page Size: 6inch * 9inch*

Category: Fiction

Subject: Fictional Stories

No. of pages: 344

ISBN: 978-81-983966-3-1

Published by: Nilan Publishers, Madurai, Tamilnadu, India

பொருளடக்கம்

குறிப்புகளுக்காக

"எதை எழுதினாலும் அதை நாலு பேர்

பாராட்டவாவது வேண்டும்; அல்லது

திட்டவாவது வேண்டும். இரண்டும்

இல்லையென்றால் எழுதுவதைவிட

எழுதாமல் இருப்பது நல்லது."

அமரர் கல்கி அவர்கள் இந்நூலாசிரியருக்கு வழங்கிய அறிவுரையாம் இது. இதை ஏன் இங்கே குறிப்பிடுகிறோம்?

-அடுத்த பக்கம் பார்க்கவும்

"அகோ, வாரும் பிள்ளாய்!"

வழக்கத்திற்கு விரோதமாக ஒரு நாள் என்னைக் கண்டதும், "அகோ, வாரும் பிள்ளாய்" என்றார் 'தினமணி கதி'ரின் பொறுப்பாசிரியரான திரு. சாவி அவர்கள்.

"அடியேன் விக்கிரமாதித்தனா, என்ன? என்னை 'அகோ, வாரும் பிள்ளாய்!' என்கிறீர்களே?" என்றேன் நான்.

"அது தெரியாதா எனக்கு? 'பெரிய எழுத்து விக்கிரமாதித்தன் கதைகளைப் பின்பற்றி 'மிஸ்டர் விக்கிரமாதித்தன் கதைகள்' என்று எழுதினால் எப்படியிருக்கும்?"

"பேஷாயிருக்கும்"

"சரி, எழுதும்!"

"என்னையா எழுதச் சொல்கிறீர்கள்?"

"ஆமாம்."

"எந்த எழுத்தாளரும் தமக்கு உதித்த யோசனையை இன்னொருவருக்கு இவ்வளவு தாராளமாக வழங்கி நான் பார்த்ததில்லையே?"

"அதனால் என்ன, என்னிடம் யோசனைக்குப் பஞ்சமில்லை; எழுதும்!" என்றார் அவர்.

"நன்றி!" என்று நான் அவருடைய யோசனைக்கு நன்றி தெரிவித்துவிட்டு எழுத ஆரம்பித்தேன். கிட்டத்தட்ட ஓராண்டு காலம் அது 'கதி'ரில் தொடர்ந்தது. பலர் அதை

விழுந்து விழுந்து படிக்கவும் செய்தார்கள்; சிலர் அதற்காக என் மேல் விழுந்து விழுந்து கடிக்கவும் செய்தார்கள். ஏன்?

இதற்கு நான் பதில் சொல்வதைவிட, அமரர் கல்கி அவர்கள் இன்றல்ல– இருபத்து மூன்று ஆண்டுகளுக்கு முன்னாலேயே சொல்லி விட்டுச் சென்றதை இங்கே நினைவூட்டினாலே போதும் என்று நினைக்கிறேன். என்னுடைய முதல் சிறுகதைத் தொகுதியான 'முல்லைக்கொடியாள்' என்ற நூலுக்கு முன்னுரை எழுதும்போது ஆசிரியர் கல்கி அவர்கள் பின்வருமாறு குறிப்பிட்டிருந்தார்கள்:

"விந்தன் கதைகளைப் படிப்பதென்றால் எனக்கு மனத்திலே பயம் உண்டாகும்..... அவருடைய கதா பாத்திரங்கள் அனுபவிக்கும் கஷ்ட நஷ்டங்களுக்கெல்லாம் நாம்தான் காரணமோ என்று எண்ணி எண்ணித் தூக்கமில்லாமல் தவிக்க நேரும்....!"

தம்மால் முடிந்தவரை பிறருக்கு நன்மை செய்வதையே தம்முடைய வாழ்வின் லட்சியமாகக் கொண்டிருந்த அந்த அரும் பெரும் உத்தமரையே என் கதைகள் அந்தப் பாடுபடுத்தின என்றால், மற்றவர்களைப் பற்றிச் சொல்லவா வேண்டும்?

அத்தகைய அனுபவத்திற்குத் தெரிந்தோ தெரியாமலோ உள்ளான சிலர் 'மிஸ்டர் விக்கிரமாதித்தன் கதைக'ளில் வரும் கதாபாத்திரங்களைத் தாங்கள்தான் என்று நினைத்துக் கொண்டு, இரவெல்லாம் நிஜமாகவே தூக்கமில்லாமல் தவித்திருக்கிறார்கள்; பொழுது விடிந்ததும் நிஜமாகவே அவர்கள் என்மேல் விழுந்து கடிக்கவும் வந்திருக்கிறார்கள்.

ஒருவிதத்தில் பார்க்கப் போனால் வேறு யாருக்கு நன்றி செலுத்தாவிட்டாலும் இவர்களுக்கு நான் அவசியம் நன்றி செலுத்தியே ஆக வேண்டும். ஏனெனில், "வாழ்க்கையையும், அதைப் பல வழிகளில் வாழ்ந்து காட்டும் பல்வேறு

மனிதர்களையும் அப்படியே படம் பிடித்துக் காட்டுவதுதான் உண்மையான இலக்கியம்' என்று இக்காலத்து இலக்கிய மேதைகளும், இலக்கிய விமரிசகர்களும் கூறுகிறார்கள். இவர்களுடைய கூற்றை மேலே கண்டவர்கள் என்னைக் கடிக்க வந்ததன் மூலம் மெய்யாக்கியிருப்பதோடு, "மிஸ்டர் விக்கிரமாதித்தன் கதைகள் உண்மையான இலக்கிய வகையைச் சேர்ந்ததுதான்" என்றும் சந்தேகத்துக்கு இடமின்றி நிரூபித்திருக்கிறார்களல்லவா?

மிகுந்த மகிழ்ச்சி; நன்றி.

- விந்தன்

காப்பு

பேசிச் சிரிக்க வைப்பான் பேச்சாளன்

எழுதிச் சிரிக்க வைப்பான் எழுத்தாளன்-படம்

போட்டுச் சிரிக்க வைப்பான் சித்திரக்காரன்-ஏதுமின்றித்

தன்னைப் பார்த்தே சிரிக்க வைப்பான் துணை!

படிப்பதற்கு முன்:

கொஞ்சம் ‘தம்’ பிடிக்க வேண்டியிருக்கலாம்;

தயார் செய்து கொள்ளவும்.

மிஸ்டர் விக்கிரமாதித்தன் வரலாறு

அன்று 'பதினாறும் பெற்றுப் பெருவாழ்வு வாழ வேண்டும்' என்று மணமக்களை ஆசீர்வதித்துக் கொண்டிருந்த இந்த பரத கண்டத்திலே, 'எண்ணி இரண்டே இரண்டு பெற்றுக் கொள்ளுங்கள்; அதற்கு மேல் போனால் இன்னும் ஒன்றே ஒன்று-ஆக மூன்று. அந்த மூன்றைத் தாண்டாதீர்கள்!" என்று அறுதியிட்டு ஆசீர்வதிக்கும் 'இந்தியா, இந்தியா' என்று ஒரு தேசம் உண்டு. அந்தத் தேசத்திலே 'தமிழ் நாடு' என்று கூறா நின்ற "மதராஸ், மதராஸ்' என்று ஒரு மாகாணம் உண்டு. 'கூச்சமில்லாமல் இங்கே யாரும் மூச்சுக்கூட விடக் கூடாது' என்று கூறும் கூவமாநதி, கொசு மகா ஜீவராசிகளிடம் கொண்ட கருணையால் ஓடா நின்ற இந்த மதராஸ் பட்டணத்திலே, 'உச்சினி மாகாளிப் பட்டணம்' என்று ஒரு பட்டணம் இல்லாவிட்டாலும் 'சர்தார் உஜ்ஜல் சிங், உஜ்ஜல் சிங்' என்று ஒரு கவர்னர் உண்டு. அந்த கவர்னராகப்பட்டவர் அடிக்கடி பவனி வரும் 'மலையில்லா மலைச்சாலை'யான மௌண்ட் ரோடிலே 'ஒன் டு த்ரீ, ஒன் டு த்ரீ' என்று சொல்லப்பட்ட ஓர் ஏலக் கம்பெனி உண்டு.

அந்தக் கம்பெனியிலே ஒரு ஞாயிற்றுக்கிழமையன்று காலை அதன் ஏலதாரர் 'ஸ்பிரிங்' வைத்துத் தைத்த குஷன் நாற்காலி ஒன்றின் மேல் ஏறி நின்று 'குதி, குதி' என்று குதித்து, "குவியான நாற்காலி, உங்களைக் குதிக்க வைக்கும் நாற்காலி!"' என்று அந்த நாற்காலியின் அருமை பெருமைகளையெல்லாம் அடுக்கடுக்காகச் சொல்லி, "கேளுங்கள்-பத்து ரூபா, இருபது ரூபா, முப்பது ரூபா" என்று ஏலம் விட்டுக் கொண்டே போய்த் திடீரென்று கீழே குதித்து நிற்க, அப்போது இந்த நாட்டின் 'பற்றாக்குறை மன்னர்'களில் ஒருவரும், படு அசடுமான சந்திரவர்ணராகப் பட்டவர் அதைக் கண்டு அதிசயித்து, 'இது என்ன ஆச்சச்சரியம்! அந்த நாற்காலியின்மேல் ஏறி நிற்கும் போது நீர் உயரமாயிருந்தீர்; அதை விட்டுக் கீழே குதித்ததும் குள்ளமாய்ப் போய்விட்டீரே, போய்விட்டீரே, போய்

விட்டீரே!" என்று ஏலதாரரை வாயெல்லாம் பல்லாய் வினவ, 'சரியான இளிச்சவாயன் கிடைத்திருக்கிறான் இன்றைக்கு; இந்த நாற்காலியை இவன் தலையில்தான் கட்ட வேண்டும்' என்று அவராகப்பட்டவர் தீர்மானித்து, "உம்முடைய பெயர் என்னய்யா?" என்று அக்கணமே கேட்டுத் தெரிந்து கொண்டு, "கேளுமய்யா, சந்திரவர்ணரே! இந்த ஒர் அற்புதம் மட்டும் அல்ல; இன்னம் பல அற்புதங்கள் படு அழகான இந்த நாற்காலியிலே உண்டு.

சுருக்கமாகச் சொல்லப் போனால் தேவேந்திரனிடமிருந்து பரிசாகப் பெற்ற விக்கிரமாதித்தனின் சிம்மாசனம் கூட இதனிடம் ஒன்றும் செய்ய முடியாது. அதில் முப்பத்திரண்டு பதுமைகள் மட்டுமே இருந்தன. இதிலோ முப்பத்திரண்டாயிரம் 'இரவுக் கன்னிகள்' ஒளிந்து கொண்டிருக்கிறார்கள். நீர் இந்த அரியாசனத்தில் அமர்ந்தால் போதும்; அவர்கள் அத்தனை பேரும் வெளிப்பட்டு, 'நறுக், நறுக்' கென்று உம்மை ஆசையுடன் கிள்ளி, உம்முடன் விரக தாபத்துடன் விளையாடி மகிழ்வார்கள். அந்த விளையாட்டிலே நீர் திடீரெனத் துள்ளலாம்; திடீர் திடீரென நெளியலாம்; திடீர் திடீர் திடீரென நெட்டுயிர்க்கலாம்.

இப்படியாகத்தானே ஒரு கணம்கூட உம்மை உட்கார விடாமல், உறங்க விடாமல் எப்போதும் சுறுசுறுப்பாக வைத்துக்கொண்டிருப்பதில் அந்த 'இரவுக் கன்னி'களுக்கு ஈடு இந்த ஈரேழு பதினாலு உலகங்களிலும் கிடையாது" என்று எற்கெனவே எண்ணிப் பார்த்து வைத்திருந்தவர் போல் சொல்லி, "அப்பேர்ப்பட்ட நாலு கால் உள்ள நாற்காலியைக் கேவலம் இரண்டே கால்கள் உள்ள நீர் முப்பது ரூபாய்க்குத்தானா கேட்பது கேளும், தாராளமாகக் கேளும்- நாற்பது ரூபா, ஐம்பது ரூபா, அறுபது ரூபா-அதிர்ஷ்டக்காரரர் ஐயா, நீர் சீக்கிரமாகவே நீர் ஏதாவதொரு சினிமா நட்சத்திரத்தின் கணவராகக் கடவீர்!" என்று ஆசீர்வதித்துச் சந்திரவர்ணர் தலையிலே கட்ட, அதுவரை அங்கே நின்று அவரைக் கவனித்துக் கொண்டிருந்த படாதிபதி ஒருவர், "நாம்

எடுக்கப் போகும் 'கவி ரத்ன காளிதாஸ் படத்தில் கதாநாயகனாக நடிக்க இப்படி ஒரு புத்திசாலியல்லவா வேண்டும், நுனி மரத்தில் உட்கார்ந்து அடிமரத்தை வெட்ட?" என்று மெல்ல அவரை நெருங்கி, தம் எண்ணத்தைப் பக்குவமாக வெளியிட்டு, அதற்கு மேல் செய்ய வேண்டிய ஆயத்தங்களையெல்லாம் செய்து, அவரைக் காளிதாசனாக நடிக்கவிட, அவருடன் காளியாக நடித்த சாமுத்திரிகா லட்சணியாக்கப்பட்டவள் அவரைக் 'காதல் பட்சணம்' செய்யக் கருதி, அந்தப் பட்சனத்துக்கு அவர் முற்றிலும் தகுதியுடையவர்தானா எனச் சோதிக்க எண்ணி, ஒரு நாள் இருவரும் தனிமையில் கள்ளத்தனமாகக் கள்ள மது அருந்திக் கொண்டிருந்த காலையில், "ஓய், சந்திரவர்ணரே உமக்கு இப்போது என்ன வயது?" என்று தன் கேள்விக் கனைகளில் முதல் கணையான வயதுக் கணையைத் தொடுக்க, "முப்பது!" என அவர் பதில் இறுக்க, அவள் 'கக்கக்கக்கக்கா' என ஒரு 'காக்காய்ச் சிரிப்பு'ச் சிரிக்கலாயினள்.

அதைக் கண்டு சந்திரவர்ணராகப்பட்டவர் விழித்து, "ஏன் சிரிக்கிறாய் பெண்ணே, என் கண்ணே!" எனக் கடாவ, "நான் சினிமா வயதைக் கேட்கவில்லை; நிஜ வயதைக் கேட்கிறேன்!" என அவள் விளக்குவாளாயினள்.

அதற்கு மேல் அவர் அக்கம் பக்கம் பார்த்து, "வெளியே சொல்ல வேண்டாம்; ஐம்பதைத் தாண்டிவிட்டது!" என்று அவள் காதோடு காதாகச் சொல்ல, "க்கும்! காதில் வாயை வைப்பதுபோல் கன்னத்தில் வாயை வைத்துவிட்டீரே!" என்று அவள் சிணுங்கி, தன் கன்னத்தில் அவர் வைத்த 'முத்திரையைப் பவுடர் கலையாமல் ஒத்தி எடுத்துவிட்டு, "ஆமாம், உமக்குக் கலியாணமாகிவிட்டதா?" என ஒய்யாரமாகக் கேட்டுச் சற்றே அவரை உரசலாயினள். அந்த உரசலில் வெட்கம் வந்து தன்னைக் கவ்விப் பிடிக்க, "ஆகிவிட்டது" என்றார் அவர் 'கேள்விக் குறி"யாக வளைந்து நெளிந்து.

"வெட்கப்படும்; எனக்குப் பதிலாக நீராவது வெட்கப் படும்!" என்று சொல்லிவிட்டு, "ஆமாம், உமக்கு எத்தனை கலியாணங்கள் இதுவரை நடந்திருக்கின்றன?" என்று சாமுத்திரிகா லட்சணியாகப்பட்டவள் கேட்க, "மூன்று" என்றார் சந்திரவர்ணராகப்பட்டவர்.

அடுத்த கேள்வி "குழந்தைகள் எத்தனை?" என்று பிறந்தது; பதில் "நாலு" என்று வந்தது.

"அப்படியானால் நீர்தானய்யா, எனக்குச் சரியான ஜோடி! உம்மை நான் 'காதல் பட்சணம்' செய்ய விரும்புகிறேன்" என்று சாமுத்திரிகா லட்சணியாகப்பட்டவள் சகல திருப்திகளையும் ஒருங்கே அடைந்த மகிழ்ச்சியில் பட்டவர்த் தனமாகச் சொல்ல, "எப்போது கலியாணம் செய்து கொள்ளலாம்?" என்று சந்திரவர்ணராகப்பட்டவரும் பட்டவர்த்தனமாகக் கேட்க, "கலியாணத்துக்கு இப்போது என்னய்யா அவசரம்? வாரும், முதலில் டோக்கியோவுக்குப் போய் விட்டு வருவோம்.. அதற்குப் பின் கலியாணத்தைப் பற்றி யோசிப்போம்" என்று அவள் அவரை அழைத்துக் கொண்டு போய், அங்கே ஓரிரு மாதங்கள் இருந்து விட்டுத் திரும்பி வர, ஒரு நாள் சந்திரவர்ணராகப்பட்டவர் எதைக் கண்டாலும் தின்னப் பிடிக்காமல், "எங்கே மாவடு, எங்கே மாவடு"' என்று தேட, அதைக் கவனித்த படாதிபதியாகப்பட்டவர், "என்ன ஓய், சாமுத்திரிகா லட்சணி முழுகாமல் இருக்கிறாளா?" என்று தம் கண்ணைச் சிமிட்டிக் கொண்டே கேட்க, "அது எப்படி உங்களுக்குத் தெரிந்தது?" என்று சந்திரவர்ணர் அதிஅதி ஆச்சச்சரியத்துடன் கேட்க, "அனுபவம் உமக்குப் புதுமையாயிருந்தாலும் எமக்குப் பழமையாச்சே, ஐயா! இங்கே எந்த நட்சத்திரமாவது முழுகாமல் இருந்தால், அந்த நட்சத்திரத்தின் கணவன்தான் அவளுக்குப் பதிலாக மாவடு கேட்பது வழக்கம்!'' என்று அவர் விளக்க, அதன் மூலம் 'நட்சத்திரக் கணவன்' என்ற அந்தஸ்தைத் தான் எப்படியோ எட்டிப் பிடித்துவிட்டதை உணர்ந்த இவர் சோளக்கொல்லைப் பொம்மைபோல் சிரிக்க,

அருகிலிருந்த சாமுத்திரிகா லட்சணி அவருடைய தலையில் ஆசையுடன் ஒரு தட்டுத் தட்டி, "கேளுமய்யா, சந்திரவர்ணரே! இதுவே நம் கலியாணம் செய்து கொள்வதற்கு ஏற்ற தருணம். வாரும், உடனே திருப்பதிக்குப் போவோம்!" என்று அன்றே அவரை அழைத்துக் கொண்டு போய்க் 'கலியாணம்' என்று ஒன்றையும் செய்து கொண்டு, கள்ள மதுவும், கள்ளப் பணமும் போல வாழ்ந்து வரலாயினள்.

இப்படியாகத்தானே இருந்து வருங்காலையில், ஒரு நாள் சாமுத்திரிகா லட்சணிக்குத் தெரியாமல் ஓர் உப நடிகையுடன் சந்திரவர்ணராகப்பட்டவர் சற்றே சல்லாபம் செய்து கொண்டிருக்க, அதற்கு முழு முதல் காரணமாயிருந்த அவருடைய கார் டிரைவர் ஏதும் அறியாதவன் போல் அதைப் பார்த்து ஒரு தினுசாகச் சிரிக்க, "இந்தாப்பா, இதை வைத்துக் கொள்; அம்மாவிடம் சொல்லாதே!" என்று அவர் அவனிடம் ஒரு நூறு ரூபா நோட்டை எடுத்து நீட்ட, "அம்மா இப்படி யாருடனாவது இருந்தா, உங்ககிட்டே சொல்ல வேணாம்"னு இருநூறு ரூபா கொடுப்பது வழக்கமாச்சுங்களே!" என்று அவன் தலையைச் சொறிய, "அப்படியா சங்கதி?" என்று அவர் அந்தக் கணமே சாமுத்திரிகா லட்சணியோடு சகல மனைவியரையும் வெறுத்துத் தூக்க மாத்திரைகளின் துணையால் ஒரேடியாய்த் தூங்கிப் போக, அப்போது சாமுத்திரிகா லட்சணியின் தயவில் மேற்படிப்பு படிப்பதற்காக வெளிநாடுகள் பலவற்றுக்குப் போயிருந்த அவருடைய புத்திர சிகாமணிகளில் ஒருவரான விக்கிர மாதித்தனாகப்பட்டவர் 'ஏ டு இஸட்' வரை உள்ள எல்லாப் பட்டங்களையும் பெற்றுத் திரும்பி, உத்தியோகங்கள் பல தன்னைத் தேடி வந்தும், 'தொழுதுண்டு வாழ மாட்டேன். உழுதுண்டு இளைக்க மாட்டேன்!' என்று வள்ளுவரைப் போலவே அவனும் சொன்னதைச் செய்யாமல் அவற்றை உதறி, பெயரில் மட்டுமல்ல, வாழ்விலும் நான் சாட்சாத் விக்கிரமாதித்தனாகவே வாழ்வேன்!' என உறுதி பூண்டு, மௌண்ட்ரோடிலே முப்பத்திரண்டு அடுக்கு மாளிகை ஒன்று இல்லாத குறையைப் பலருடைய கூட்டு முயற்சியால்

நிவர்த்தி செய்து, அந்த மாளிகையில் பிரசித்தி பெற்ற ஸ்பென்ஸர் கம்பெனிக்கு 'வவ் வள் வவ்வே' காட்டுவது போல் 'விக்கிரமாதித்தன் வென்சர்ஸ்' என்று ஒரு கம்பெனி ஆரம்பித்து, அந்தக் கம்பெனிக்குத் தானே மானேஜிங் டைரக்டராகி, முப்பத்திரண்டாவது மாடியில் தனக்கென்று ஓர் ஏர் கண்டிஷன் அறை'யை அமைத்துக் கொண்டு, அந்த அறையில் தன் அப்பா சந்திரவர்ணராகப்பட்டவர் வாங்கிப் போட்டுவிட்டுப் போன அதிர்ஷ்ட நாற்காலியை மறக்காமல் கொண்டு வந்து போட்டுக்கொண்டு அமர்ந்து, 'சிட்டி, சிட்டி' என்று அழைக்கப்பட்ட தம்பி சிட்டிபாபுவையே தன் அந்தரங்கக் காரியதரிசியாக அமர்த்திக் கொண்டு, சாட்சாத் விக்கிரமாதித்தனைப் போலவே இந்த விக்கிரமாதித்தனும் அரசோச்சி வருங்காலையில், 'போஜன், போஜன்' என்று சொல்லப்பட்ட ஒருவர் நீதிதேவன் என்னும் தன் நண்பனுடன் ஒரு நாள் ஏதோ ஒரு காரியமாக மிஸ்டர் விக்கிரமாதித்தனைப் பார்க்கவர, முதல் மாடியின் வரவேற்பறைக்குப் பொறுப்பேற்றிருந்த வணிதாமணி ரஞ்சிதம் அவர்களை வரவேற்று, "அகோ! வாரும் பிள்ளாய், போஜனே! மிஸ்டர் விக்கிரமாதித்தரை அவ்வளவு சுலபமாகப் பார்க்க உங்களை நான் விட்டுவிடுவேனா? விட்டால் நான் 'ரிஸப்ஷனிஸ்ட்' ஆவேனோ? உட்காரும், அவருடைய அருமை பெருமைகளைக் கூறும் கதையைக் கேளும்!" என்று கதை சொல்ல ஆரம்பிக்க, போஜன் வேறு வழியின்றிக் கொட்டாவி விட்டுக் கொண்டே உட்கார்ந்து, அவள் சொன்ன கதையைக் கேட்பானாயினன் என்றவாறு... என்றவாறு... என்றவாறு...

1. முதல் மாடி ரிஸப்ஷனிஸ்ட் ரஞ்சிதம் சொன்ன அழகியைக் கண்டு அழகி மூர்ச்சையான அதிசயக் கதை

“கேளாய், போஜனே! இந்தியாவின் அதி முக்கிய அவசரத் தேவையை முன்னிட்டு இப்போது ‘இந்திய அழகிப் போட்டி’ என்று ஒன்று அவ்வப்போது இங்கே நடந்து வருவதை நீர் அறிவீர் அல்லவா? அந்த மாதிரிப் போட்டி ஒன்று அண்மையில் அலங்கார் மாளிகையிலே, பல நீதிபதிகளின் முன்னிலையிலே நடைபெற, அதில் கலந்து கொண்ட அழகிகளில் ஒருத்தியைத் தேர்ந்தெடுத்து, ‘நீதான் இந்தியாவிலேயே சிறந்த அழகி’ என்று நீதிபதிகளில் ஒருவர் அவளுக்கு முடி சூட்ட முன் வர, அதை இன்னோர் அழகி எதிர்த்து, ‘அவளுடைய மார்பின் சுற்றளவும் நாற்பது அங்குலம்; என்னுடைய மார்பின் சுற்றளவும் நாற்பது அங்குலம், அவளுடைய தொடையின் சுற்றளவும் முப்பத்தாறு அங்குலம்; என்னுடைய தொடையின் சுற்றளவும் முப்பத்தாறு அங்குலம். அப்படியிருக்க, என்னை விட்டு விட்டு அவளுக்கு மட்டும் நீர் எப்படி முடி சூட்டலாம்?’ என்று தன் இன்ன பிற உறுப்புக்களின் அழகை அங்குலம் அங்குலமாக அளவிட்டுக் கூறிப் போர் முரசு கொட்ட, நீதிபதிகள் அத்தனை பேரும் அதற்கு மேல் செய்வது இன்னதென்று அறியாது அயர்ந்து போய்த் தவிக்க, ‘இந்த அழகிகள் இருவரில் ஒருத்தியை இவள்தான் சிறந்த அழகி என்று இன்னொருத்தி ஒப்புக்கொள்ளும்படியாகத் தேர்ந்தெடுத்து முடி சூட்ட இவ்வளவு பெரிய உலகத்தில் ஒருவரும் இல்லையா? என்று அந்தப் போட்டிக்கு ஏற்பாடு செய்தவர்களில் ஒருவர் கதற, ‘இதோ தந்தோம், தந்தோம், தந்தோம் அபயம்! இந்தச் சிக்கலான விஷயத்தில் தக்க முடிவு

காண இந்தத் தரணியில் இருவரே உண்டு. அவர்களில் ஒருவர் விக்கிரமாதித்தர் ஏ டு இஸ்ட்; இன்னொருவர் அவருடைய காரியதரிசி சிட்டி. ஓடிப்போய் அழைத்து வாருங்கள், அவர்களை!' என்று அங்கிருந்த அபயப் பிரதானி ஒருவர் கூற, அதை அந்தப் போட்டியின் தலைமை நீதிபதி அப்படியே ஏற்று, இந்த முப்பத்திரண்டு அடுக்கு மாளிகையை உடனே தன் சக நீதிபதிகளுடன் முற்றுகையிட்டு, மிஸ்டர் விக்கிரமாதித்தரையும் சிட்டியையும் அலாக்காகத் தூக்கித் தங்கள் 'இம்பாலா' காரில் போட்டுக் கொண்டு, அலங்கார மாளிகையை நோக்கி விரையலாயினர்.

பார்த்தார் விக்கிரமாதித்தர்; தம்முடைய காரியதரிசி சிட்டியுடன் கலந்து ஆலோசித்தார். அவர் விக்கிரமாதித்தர் காதோடு காதாக ஏதோ சொல்ல, 'அத்தனை அழகிகளும் மீண்டும் மேடைக்கு வந்து தங்கள் அழகைப் பளிச், பளிச் சென்று காட்டட்டும்!' என்றார் விக்கிரமாதித்தர். அவ்வளவு தான்; 'அன்ன நடையில் என்ன புதுமை இருக்கிறது?' என்று நினைத்த அழகிகள் அத்தனை பேரும் 'வான்கோழி நடை.' நடந்து மேடைக்கு வர, சண்டைக்கு நின்ற அழகிகள் இருவரையும் சக நீதிபதி ஒருவர் மிஸ்டர் விக்கிரமாதித்தருக்கும் சிட்டிக்கும் சாடையாகச் சுட்டிக் காட்ட, 'உதித்துவிட்டது, உதித்தே விட்டது!' என்று சிட்டி துள்ளிக் குதிக்கலாயினர்.

'என்ன உதித்து விட்டது?' என்றார் விக்கிரமாதித்தர் மெல்ல.

'யோசனை!'

'என்ன யோசனை?' 'அதை இத்தனை பேருக்கு எதிரே சொல்லக்கூடாது இப்படி வாருங்கள்; நாளை இதே போட்டி இங்கே நடப்பதற்கு வேண்டிய ஏற்பாட்டை உடனே செய்யச் சொல்லுங்கள். அதற்குள் நான் இன்னோர் அழகியைத் தேடிப் பிடித்து, இவர்களுக்கு முன்னால் கொண்டு வந்து நிறுத்துகிறேன். அவளையும் அவள் அழகையும் பார்த்து இந்த

இருவரில் எவள் மூர்ச்சை போட்டுக் கீழே விழாமல் இருக்கிறாளோ, அவளுக்கு முடி சூட்டி விடலாம். அதை நீங்கள் ஒப்புக் கொள்ளத் தயாரா?' என்று சிட்டியாகப்பட்டவர் கேட்க, 'தயார், தயார்!' என்றனர் அழகிகள் இருவரும்.

அதன்படியே அழகிப் போட்டி அன்று தள்ளி வைக்கப்பட்டது. காண்க... காண்க... காண்க...

மறு நாள்.....

பழைய அழகிகளோடு புதிய அழகியும் சேர்ந்து மேடைக்கு வந்ததுதான் தாமதம், சிட்டி சொன்னது சொன்னபடி அந்தச் சண்டையிட்ட அழகிகள் இருவரில் ஒருத்தி 'தடா'ரென்று மூர்ச்சை போட்டுக் கீழே விழலாயினள். அவளை வீட்டுக்குக் கொண்டு போங்கள்; முகத்தில் சில்லென்ற காற்று பட்டவுடன் அவள் மூர்ச்சை தெளிந்து விடும்' என்ற சிட்டி, உடனே மிஸ்டர் விக்கிரமாதித்தரை அழைத்து, இன்னொருத்திக்கு முடி சூட்டச் சொல்வாராயினர்.

அதைக் கண்டு முதல் நாள் நீதிபதிகள் அத்தனை பேரும் மூக்கின்மேல் விரலை வைப்பது பழமை என்று கருதி, வேறு எதன்மேல் வைப்பது என்று தெரியாமல் தவிக்க, அதற்குள் அங்கே வந்த 'மிஸ் இந்தியா' அவர்களைப் பார்த்து 'மிஸ்' பண்ணாமல் ஒரு புன்னகையைச் சிந்திவிட்டு செல்வாளாயினள்.

வழியில், 'உண்மையில் நீ அழைத்துக் கொண்டு வந்த அழகியைப் பார்த்தா அவள் மூர்ச்சை போட்டுக் கீழே விழுந்தாள்?' என்று சிட்டியைக் கேட்டார் விக்கிரமாதித்தர்.

'அதெல்லாம் ஒன்றுமில்லை; அந்த மூர்ச்சை போட்டு விழுந்த அழகியை ஏற்கெனவே தெரியும் எனக்கு. கரப்பான் பூச்சி என்றால் அவளுக்கு ஒரே பயம் என்பதையும், அதைக் கண்டால் அவள் உடனே மூர்ச்சை போட்டுக் கீழே விழுந்து

விடுவாள் என்பதையும் நான் அறிவேன். ஆகவே, புதிய அழகியிடம் அதைக் கொடுத்து, மெல்ல அவள் மேல் விடச் சொன்னேன். அவ்வளவுதான் என்று சிட்டி விளக்குவாராயினர்.

'அப்படியா சேதி? அந்தப் பெருமை உன்னைச் சேருவதற்குப் பதிலாக இப்பொழுது என்னையல்லவா சேர்ந்திருக்கிறது?' என்று விக்கிரமாதித்தர் உள்ளது உள்ளவாறு சொல்ல, *'அதுதான் கிவ்வையார் அருளிச் செய்த கிலக நீதி!'* எனச் சிட்டி உரைப்பாராயினர்.

இத்தகைய பெருமை வாய்ந்த எங்கள் விக்கிரமாதித்தரை நீங்கள் வந்தவுடன் பார்த்துவிட்டால் அதில் அவருக்குத்தான் என்ன பெருமை, எனக்குத்தான் என்ன பெருமை? இப்போது வேண்டுமானால் போய்ப் பாருங்கள்!' என்று முதல் மாடி வரவேற்பறைக்குப் பொறுப்பேற்றிருந்த வனிதாமணி ரஞ்சிதம் சொல்ல, அப்போது அங்கே வந்த ஆபீஸ் பையன், 'அவர் கிளப்புக்குப் போய்விட்டார்!' என்று அறிவிக்க, ''நாளை வந்து பார்த்துக் கொள்கிறோம்' என்று போஜனும் அவருடைய நண்பர் நீதிதேவனும் கீழே இறங்கிப் போவாராயினர் என்றவாறு... என்றவாறு... என்றவாறு.......

2. இரண்டாவது மாடி ரிஸப்ஷனிஸ்ட் மதனா சொன்ன பாதாளக் கதை

இரண்டாம் நாள் காலை போஜனாகப்பட்டவர் பல்லைத் தேய்க்காமலே காபி குடித்துவிட்டு, காலைப் பத்திரிகையை எடுத்து ஒரு புரட்டுப் புரட்டிப் பார்த்துவிட்டு, அதற்கு மேல் குளித்து, 'அடுத்த வீட்டுக்காரன் பூஜை செய்கிறானே!' என்பதற்காகத் தானும் தன் மனைவியையும், அவள் செய்து கொண்டிருக்கும் சமையலையும் நினைத்துக் கொண்டே பூஜை செய்து, முப்பத்திரண்டு தருமங்களில் ஒரு தருமத்தைக்கூடச் செய்யாமல் சம்பிரமமாகச் சாப்பிட்டு, தாம்பூலம் தரித்து, மிஸ்டர் விக்கிரமாதித்தரின் சந்நிதானத்துக்குச் செல்லத் தயாராகிக் கொண்டிருந்த காலையில், அவருடைய நண்பரான நீதிதேவனாகப்பட்டவர் அங்கே வர, இருவரும் சேர்ந்து 'மலையில்லா மலைச்சாலை'க்குச் செல்வாராயினர்.

அங்கே அவர்கள் ஏறிச் சென்ற 'லிப்ட்' இரண்டாவது மாடியை நெருங்கியதுதான் தாமதம். அந்த மாடியின் ரிஸப்ஷனிஸ்டான மதனா விரைந்து வந்து, 'நில்லுங்கள், நில்லுங்கள்' என்று சொல்ல, ''சொல்லுங்கள், சொல்லுங்கள்?'' என்று இருவரும் லிப்டை விட்டு இறங்கி, அவளை நோக்கிச் செல்வாராயினர்.

''எங்கள் விக்கிரமாதித்தருக்கு உள்ளது போல உங்களுக்குத் தயை உண்டா?''

"உண்டு."

"தாட்சண்யம் உண்டா?"

"உண்டு."

"இரக்கம் உண்டா?"

"உண்டு."

"ஈகை உண்டா"

"உண்டு."

"தவம் உண்டா?"

"உண்டு."

"தருமம் உண்டா?"

"உண்டு."

"பொறுமை உண்டா?"

"உண்டு."

"பெருமை உண்டா?"

"உண்டு."

இப்படியாகத்தானே அவள் ஒவ்வொரு குணத்தையும் குறிப்பிட்டு,"உண்டா, உண்டா?" என்று கேட்டுக் கொண்டே வர,"உண்டு, உண்டு" என்று சொல்லி அலுத்துப் போன போஜனும் நீதிதேவனும்,"உறுதி உண்டா, உண்டு; ஒழுக்கம் உண்டா, உண்டு; நெறி உண்டா, உண்டு; நீதி உண்டா, உண்டு; வீரம் உண்டா, உண்டு; விசுவாசம் உண்டா, உண்டு; சக்தி உண்டா, உண்டு; பக்தி உண்டா, உண்டு" என்று பாக்கியிருந்த அத்தனையையும் தாங்களாகவே ஒரே மூச்சில் சொல்லி முடிக்க, அசந்து போன வனிதாமணி மதனா,"எல்லாவற்றுக்கும்"உண்டு, உண்டு" என்று சொல்லி விட்டால் மட்டும் உங்களை நான் விட்டுவிடுவேனா?

விட்டால் நான் ரிஸப்ஷனிஸ்ட் ஆவேனோ? உட்காருங்கள், கதையைக் கேளுங்கள்" என்று கதை சொல்ல ஆரம்பிக்க, போஜனும் நீதிதேவனும் வழக்கம் போல் கொட்டாவி விட்டுக் கொண்டே கதை கேட்கலாயினர் என்றவாறு... என்றவாறு... என்றவாறு....

"கேளாய், போஜனே இந்த மலையில்லா மலைச் சாலைக்குத் தெற்கே 'பரங்கிமலை, பரங்கிமலை' என்று ஒரு பதி உண்டு. அந்தப் பதியிலே 'முருக்கமரம், முருக்கமரம்' என்று ஒரு முருக்கமரம் இல்லாவிட்டாலும் 'முருங்கை மரம், முருங்கை மரம்' என்று ஒரு முருங்கை மரம் உண்டு. அந்த முருங்கை மரத்தடியிலே "'காளி கோயில்" என்று ஒன்று இல்லாவிட்டாலும், 'பிள்ளையார் கோயில்' என்று ஒன்று உண்டு. அந்தப் பிள்ளையார் கோயிலுக்கு ஒரு நாள் மாலை ஒரு பிள்ளையாண்டான் வந்து, முறைப்படி மூன்று முறை சுற்றி, மூன்று தோப்புக்கரணங்கள் போட்டு, மூன்று முறை கன்னத்தில் போட்டுக் கொண்டு, மூன்று குட்டுக்கள் குட்டிக்கொண்டு, கை குவித்து, சிரம் தாழ்த்தி, 'ஐயா, விநாயகரே! அம்மாவைப்போல் பெண் கிடைக்காத வரை நான் கலியாணம் செய்து கொள்ளப் போவதில்லை என்று நீர்தான் அரசமரத்தடியிலும், ஆலமரத்தடியிலும் உட்கார்ந்து அடம் பிடித்ததெல்லாம் போதாதென்று, இப்பொழுது முருங்கை மரத்தடியிலும் வந்து உட்கார்ந்து அடம் பிடித்துக் கொண்டிருக்கிறீர்! எனக்கு அப்படியெல்லாம் ஒன்றுமில்லை; என் பாட்டியைப் போல ஒரு பெண் கிடைத்தால் கூடப் போதும், பரம சந்தோஷமாகக் கலியாணம் செய்து கொண்டு விடுவேன். அதற்காக உமக்கு ஏதாவது வேண்டுமானால் தயங்காமல் கேளும், தாராளமாகக் கொடுக்கிறேன்! என்ன இருந்தாலும் நான் மனிதன்; பிறருக்காக ஒரு பைசா செலவழிக்கத் தயாராயில்லா விட்டாலும் எனக்காக எவ்வளவு வேண்டுமானாலும் செலவழிக்கத் தயாராயிருப்பேன்!' என்று 'வேண்டு வேண்டு' என வேண்ட, அப்போது முருங்கை மரத்தின் உச்சாணிக் கிளையொன்றில் தலை கீழாகத் தொங்கியபடி அதைக் கேட்டுக் கொண்டிருந்த பாதாளசாமி

என்னும் ஓர் அரைப் பைத்தியம், 'ஆயிரம் தேங்காய்களைக் கொண்டு வந்து சூறை விடு, அப்பனே! அடுத்த நாளே உனக்குக் கலியாணமாகும்!' என்று சொல்ல, அதை 'அசரீரி வாக்கு' என எண்ணி, அவனும் ஒரு வெள்ளிக்கிழமையன்று மாலை ஆயிரம் தேங்காய்களுடன் வந்து, ஒவ்வொரு தேங்காயாகச் சூறை விட்டுக் கொண்டே போய், தொள்ளாயிரத்துத் தொண்ணூற்றொன்பது தேங்காய்களைச் சூறை விட்டுவிட்டு, ஆயிரத்தாவது காயை எடுத்துச் சூறை விடுவதற்காக ஓங்க, முருங்கை மரத்தின் மேல் தலைகீழாகத் தொங்கிக் கொண்டிருந்த பாதாளம் அதை 'லபக்'கென்று பிடுங்கிக் கொண்டு மறைய, 'நம்முடைய பிரார்த்தனைக்கு இப்படி ஓர் இடையூறா?' என்று பிள்ளையாண்டான் அண்ணாந்து பார்க்க, மேலே யாரும் இல்லாததைக் கண்டு, 'இது என்ன மாயமோ, மந்திரமோ தெரியவில்லையே? தொள்ளாயிரத்துத் தொண்ணூற்றொன்பது காய்களைச் சூறை விடும் வரை என்னுடைய பிரார்த்தனைக்கு எந்த விதமான விக்கினமும் நேராமல் இருந்து விட்டு, ஆயிரத்தாவது காயைச் சூறை விடும் போதுதானா இந்த அக்கிரமம் நடக்க வேண்டும்? ஏ, அப்பமுப்பழும் அமுது செய்தருளும் தொப்பையப்பனே! இதனால் அடுத்த நாளே நடக்க வேண்டிய என்னுடைய கலியாணம் இப்போது தள்ளியல்லவா போய் விடும் போலிருக்கிறது? என்ன செய்வேன். இன்னும் எத்தனை நாட்கள் நான் ஓட்டலில் சாப்பிடுவேன்? ஊர் வம்பு கேட்காமல் இருப்பேன்? அவ்வப்போது அவள் செய்து வைக்கும் சாம்பார் ஸ்நானத்துக்கும், ரசம் ஸ்நானத்துக்கும் என் தலையைக் காட்டாமல் இருப்பேன்?' என்று பலவாறாகப் புலம்பிய பின் ஒருவாறு தெளிந்து, அருகிலிருந்த கடைக்கு அவசர அவசரமாக ஓடி, இன்னொரு தேங்காயை வாங்கிக் கொண்டு வந்து சூறை விடுவதற்காக ஓங்க, அதையும் அவனுக்குத் தெரியாமல் பாதாளம் பிடுங்கிக் கொள்ள, 'விடா முயற்சி வெற்றி தரும்' என்று யாரோ ஒரு 'போணி' ஆகாத தேங்காய்க் கடைக்காரன் எப்போதோ சொல்லி வைத்ததை நம்பி, அவன் ஒன்றன்பின் ஒன்றாகத் தேங்காயை வாங்கிக் கொண்டு வந்து

சூறை விடுவதற்காக ஓங்க, அத்தனையையும் அந்த பாதாளம் ‘லபக், லபக்’கென்று பிடுங்கிக் கொள்ள, அதற்கு மேல் என்ன செய்வதென்று தெரியாமல் அவன் விழித்துக் கொண்டு நின்ற போது, அங்கே வந்த ஒரு பெரியவர், ‘என்ன தம்பி, ஏன் ஒரு மாதிரியாயிருக்கிறாய்?’ என்று கேட்க, அவன் நடந்ததைச் சொல்ல, ‘இந்த முருங்கை மரத்தின் மேல் பாதாளசாமி, பாதாளசாமி என்று ஒரு பைத்தியக்காரன் இருக்கிறான். அவன் இங்கே வருபவர்களுக்கு இப்படித்தான் ஏதாவது இடையூறு செய்து கொண்டே இருக்கிறான்’ என்று பெரியவர் விளக்க, ‘இவ்வளவு பெரிய உலகத்தில் அவனைப் பிடித்து அடக்குவார் யாரும் இல்லையா?’ என்று பிள்ளையாண்டான் புலம்ப, ’அவனைப் பிடித்து அடக்க இந்த உலகத்தில் இருவரே உண்டு. அவர்களில் ஒருவர் மிஸ்டர் விக்கிரமாதித்தர் ஏ டு இஸ்ட்; இன்னொருவர் அவருடைய காரியதரிசி சிட்டி!’ என்று பெரியவர் சொல்ல, பிள்ளையாண்டான் எங்கள் விக்கிரமாதித்தரைத் தேடி வந்து முறையிடலாயினன், முறையிடலாயினன், முறையிடலாயினன்....

அவன் குறை கேட்டார் எங்கள் விக்கிரமாதித்தர்; ‘நிவர்த்திப்போம்’’ என்றார். உடனே புறப்பட்டார் சிட்டியுடன். முருங்கை மரத்தை நெருங்கினார்; ஏறினார். பாய்ந்து பிடித்தார் பாதாளத்தை; இறங்கினார்.

அப்போது, ’உம்மைப் பார்க்க வரும் போஜனிடமும், நீதிதேவனிடமும் உம்முடைய ரிஸப்ஷனிஸ்ட்டுகள் கதை சொல்லும்போது, என்னைப் பிடிக்க வந்த உம்மிடம் மட்டும் நான் ஏன் கதை சொல்லக்கூடாது?’ என்று சாட்சாத் விக்கிரமாதித்தரிடமே அந்த பாதாளம் கேட்க, ‘சொல் அப்பனே, சொல்?’ என்றார் விக்கிரமாதித்தர்.

பாதாளம் சொன்னதாவது:

1. பாதாளம் விக்கிரமாதித்தனுக்குச் சொன்ன பத்மாவதி கதை

'கேளுமய்யா, விக்கிரமாதித்தரே! கேளும் சிட்டி, நீரும் கேளும்! இந்தப் பரங்கிமலைப் பதியிலே 'பத்மாவதி, பத்மாவதி'' என்று ஒரு பாவை உண்டு. அந்தப் பாவையாகப்பட்டவள் பட்டணத்திலே உள்ள ஒரு பள்ளியில் ஆசிரியையாக வேலை பார்த்து வந்ததால், தினந்தோறும் பஸ் ஸ்டாண்டிலே வந்து நிற்பதுண்டு. அவள் அவ்வாறு வந்து நிற்கும் போதெல்லாம் இரண்டு 'அரும்பு மீசைகள்' அங்கே வந்து அவளை 'டா'வடிப்பதுண்டு. அப்படி ஒரு நாள் 'டா' வடித்துக் கொண்டிருங் காலையில், அவள் 'தூ' என்று கீழே துப்ப, 'ஆஹா! அந்தக் கனி ரஸத்தைக் கீழே துப்புவதற்குப் பதிலாக என் மேலே துப்பியிருக்கக் கூடாதா? அந்த அளவுக்குக் கூடவா நான் பாக்கியம் செய்யவில்லை?'' என்று எம். ஜி. ஆர். மீசை வருந்த, 'வருந்தாதே தம்பி, வருந்தாதே! வருந்தி வருந்தி உள்ளம் உருகாதே! வருந்தாதே தம்பி, வருந்தாதே!' என்று 'தூங்காதே தம்பி, தூங்காதே' மெட்டில் சிவாஜி மீசை பாட, 'வேறு என்னடா வழி, தாங்க முடியவில்லையே என்னால்!' என்று அது துடியாய்த் துடிக்க, 'இதோ வழி என்று இது சொல்லலுற்றது:

'அந்த ஆரணங்கு பஸ்ஸில் ஏறியதும் நீயும் ஏறு: அவளுக்குப் பக்கத்தில் நில். கண்டக்டர் வந்து 'டிக்கெட்' என்றதும் அவளுக்கும் சேர்த்து 'இரண்டு டிக்கெட்' என்று கேள்; அவள் முறைப்பாள். கலங்காதே; 'வீட்டில் போட்ட சண்டை வீட்டோடு இருக்கட்டும்; வெளியே வேண்டாம்' என்று அவளைப் பார்த்துச் சொல்லிவிட்டு, 'நீ கொடப்பா, இரண்டு டிக்கெட்' என்று கண்டக்டரைப் பார்த்துச் சொல். அவன் 'கணவன்-மனைவி சண்டையாக்கும்' என்று நினைத்து டிக்கெட்டைக் கொடுத்துவிட்டுப் போய் விடுவான். அதற்கு மேல் அவள் ஏதாவது முணுமுணுத்தாலும் அதை நீ காதில் போட்டுக் கொள்ளாதே! 'ஓவ'ராகப் போனால் அங்கேயே ஐந்து பேரைக் கூட்டி, 'கேளுங்கள் ஸார், இந்த அக்கிரமத்தை?'

என்று அஞ்சாமல் பஞ்சாயத்து வை; அவள் அசந்து விடுவாள். பஸ்ஸை விட்டு இறங்கியதும் மெல்ல அவளை நெருங்கி, 'எப்படி என் ஐடியா?' என்று கேட்டு இளி; 'பிரமாதம்' என்று அவளும் இளிப்பாள். அதற்கு மேல் நான் சொல்ல என்ன இருக்கிறது, நீ கேட்கத்தான் என்ன இருக்கிறது? 'புகையிலை பிரித்தால் போச்சு, பெண் பிள்ளை சிரித்தால் போச்சு!" என்றுதான் ஒரு பழமொழியே இருக்கிறதே!'

இப்படியாகத்தானே சிவாஜி மீசை ஓர் அபூர்வமான யோசனையைச் சொல்ல, அதை அப்படியே ஏற்று எம்.ஜி.ஆர். மீசை செய்ய, பத்மாவதியாகப்பட்டவள் வெகுண்டு, 'பிய்த்துவிடுவேன், பிய்த்து!' என்பது போல் தன் கையிலிருந்த குடையைத் தூக்கிக் காட்டி விட்டுப் பள்ளிக்கூடத்துக்குப் போவாளாயினள்.

எம்.ஜி.ஆர். மீசை திரும்பி வந்து, நடந்ததை அப்படியே சிவாஜி மீசையிடம் சொல்ல, அது சிரித்து, 'பைத்தியக்காரா, ஒரு பெண் குடையைத் தூக்கிக் காட்டினால் என்ன அர்த்தம் என்று தெரியாதா, உனக்கு? இப்போது மழைக் காலம்; குளிருக்குப் போர்த்திக் கொண்டு தூங்கத்தான் தோன்றுமே தவிர, கலியாணம் பண்ணிக் கொண்டு சல்லாபமாக இருக்கத் தோன்றாது. ஆகவே, இந்த மழைக் காலம் போகட்டும்; வேனிற் காலத்தில் கலியாணம் பண்ணிக் கொள்ளலாம் என அர்த்தம்' என்று விளக்க, 'காத்திருப்பேன், காத்திருப்பேன்; வேனிற்காலம் வரும்வரை என் வெண்ணிலா எனை மணக்கக் காத்திருப்பேன்!' என்று இது உற்சாகமாகச் சீட்டியடித்துப் பாடிக் கொண்டே சென்றது. வேனிற் காலம் வந்ததும், 'இப்போது என்ன செய்ய? அவளைப் பஸ் ஸ்டாண்டிலும் காணோம், பள்ளிக்கூடத்திலும் காணோமே? கோடை விடுமுறை போல் இருக்கிறதே!' என்று எம்.ஜி.ஆர். மீசை ஏங்க, 'அஞ்சற்க, அவள் வீடு எனக்குத் தெரியும். அந்த வீட்டை நான் உனக்குக் காட்டுகிறேன். ஒரு நாள் காலை நீ அந்த வீட்டுக்குப் போ. அவள் தண்ணீர் தெளித்துக் கோலமிடுவதற்காக வெளியே வருவாள். அப்போது நீ

மெல்ல அவளை நெருங்கு; 'மாரி போய்க் கோடை வந்துவிட்டது; என் மனத்தை நீ அறியாயோ?' என்று புலம்பு. உடனே அவள் நினைவுக்கு அந்தக் குடைச் சம்பவம் வந்துவிடும்; கலியாணத்துக்குச் சம்மதித்து விடுவாள். அப்புறம் என்ன? வேண்டியவை ஒரு கரிநாள்; நல்ல ராகுகாலம்; ஒலிபெருக்கி; ''டும் டும் டும் மாட்டுக்காரன் தெருவில் வாராண்டி!' என்பது போன்ற 'டம் டம் டம் பாட்டு ரிகார்டுகள்; இரண்டு ரோஜாப்பூ மாலைகள்; 'தான் மட்டுமே புத்திசாலி' என்று சாதிக்கக் கூடிய ஒரு சீர்திருத்தவாதி- இவ்வளவுதானே?' என்று சிவாஜி மீசை சொல்ல, இன்னொரு மாலை வேண்டாமா, பிரசங்கிக்கு?' என்று அது கேட்க, 'மறந்துவிட்டேன், மொத்தம் மூன்றாக வாங்கிக் கொண்டால் போச்சு!' என்று இது சொல்லி, அதை அழைத்துக்கொண்டு போய் அவள் வீட்டைக் காட்ட, 'ஒரு நாள் என்ன, நாளைக் காலையிலேயே நீ என்னை இங்கே பார்க்கலாம்!' என்று எம். ஜி. ஆர். மீசை ஒரு துள்ளுத் துள்ளிவிட்டுத் தன் வீட்டில் 'பெற்ற தோஷ'த்துக்காகப் போட்டு வந்த 'தண்ட சோற்'றை நாடிச் செல்லலாயிற்று.

அடுத்த நாள் காலை பத்மாவதியாகப்பட்டவள் வழக்கம் போல் தண்ணீர் தெளித்துக் கோலமிடுவதற்காகத் தெருவுக்கு வர, எம். ஜி. ஆர். மீசை 'நான் ஆணையிட்டால், அது நடந்துவிட்டால்' என்ற பாட்டை அதற்கேற்ற நடையுடன் சீட்டியடித்துப் பாடிக்கொண்டே அவளுக்கு எதிரே போய் நின்று, 'மாரி போய்க் கோடை வந்துவிட்டது; என் மனத்தை நீ அறியாயோ?' என, 'அறிந்தேன், அறிந்தேன்!' என்று அவள் தன் கையிலிருந்த ஒரு வாளி நீரையும் அதன் தலையிலே கொட்ட, 'இதற்கு என்ன அர்த்தம்? என்று அதை உடனே தெரிந்து கொள்ளும் துடிப்பில் அது அவளையே கேட்க, 'போய் உம்முடைய நண்பரைக் கேளும்!' என்று அவள் சொல்லி அனுப்புவாளாயினள்.

தலையிலிருந்து தண்ணிர் சொட்டச் சொட்ட வந்து நின்ற எம். ஜி. ஆர். மீசையை நோக்கி, 'என்ன விஷயம், என்ன நடந்தது.'

என்று சிவாஜி மீசை கேட்க, அது நடந்ததைச் சொல்ல, இது வழக்கம்போல் சிரித்து, 'நடப்பது கோடைக் காலம்; இந்தக் காலத்தில் அடிக்கடி குளிர்ந்த நீரில் குளிக்கவும், காற்றோட்டமாக வெளியே செல்லவுந்தானே தோன்றும்? கலியாணம் பண்ணிக்கொண்டு 'புழுக்கமாவது, புழுக்கம்!' என்று உள்ளே தவித்துக் கொண்டிருக்கத் தோன்றுமா என்பதல்லவா இதற்கு அர்த்தம்?' என்று விளக்க, 'போடா, போ! வேறு எந்தக் காலத்தில்தான் அவளை நான் கலியாணம் செய்து கொள்வது?'' என்று எம். ஜி. ஆர். மீசை ஏமாற்றத்துடன் கேட்க, 'ஒன்று வேண்டுமானால் செய்; நீ துணிந்து அவள் வீட்டுக்கு ஒரு மடல் தீட்டு!' என்றது சிவாஜி மீசை.

'எப்படித் தீட்டுவது?''

'கண்ணே, மணியே, என் கற்பூரப் பெட்டகமே என ஆரம்பித்து, 'பாழும் விடுமுறை ஏன்தான் வந்ததோ, அது நம்மைப் பிரித்து வைத்து ஏன்தான் இப்படிப் பாடாய்ப் படுத்துகிறதோ?' என்று ஒரு பாரா ஒப்பாரி வைத்து, அடுத்த பாராவில், 'ஆஹா! ஒட்டலில் அறை எடுத்துக் கொண்டு நாம் இன்பமாகக் கழித்த அந்த நாட்கள்!-பள்ளிக்கூடத்துக்குப் போகிறேன் என்று நீ அந்த ஒட்டலுக்கு வந்து விடுவாய்; வேலைக்குப் போகிறேன் என்று நானும் அந்த ஒட்டலுக்கு வந்துவிடுவேன்?-ஜாலி, ஒரே ஜாலி! ஆஹாஹா! அந்த மாதிரி இந்த விடுமுறையில் ஒரு நாளாவது நாம் இருக்க முடியாதா? இன்பம் துய்க்க முடியாதா? அதற்கு ஏதாவது ஒரு வழி கண்டுபிடிக்க உன்னால் முடியாதா? கோயில், குளம் என்று ஏதாவது, டைப்ரைட்டிங், தையல் கிளாஸ் என்று ஏதாவது- கொஞ்சம் யோசித்துப் பாரேன்?' என்று பரவசப்பட்டு, கடைசிப் பாராவில், 'எழுது கண்ணே, எழுது! உன் பிரிவால் என் உயிர் உடலை விட்டுப் போவதற்கு முன்னால் எழுது!' என்று தீட்டி, அந்தக் கடிதத்தின் மேலேயே ஒரு சொட்டுக் கண்ணீரை விட்டு, கண்ணீர் வராவிட்டால் தண்ணீரையாவது விட்டு மசியைக் கலங்கவை உனக்கு நல்ல காலம் இருந்து, அந்தக் கடிதம் அவள் கைக்குப் போய்ச் சேராமல், அவளை

வீட்டை விட்டுத் துரத்த ஏதாவது ஒரு காரணம் கிடைக்காதா என்று காத்துக் கொண்டிருக்கும் அவளுடைய சித்தியின் கைக்குப் போய்ச் சேர்ந்தால் போதும்; அந்தப் புண்ணியவதி, ‘பள்ளிக் கூடத்துக்குப் போகிறேன், போகிறேன் என்று ஒட்டலுக்குப் போய் யாரோ ஒரு தடியனுடன் கூத்தடித்துவிட்டா வருகிறாய்?’ என்று அவளை உடனே வீட்டை விட்டுத் துரத்திவிடுவாள். அதற்குப் பின் உன்னைத் தேடி வந்து சரண் அடைவதைத் தவிர அவளுக்கு வேறு வழியே இல்லை!’

இப்படியாகத்தானே சிவாஜி மீசை தன் கடைசி யோசனையைச் சொல்ல, அதை அப்படியே ஏற்று எம். ஜி. ஆர். மீசை செய்ய, அதனால் வீட்டை விட்டு வெளியே விரட்டப்பட்ட பத்மாவதியாகப்பட்டவள் கண்ணீரும் கம்பலையுமாகத் தெருவிலே வந்து நிற்க, அதற்காகவே காத்திருந்ததுபோல் சிவாஜி மீசை அவளை நெருங்கி, ‘எனக்கு அப்போதே தெரியும், அந்தப் பயல் இப்படிச் செய்வானென்று! கவலைப்படாதே, நான் இருக்கிறேன் உன் கண்ணீரை என் செந்நீரால் துடைக்க!’ என்று ‘சினிமா வசனம்’ பேச, அதை அவள் வேறு வழியின்றி நம்பி, கொட்டு மேளத்துக்குப் பதிலாகக் கூட்டத்தினரின் கையொலி முழங்க, அந்த அரும்பு மீசைக்கு மாலை சூட்டி ஒருவாறு மனம் தேறுவாளாயினள்.’

இந்த விதமாகத்தானே பாதாளம் தன் முதல் கதையைச் சொல்லி முடித்துவிட்டு, ‘இப்போது சொல்லும்? இதில் எம். ஜி. ஆர். மீசை செய்தது சரியா, சிவாஜி மீசை செய்தது சரியா? என்று விக்கிரமாதித்தரைக் கேட்க, ‘இரண்டு மீசைகள் செய்ததும் சரியல்ல!’ என்று அவர் பதில் சொல்ல, அதுதான் சமயமென்று பாதாளம் அவரிடமிருந்து தப்பி, மீண்டும் போய் முருங்கை மரத்தின்மேல் ஏறிக்கொண்டு விட்டது காண்க...காண்க...காண்க....

2. பாதாளம் விக்கிரமாதித்தனுக்குச் சொன்ன மந்திரவாதி கதை

மிஸ்டர் விக்கிரமாதித்தர் மறுபடியும் முருங்கை மரத்தின்மேல் ஏறி, பாதாளத்தைப் பிடித்துக் கொண்டு வர, அது அவருக்குச் சொன்ன இரண்டாவது கதையாவது:

'கேளுமய்யா, விக்கிரமாதித்தரே! கேளும் சிட்டி, நீரும் கேளும்! 'மாரப்பன், மாரப்பன்' என்று ஒரு மந்திரவாதி இந்த மாநிலத்திலே உண்டு. அவன் ஊர் ஊராகச் சென்று, தனக்குத் தெரிந்த வித்தைகள் பலவற்றைக் காட்டிப் பிழைப்பதுண்டு. அப்படி ஒரு நாள் ஓர் ஊரில் அவன் வித்தை காட்டிக் கொண்டிருக்குங் காலையில், மூன்று வாலிபர்கள் சேர்ந்தாற் போல் அதைப் பார்க்க வந்தார்கள். மந்திரவாதி வழக்கம் போல் மணலைக் கயிறாக்கிக் காட்டி, கயிற்றைப் பாம் பாக்கிக் காட்டி, மாங்கொட்டையை மரமாக்கிக் காட்டி முடித்த பிறகு, 'இதோ, இந்தப் பெட்டியிலிருந்து ஓர் அழகான பெண் வரப்போகிறாள், பாருங்கள்! இதோ, இந்தப் பெட்டியிலிருந்து ஓர் அழகான பெண் வரப் போகிறாள் பாருங்கள்!' என்று சொல்லிக் கொண்டே சென்று, தன் மனைவி மகுடியின் உதவியுடன் ஒரு பெட்டியைத் தூக்கிக் கொண்டு வந்து கூட்டத்தினருக்கு நடுவே வைத்தான். காலியாயிருந்த அந்தப் பெட்டியை அவன் எல்லோருக்கும் திறந்து காட்டி, 'நன்றாகப் பார்த்துக் கொள்ளுங்கள்; சந்தேகமாக இருந்தால் பெட்டிக்கு அருகேகூட வந்து பார்த்துக் கொள்ளுங்கள்!' என்று சொல்லிப் பெட்டியை 'டப்' பென்று மூடி, 'சூ! மந்திரக்காளி, மாயக்காளி! ஓடி வாடி, ஜக்கம்மா!' என்று தன் கையிலிருந்த ஒரு சிறு கோலால் அந்தப் பெட்டியை ஒரு தட்டுத் தட்ட, அதைத் திறந்து கொண்டு அழகான பெண் ஒருத்தி 'ஜிலுஜிலு' வென்று வெளியே வருவாளாயினள்.

வேடிக்கை பார்க்க வந்திருந்த வாலிபர்கள் மூவரும் அந்தப் பெண்ணின் அழகில் மயங்கி, 'உண்மையிலேயே இவள்

பெண்ணாயிருப்பாளோ? அல்லது, மாயமாய் வந்ததுபோல் மாயமாய் மறைந்துவிடுவாளோ?' என்று அவளையே இமை கொட்டாமல் பார்த்துக் கொண்டிருக்க, அந்தப் பெண்ணாகப்பட்டவள் கூட்டத்தைச் சுற்றிக் கையேந்தி வருவாளாயினள்.

ஏந்திய கையில் எல்லோரும் ஐந்து பைசா, பத்து பைசா என்று போட, வாலிபர்கள் மூவரும் முறையே ஒரு ரூபா, இரண்டு ரூபா, மூன்று ரூபா என்று போட்டி போட்டுக் கொண்டு போட்டுவிட்டு, அவளுடைய நன்றியை எதிர்பார்த்து நிற்பாராயினர். அவளோ தலைக்கு ஒரு புன்னகையாகத் தன் நன்றியைத் தெரிவித்துவிட்டு, தன்னுடைய கையில் சேர்ந்த காசை மந்திரவாதியிடம் கொடுத்துவிட்டு நிற்பாளாயினள்.

அதுவரை அவள் மாயமாய் மறையாமலிருந்ததைக் கண்ட வாலிபர்கள் மூவரும், அவள் அந்த மாரப்பனின் பெண்ணாய்த்தான் இருக்க வேண்டுமென்று ஊகித்து, அவர்கள் தங்கள் கடையைக் கட்டும் வரை அங்கேயே காத்திருப்பாராயினர்.

காசை எண்ணிப் பைக்குள் போட்டுக் கொண்டதும் கடையைக் கட்டித் தோளின்மேல் போட்டுக்கொண்டு, தன் பரிவாரங்களுடன் கூடாரத்தை நோக்கி அந்த மந்திரவாதி நடக்க, அவனுடைய பரிவாரத்தில் அவன், அவன் மனைவி மகுடி, பெட்டிக்குள்ளிருந்து வந்த அந்தப் பெண்-ஆக மூவரைத் தவிர வேறொரு வாலிபனும் இருக்கக் கண்டு, 'அவன் யாராயிருக்கும்? அவளுடைய அண்ணனாயிருப்பானோ? அல்லது கணவனாயிருப்பானோ? அப்படியிருந்தால் அந்தப் பெண் தங்களுக்குக் கிடைக்காமற் போய்விடுவாளோ? அவள் கிடைக்காமற் போய்விட்டால் தாங்கள் உயிர் வாழ்வது எங்ஙனம்?' என்று பலவாறாக எண்ணிக் குழம்பிக் கொண்டே, வாலிபர்கள் மூவரும் அவர்களைத் தொடருவாராயினர்.

வழியில் ஏதோ பேச்சோடு பேச்சாக, 'இந்த வருசமாவது தங்கச்சிக்கு எப்படியாவது கலியாணத்தைச் செஞ்சு முடிச்சிடணும்' என்று அவர்களோடு சென்ற அந்த வாலிபன் சொல்ல, 'தங்கச்சியா? நல்ல வேளை, பிழைத்தோம்!' என்று வாலிபர்கள் மூவரும் தங்கள் மார்பைத் தாங்களே தடவி விட்டுக் கொள்ள, 'அவளுக்கென்று ஒருவன் எங்கே பிறந்திருக்கிறானோ?' என்று மாரப்பன் ஏங்க, 'இதோ, ஒருவருக்கு மூவராகப் பிறந்திருக்கிறோம்' என்பதுபோல் மையல் கொண்ட வாலிபர்கள் மூவரும் பையப் பைய அவர்களை நெருங்குவாராயினர்.

'இருப்பது ஒருத்தி; அவளை மூன்று பேர் எப்படிக் கலியாணம் செய்துகொள்ள முடியும்? என்றான் அவர்களில் ஒருவன்.

'அதென்னவோ எனக்குத் தெரியாது; அவளை நான்தான் கலியாணம் செய்து கொள்வேன்!' என்றான் இன்னொருவன்.

'நீங்கள் இருவரும் எப்படியாவது போங்கள்; அவள் எனக்குத்தான்; எனக்கே எனக்குத்தான் என்றான் மற்றொருவன்.

இதனால் ஏற்பட்ட சர்ச்சையில் நண்பர்களாயிருந்த மூவரும் விரோதிகளாகி, ஒருவரை விட்டு ஒருவர் பிரிய, அவர்களில் ஒருவன் மற்ற இருவருக்கும் தெரியாமல் அந்தப் பெண்ணின் தந்தையைச் சந்தித்து, 'உங்கள் பெண்ணை நான் மணந்துகொள்ள விரும்புகிறேன்!' என்று சொல்ல, 'சரி' என்று சொல்லிவிட்டான் அவன்.

அதே மாதிரி இன்னொருவன் அந்தப் பெண்ணின் தாயைச் சந்தித்து, 'உங்கள் பெண்ணை நான் மணந்து கொள்ள விரும்புகிறேன்' என்று தன் விருப்பத்தைத் தெரிவிக்க, 'சரி' என்று சொல்லிவிட்டாள் அவள்.

மற்ற இருவரையும் பின்பற்றி மூன்றாமவனும் அந்தப் பெண்ணின் அண்ணனைச் சந்தித்து, 'உங்கள் தங்கையை நான் மணந்துகொள்ள விரும்புகிறேன் என்று சொல்ல, 'சரி' என்று சொல்லிவிட்டான் அவன்.

பெண்ணுக்குரியவர் மூவர்; அந்தப் பெண்ணை மணந்து கொள்ள விரும்பியவர் மூவர். அவர்களும் ஒருவருக்கொருவர் தெரியாமல் இவர்களுக்கு வாக்குறுதி அளித்துவிட்டனர்; இவர்களும் ஒருவருக்கொருவர் தெரியாமல் அவர்களிடமிருந்து வாக்குறுதி பெற்றுக் கொண்டு விட்டனர்.

விஷயம் அம்பலத்துக்கு வந்தபோது, 'யாருக்கு யார் அந்தப் பெண்ணைக் கொடுப்பது? யார் அவளுக்கு மாலையிடுவது?' என்று ஒருவருக்கும் விளங்கவில்லை!

நீண்ட நேரம் தாடியை உருவி யோசிப்பதற்குப் பதிலாகத் தலையைத் தடவி யோசித்த பிறகு மந்திரவாதி சொன்னான்:

'நாளை காலை மூவரும் கூடாரத்துக்கு வாருங்கள்; என் பெண்ணை 'ஜக்கம்மா!' என்று அழைத்துப் பேசுங்கள்; உங்களில் யாரை அவள் மணந்து கொள்ள விரும்புகிறாளோ, அவருக்கு நான் அவளைக் கொடுத்து விடுகிறேன். என்ன, சரிதானா?'

'சரி' என்று மூவரும் போய், மறுநாள் காலை அவன் கூடாரத்துக்கு வந்தனர்.

இருவர் வெளியே நிற்க, ஒருவன் உள்ளே போய், 'ஜக்கம்மா!' என்றான்; அவள் அவனைத் திரும்பிப் பார்க்கவில்லை.

மீண்டும் அவன், 'ஜக்கம்மா!' என்றான் சற்று உரக்க.

அப்பொழுதும் அவள் அவனைத் திரும்பிப் பார்க்கவில்லை.

மூன்றாம் முறையாக, 'ஓ, ஜக்கம்மா!' என்று அவன் தொண்டை கிழியக் கத்த, அப்பொழுதும் அவள் அவனைத் திரும்பிப் பார்க்காமல் செல்ல, 'சரியான செவிடு போலிருக்கிறது; இதைக் கட்டிக் கொண்டு யாரால் மாரடிக்க முடியும்?' என்று அவன் எடுத்தான் ஓட்டம்!

அவனுக்கு அடுத்தாற்போல் இரண்டாமவன் வந்து, 'ஜக்கம்மா!' என்றான்.

அவள் திரும்பினாள்; 'என்னை மணக்க உனக்குச் சம்மதமா?' என்றான் அவன்.

'பேபே பே பேபே!' என்றாள் அவள்!

'இதென்னடா இழவு! இவள் ஊமையாயிருக்கிறாளே? என்னதான் அழகாயிருந்தாலும் இவளைக் கலியாணம் பண்ணிக்கொண்டு என்ன செய்வது?' என்று அவன் அவளைத் திரும்பிக்கூடப் பார்க்காமல் பிடித்தான் ஓட்டம்!

மூன்றாமவன் வந்து, 'ஜக்கம்மா!' என்றான் மெல்ல.

அவள் புன்னகையுடன் திரும்பினாள்.

'என்னை மணக்க உனக்குச் சம்மதமா?' என்றான் அவன்; 'சம்மதம்!' என்றாள் அவள்.

'அப்படியானால் நீ செவிடும் இல்லை, ஊமையும் இல்லையா?' என்று அவன் கேட்க, 'இல்லை, நீங்கள் மூவரும் என்மேல் கொண்ட காதல் எவ்வளவு தூரம் உண்மையானது என்பதை அறிந்துகொள்ளவே நான் அவ்வாறு நடித்தேன்!' என்று அவள் சொல்ல, 'சரியான சோதனை! அந்தச் சோதனையில் நான் வெற்றி பெற்றுவிட்டேன்!' என்று அவன் வியக்க, அவர்கள் இருவருக்கும் அக்கணமே மணம் முடித்து வைத்துவிட்டான் மந்திரவாதியான அந்தத் தந்திரவாதி.'

பாதாளம் இந்தக் கதையைச் சொல்லி முடித்துவிட்டு, 'இவர்களில் யார் புத்திசாலி?' என்று விக்கிரமாதித்தரைக் கேட்க, 'சந்தேக மென்ன, மந்திரவாதிதான்!' என்று விக்கிரமாதித்தர் சொல்ல, பாதாளம் மறுபடியும் அவரிடமிருந்து தப்பி, மீண்டும் போய் முருங்கை மரத்தின்மேல் ஏறிக்கொண்டு விட்டது காண்க... காண்க.... காண்க...

3. பாதாளம் விக்கிரமாதித்தனுக்குச் சொன்ன அகதிகள் கதை

மிஸ்டர் விக்கிரமாதித்தர் மறுபடி முருங்கை மரத்தின் மேல் ஏறி, பாதாளத்தைப் பிடித்துக் கொண்டு வர, அது அவருக்குச் சொன்ன மூன்றாவது கதையாவது:

'கேளுமய்யா, விக்கிரமாதித்தரே! கேளும் சிட்டி, நீரும்கேளும்! 'இரண்டாவது உலக மகா யுத்தம், இரண்டாவது உலக மகா யுத்தம்' என்று ஒரு பயங்கர யுத்தம் இந்தப் பாரிலே நடந்ததுண்டு. அந்த யுத்தம் நடந்து கொண்டிருந்த காலையில் பர்மாவிலிருந்த இந்தியர் பலர் பயந்து போய், இந்த இந்தியா தேசத்தை நாடி அகதிகளாக வந்ததுண்டு, அப்படி வந்தவர்களிலே மூன்று தம்பதியர் ஒரு நாள் இரவு ஒரு செல்வந்தர் வீட்டுக்குச் சென்று, 'ஐயா, இன்றிரவு இங்கே தங்க எங்களுக்குக் கொஞ்சம் இடம் கொடுப்பீர்களா?' என்று கேட்க, 'கொஞ்சம் என்ன, நிறைய உண்டு!' என்றார் அவர்.

காடு மலையெல்லாம் கால் கடுக்க நடந்து வந்த தம்பதியர் அறுவரும், 'அப்பாடா, அம்மாடி!' என்று அமர்ந்து, தங்களைத் தாங்களே ஆசுவாசப்படுத்திக் கொண்டிருக்க, 'இந்த உலகத்திலே எந்த சுகத்தை நீங்கள் பெரிய சுகமாக நினைக்கிறீர்கள்?' என்று கேட்டார் செல்வந்தர்.

'அன்ன சுகமே பெரிய சுகம்!' என்றார் ஒருவர்.

'பெண் சுகமே பெரிய சுகம்!' என்றார் இன்னொருவர்.

'நித்திரை சுகமே பெரிய சுகம்!' என்றார் மற்றொருவர்.

'அப்படியா?' என்ற செல்வந்தர், 'அன்ன சுகமே பெரிய சுகம்!' என்ற தம்பதியருக்கு அறுசுவையோடு அன்னமிடச் சொன்னார்; 'பெண் சுகமே பெரிய சுகம்!' என்ற தம்பதியருக்கு

'மலர் மஞ்சம்' தயாரித்துக் கொடுக்கச் சொன்னார்; 'நித்திரை சுகமே பெரிய சுகம்' என்ற தம்பதியருக்கு 'இலவம் பஞ்சு மெத்தை' போடச் சொன்னார். இப்படியாகத்தானே அவரவர்கள் விரும்பியதை அவரவர்களுக்குச் செய்து கொடுத்துவிட்டு, அவர் தூங்கப் போக, நடு இரவில் யாரோ ஒருவர் வந்து அவருடைய அறைக் கதவைத் தட்ட, 'யார் அது?' என்று கேட்டுக்கொண்டே வந்து கதவைத் திறந்தார் அவர்.

'நான்தான்!' என்றார் வந்தவர்.

'நான்தான் என்றால்... ?'

'பெண் சுகமே பெரிய சுகம் என்றேனே, அவன்தான் நான்!' என்றார் வந்தவர்.

'ஓ, என்ன விஷயம்?' என்றார் வீட்டுக்குரியவர்.

'பசிக்கிறது!' என்றார் வந்தவர்.

'அப்படியா? உட்காரும்!' என்று அவரைச் செல்வந்தர் உட்கார வைக்க, இன்னொருவர் வந்து, 'நித்திரை சுகமே பெரிய சுகம் என்றேனே, அவன்தான் நான்' என்றார் தயங்கித் தயங்கி.

'ஓ, என்ன விஷயம்?' என்றார் செல்வந்தர்.

'பசிக்கிறது!' என்றார் அவர்.

'அப்படியா? உட்காரும்' என்று அவரையும் உட்கார வைத்துவிட்டு, 'இன்னொருவர் எழுந்து வரவில்லையா?' என்று செல்வந்தர் கேட்க, 'இல்லை, அவர்தான் குறட்டை விட்டுக் கொண்டு தூங்குகிறாரே!' என்றனர் இருவரும் வயிற்றெரிச்சலுடன்.

'ஏன், நீங்கள் தூங்கவில்லையா?' என்றார் வீட்டுக் குரியவர்.

'தூக்கம் வந்தால்தானே தூங்க? பசிதான் வயிற்றைக் கிள்ளுகிறதே!' என்றனர் இருவரும்.

'உங்கள் பெண் சுகம், நித்திரை சுகமெல்லாம் என்னவாயின?' என்று செல்வந்தர் கேட்க, 'அன்ன சுகத்துக்கு அப்பால்தான் அந்த சுகமெல்லாம் என்று இப்போதல்லவா தெரிகிறது எங்களுக்கு?' என்று இருவரும் சொல்ல, 'அப்படியா?' என்று செல்வந்தர் சிரித்து, அவர்களுக்கும் அறுசுவையோடு அன்னமிட, அதை உண்டு அவர்களும் ஆனந்தமாக உறங்கலாயினர் என்றவாறு... என்றவாறு... என்றவாறு.....'

பாதாளம் இந்தக் கதையைச் சொல்லி முடித்துவிட்டு, 'இந்த மூன்று சுகங்களில் எந்த சுகத்தை நீங்கள் பெரிய சுகமாக நினைக்கிறீர்கள்?' என்று விக்கிரமாதித்தரைக்கேட்க, 'அன்ன சுகத்தைத்தான்!" என்று விக்கிரமாதித்தர் சொல்ல, பாதாளம் மறுபடியும் அவரிடமிருந்து தப்பி, மீண்டும் போய் முருங்கை மரத்தின்மேல் ஏறிக்கொண்டு விட்டது காண்க.... காண்க.... காண்க......

4. பாதாளம் விக்கிரமாதித்தனுக்குச் சொன்ன வீர தீர சூரன் கதை

விக்கிரமாதித்தர் மறுபடியும் முருங்கை மரத்தின் மேல் ஏறி, பாதாளத்தைப் பிடித்துக் கொண்டு வர, அது அவருக்குச் சொன்ன நான்காவது கதையாவது:

'கேளுமய்யா, விக்கிரமாதித்தரே! கேளும் சிட்டி, நீரும் கேளும்! 'ராசாத்தி, ராசாத்தி' என்று ஒரு ரவிக்கை போடாத அழகி எங்கள் கிராமத்தில் உண்டு. அவளுக்குத் தந்தையில்லை; தாய் உண்டு. அந்தத் தாயையும் தன்னையும் காப்பாற்றிக் கொள்வதற்காக அவள் வயற் காட்டு வேலைக்குப் போவதுண்டு. அவளுடைய நிறம் கறுப்புத்தான் என்றாலும், அந்தக் கறுப்பு எண்ணெய் விட்டு வழித்தாற்போல் எப்போதும் பளபளவென்று மின்னிக் கொண்டே இருக்கும். பருவத்தின் பரிபூரண அழகு ஒவ்வொரு அங்கத்திலும் பூரித்து நின்ற அவளைப் பார்த்தால் பசி தீரும்; தொட்டால் மயக்கம் வரும்; பேசினால் பித்தே பிடித்துவிடும். அரிவாளை இடையில் செருகிக்கொண்டு அவள் வயற்காட்டு வேலைக்கு அசைந்து அசைந்து நடந்து செல்லும்போது பின்னாலிருந்து அவள் அழகைப் பார்க்கும் வாலிபர்களின் மனமெல்லாம் அவளுடைய இடையைப் போலவே அப்படியும் இப்படியுமாக ஆடி அசையும். அவளுடைய வட்ட விழி எப்பொழுதாவது ஒரு சமயம் எதேச்சையாக அந்த வாலிபர்களை ஒரு நோக்கு நோக்கி, ஒரு சுற்றுச் சுற்றி வந்து நின்றால் போதும்; அவர்களும் தங்களை மறந்து அவளை அப்படியே ஒரு சுற்றுச் சுற்றி வந்து நிற்பார்கள்.

அப்படிச் சுற்றி வந்து நின்றவர்களிலே மூவரை அவளுடன் எப்போதும் பார்க்கலாம். அவர்களில் ஒருவன் பெயர் வீரன்; இன்னொருவன் பெயர் தீரன்; மற்றொருவன் பெயர் சூரன். இந்த மூவரும் காலையில் அவளுக்காக அவள் குடிசையைச் சுற்றிச் சுற்றி வருவார்கள்; பகலில் வயற்காட்டைச் சுற்றிச்

சுற்றி வருவார்கள்; மாலையில் அவள் குளிக்க வரும் ஆற்றங்கரையைச் சுற்றிச் சுற்றி வருவார்கள்.

அவளுடைய மேனியழகை ஒரு நாளைக்கு ஒருமுறையாவது மறைந்திருந்து பார்க்காவிட்டால் அவர்களுக்குத் தூக்கம் பிடிக்காது; அன்றைய ஏக்கமும் தீராது.

இப்படியாகத்தானே அவர்களுடைய ஏக்கம் அவர்கள் தூங்கும்போது தூங்கி, விழிக்கும்போது விழித்துக் கொண்டிருக்க, அவர்களில் ஒருவன் ஒரு நாள், 'பெயரைத்தான் வீரன் என்றும், தீரன் என்றும், சூரன் என்றும் நாம் வைத்துக் கொண்டிருக்கிறோமே தவிர, நம்மில் ஒருவனுக்காவது அந்தப் பெண்ணின் கையிலுள்ள அரிவாளைப் பிடுங்கி அப்பால் எறிந்துவிட்டு, அவளை அப்படியே கட்டிப் பிடித்து அவள் கன்னத்தில் ஓர் 'இச்' கொடுக்கத் தைரியமில்லையே?' என்றான் பெருமூச்சுடன்.

'அதை நினைத்தால்தான் எனக்கு வெட்கமாயிருக்கிறது!" என்றான் இன்னொருவன்.

'அதை நினைத்தால்தான் எனக்கும் வெட்கமாயிருக்கிறது!' என்றான் மற்றொருவன்.

இவர்கள் மூவரும் இப்படி வெட்கப்பட்டுக் கொண்டிருக்க, ஒரு நாள் பண்ணையாராகப்பட்டவர் ராசாத்தியின் அழகிலே சொக்கி, 'ஏ, குட்டி! இன்னிக்குக் குளிச்சதும் என் வீட்டுக்குக் கொஞ்சம் வாயேன்!' என்று வாயெல்லாம் பல்லாய் வேண்ட, 'இன்னிக்குக் குளிச்சதும் உங்க வீட்டுக்கு வந்தா, நாளைக்கு நான் குளிக்காம இல்லே இருக்கணும்?' என்று அவள் முகம் சிவக்கத் தன் உடலை ஒரு முறுக்கு முறுக்கி நிற்க, 'அதுக்குத்தான் இப்போ லூப், காண்டோம்னு என்னவெல்லாமோ வந்திருக்கேடி!' என்று அவர் அவளுக்குத் தைரியமூட்டுவாராயினர். 'ஓப்பா!'

'ஆமாம், ஆஸ்பத்திரிக்குப் போய் அதை வச்சிகிட்டு வந்துட்டா அந்த வம்பே வராதாம்; இஷ்டத்துக்கு விளையாடலாமாம்!'

'உங்களுக்கு எல்லாம் விளையாட்டாயிருக்கு!'

'வாழ்க்கையே ஒரு விளையாட்டுத்தானேடி?'

'இருக்கும்; பணக்காரனுக்கு அது விளையாட்டாய்த்தான் இருக்கும். ஏழைக்கு அது வேதனையாயில்லே இருக்கு?'

'என்ன வேதனை? தவறினால் நாலு குழந்தைகள் பிறக்கும்; அவ்வளவுதானே?'

'ஏன், அனாதைக் குழந்தைகளாக அலையவா?'

'ஆமாம்; அதற்குத்தான் நம்ம தேசம் ஏற்கெனவே பேர் போனதாச்சே! நாம் புதுசாவா அலையவிடப் போறோம்?'

'அப்புறம் அந்த மாதிரிக் குழந்தைகளுக்கு நீங்க அனாதை ஆசிரமம் கட்டுவீங்க; தாராளமா தான தருமம் செய்வீங்க; அப்படித்தானே?'

'ஆமாம்; பாவமும் நானே, புண்ணியமும் நானே!'

'நல்ல கூத்தய்யா, உங்க கூத்து!' என்று அவள் சிரிக்க, 'ஐயோ, சிரிக்காதேடி! உன் சிரிப்பு என்னை எங்கேயோ தூக்கிக்கிட்டுப் போகுதடி, என்னை எங்கேயோ தூக்கிக்கிட்டுப் போகுதடி!' என்று அவர் மேலும் சொக்கி, அவளைத் தாவி அணைக்கப் போக, 'அட, உன்னைக் கட்டையிலே வைக்க!' என்று அவள் அவருடைய கன்னத்தில் 'பளார்' என்று அறைந்துவிட்டு, 'உன் வேலையும் வேணாம், நீயும் வேணாம், போ!' என்று தன் குடிசையை நோக்கி நடையைக் கட்டுவாளாயினள்.

'அப்படியா சேதி? உன்னை விட்டேனா, பார்!' என்று கருவிக் கொண்டே சென்ற பண்ணையார், அன்றிரவே தன்னுடைய அடியாட்களில் சிலரை ஒரு ஜீப்புடன் அவளுடைய குடிசைக்கு அனுப்பி, தூங்கும்போது அவள் வாயில் துணியை அடைத்து அவளைத் துக்கிக் கொண்டு வந்து விடுமாறு சொல்லி அனுப்ப, அவர்கள் அப்படியே சென்று அவளைத் தூக்கி வண்டியில் போட்டுக்கொண்டு திரும்ப, சத்தத்தைக் கேட்டு விழித்துக் கொண்ட அவளுடைய தாயார், 'ஐயோ, என் மகளை யாரோ வந்து தூக்கிக் கொண்டு போகிறார்களே!' என்று கதற, 'யார் அம்மா, யார்?' என்று அக்கம்பக்கத்திலுள்ளவர்கள் கேட்டுக் கொண்டே வந்து அவளைச் சூழ்ந்து கொள்வாராயினர்.

'அதுதானே தெரியவில்லை எனக்கு!' என்று அவள் அழுது புலம்ப, 'ஓடுங்கள், ஓடுங்கள்! உடனே போலீசில் புகார் செய்யுங்கள்!' என்றார் அவளைச் சுற்றியிருந்தவர்களில் ஒருவர்.

'இப்போதே புகார் செய்து வைத்தால்தான் நல்லது; இரண்டு குழந்தைகளுக்குத் தாயாவதற்குள்ளாகவாவது போலீசார் அவளைக் கண்டுபிடிப்பார்கள்!' என்றார் இன்னொருவர்.

'அவள் தாயாவாளோ, தற்கொலை செய்துகொண்டு விடுவாளோ?' என்றார் மற்றொருவர்.

'தற்கொலை செய்துகொண்டால் அவள் குற்றவாளி; தாயாக்கப்பட்டால் அவளைத் தூக்கிக் கொண்டு சென்றவன் குற்றவாளி. அதுதான் சட்டம்; அதுதான் ஒழுங்கு!' என்றார் மற்றும் ஒருவர்.

'என்ன சட்டமோ, என்ன ஒழுங்கோ? சமயத்தில் எதுவும் கை கொடுப்பதில்லை!' என்றார் ஓர் அனுபவசாலி.

இந்தச் சமயத்தில் அங்கே விழுந்தடித்துக்கொண்டு ஓடி வந்த வீரனும் தீரனும் சூரனும் 'கவலைப்படாதீர்கள்; நாங்கள் இருக்கிறோம், அவளைக் காப்பாற்ற!' என்று அவள் தாயாரைத் தேற்ற, 'எப்படிக் காப்பாற்றுவீர்கள்?' என்று அவளைச் சுற்றியிருந்தவர்கள் அனைவரும் அவர்களை ஏக காலத்தில் கேட்பாராயினர்.

'அதற்கு வேண்டியதெல்லாம் ஒரே ஒரு ஜீப்தான்!' என்றான் வீரன்.

'ஆமாம், என்னிடம் ஒரு ஜீப் இருந்தால் அவளைக் கொண்டு போன அந்த ஜீப்பை நான் துரத்திப் பிடித்து விடுவேன்!' என்றான் தீரன்.

'நான் வேண்டுமானால் அதற்கு ஏற்பாடு செய்கிறேன்!' என்றான் சூரன்.

'செய்; உடனே செய்!' என்று தீரன் துடிக்க, சூரன் அப்படியே செய்ய, தீரன் அதை எடுத்துக்கொண்டு போய் ராசாத்தியைப் பண்ணையாரின் ஆட்களிடமிருந்து மீட்டுக் கொண்டு வருவானாயினன்.'

பாதாளம் இந்தக் கதையைச் சொல்லி முடித்துவிட்டு, 'இப்போது அந்தப் பெண் யாருக்குச் சேரவேண்டும்? யோசனை சொன்ன வீரனுக்கா? ஜீப்புக்கு ஏற்பாடு செய்த சூரனுக்கா? அந்த ஜீப்பில் போய் அவளை மீட்டுக்கொண்டு வந்த தீரனுக்கா? என்று விக்கிரமாதித்தரைக் கேட்க, 'தீரனுக்குத்தான்!' என்று விக்கிரமாதித்தர் சொல்ல, 'அவனைத்தான் அவளும் கலியாணம் செய்துகொண்டாள்!' என்று சொல்லி விட்டு, பாதாளம் விக்கிரமாதித்தரிடமிருந்து தப்பி, மீண்டும் போய் முருங்கை மரத்தின்மேல் ஏறிக்கொண்டுவிட்டது காண்க.... காண்க.... காண்க......

5. பாதாளம் விக்கிரமாதித்தனுக்குச் சொன்ன மானங் காத்த மனைவியின் கதை

விக்கிரமாதித்தர் மறுபடியும் முருங்கை மரத்தின் மேல் ஏறி, பாதாளத்தைப் பிடித்துக் கொண்டு வர, அது அவருக்குச் சொன்ன ஐந்தாவது கதையாவது:

'கேளுமய்யா, விக்கிரமாதித்தரே! கேளும் சிட்டி, நீரும் கேளும்! 'மதுரை, மதுரை என்று ஒரு மாஜி குடிகாரன் எங்கள் ஊரிலே உண்டு. 'மதுவிலக்கை ரத்துச் செய்ய வேண்டும்' என்று யாராவது சொல்லிவிட்டால் போதும்; அவனுக்கு உடனே மூக்குக்கு மேல் கோபம் பொத்துக் கொண்டு வந்துவிடும். 'மதுவிலக்கையாவது, ரத்துச் செய்வதாவது! மகான் காந்தியின் திட்டமல்லவா அந்தத் திட்டம்? அதைக் கைவிடுவது அவரையே கைவிடுவது போல் ஆகாதா? அதனால் மக்கள் இப்போது எவ்வளவு மகிழ்ச்சியோடு இருக்கிறார்கள்! அந்த மகிழ்ச்சியில் மண்ணையா அள்ளிப் போடுவது?' என்றெல்லாம் கேட்டுச் சண்டை பிடிக்க ஆரம்பித்துவிடுவான். 'பெரிய மனிதர்களில் சிலர் அப்படிச்சொல்வது சரி; அதில் நியாயம் இருக்கலாம். இந்த மாஜி குடிகாரன் ஏன் இப்படிச் சொல்கிறான்? இதில் என்ன நியாயம் இருக்க முடியும்?' என்று அவன் மேல் மன்னார் சாமி என்பவன் சந்தேகம் கொண்டு, ஒரு நாள் அவனுக்குத் தெரியாமல் அவனைத் தொடர்ந்து செல்ல, அவனும் அவன் மனைவி மகிழம்பூவும் ஒரு மலையடிவாரத்தில் சுற்று முற்றும் பார்த்துக்கொண்டே கள்ளச் சாராயம் காய்ச்சுவதைக் கண்டு திடுக்கிட்டு, 'அயோக்கியப் பயலே, இதற்குத்தான் மதுவிலக்கை ரத்துச் செய்யக் கூடாது என்று நீ சொல்கிறாயா?' என்று உறுமிக் கொண்டே அவனை நெருங்கி, 'சாயம் வெளுத்துப் போச்சுப்பா, உன் சாயம் வெளுத்துப்போச்சு!' என்று சிரிக்க, 'ஸ், சத்தம் போடாதே! இப்போது இதில் வரும் வரும்படி வேறு எதிலும் வருவதில்லை. மது விலக்கை ரத்துச் செய்து விட்டால் இந்த வரும்படியெல்லாம் அநியாயமாக அரசாங்கத்துக்கல்லவா போகும்? அப்புறம் நீயும் நானும்

கஷ்டப்படாமல் நாலு காசைக் கண்ணாலே பார்ப்பது எப்படி? வேண்டுமானால் நீயும் எங்களோடு கூட்டுச் சேர்ந்து கொள். எங்களுக்குக் கிடைக்கும் வரும் படியில் உனக்கும் பங்கு தருகிறோம். என் மனைவி இங்கே வந்து நமக்கு வேண்டிய சாராயத்தைக் காய்ச்சிக் கொடுக்கட்டும்; நாம் இருவரும் அதை வெளியே கொண்டு போய் விற்றுவிட்டு வரலாம்' என்று சொல்ல, 'சரி' என்று அவனும் அவர்களுடன் கூட்டுச் சேர்ந்து கொள்வானாயினன்.

இப்படியாகத்தானே இவர்கள் மூவரும் கூட்டு வியாபாரம் செய்துகொண்டு வருங் காலையில, ஒரு நாள் இரவு மதுரையாகப்பட்டவன் தன்னுடைய கூட்டாளியான மன்னார்சாமியை அழைத்துக்கொண்டு சாராயப் பையும் கையுமாகப் பதுங்கி பதுங்கி வெளியே செல்ல, சந்தேகம் கொண்ட போலீசார் அவர்களை மடக்கி என்ன வென்று பார்க்க, குட்டு வெளிப்பட்டு அவர்கள் இருவரும் ஆறு மாதச் சிறைத் தண்டனைக்கு உள்ளாகி கம்பி எண்ணுவாராயினர்.

தனியாக விடப்பட்ட மகிழம்பூ அதற்கு மேல் கள்ளச் சாராயம் காய்ச்சப் பயந்து, வெள்ளரிப் பிஞ்சு, வேர்க்கடலை முதலியவற்றை விற்கும் அங்காடிக் கூடைக்காரியாக மாறி வயிறு வளர்ப்பாளாயினள்.

இவள் இப்படி இருக்குங் காலையில், கள்ளத் தோணியில் இலங்கைக்குச் சென்றிருந்த இவளுடைய அண்ணனான அய்யாமுத்து என்பவன், அங்கே கால் ஊன்ற முடியாமல் இங்கே திரும்பி வர, அவனும் அவன் தங்கை மகிழம்பூவும் சேர்ந்து மறுபடியும் கள்ளச் சாராய வியாபாரத்தில் ஈடுபடுவாராயினர்.

இவர்கள் இருவரும் இப்படியிருக்க, விடுதலையடைந்து வீட்டுக்குத் திரும்பி வந்த மதுரை, இவர்களைச் சற்றுத் தூரத்தில் இருந்து பார்த்துவிட்டு, 'போச்சு, என் மானமே போச்சு! மாற்றான் ஒருவன் என் மனைவியுடன் இருப்பதா?

அதைப் பார்த்த பின் நான் அந்த வீட்டுக்குள் நுழைவதா?' என்று மனம் கொதித்துத் திரும்ப, ஒன்றும் புரியாத மன்னார்சாமி, 'என்னப்பா, என்ன விஷயம்?' என்று கேட்க, 'அதோ பார்!' என்று அவன் அவர்களைச் சுட்டிக்காட்ட, 'சரிதான், ஆறு மாதம்கூட அவளாலே தாங்க முடியவில்லைபோல் இருக்கிறது!' என்று இவனும் அவனுக்கு ஏற்றாற்போல் தாளம் போடுவானாயினன்.

இதனால் மனம் உடைந்த மதுரை ஊருக்கு அப்பால் இருந்த ஏரிக்கரைக்கு விடுவிடுவென்று சென்று, அங்கிருந்த ஆலமரக் கிளையொன்றில் தன்னைத் தூக்கிட்டுக் கொண்டு தொங்க, அதைக் கேள்விப்பட்ட அய்யாமுத்து, 'என்னாலல்லவா என் தங்கைக்கு இந்தக் கதி?' என்ற தன்னையும் அதே மரத்தில் தூக்கிட்டுக் கொண்டு தொங்க, மகிழம்பூ, 'என்னாலல்லவா அவர்கள் இருவருக்கும் இந்தக் கதி?' என்று தன்னையும் அங்கேயே தூக்கிட்டுக்கொண்டு தொங்க முயல்வாளாயினள்.

அப்போது அவள் கொஞ்சமும் எதிர்பாராத விதமாக அங்கே ஓர் அதிசயம் நிகழலாயிற்று. அந்த அதிசயம் என்ன வென்றால், அங்கே ஏற்கெனவே தூக்கிட்டுக் கொண்டிருந்த மதுரையும் அய்யாமுத்தும் தங்கள் தூக்குக்கயிற்றைத் தாங்களே கழற்றி மரத்தோடு விட்டு விட்டுக் கீழே குதிக்க, மகிழம்பூ வியப்பே உருவாய் அவர்களைப் பார்க்க, 'மெச்சினேன் பெண்ணே, மெச்சினேன்; நீயே என் மானத்தைக் காத்த மனைவி என்று அறிந்து உன்னை நான் மெச்சினேன்!" என்று மதுரை சொல்ல, 'எல்லாம் மச்சானும் நானும் ஏற்கெனவே கலந்து செய்த ஏற்பாடு, தங்கச்சி! நாங்கள் மாட்டிக் கொண்டிருந்த தூக்குக் கயிறு உண்மையில் சுருக்குப் போட்ட கயிறு அல்ல; கெட்டி முடி போட்ட கயிறு. இதோ பார்த்தாயா?' என்று அய்யாமுத்து அந்த முடிகளை அவளுக்கு இழுத்து இழுத்துக் காட்டிச் சிரிக்க, 'எல்லாம் மாரியாயியின் மகிமை!' என்று மகிழம்பூ மகிழ்ந்து, மாரியாயியை நினைத்துத் துதிக்கலாயினள் என்றவாறு.... என்றவாறு.... என்றவாறு......'

பாதாளம் இந்தக் கதையைச் சொல்லி முடித்துவிட்டு, 'இவர்களில் யார் புத்திசாலி?' என்று விக்கிரமாதித்தரைக் கேட்க, 'சந்தேகமென்ன, மதுரைதான்! ராவணனிடமிருந்த சீதையை அக்கினிப் பிரவேசம் செய்யச் சொல்லி ஏற்றுக் கொண்ட ராமனைப்போல, தன்னை விட்டு ஆறு மாதம் ஒதுங்கியிருந்த தன் மனைவியைத் தூக்குக் கயிற்றில் கழுத்தைக் கொடுக்கச் சொல்லி ஏற்றுக்கொண்டு விட்டானல்லவா?' என்று விக்கிரமாதித்தர் சொல்ல, பாதாளம் அவரிடமிருந்து தப்பி, மீண்டும் போய் முருங்கை மரத்தின் மேல் ஏறிக்கொண்டுவிட்டது காண்க.... காண்க... காண்க....

6. பாதாளம் விக்கிரமாதித்தனுக்குச் சொன்ன கிளிக் கதை

விக்கிரமாதித்தன் மறுபடியும் முருங்கை மரத்தின் மேல் ஏறி, பாதாளத்தைப் பிடித்துக் கொண்டு வர, அது அவருக்குச் சொன்ன ஆறாவது கதையாவது:

'கேளுமய்யா, விக்கிரமாதித்தரே! கேளும் சிட்டி, நீரும் கேளும்! 'மாணிக்கம், மாணிக்கம்' என்று ஒரு கிளி ஜோசியன் இருந்தான். அவனுக்கு இந்த ஊர், அந்த ஊர் என்று இல்லை; எல்லா ஊரும் அவன் ஊர்தான். கையில் கிளிக்கூண்டைத் தூக்கிக் கொண்டு, 'பட்சி ஜோசியம் பார்க்கலையா, பட்சி ஜோசியம்!' என்று அவன் ஊர் ஊராகத் தெருத் தெருவாகக் கால் வலிக்கும் வரை சுற்றி வருவான். காலை வலித்தால் ஏதாவது ஒரு மரத்தடியைப் பார்த்து உட்கார்ந்து, கடையை விரித்துவிடுவான்.

அப்படி ஒரு நாள் அவன் ஒரு மரத்தடியில் கடை விரித்து உட்கார்ந்து கொண்டிருக்குங் காலையில், அவனிடம் ஜோசியம் பார்க்க வந்த ஒருவன், 'இன்றைய தினசரியைப் பார்த்தீரா?' என்று கேட்க, 'இல்லையே, என்ன விசேஷம்?' என்று ஜோசியம் வினாவ, வந்தவன் சொன்னான்.

'வடநாட்டில் யாரோ ஒரு சிறுமி இருக்கிறாளாம்; அவள் தன்னுடைய முற் பிறவியைப் பற்றிச் சொல்கிறாளாம். அது உண்மைதானா என்று அவளைப் பெற்றவர்கள் போய்ப் பார்க்க, உண்மையாகவே இருந்ததாம்!'

இதைக் கேட்டதும், 'பார்த்தீரா, பார்த்தீரா? முன் பிறவி பொய், பின் பிறவி பொய், அது பொய், இது பொய் என்றெல்லாம் சிலர் சொல்லிக்கொண்டு திரிகிறார்களே, அவர்கள் இப்போது என்ன சொல்கிறார்களாம்?' என்று கிளி ஜோசியன் உற்சாகத்துடன் கேட்க, 'அவர்கள் என்ன சொன்னால் என்ன, உம்முடைய கிளி ஜோசியம் பொய் என்று

சொல்லவில்லையே?' என்று வந்தவன் கேட்க, 'அதையும் பொய் என்று சொல்லித்தான் ஐயா, அவர்கள் என் பிழைப்பைக் கெடுக்கிறார்கள்!' என்று அவன் வயிறெரிந்து சொல்ல, 'கவலைப்படாதீர்! என்னைப் போல் இன்னும் பலர் நீர் சொல்வதை நம்பக் காத்திருக்கும்போது, உமக்கும் உம்முடைய கிளிக்கும் ஒரு குறைவும் வராது. இந்தாரும், காசு! திறந்து விடும், கிளியை; அளந்து விடும் கதையை!' என்று வந்தவன் மூன்று காசை எடுத்து அவனிடம் கொடுக்க, அதை வாங்கி மடியில் வைத்துக்கொண்டு, அவன் கூண்டைத் திறந்து கிளியை வெளியே விடுவானாயினன்.

கிளி எடுத்துக்கொடுத்த ஏட்டை மாணிக்கம் ஓசை நயத்தோடு ராகம் போட்டுப் படித்துக் காட்ட, அதிலிருந்து தன்னுடைய இறந்த காலம், நிகழ் காலம், எதிர் காலம் ஆக மூன்று காலங்களையும் மூன்றே காசு செலவில் முற்றிலும் தெரிந்துகொண்ட திருப்தியோடு வந்தவன் நடையைக் கட்டுவானாயினன்.

அவன் கொடுத்து விட்டுப் போன மூன்று காசுகளில் முதல் வேலையாக ஒரு காசை எடுத்துப் பீடி வாங்கி, அதை ஓசி நெருப்பில் பற்ற வைத்துக் கொண்டு மாணிக்கம் மீண்டும் வந்து மரத்தடியில் உட்கார, அப்போது, 'எனக்கும் முக்காலமும் தெரியும்!' என்ற யாரோ சொல்ல, 'யார் அது?" என்று மாணிக்கம் சுற்றுமுற்றும் பார்க்கலாயினன்.

'நான்தான்!' என்றது அவனுடைய கிளி.

'நீயா! முன் பிறவியில் நீ என்னவா யிருந்தாய்?'

'பூனையாயிருந்தேன்!'

'பூனையாகவா?'

'ஆமாம்; பூனையாயிருந்து கிடைக்கிற கிளிகளையெல்லாம் பிடித்துத் தின்றுகொண்டே இருந்ததால், இந்தப் பிறவியில் என்னைக் கிளியாய்ப் படைத்து விட்டார், கடவுள்!'

'நான் என்னவா யிருந்தேன்?'

'அந்தப் பூனையை வளர்த்த எஜமானாயிருந்தீர்; அதனால் தான் இந்தப் பிறவியில் என்னை வளர்க்கும் எஜமானா யிருக்கிறீர்!'

'அதிசயமா யிருக்கிறதே, நீ சொல்வது? அப்படியானால் உன்னுடைய எஜமானி இப்போது எங்கே இருக்கிறாள்?' என்று மாணிக்கம் கேட்க, 'இங்கிருந்து ஏழு கிலோ மீட்டர் தூரத்தில் இருக்கிறாள்!' என்றது கிளி.

'அவள் பெயர் என்ன? இப்போது என்ன செய்து கொண்டிருக்கிறாள்?'

'மரகதம்; உம்மைப்போலவே அவளும் கிளி ஜோசியம் சொல்லிக் கொண்டிருக்கிறாள்!'

'இந்தப் பிறவியிலும் அவளை நான் அடைய முடியுமா? அது சாத்தியமா?' என்று அவன் கேட்க, 'முடியும்; இங்கிருந்து கிழக்கே ஏழு கிலோமீட்டர் தூரம் நடந்தே சென்றால்!' என்றது கிளி.

அவ்வளவுதான்! அதற்குமேல் மாணிக்கம் தயங்கவில்லை; தாமதிக்கவில்லை. கிளிக் கூண்டைத் தூக்கிக் கொண்டு கிழக்குத் திசையை நோக்கி விடுவிடுவென்று நடக்க ஆரம்பித்துவிட்டான்.

மாணிக்கம் சரியாக மூன்றரை கிலோ மீட்டர் தூரம் சென்றதுதான் தாமதம், 'கிளி ஜோசியம் பார்க்கலையா, கிளி ஜோசியம்!' என்ற 'கிளிக் குரல்' அவன் காதில் விழுந்தது.

‘ஒருவேளை அவளும் என்னைத் தேடி மேற்கே வருகிறாளோ, என்னவோ?’ என்ற வியப்புடன் அவன் சுற்று முற்றும் பார்க்க, அவனைப் போலவே கையில் கிளிக் கூண்டுடன் ஒரு ‘கிளிமொழியாள்’ அவனுக்கு எதிரே வந்து கொண்டிருந்தாள்!

‘என்ன ஆச்சச்சரியம்!’ என்றான் அவன், அவளைப் பார்த்து.

‘என்ன ஆச்சச்சரியம்!’ என்றாள் அவளும் அவனைப் பார்த்து.

‘உன் பெயர் மரகதம்தானே?’ என்று அவன் அடக்க முடியாத ஆவலுடன் கேட்க, ‘ஆமாம்; உங்கள் பெயர் மாணிக்கம்தானே?’ என்றாள் அவளும் அடக்க முடியாத ஆவலுடன்.

'ஆமாம், என் பெயரை உனக்கு யார் சொன்னது?’ என்று அவன் அவளைக் கேட்டான்.

‘என்னுடைய கிளி!’ என்று சொல்லிவிட்டு, ‘என் பெயரை உங்களுக்கு யார் சொன்னது?’ என்று அவள் அவனைக் கேட்டாள்.

‘என்னுடைய கிளி!’ என்றான் அவன்.

‘உங்கள் கிளியின் பேச்சைக் கேட்டுத்தான் நீங்கள் என்னைத் தேடிக்கொண்டு கிழக்கே வந்தீர்களா?’ என்றாள் அவள்.

'ஆமாம்; நீ?’ என்றான் அவன்.

‘நானும் என்னுடைய கிளியின் பேச்சைக் கேட்டுத்தான் உங்களைத் தேடிக்கொண்டு மேற்கே வந்தேன்!’ என்றாள் அவள்.

அவன் சிரித்தான்; அவளும் சிரித்தாள்.

‘இனிமேல் நமக்கு ஒரு குழந்தை பிறக்கவேண்டியது தான் பாக்கி!' என்றான் அவன்.

'எதற்கு?' என்றாள் அவள்.

‘அழ!’ என்றான் அவன்.

இருவரும் சேர்ந்து சிரித்தார்கள்!

இவர்கள் இப்படிச் சிரித்தார்களோ இல்லையோ, ‘டும் டும், டுடும்!' என்றது அவன் கையில் இருந்த கிளி சிறகடித்து; ‘பீ, பீ, பிப்பீ!' என்றது அவள் கையில் இருந்த கிளியும் சிறகடித்து.

‘என்ன, அதற்குள் நீங்கள் இருவரும் மேளம், நாதஸ் வரம் எல்லாம் வாசிக்க ஆரம்பித்துவிட்டீர்களா?’ என்றனர் இருவரும் ஏககாலத்தில்.

ஆமாம்; கோயிலுக்குப் போங்கள், சீக்கிரம் ஏதாவது ஒரு கோயிலுக்குப் போங்கள்!’ என்று இரண்டு கிளிகளும் ஏககாலத்தில் கூவின.

அப்படியே இருவரும் அருகிலிருந்த ஒரு கோயிலுக்குச் சென்று தங்கள் கலியாணத்தை முடித்துக்கொண்டு வர, 'நாம் மட்டும் கலியாணம் செய்துகொண்டால் போதுமா? நமக்குக் கலியாணம் செய்து வைத்த நம்முடைய கிளிகளுக்கும் கலியாணம் செய்து வைக்க வேண்டாமா?' என்றாள் மரகதம்.

‘அவசியம் செய்து வைக்கவேண்டியதுதான்’ என்றான் மாணிக்கம்.

உடனே தன் கூண்டிலிருந்த கிளியை எடுத்து அவன் கூண்டிலிருந்த கிளியோடு அவள் விட, இரண்டும் ஒன்றோடு ஒன்று கூடி மகிழ்வதற்குப் பதிலாகக் ‘கீ, கீ’ என்று கத்திக்

கொண்டே கொத்திக்கொண்டு சண்டையிட, 'ஏன் சண்டையிடுகிறீர்கள்?' என்று கேட்கலாயினள்.

'எனக்கு இந்த ஆண் வர்க்கத்தைக் கண்டாலே பிடிக்காது!' என்றது பெண் கிளி.

'எனக்கு இந்த பெண் வர்க்கத்தைக் கண்டாலே பிடிக்காது!' என்றது ஆண் கிளி.

'ஏன்?' என்று கேட்டான் மாணிக்கம்.

'சொல்கிறேன், கேளுங்கள்!' என்று ஆண் கிளி சொன்ன கதையாவது:

பீதாம்பரம், பீதாம்பரம் என்று ஒரு விற்பனையாளன் உண்டு. பிரபல மருந்து கம்பெனி யொன்றில் வேலை பார்த்து வந்த அவன், அடிக்கடி வெளியூருக்குப் போவ துண்டு. தன் மனைவி பிரேமாவிடம் அவன் உயிரையே வைத்திருந்தான். அவள் கண்ணில் நீர் வடிந்தால் அவன் கண்ணில் ரத்தம் வடியும். வெளியூரில் இருக்கும்போதுகூட அவன் அவளை மறக்கமாட்டான். உள்ளூரில் கிடைக்காத ஏதாவது ஒன்று வெளியூரில் கிடைத்தால் போதும்; உடனே அதை வாங்கி அவளுக்கு அனுப்பி வைத்துவிட்டுத்தான் மறு வேலை பார்ப்பான். கடிதம் அநேகமாக ஒரு நாள்கூடத் தவறாமல் வரும். அந்தக் கடிதங்களில் வெறும் காதல் மொழிகள் மட்டும் இருக்காது; அன்பு முத்தங்களும் ஆசை முத்தங்களுமாக ஆயிரமாயிரம் முத்தங்கள் அடுக்கடுக்காக இருக்கும். அவன் அப்படியெல்லாம் இருந்தும் அவனுடைய மனைவி பிரேமாவுக்கு ஏனோ ஏகாம்பரம் என்பவனின் மேல் கொள்ளை ஆசை இருந்தது. பீதாம்பரம் ஊரில் இல்லாத சமயங்களில் அவள் ஏகாம்பரத்துடன் ஊர் சுற்றுவாள்; கடற்கரைக்குப் போவாள்; நடனம், நாடகம், சினிமா எல்லாவற்றிற்கும் போவாள். கடைசியாக, அவனைத் தன்

வீட்டுக்கே தைரியமாக அழைத்துக் கொண்டு வந்து அவனுடன் கொஞ்சுவாள்; குலாவுவாள்; எல்லாம் செய்வாள்.

இவள் இப்படி இருக்குங் காலையில், ஒரு நாள் இரவு எதிர்பாராத விதமாகப் பீதாம்பரம் வந்து சேர்ந்தான். 'என்ன, இப்படித் திடீரென்று வந்து நிற்கிறீர்கள்?' என்றாள் அவள், திடுக்கிட்டு.

'உன்னைப் பார்க்கவேண்டும், பார்த்துப் பேசவேண்டும், பேசிச் சிரிக்கவேண்டும்' என்று அவன் அவளை அணைத்துக் கொண்டு, 'ரெயிலில் வந்திருந்தால் நாளைக் காலையில்தான் வந்திருக்க முடியும். அதுவரை உன்னைப் பார்க்காமலிருந்தால் எனக்குப் பைத்தியமே பிடித்துவிடும்போல் இருந்தது; நான் வருவதற்கு முன்னால் ஸ்டாண்டை விட்டுப் புறப்பட்டுவிட்ட பஸ்ஸை விரட்டிப் பிடித்து ஏறி வந்தேன். இதோ பார்த்தாயா, கால் முட்டியில் அடிகூடப் பட்டு விட்டது' என்று அவன் தன் 'வீரசாகச'த்தால் தனக்கு ஏற்பட்ட 'விழுப்புண்'ணை அவளுக்குத் தொட்டுத் தொட்டுக் காட்டினான் .

அவளோ, 'இது என்ன தொல்லை, இன்றிரவு நான் அவரை வரச்சொல்லி இருக்கிறேனே!' என்று ஏகாம்பரத்தை நினைத்தவளாய், 'அப்படி என்ன அவசரம், ராஜா! கிணற்றுத் தண்ணீரை வெள்ளமா கொண்டு போய்விடும்?' என்று அவன் தலையை ஓர் 'அட்வான்ஸ் தடவு' தடவி, மேலே என்ன செய்வதென்று யோசிப்பாளாயினள்.

'என்ன யோசிக்கிறாய், பிரேமா?' என்றான் பீதாம்பரம்.

'ஒன்றுமில்லை; இத்தனை நாட்களுக்குப் பிறகு வந்திருக்கிறீர்களே, என்ன சமைத்துப் போடலாம் என்று யோசிக்கிறேன்!' என்றாள் அவள்.

‘இந்த நேரத்திலாவது, உன்னைச் சமைக்க வைத்து நான் சாப்பிடுவதாவது? வா, ஜாலியாக வெளியே போய்ச் சாப்பிட்டுவிட்டு வரலாம்’ என்று அவன் அவளை ஓர் உயர்தர ஓட்டலுக்கு அழைத்துச் சென்று, மாடிப் பூங்காவில் அமர்ந்து மனம் மகிழச் சாப்பிட்டு, இனிய பீடாவை எடுத்து வாயில் போட்டு அதன் இன் சுவையை அனுபவித்துக் கொண்டே, ‘ஏழு வருஷத்து அரிப்பு என்று ஓர் ஏ கிளாஸ் படம் வந்திருக்கிறது; பார்த்துவிட்டுப் போவோமா?’ என்று கண் சிமிட்டிக்கொண்டே கேட்க, ‘ஏன், இப்போதிருக்கும் அரிப்பு போதாதாக்கும்?’ என்று அவள் அந்த ஏகாம்பரத்துக்காக அதைத் தட்டிக் கழித்துவிட்டு, அவனை மெல்ல வீட்டுக்கு அழைத்துக்கொண்டு வருவாளாயினள்.

வீட்டை அடைந்ததும் படுக்கையைத் தட்டிப் போட்டு விட்டு, ‘கொஞ்சம் இருங்கள்; பாலையாவது காய்ச்சி எடுத்துக் கொண்டு வந்துவிடுகிறேன்!’ என்று அவள் அங்கிருந்த பாலை எடுத்துக்கொண்டு அடுக்களைக்குத் தாவ, அவன் அதைத் தடுத்து, 'வேண்டாம், பிரேமா! அதையும் இன்று நான் பச்சையாகவே குடித்துவிடுகிறேன்!' என்று அவள் கையிலிருந்த பாலை வாங்கி 'மடக், மடக்'கென்று குடித்துவிட்டு, 'அப்பப்பா! அமுதம் போன்ற உன் கையால் இந்த அமுதமான பாலை வாங்கிக் குடித்து எத்தனை நாட்களாகி விட்டன!' என்று சொல்லிக்கொண்டே சென்று கதவைப் 'படா'ரென்று சாத்தித் தாளிடுவானாயினன்.

அவளோ, 'பாவி! பாலில் இரண்டு தூக்க மாத்திரைகளையாவது கலந்து கொடுக்கலாம் என்று பார்த்தால், அதற்கும் வழி இல்லாமல் செய்துவிட்டானே!' என்று பொருமிக் கொண்டே அவனிடமிருந்து இன்னும் கொஞ்ச நேரம் தப்புவதற்காக ரேடியோவைத் திருப்பி வைப்பாளாயினள்.

‘நிறுத்து பிரேமா, நிறுத்து! இப்போது எனக்கும் உனக்கும் இடையே யார் இருந்தாலும், எது இருந்தாலும் எனக்குப்

பிடிக்கவே பிடிக்காது!' என்று அவன் வெறி பிடித்தவன் போல் கத்துவானாயினன்.

'ரேடியோ கூடவா?'

'ஆமாம். இப்போது நான் பாட வேண்டும். நீ ஆட வேண்டும்; நீ கடிக்க வேண்டும், நான் துடிக்க வேண்டும்; நான் கிள்ள வேண்டும், நீ துள்ள வேண்டும்...'

இவன் இப்படி அடுக்கிக்கொண்டே போக, இடையில் யாரோ வந்து கதவைத் தட்ட, 'இது எந்தக் கரடி, பூஜை வேளையில்?' என்று அவன் கொதித்து எழ, 'ஆத்திரப்படாதீர்கள்; யாராயிருந்தாலும் இதோ நான் போய் அவர்களை உடனே அனுப்பி வைத்துவிட்டு வந்து விடுகிறேன்!' என்று அவள் அவனை ஓர் அமுக்கு அமுக்கி உட்கார வைத்துவிட்டுப் பாய்ந்து சென்று கதவைத் திறந்து, அங்கே நின்ற ஏகாம்பரத்துக்கு 'ஸ், பேசாதே!' என்று ஜாடை காட்டி, அவனை அடுக்களைப் பக்கமாக ஒரு தள்ளுத் தள்ளி விட்டுவிட்டு, 'ஐயோ, திருடன்! ஐயோ, திருடன்!' என்று கத்தோ கத்து என்று கத்த, 'எங்கே பிரேமா, எங்கே?' என்று பதறிக் கொண்டே அவன் வெளியே ஓடி வர, 'அதோ, என் கழுத்திலிருந்த தங்கச் சங்கிலியை அறுத்துக்கொண்டு அவன் ஓடுகிறான்!' என்று அவள் தெருவைக் காட்ட, 'ஆமாம், திருடன் கதவைத் தட்டிவிட்டா வருவான்?' என்று அவன் அப்போதும் ஒரு சந்தேகத்தைக் கிளப்ப, 'நாம் தூங்குகிறோமா, இல்லையா என்று தெரிந்துகொள்வதற்காக அவன் கதவைத் தட்டியிருப்பான்; அதுகூடவா தெரியவில்லை உங்களுக்கு?' என்று அவள் அவனை ஓர் இடி இடித்து, 'ஓடுங்கள்; பிடியுங்கள்!' என்ற அவனை விரட்ட, 'இப்போது தான் அது எனக்குத் தெரிந்தது, கண்ணே!' என்று அசடு வழியச் சொல்லிக்கொண்டே அவன் தெருவில் இறங்கி ஓடுவானாயினன்.

அவன் தலை மறைந்ததும் அடுக்களையில் ஒளித்து வைத்திருந்த ஏகாம்பரத்தைப் பிடித்து இழுத்துக்கொண்டு வெளியே வந்து, 'இப்போதும் நீங்களும் 'திருடன், திருடன்' என்று கத்திக்கொண்டே அவரைத் தொடர்ந்து ஓடுங்கள்!' என்று பிரேமா சொல்ல, 'ஏன்?' என்று அவன் ஒன்றும் புரியாமல் கேட்க, 'அதை அப்புறம் சொல்கிறேன்; இப்போது ஓடுங்கள், சீக்கிரம்!' என்று அவள் அவனை விரட்ட, அவனும் 'திருடன், திருடன்!' என்று கத்திக்கொண்டே அவனைத் தொடர்ந்து தெருவில் இறங்கி ஓடுவானாயினன்.

அப்போது ரோந்து வந்து கொண்டிருந்த போலீசாரில் ஒருவன், 'திருடன், திருடன் என்று கத்தி யாரை ஏமாற்றப் பார்க்கிறாய், திருடா!' என்று பீதாம்பரத்தை மடக்கிப் பிடிக்க, 'ஐயையோ! நான் திருடன் இல்லை, ஐயா! வீட்டுக்காரன், சங்கிலியைப் பறி கொடுத்த வீட்டுக்காரன்! என்று அவன் பரிதாபமாக அலற, 'எந்தத் திருடன்தான் இப்போது தன்னைத் 'திருடன்' என்று ஒப்புக்கொள்கிறான்? எல்லோரும் தங்களை வீட்டுக்காரர்கள் என்றுதான் சொல்லிக் கொள்கிறார்கள். நட, ஸ்டேஷனுக்கு!' என்று அவர்களில் இன்னொருவன் அவன் கழுத்தில் கை வைத்துத் தள்ள, எங்கே சங்கிலி?' என்று மற்றொருவன் அவனைச் சோதித்துப் பார்த்து விட்டு, 'அதற்குள் டபாய்த்து விட்டாயா?' என்று அவன் கன்னத்தில் அறைய, அப்போது அந்தப் பக்கமாக வந்த ஒரு போலீஸ் லாரி பீதாம்பரத்தை ஏற்றிக்கொண்டு ஸ்டேஷனை நோக்கிப் பறக்கலாயிற்று.

அதைக் கண்டு அதிர்ந்துபோன ஏகாம்பரம், 'அதற்கு மேல் என்ன செய்வது?' என்று தெரியாமல் அப்படியே அயர்ந்து போய் நிற்க, அவனைத் தொடர்ந்து வந்த பிரேமா, 'சனியன் விட்டது; வாருங்கள், போவோம்!' என்று அவனை அழைத்துக்கொண்டு போய், அவனுடன் அன்றிரவை உல்லாசமாகவும் சல்லாபமாகவும் கழிப்பாளாயினள்!'

இப்படியாகத்தானே ஆண் கிளி தன் கதையைச் சொல்லி முடித்து விட்டு, 'இப்போது சொல்லுங்கள், பெண்களை நம்பலாமோ?' என்று கேட்டு, 'உனக்குத்தான் இந்த மாதிரி கதை சொல்லத் தெரியுமா? எனக்கும் தெரியும்!' என்று பெண் கிளி சொல்ல, 'எங்கே சொல்லு, பார்ப்போம்?' என்று மரகதம் கேட்க, அது சொன்ன கதையாவது:

'காந்தி மகானையே 'கண் கண்ட தெய்வம்' என்று போற்றி வந்த கன்னி ஒருத்தி காவேரிப்பாக்கத்தில் இருந்தாள். அவள் பெயர் கஸ்தூரி. ஒரு தாய்க்கு ஒரு மகளாகப் பிறந்திருந்த அவளுக்கு நிறையச் சொத்து, சுகம் எல்லாம் இருந்தது. அவள் தந்தை பர்மா மாப்பிள்ளை ஒருவனுக்குச் சீரும் சிறப்புமாக அவளைக் கலியாணம் செய்து வைத்து விட்டுக் கண்ணை மூடிவிட்டார். கொஞ்ச நாட்கள் அவன் மாமனார் வீட்டில் இருந்த பின், மனைவியை அழைத்துக் கொண்டு பர்மாவுக்குப் புறப்பட்டான். கப்பல் ஏறுவதற்காகச் சென்னைக்கு வந்த அவர்கள், ஓர் ஓட்டலில் அறை எடுத்துக் கொண்டு தங்கினார்கள். நகை நட்டுகள் கப்பலில் செல்வது அவ்வளவு நல்லதல்லவென்றும், அவற்றை முதலில் 'இன்ஷ்யூர்' செய்து பர்மாவுக்கு அனுப்பிவிட்டால், அங்கே போய் நாம் வாங்கிக் கொள்ளலாமென்றும் அவன் சொல்ல, அதை நம்பி அவள் தான் அணிந்திருந்த நகை நட்டுக்களையெல்லாம் கழற்றி அவனிடம் கொடுக்க, அவற்றை வாங்கிக் கொண்டு வெளியே போன அந்தப் புண்ணியவான் திரும்பவே யில்லை. அவள் அவனுக்காக ஒரு நாள் காத்திருந்தாள்; இரண்டு நாள் காத்திருந்தாள்; மூன்று நாட்களும் காத்திருந்தாள். அவன் வரவில்லை; வரவே இல்லை. அக்கம் பக்கம் விசாரித்துப் பார்த்தபோது, 'பர்மா கப்பல் போய் இரண்டு நாட்களாகிவிட்டதே?' என்று சொல்ல, அதற்கு மேல் சென்னையில் இருப்பதில் பிரயோசனமில்லை என்று அவள் காவேரிப்பாக்கத்துக்கு வருவாளாயினள்.

அவளுடைய தாயார் ஒன்றும் புரியாமல், 'அவர் எங்கே கஸ்தூரி? நீ ஏன் தனியாக வந்தாய்?' என்று அவளைக் கேட்க,

'அந்த அக்கிரமத்தை உன்னிடம் எப்படியம்மா, சொல்வேன்? அவரும் நானும் பட்டணத்தில் உள்ள ஓர் ஓட்டலில் தங்கியிருந்தோம். நள்ளிரவில் யாரோ இருவர் வந்து கத்தியைக் காட்டி மிரட்டி, எங்களிடமிருந்த நகை நட்டுக்களையும் பணத்தையும் பறித்துக்கொண்டு ஓடிவிட்டார்கள். 'அவர்களைப் பற்றிப் போலீசில் புகார் செய்துவிட்டு வாருங்கள்; ஊருக்குப் போவோம்' என்றேன் நான். 'எந்த முகத்தோடு என்னை நீ அங்கே வரச்சொல்கிறாய்? நீ வேண்டுமானால் முதலில் போ; நான் பின்னால் வருகிறேன்' என்று சொல்லி அவர் என்னை மட்டும் ரயிலேற்றி அனுப்பி விட்டார்!' என்றும் 'அது தான் காந்தி வழி' என்று நினைத்து, அளந்து வைப்பாளாயினள்.

அதை நம்பி அவள் தாய் அவனுக்காக ஒரு மாதம் காத்திருந்தாள்; இரண்டு மாதங்கள் காத்திருந்தாள்; மூன்று மாதங்களும் காத்திருந்தாள். அவன் வரவில்லை; வரவே இல்லை.

எப்படி வருவான். பர்மாக்காரி ஒருத்தி அவனுக்கு அங்கே ஆசைநாயகியாக இருந்தாள். அவளுக்காகவே அவன் அடிக்கடி இந்தியாவுக்கு வந்து, பெண்ணைப் பெற்றவர்கள் யாராவது ஏமாந்தால் அவர்களுடைய பெண்ணைக் கலியாணம் செய்துகொண்டு, 'பர்மாவுக்கு அழைத்துக் கொண்டு போகிறேன்' என்று பட்டணத்துக்கு வந்து, ஏதாவது பொய் சொல்லி அவள்மேல் இருக்கும் நகை நட்டுக்களை யெல்லாம் கழற்றிக் கொண்ட பின், அவளை நடுத் தெருவில் விட்டுவிட்டுப் பர்மாவுக்கு ஓடிவிடுவது வழக்கம். இது தெரியாத கஸ்தூரி, தன் அம்மாவுக்குத் தெரியாமல் அவனுக்கு எத்தனையோ கடிதங்கள் எழுதினாள். அவற்றில் ஒரு கடிதம் அவனுக்கு மிகவும் பிடித்திருந்தது. அதாவது, அவன் செய்து விட்டுப் போன அயோக்கியத்தனத்தை அவள் தன் வீட்டில் சொல்லவில்லை என்று எழுதியிருந்த கடிதந்தான் அது. அதை வைத்துக் கொண்டு இன்னொரு முறை அவளை ஏமாற்றலாம் என்ற நோக்கத்துடன் அவன் மீண்டும் காவேரிப்பாக்கத்துக்கு

வந்தான். போலீசாரையும், போலீஸ் ஸ்டேஷனையும் அதுவரை சுற்றிச் சுற்றி வந்து கொண்டிருந்ததாக அவள் தாயிடம் அவன் கதை கதையாக அளந்தான். 'அது கிடைக்கும்போது கிடைக்கிறது; அதற்காக நீங்கள் ஏன் அப்படி அலைந்தீர்கள்?' என்று அவள் மறுபடியும் தன் பெண்ணுக்குப் போட வேண்டிய நகை நட்டுக்களையெல்லாம் போட்டு, அவனுடன் அவளைக் கூட்டி அனுப்புவதற்கு வேண்டிய ஏற்பாடுகளையெல்லாம் செய்வாளாயினள்.

எல்லா ஏற்பாடுகளும் முடிந்து, மறுநாள் காலை இருவரும் சென்னைக்குப் புறப்படுவதாக இருந்தது. அதற்கு முதல் நாள் இரவு அவளுடன் கட்டிலில் உட்கார்ந்து கொண்டிருந்த அவன், 'இம்முறை இவளைச் சென்னைக்கு அழைத்துக் கொண்டு போய் ஏமாற்றுவதென்பது அவ்வளவு எளிதல்ல; இங்கேயே ஏமாற்றிவிட்டுச் செல்வதுதான் நல்லது!' என்று துணிந்து, கொஞ்சம் பாக்குத் தூளை எடுத்து அவள் வாயில் போட்டுவிட்டுச் சிரித்தான்; பதிலுக்கு அவளும் கொஞ்சம் பாக்குத் துளை எடுத்து அவன் வாயில் போட்டுவிட்டுச் சிரித்தாள். இவன் இரண்டு வெற்றிலைகளை எடுத்து, அவற்றில் சுண்ணாம்போடு கொஞ்சம் அபினையும் கலந்து மடித்து அவள் வாயில் திணித்தான்; பதிலுக்கு அவளும் இரண்டு வெற்றிலைகளை எடுத்துச் சுண்ணாம்பு தடவி மடித்து அவன் வாயில் திணித்தாள்.

இப்படியாகத்தானே இவர்கள் இன்பலாகிரியில் மிதந்தவாறு தாம்பூலம் தரித்து முடிக்க, அபினின் லாகிரியில் மயங்கி அவள் அப்படியே அவன்மேல் சாய, அதுதான் சமயமென்று அவள்மேல் இருந்த நகை நட்டுக்களை யெல்லாம் கழற்றிக் கொண்டு அவன் மெதுவாக அங்கிருந்து நழுவி, அன்றிரவே சென்னைக்கு விட்டான் சவாரி!

இதை அறியாத கஸ்தூரி ஒரு கனவு கண்டாள். அந்தக் கனவில் காந்தி மகான் தோன்றி, 'அப்பாவி பெண்ணே! இம்முறையும்

நீ ஏமாந்தாயா?' என்றார் தம் புகழ் பெற்ற பொக்கை வாய்ச் சிரிப்புடன்.

'உங்கள் வழியைப் பின்பற்றுபவர்களுக்கு ஏமாற்றம் ஏது, தாத்தா? 'தீமை செய்பவனையும் நேசி!' என்று நீங்கள் உங்களுடைய வாழ்நாளெல்லாம் சொல்லவில்லையா? அந்த வழியைப் பின்பற்றி எனக்குத் தீமை செய்த என் கணவரை நான் மன்னித்து நேசித்தேன். அதற்காக என் அம்மாவிடம் ஒரு பொய்யையும் சொன்னேன். அதனால் அவர் திருந்தி, மறுபடியும் என்னைத் தேடி வந்தார். இதோ, நாளைக்கு அவர் என்னை அழைத்துக்கொண்டு பர்மாவுக்குப் போகப் போகிறார்!' என்றாள் அவள், குதூகலத்துடன்.

காந்தி மகான் சிரித்தார்; 'ஏன் சிரிக்கிறீர்கள்?' என்று கேட்டாள் கஸ்தூரி.

'அசட்டுப் பெண்ணே! நான் 'உண்மை வெல்லும்' என்றுதானே சொன்னேன்? 'பொய் வெல்லும்' என்று சொல்லவில்லையே!' என்றார் காந்திஜி.

தான் செய்த தவறு அப்போதுதான் தெரிந்தது அவளுக்கு. கண் விழித்துப் பார்த்தாள்; கணவனைக் காணோம்.

அடுத்தாற்போல் தான் அணிந்திருந்த நகை நட்டுக்களைப் பார்த்தாள்; அவனுடன் அவற்றையும் காணோம்!

"ஐயோ, மோசம் போனேனே!' என்று அவள் அலற, 'என்னம்மா, என்ன நடந்தது!' என்று கேட்டுக்கொண்டே அடுத்த அறையிலிருந்த அவள் தாய் விழுந்தடித்துக் கொண்டு அங்கே ஓடி வந்து கேட்க, அவளிடம் இம்முறை உண்மையைச் சொன்னாள் கஸ்தூரி. 'அதை இப்போது சொல்லி என்னடி, பிரயோசனம்? அப்போதே அல்லவா சொல்லியிருக்க வேண்டும்!' என்றாள் அவள்.

இப்படியாகத்தானே பெண் கிளி தன் கதையைச் சொல்லி முடித்துவிட்டு, 'இப்போது சொல்லுங்கள். ஆண்களை நம்பலாமோ?' என்று கேட்க, 'ஒர் உண்மையை நீங்கள் இருவருமே மறந்துவிட்டீர்கள்!' என்றான் மாணிக்கம், சிரித்துக்கொண்டே.

'அது' என்ன உண்மை?' என்று ஆண் கிளி கேட்டது.

'மனிதப் பிராணிகள்தான் அப்படியெல்லாம் செய்யுமே தவிர, மற்ற பிராணிகள் அப்படியெல்லாம் செய்வதில்லை என்னும் உண்மைதான் அது' என்று மாணிக்கம் சொல்ல, அதனால் உச்சி குளிர்ந்த ஆண் கிளியும் பெண் கிளியும் ஒன்றோடு ஒன்று குவாவி மகிழ, 'ஆமாம், உங்களால் எப்படி முக்காலத்தையும் சொல்ல முடிந்தது?' என்று கேட்டாள் மரகதம்.

'சொல்வதை நம்ப ஆளிருந்தால் எதைத்தான் சொல்ல முடியாது? எல்லாவற்றையும் சொல்லலாம். 'முன் பிறவியில் பூனையாக இருந்தேன்' என்றேன் நான்; 'இல்லை' என்று உன் கணவரால் சொல்ல முடிந்ததா? முடியும்? ஏனெனில், நான் பூனையாக இருந்தது எனக்கும் தெரியாது; இவருக்கும் தெரியாது அல்லவா?' என்று கண் சிமிட்ட, 'அப்படியென்றால் எங்கள் பெயரை எனக்குத் தெரியாமல் அவளுக்கும், அவளுக்குத் தெரியாமல் எனக்கும் நீங்கள் சொன்னது எப்படி?' என்று மாணிக்கம் கேட்க, 'அதுவா? ஒரு சமயம் நீங்கள் இருவரும் ஒருவருக்கொருவர் தெரியாமல் சேர்ந்தாற்போல் வெளியூர் பஸ் ஒன்றில் பிராயணம் செய்து கொண்டிருந்தீர்கள். அப்போது உங்கள் காலடிகளுக்குக் கீழே இருந்த நாங்கள் அதைத் தெரிந்து கொண்டோம். தெரிந்து கொண்டதோடு மட்டுமல்ல; அங்கேயே ஒருவரை ஒருவர் காதலிக்கவும் செய்தோம். அந்தக் காதல் நிறைவேற நாங்கள் அப்படி ஒரு கதை கட்டி விட, அது 'காக்காய் உட்காரப் பனம்பழம் விழுந்ததுபோல் பலித்துவிட்டது!' என்றது ஆண் கிளி.

'இதற்கு முன் காதலித்த நீங்களா இப்போது இப்படிச் சண்டையிட்டுக் கொண்டீர்கள்?' என்றாள் மரகதம்.

'ஊடல் இல்லாத காதலும் ஒரு காதலா? சர்க்கரை இல்லாத காபி போலல்லவா இருக்கும் அது!' என்றது பெண் கிளி.

இதைக் கேட்டதும் மரகதம், 'கேட்டீரா கதையை?' என்று மாணிக்கத்தின் பக்கம் திரும்ப, 'கேட்டேன், கேட்டேன்!' என்று அவன் சிரித்துக் கொண்டே அவள்மேல் சாய, 'ஆரம்பித்து விட்டீர்களா, அதற்குள்?' என்று அவள் அவனைப் பிடித்து அப்பால் தள்ள, 'காதல் போய் இங்கேயும் ஊடல் வந்துவிட்டதுடோய்!' என்று கூவிக்கொண்டே கிளிகள் இரண்டும் சிரித்து மகிழ்வதற்குப் பதிலாகச் சிறகடித்து மகிழலாயின.'

பாதாளம் இந்தக் கதையைச் சொல்லி முடித்துவிட்டு, 'ஆண்கள் நல்லவர்களா, பெண்கள் நல்லவர்களா?' என்று விக்கிரமாதித்தரைக் கேட்க, 'இரு திறத்தாரிலும் நல்லவர்களும் உண்டு. கெட்டவர்களும் உண்டு' என்று விக்கிரமாதித்தர் சொல்ல, பாதாளம் மீண்டும் அவரிடமிருந்து தப்பி, முருங்கை மரத்தில் ஏறிக்கொண்டு விட்டது காண்க.... காண்க.... காண்க......

7. பாதாளம் விக்கிரமாதித்தனுக்குச் சொன்ன காவற்காரன் கதை

விக்கிரமாதித்தர் மறுபடியும் முருங்கை மரத்தின் மேல் ஏறி, பாதாளத்தைப் பிடித்துக் கொண்டு வர, அது அவருக்குச் சொன்ன ஏழாவது கதையாவது:

'கேளுமய்யா, விக்கிரமாதித்தரே! கேளும் சிட்டி, நீரும் கேளும்! 'காதர், காதர்' என்று ஒரு காவற்காரன் இருந்தான். ராணுவத்திலிருந்து ஓய்வு பெற்று வந்திருந்த அவன் நல்ல பலசாலி; சுறுசுறுப்பு மிக்கவன். எல்லாவற்றையும் விட நம்பிக்கையானவன்; உண்மையானவன்.

இளம் தொழிலதிபர் ஒருவர் அவனைத் தம் வீட்டுக்கு இரவு காவற்காரனாகப் போட்டிருந்தார். ஒரு நாள் இரவு நேரம் கழித்து வந்த அவர், ஏழெட்டு முறை 'ஹாரன்' அடித்தும், காதர் கேட்டைத் திறந்து விடாமல் ஏதோ யோசித்தது யோசித்தபடி, தலையில் கையை வைத்துக் கொண்டு உட்கார்ந்திருந்தான். வந்துவிட்டது கோபம் முதலாளிக்கு. காரை நிறுத்திவிட்டு இறங்கிப்போய் அவனைப் பிடித்து ஓர் உலுக்கு உலுக்கி, 'என்ன, தூங்குகிறாயா?' என்று அதட்டலானார்.

'இல்லை, எஜமான்! என் வாழ்க்கையில் இன்று எனக்கு ஒரு பெரிய சோதனை! காலத்தோடு கலியாணம் செய்து வைக்காததால், நேற்றிரவு என் பெண் ஒருத்தி யாரோ ஒருவனுடன் ஓடிவிட்டாள். அதை நினைத்துத்தான் இப்போது நான் துக்கப்பட்டுக் கொண்டிருந்தேன்' என்று கண்ணில் நீருடன் அவன் சொல்வானாயினன்.

'அந்தத் துக்கத்தை யெல்லாம் இனிமேல் நீ உன் வீட்டிலேயே மூட்டை கட்டி வைத்துவிட்டு வந்துவிடு; இங்கே எடுத்துக்கொண்டு வராதே!' என்று முதலாளி விறைப்புடன்

சொல்லிவிட்டுக் கேட்டைத் தாமே திறந்துகொண்டு மீண்டும் காரில் ஏறி உட்கார்ந்து, உள்ளே செல்வாராயினர்.

மறு நாள் இரவு; நேற்று நடந்த தவறு இன்றும் நடந்து விடக் கூடாதே என்பதற்காகக் காதர் வேறொன்றைப் பற்றியும் நினைக்காமல், முதலாளியையும், முதலாளியின் கார் ஹாரன் சத்தத்தையும் மட்டுமே நினைத்தவாறு கேட்டுக்கருகே உட்கார்ந்திருப்பானாயினன்.

அன்றும் நேரம் கழித்து வந்த முதலாளி, தம்மைக் கண்டதும் எழுந்து கேட்டைத் திறந்து விட்டுவிட்டு நின்ற காதரை நோக்கி, 'ஜாக்கிரதை! இன்றிலிருந்து நம்முடைய கம்பெனியின் தொழிலாளிகளில் ஒரு பகுதியினர் வேலைநிறுத்தம் செய்திருக்கிறார்கள். அவர்களில் யாராவது இங்கே வரக்கூடும்; உள்ளே விடாதே!' என்று எச்சரித்துவிட்டுச் செல்வாராயினர்.

அவர் சென்ற சிறிது நேரத்துக்கெல்லாம் சமையற்காரன் வந்து, 'காதர் எனக்கு ஓர் உதவி செய்ய முடியுமா?' என்று அவனைக் கேட்பானாயினன்.

'என்ன உதவி?' என்று காதர் கேட்க, 'இன்று நான் அவசியம் சினிமாவுக்குப் போக வேண்டும்; உள்ளேயும் கொஞ்சம் பார்த்துக் கொள்கிறாயா?' என்று சமையற்காரன் கேட்பானாயினன்.

'போயும் போயும் இன்றுதானா சினிமாவுக்குப் போக வேண்டும்? அம்மா வேறு ஊரில் இல்லையே! அவர்கள் வந்த பிறகாவது போகக்கூடாதா?' என்று காதர் கேட்க, 'என்றைக்குத்தான் இங்கே ஒழிகிறது? இது எம். ஜி. ஆர். படம், காதர்! முதல் தடவை வந்தபோதே பார்க்க வேண்டுமென்று நினைத்தேன்; முடியவில்லை. இப்போது இரண்டாவது தடவையாக வந்திருக்கிறது. இன்றுதான் கடைசி நாள்; போனால் எப்பொழுது வருமோ, என்னவோ? கொஞ்சம்

பார்த்துக் கொள்; எஜமான் இன்று கொஞ்சம் 'ஓவ'ராகத் 'தண்ணி' போட்டிருக்கிறார். அநேகமாக அவர் நடுவே எழுந்து குரல் கொடுக்க மாட்டார். தப்பித் தவறிக் கொடுத்தால், 'சினிமாவுக்குப் போயிருக்கிறான்' என்று சொல்லிவிடாதே! அவர் எப்போது கேட்கிறாரோ அப்போது, 'இப்போதுதான் இதோ வருகிறேன் என்று சொல்லிவிட்டு வெளியே போனான்' என்று சொல்; அதற்குள் நான் வந்து விடுவேன். என்ன, வரட்டுமா?' என்று காதரின் பதிலுக்குக் கூடக் காத்திருக்காமல் அவன் நடையைக் கட்டுவானாயினன்.

'திருட்டுப் பயல்! அந்த வேலைக்காரி விசாலத்தை சினிமாக் கொட்டகைக்கு வெளியே இன்றிரவு தனக்காகக் காத்திருக்கும்படி இவன் அவளிடம் சொல்லியனுப்பியிருப்பது எனக்குத் தெரியாதென்று நினைத்துக் கொண்டிருக்கிறான்! ம், நடக்கட்டும், நடக்கட்டும்!' என்று பொருமிய காதர், 'எஜமான் இன்று கொஞ்சம் 'ஓவ'ராகத் 'தண்ணி' போட்டிருக்கிறாராம். என்ன ஆகப்போகிறதோ, என்னவோ? அரே, அல்லா!' என்று தன் நாற்காலியில் உட்கார்ந்து குல்லாயைக் கழற்றி மடியின் மேல் வைத்துக் கொண்டு, தலையை இரு கையாலும் 'சொறி, சொறி' என்று சொறிந்து கொள்வானாயினன்.

அப்போது 'தொப்' என்ற சத்தம் காதில் விழ, காதர் சட்டென்று குல்லாயை எடுத்துத் தலையில் வைத்துக் கொண்டு சுற்றுமுற்றும் பார்க்க, பங்களாவின் பின்புறத்து மதிற் சுவரைத் தாண்டி உள்ளே குதித்த கரிய உருவம் ஒன்று, கையில் உருவிய கத்தியுடன் மாடிப்படி இருக்கும் வராந்தாவை நோக்கி மெல்ல முன்னேறிக் கொண்டிருப்பதைக் கண்டு திடுக்கிட்டு, 'வரவே வந்தானே, இன்னும் கொஞ்ச நேரத்துக்கு முன்னாலாவது வந்திருக்கக் கூடாதா? சமையற்காரன் சினிமாவுக்குப் போன பிறகுதானா இவன் வந்து சேர வேண்டும்? இப்போது நான் என்ன செய்வேன்? வாசலைப் பார்ப்பேனா, வராந்தாவைப் பார்ப்பேனா? வராந்தாவை விட்டால் அந்தப் பயல் மேலே ஏறி விடுவான்போல்

இருக்கிறது; வாசலை விட்டால் யாராவது உள்ளே நுழைந்து விடுவார்கள் போல் இருக்கிறது! என்ன செய்யலாம்? யோசிக்கக்கூட நேரம் இல்லையே! கையில் உருவிய கத்தியுடன் செல்லும் இவனுடைய நோக்கம் என்னவாயிருக்கும்? திருடுவதாயிருக்குமா, அல்லது மாடியில் படுத்துத் தூங்கிக் கொண்டிருக்கும் எஜமானைக் குத்திக் கொல்வதாயிருக்குமா? ஐயோ! அப்படி ஏதாவது நேர்ந்துவிட்டால் நான் இங்கே காவற்காரனாயிருந்து என்ன பிரயோசனம்?' என்று பலவாறாக நினைத்தபின் துணிந்து, 'வந்தது வரட்டும்' என்று வாசற் கதவைச் சாத்திக்கொண்டு, மெல்ல வராந்தாவை நோக்கி நகருவானாயினன்.

நடந்தால் சத்தம் கேட்குமல்லவா? அந்தச் சத்தத்தைக் கேட்டு அவன் ஓடிவிடலாமல்லவா? ஓடிவிட்டால் நல்லது தான். ஆனால் ஓடுபவன் சும்மா ஓடுவானோ, எஜமானைக் குத்திவிட்டு ஓடுவானோ?......

எதற்கும் கீழே இருந்தபடி மேலே இருக்கும் எஜமானுக்கு ஒரு குரல் கொடுத்துப் பார்ப்போமா?.....

இது என்ன பைத்தியக்காரத்தனம்? அந்தச் சத்தத்தைக் கேட்டு மட்டும் அவன் ஓடமாட்டானா?.....

ஆமாம், இத்தனை முன்னெச்சரிக்கையோடு செல்கிறோமே, தான் வாசலில் நிற்பது அவனுக்குத் தெரியாமலா இருந்திருக்கும்? அது தெரிந்துதானே அவன் முன் பக்கமாக வராமல் பின் பக்கமாக வந்திருக்கிறான்?......

இப்படி நினைத்த காதர் 'விடுவிடு' வென்று நடப்பானாயினன். அப்போது....

தட், தட்!...

படி ஏற ஆரம்பித்துவிட்டான், பயல்!

பாழும் படியும் மரப்படியாகவல்லவா இருக்கிறது? தானும் இப்போது அவனைத் தொடர்ந்து ஏறினால் சத்தம் கேட்குமே, என்ன செய்யலாம்?...

தட், தட், தட், தட்!.....

சரி, இவன் முதலில் மேலே ஏறட்டும். எஜமான் உள்ளே தாளிட்டுக் கொண்டுதான் தூங்குவார்; இவன் ஜன்னல் வழியாக உள்ளே நுழைவதற்குள் ஒரே பாய்ச்சலில் இவனைப் பாய்ந்து பிடித்துவிடலாம்.....

இந்தத் தீர்மானத்துடன் மாடிப் படிக்குக் கீழே காதர் பதுங்கிக் கொண்டிருந்தபோது, மேலே எரிந்து கொண்டிருந்த ஒரே விளக்கும் அணைந்து-இல்லை, அணைக்கப்பட்டு, எங்கும் 'கும்' மென்று இருள் சூழலாயிற்று.

அதிலிருந்து ஆசாமி மேலே போய்விட்டான் என்பதை அறிந்த காதர், இரண்டே எட்டில் மாடியை எட்டிப் பிடிக்க, அவன் காலடிச் சத்தத்தைக் கேட்டு அந்தக் கரிய உருவம் அவனைத் திரும்பிப் பார்க்க, அதன்மேல் ஒரே பாய்ச்சலில் பாய்ந்து அதனிடமிருந்த கத்தியை அவன் முதலில் பிடுங்கி எறிய முயல்வானாயினன்.

போர், போர், உக்கிரமான போர்!

இருவரும் கட்டிப் புரண்டார்கள்; உருண்டார்கள்; எழுந்தார்கள்!

மீண்டும் ஒருவர் மேல் ஒருவர் பாய்ந்தார்கள்; கட்டிப் புரண்டார்கள்; உருண்டார்கள்; எழுந்தார்கள்!

இத்தனை போராட்டம் இங்கே நடக்கிறதே, அந்த எஜமானின் தூக்கம் கொஞ்சமாவது கலைந்தது என்கிறீர்களா? அதுதான் இல்லை!

எப்படிக் கலையும்? அந்த மனுஷன்தான் இன்று கொஞ்சம் 'ஓவ' ராகத் 'தண்ணி' போட்டிருக்கிறார் என்று சமையற்காரன் சொன்னானே. எதற்கும், 'உதவி, உதவி!' என்று இரண்டு குரல்கள் கொடுத்துப் பார்ப்போமா?....

அட, சீ! ஒருத்தனுக்கு ஒருத்தன்-இவனைச் சமாளிக்க முடியாமலா 'உதவி, உதவி' என்று கத்துவது?.....

அவமானம்! தனக்கு மட்டுமல்ல; தான் இருந்துவிட்டு வந்த ராணுவத்துக்கும் அவமானம்!.....

இந்த அவமானத்தால் ஒரு கணம் குன்றிப்போன காதர், மறு கணம் வேங்கையைப் போல் அந்தக் கரிய உருவத்தின் மேல் பாய்ந்து, அதனிடமிருந்த கத்தியைப் பிடுங்கி அப்பால் எறிந்துவிட்டு விளக்கைப் போட, ஆச்சரியமாவது ஆச்சரியம், அங்கே அவனுடைய முதலாளி சிரித்தபடி நின்று கொண்டிருப்பாராயினர்!

'நீங்களா எஜமான்?' என்றான் காதர்.

'ஆமாம், நானேதான்! உன் மேலிருந்த சந்தேகம் இப்போதுதான் தீர்ந்தது எனக்கு. நீ உண்மையானவன்; யோக்கியமானவன்; உயிருக்குத் துணிந்து நீ என்னைக் காப்பாற்றுவதற்காகச் செய்த வீரசாகஸம் என்னால் என்றுமே மறக்க முடியாதது. இந்தா, இந்த நூறு ரூபாயை இப்போதைக்கு வைத்துக் கொள். அடுத்த மாதத்திலிருந்து சம்பளத்தில் பத்துரூபா கூட்டித் தரச் சொல்கிறேன். என்ன, சந்தோஷம்தானே?' என்று முதலாளி கேட்க, 'இல்லை, எஜமான்; என்மேலே உங்களுக்கு எப்போது சந்தேகம் வந்து விட்டதோ, அதற்குப் பின் நான் இங்கே இருக்க

விரும்பவில்லை, எஜமான்! நான் வரேன், எனக்கு உத்தரவு கொடுங்கள்!' என்று தன்னை ஆச்சரியத்தில் ஆழ்த்திய எஜமானைத் தானும் ஆச்சரியத்தில் ஆழ்த்திவிட்டு, அவன் நடையைக் கட்டுவானாயினன்.'

பாதாளம் இந்தக் கதையைச் சொல்லி முடித்துவிட்டு, 'இவர்களில் யார் செய்தது சரி? எஜமான் செய்தது சரியா, ஏவலாளன் செய்தது சரியா?' என்று விக்கிரமாதித்தரைக் கேட்க, 'இருவர் செய்ததும் சரியல்ல!' என்று விக்கிரமாதித்தர் சொல்ல, பாதாளம் அவரிடமிருந்து தப்பி, மீண்டும் போய் முருங்கை மரத்தில் ஏறிக்கொண்டு விட்டது என்றவாறு... என்றவாறு... என்றவாறு......

8. பாதாளம் விக்கிரமாதித்தனுக்குச் சொன்ன கலியாணராமன்கள் கதை

விக்கிரமாதித்தர் மறுபடியும் முருங்கை மரத்தின் மேல் ஏறி, பாதாளத்தைப் பிடித்துக் கொண்டு வர, அது அவருக்குச் சொன்ன எட்டாவது கதையாவது:

'கேளுமய்யா, விக்கிரமாதித்தரே! கேளும் சிட்டி, நீரும் கேளும்! கையில் போதுமான காசில்லாதபோது ஒரு கப் காபியை வாங்கி, இருவர் அதைப் பங்கு போட்டுக்கொண்டு குடிப்பதில்லையா? அந்த மாதிரிக் குடித்துக் குடித்தே இணைபிரியாத நண்பர்களாகிவிட்ட இருவர் இந்தச் சென்னைமா நகரிலே உண்டு. அவர்களில் ஒருவன் பெயர் மட்டுமல்ல; இருவரின் பெயருமே 'கலியாணராமன்' என்பதாக இருந்தது. இதனால் அவர்களுக்குத் தெரிந்தவர்கள் யாராவது அவர்களை கூப்பிட நேர்ந்தால், 'கலியாணராமன் நம்பர் 1, கலியாணராமன் நம்பர் 2' என்று கூப்பிட்டு வந்தார்கள். என்னதான் நம்பர் போட்டுக் கூப்பிட்டாலும் சில சமயம் அது குழப்பத்தில் வந்து முடியவே, 'இந்தக் குழப்பத்திலிருந்து மீள வழியே கிடையாதா?' என்று கலியாணராமன் நம்பர் 1 யோசிப்பானாயினன். அதுகாலை கலியாணராமன் நம்பர் 2 திடீரென்று தீவிரத் தமிழ்ப்பற்றுக்கு உள்ளாகித் தன் பெயரை 'மணவழகன்' என மாற்றி வைத்துக்கொண்டு வர, அது கண்டு ஒரு பக்கம் மகிழ்ச்சியும், இன்னொரு பக்கம் வியப்பும் கொண்ட கலியாணராமன் நம்பர் 1, 'என்ன, இப்படித் திடீரென்று?' எனக் கேட்க, 'எல்லாம் தமிழ் வாழத்தான்!' என மாஜி கலியாணராமனான - தப்பு, முன்னாள் கலியாண ராமனான மணவழகன் பதிலுரைப்பானாயினன்.

'அது தெரியாதா எனக்கு, உண்மையைச் சொல்லப்பா?' என்று கலியாணராமன் கண்ணால் சிரித்துக் கொண்டே கடாவ, 'தமிழ் வாழ்ந்தால் நானும் வாழ்வேன்; நான் வாழ்ந்தால்

தமிழும் வாழும்!' என்று மணவழகன் அப்போதும் இடக்கரடக்கலாக மறுமொழி சொல்ல, 'கொஞ்சம் புரியும்படியாகத்தான் சொல்லேன்?' எனக் கலியாணராமன் மீண்டும் கேட்பானாயினன்.

அதற்கு மேல் உண்மையை மறைக்க விரும்பாமல், 'இப்போது அதில்தானப்பா, நல்ல காசு! என்று மணவழகன் அவன் காதோடு காதாகச் சொல்ல, 'காரியவாதிக்குக் கண்டதெல்லாம் காசுதானே?' என்று கலியாணராமன் ஒரு 'புதுமொழி'யை உதிர்க்க, அதைக் கேட்டு அவன் அப்படியே அசந்து போய் நிற்பானாயினன்.

இப்படியாகத்தானே இவர்களுடைய 'பெயர் மாற்றும் படலம்' நடந்து முடிய, ஒரு நாள் கலியாணராமனாகப் பட்டவன் மணவழகனை நோக்கி, 'எனக்கு ஓர் உபகாரம் செய்வாயா?' என வினவ, 'என்ன உபகாரம்?' என மணவழகன் கேட்பானாயினன்.

'கோயமுத்தூரில் ஒரு குட்டி மில் முதலாளி இருக்கிறாராம். அவருக்கு ஒரே ஒரு பெண்ணாம். பெயர் பொற்கொடியாம். அவளுக்காக அவளுடைய மாமா ஆனந்த மூர்த்தி இங்கே வந்து என்னைப் பார்த்துவிட்டுப் போனார். அவருக்கு என்னைப் பிடித்துவிட்டது. ஜாதகம் பார்த்தார்; அதுவும் பொருந்தி விட்டது. பெண்ணை உங்களுக்குப் பிடித்துவிட்டால் கலியாணம் உடனே வைத்துக்கொண்டு விடலாம் என்றார். தாய் தந்தையற்ற எனக்கோ ஓர் அனாதை போல் சென்று அவளைப் பார்க்க என்னவோ போலிருந்தது; கொஞ்சம் யோசித்தேன். அதை வேறு விதமாக நினைத்துக் கொண்டு விட்ட அவர், 'நீங்கள் எதற்கும் யோசிக்க வேண்டாம். கையில் ரொக்கமாக இருபத்தையாயிரம் கொடுத்துவிடுகிறோம். இன்னும் ஓர் இருபத்தையாயிரத்துக்கு நகை நட்டுக்கள் போடுகிறோம். இவை தவிர, சீர் வரிசைகள் வேண்டிய மட்டும் செய்கிறோம். கலியாணத்தைக் கோயமுத்தூரிலேயே வைத்துக் கொண்டு விடலாம். நீங்கள்

விரும்பினால் இங்கே பார்க்கும் வேலையைக்கூட ராஜீனாமா செய்துவிட்டு, அங்கே உள்ள எங்கள் மில்லுக்கு மானேஜராக வந்துவிடலாம்' என்று என்னவெல்லாமோ சொல்லிக் கொண்டே போனார். அதற்கு மேல் அந்த இடத்தை விடக்கூடாது என்று நினைத்த நான், அவரிடம் ஒரு பொய் சொன்னேன். 'எனக்கு ஓர் அண்ணன் இருக்கிறார். பிரம்மசாரிய விரதத்தை மேற்கொண்டிருக்கும் அவர், ரொம்ப நாட்களாக என்னையாவது கலியாணம் செய்து கொள்ளுமாறு வற்புறுத்திக் கொண்டிருக்கிறார். அவரை வேண்டுமானால் அனுப்பி வைக்கிறேன். அவர் வந்து பெண்ணைப் பார்த்து, 'சரி' என்று சொல்லிவிட்டால் எனக்கும் சரியே!' என்றேன். 'சரி' என்று அவர் போய் விட்டார். அவருடைய விலாசத்தை நான் உனக்குத் தருகிறேன். அந்த விலாசத்துக்குப் போய், நீ எனக்காக ஒரே ஒரு நாள் என்னுடைய அண்ணனாக நடித்தால் போதும்!' என்று கலியாணராமன் சொல்ல, 'இதற்காக நீ இவ்வளவு தூரம் என்னிடம் சொல்ல வேண்டுமா? இதைக்கூடச் செய்யவில்லையென்றால் நான்தான் உனக்கு எப்படி நண்பனாவேன், நீ தான் எனக்கு எப்படி நண்பனாவாய்? கொடு முகவரியை, இப்பொழுதே புறப்படுகிறேன்!' என்று மணவழகன் துடிப்பானாயினன்.

'பெண்ணைப் பிடித்துவிட்டால் முகூர்த்தத்துக்கு நாள் குறிக்க என்னைக் கேட்க வேண்டும் என்று சொல்லிவிட்டு வராதே! நீயே அவர்களுடன் கலந்து பேசி, ஏதாவது ஒரு நாளைக் குறித்துக்கொண்டு வந்துவிடு. அந்த நாளில் அவளுக்குத் தாலி கட்ட நான் தயாராகிவிடுகிறேன்' என்று கலியாணராமன் சொல்லி, ஆனந்தமூர்த்தியின் விலாசத்தை எடுத்து ஆனந்தமாகக் கொடுக்க, 'தாலியைக் கட்டிவிட்டுப் பணத்தைக் கேட்காதேடா, புத்திசாலி! பணத்தை வாங்கிக் கொண்டு தாலியைக் கட்டு!' என மணவழகன் அவனை எச்சரித்துவிட்டு, உடனே கோவைக்குப் புறப்பட்டு போவானாயினன்.

அங்கே ஆனந்தமூர்த்தியின் முகவரியைத் தேடி மணவழகன் அலைய, 'அவர் கண்ணை மூடிக் காரியம்கூட நடந்து விட்டதே!' என்ற அங்கிருந்தவர்கள் சொல்ல, 'அப்படியா சமாசாரம்?' என்று ஒரு கணம் திடுக்கிட்டு நின்ற அவன், மறுகணம் ஒரு துள்ளுத் துள்ளி, ஒரு குதி குதித்து நின்று, 'ஆஹா!-தப்பு, தப்பு! 'ஆகா' என்று சொல்ல வேண்டுமன்றோ? ஆகா! அதிருட்டம் அடித்தால் இப்படியன்றோ அடிக்க வேண்டும்? கலியாணராமனைப் பார்த்து விட்டு வந்த அந்த ஒரே ஒரு ஆனந்தமூர்த்தியும் கண்ணை மூடி விட்டாராம். இனி நானாவது, கலியாணராமனின் அண்ணனாக நடிப்பதாவது? நானே கலியாணராமனாக நடிப்பேன்; மணவழகனையும் தமிழ்ப் பற்றையும் சற்றே மறப்பேன். பிரம்மசாரியான என் அண்ணனுக்குப் பித்துப் பிடித்துவிட்டது என்றும், அதனால் கொடுத்த வாக்கைக் காப்பாற்ற வேண்டும் என்பதற்காக நானே அரிச்சந்திரனைப் பின்பற்றி வந்ததாகவும் சொல்வேன். அப்புறம் என்ன? அழகான பெண், ஐம்பதாயிரம் ரூபாய், மானேஜர் பதவி எல்லாம் எனக்கே எனக்குத்தான்!' என்று அப்படியே போய் அந்தப் பெண் வீட்டாரிடம் அளக்க, அவர்களும் அதை நம்பி, மாஜி கலியாணராமனான மணவழகனுக்கே அந்தப் பொற்கொடியை மணம் செய்து வைப்பாராயினர்.

முதல் நாள் இரவு; சினிமாவில் வருவதுபோல் பாலும் பழமும் கைகளில் ஏந்தி, பவள வாயில் புன்னகை சிந்தி, கோல மயில் போல் கொஞ்சி வந்த பொற்கொடி 'தடா' ரென்று எல்லாவற்றையும் கீழே போட்டுவிட்டு விழுந்து, கையையும் காலையும் உதைத்துக்கொள்ள, 'என்ன பொற்கொடி, என்ன?' என மணவழகன் பதற, 'சாவி, சாவி! சீக்கிரம்! சீக்கிரம்!' என்று உளறிக்கொண்டே அவள் மூர்ச்சையடைவாளாயினள்.

'அட இழவே, நீ காக்கா வலிக்காரியா? அது தெரியாமல் போச்சே, எனக்கு!' என்று தலையில் அடித்துக்கொண்டே மணவழகன் அங்கிருந்த சாவிக் கொத்தை எடுத்து அவள்

கையில் திணிக்க, ‘என்ன அண்ணா, சௌக்கியமா? உங்களைத் தேடிக்கொண்டுதான் ‘வந்தேன்!' என்று யாரோ ஒரு தம்பி அந்த நேரம் பார்த்துத் தன்னைக் குசலம் விசாரிப்பதைக் கேட்டு அவன் திரும்ப, சாலையோரமாக இருந்த ஜன்னலுக்கருகே நின்றுகொண்டிருந்த கலியாணராமன் அவனைப் பார்த்து ‘ஹஹ்ஹஹ்ஹா' என்று சிரிக்க; 'மோசம் போனேன் கலியாணராமா, உன்னை நம்பி நான் மோசம் போனேன், கலியாணராமா!' என்று மணவழகன் ‘ஒப்பாரி' வைப்பானாயினன்.'

பாதாளம் இந்தக் கதையைச் சொல்லி முடித்துவிட்டு, 'மோசம் போனது யார்? கலியாணராமனா, மணவழகனா?' என விக்கிரமாதித்தரைக் கேட்க, 'பொற்கொடி காக்கா வலிக்காரியாக இல்லாமலிருந்தால் மோசம் போனவன் கலியாணராமன்; இல்லாவிட்டால் மணவழகன்!' என ‘விளக்கெண்ணெய் முறை'யில் விக்கிரமாதித்தர் விளக்கம் சொல்ல, பாதாளம் அவரிடமிருந்து தப்பி, மீண்டும் முருங்கை மரத்தில் ஏறிக்கொண்டு விட்டது காண்க... காண்க... காண்க.....

9. பாதாளம் விக்கிரமாதித்தனுக்குச் சொன்ன சதிபதி கதை

மறுபடியும் விக்கிரமாதித்தர் முருங்கை மரத்தின் மேல் ஏறி, பாதாளத்தைப் பிடித்துக் கொண்டு வர, அது அவருக்குச் சொன்ன ஒன்பதாவது கதையாவது:

'கேளுமய்யா, விக்கிரமாதித்தரே! கேளும் சிட்டி, நீரும் கேளும்! ஓர் ஊரில் ஒரு கணவனும் மனைவியும் இருந்தார்கள். அந்தச் சதிபதிகள் இருவரும் எங்கே போனாலும் சேர்ந்தே போவார்கள்; சேர்ந்தே வருவார்கள். அவ்வாறு போகுங் காலையில் கணவனாகப்பட்டவன் முன்னால் செல்வதும், மனைவியாகப்பட்டவள் அவனுக்குப் பின்னால் செல்வதும் அவர்களிடையே வழக்கமாக இருந்து வந்தது. இப்படியாகத்தானே இருந்து வந்த வழக்கம், 'மாதர் முன்னேற்றச் சங்க'த்தில் சேர்ந்ததன் காரணமாக மனைவிக்குப் பிடிக்காமற்போக, ஒரு நாள் அவள் சற்றுத் தூரத்தில் சென்று கொண்டிருந்த இரண்டு பூனைகளைத் தன் கணவனுக்குச் சுட்டிக் காட்டி, 'அதோ, அந்தப் பூனைகளைப் பார்த்தீர்களா?' என்று கேட்க, 'பார்த்தேன், என்ன விசேஷம்?' என்று கணவன் கேட்பானாயினன்.

'பெண் பூனை முன்னால் செல்ல, ஆண் பூனை அதற்குப் பின்னால் செல்லவில்லையா?' என அவள் பின்னும் கேட்க, 'ஓ, அதைச் சொல்கிறாயா?' என அவன் மேலே நடப்பானாயினன்.

சிறிது தூரம் சென்றதும் சற்றுத் தூரத்தில் ஓடிக் கொண்டிருந்த இரண்டு நாய்களைச் சுட்டிக் காட்டி, 'அதோ, அந்த நாய்களைப் பார்த்தீர்களா?' என்று மனைவியாகப் பட்டவள் கேட்க, 'பார்த்தேன், என்ன விசேஷம்?' என்று கணவனாகப்பட்டவன் கேட்பானாயினன்.

‘பெண் நாய் முன்னால் ஓட, ஆண் நாய் அதைத் தொடர்ந்து ஓடிக்கொண்டிருக்கவில்லையா?’ என அவள் பின்னும் கேட்க, 'ஓ, அதைச் சொல்கிறாயா?’ என அவன் மேலே நடப்பானாயினன்.

இன்னும் சிறிது தூரம் சென்றதும் சற்றுத் தூரத்தில் போய்க்கொண்டிருந்த இரண்டு ஆடுகளைச் சுட்டிக் காட்டி, 'அதோ, அந்த ஆடுகளைப் பார்த்தீர்களா?’ என்று அவள் கேட்க, ‘பார்த்தேன், என்ன விசேஷம்?’ என்று அவன் கேட்பானாயினன்.

‘கிடேரி முன்னால் போக, கடா அதைத் தொடர்ந்து போய்க்கொண்டிருக்கவில்லையா?’ என அவள் பின்னும் கேட்க, 'ஓ, அதைச் சொல்கிறாயா?’ என அவன் மேலே நடப்பானாயினன்.

இன்னும் சிறிது தூரம் சென்றதும் சற்றுத் துரத்தில் சென்று கொண்டிருந்த இரண்டு மாடுகளைச் சுட்டிக் காட்டி, 'அதோ, அந்த மாடுகளைப் பார்த்தீர்களா?’ என்று மனைவியாகப்பட்டவள் கேட்க, ‘பார்த்தேன், என்ன விசேஷம்?’ என்று கணவனாகப்பட்டவன் கேட்பானாயினன்.

‘பசு முன்னால் செல்ல, காளை அதைத் தொடர்ந்து சென்று கொண்டிருக்கவில்லையா?’ என அவள் பின்னும் கேட்க, பொறுமை இழந்த கணவனாகப்பட்டவன், ‘அதற்காக என்னை நீ என்ன செய்யச் சொல்கிறாய்?’ என அவள்மேல் எரிந்து விழுவானாயினன்.

‘ஈ, எறும்பு முதல் எண்ணாயிரம் ஜீவராசிகளும் எங்கே போனாலும் பெண் முன்னாலும், ஆண் அதற்குப் பின்னாலும் போய்க்கொண்டிருக்க, நாம் மட்டும் அதற்கு விரோதமாக ஏன் போக வேண்டுமாம்?’ என மனைவியாகப் பட்டவள் சிணுங்க, கணவனாகப்பட்டவன், 'சரி, நீ வேண்டுமானால் முன்னால் போ; உனக்குப் பின்னால் நான் வந்து

தொலைக்கிறேன்!' என்று அவளை முன்னால் நடக்க விட்டுவிட்டு, அவளுக்குப் பின்னால் அவன் நடப்பானாயினன்.

அதுகாலை அவனுக்கு எதிர்த்தாற்போல் வந்த அவனுடைய முன்னாள் காதலி ஒருத்தி அவனைப் பார்த்து 'இளி, இளி' என்று இளிக்க, அவனும் அவளைப் பார்த்து 'இளி, இளி' என்று இளித்தபடி, அவளோடு கொஞ்சம் நெருங்கி நின்று ஏதோ பேசுவானாயினன்.

வெற்றிப் பெருமிதத்துடன் அவனுக்கு முன்னால் வீசி நடை போட்டுக் கொண்டிருந்த அவன் மனைவியாகப் பட்டவள் சிறிது தூரம் சென்றதும் தனக்குப் பின்னால் தன் கணவன் வராததைக் கண்டு திடுக்கிட்டுத் திரும்பிப் பார்க்க, அவன் யாரோ ஒருத்தியுடன் இளித்துப் பேசிக்கொண்டிருப்பதைக் கண்டு ஆத்திரமுற்று, 'இதற்குத் தான் இந்த ஆண்களை அந்த நாளிலேயே பெண்களுக்கு முன்னால் போகவிட்டார்கள் போலிருக்கிறது!' என்று கருதிக் கொண்டே திரும்பி வர, அவளைக் கண்டதும், 'அவள்தான் உங்கள் மனைவியா? அது தெரியாமல் போச்சே, எனக்கு! நான் வரேன்!' என்று மாஜி காதலியாகப்பட்டவள் நழுவ, அதற்குள் 'யார் அவள்?' என்று கண் சிவக்கக் கேட்டுக் கொண்டே அவன் மனைவியாகப்பட்டவள் அங்கே வர, 'அவளும் உன்னைப்போல் ஒரு பெண்தான்டி, நீ போ!' என்று கணவனாகப்பட்டவன் சர்வ சாதாரணமாகச் சொல்லிவிட்டு நடக்க, 'அதெல்லாம் முடியாது! என்னதான் இருந்தாலும் மனுஷனுக்கு இருக்கிற புத்தி வேறே, மிருகத்துக்கு இருக்கிற புத்தி வேறே என்கிறதுதான் இப்போது எனக்கு ரொம்ப நல்லாத் தெரிந்து போச்சே! நீங்கள் முன்னால் போங்கள், நான் பின்னால் வந்து தொலைகிறேன்!' என்று 'மாதர் சங்க'த்தை மறந்து, 'முன்னேற்ற'த்தையும் மறந்து, பழையபடி அவனை முன்னால் நடக்க விட்டுவிட்டு, அவள் அவனுக்குப் பின்னால் நடப்பாளாயினள்.'

பாதாளம் இந்தக் கதையைச் சொல்லி முடித்துவிட்டு, 'யாரை யார் நம்ப வேண்டும்?' என்று விக்கிரமாதித்தரைக் கேட்க, 'கணவனை மனைவி நம்ப வேண்டும்; மனைவியைக் கணவனும் நம்ப வேண்டும். இருவரும் ஒருவரை யொருவர் நம்பாமல் வாழ்வதும் ஒன்றுதான்; வாழாமல் இருப்பதும் ஒன்றுதான்!' என்று விக்கிரமாதித்தர் 'விளக்கெண்ணெய் முறை'யைக் கைவிட்டு 'வெட்டு ஒன்று, துண்டு இரண்டு' என்று சொல்ல, பாதாளம் அவரிடமிருந்து தப்பி, மீண்டும் முருங்கை மரத்தில் ஏறிக்கொண்டுவிட்டது என்றவாறு... என்றவாறு... என்றவாறு......

10. பாதாளம் விக்கிரமாதித்தனுக்குச் சொன்ன காடுவெட்டிக் கதை

"விக்கிரமாதித்தன் மறுபடியும் முருங்கை மரத்தின் மேல் ஏறி, பாதாளத்தைப் பிடித்துக் கொண்டு வர, அது அவருக்குச் சொன்ன பத்தாவது கதையாவது:

'கேளுமய்யா, விக்கிரமாதித்தரே! கேளும் சிட்டி, நீரும் கேளும்! 'காடுவெட்டி, காடுவெட்டி' என்று ஒரு கள்ளப் பயல் எங்கள் கொல்லிமலைச் சாரலிலே உண்டு. இது ஜனநாயக சோஷலிஸ யுகம் அல்லவா? இந்த யுகத்தில் அவனும் தன் தொழிலை 'ஜனநாயக சோஷலிஸப் பாணி'யிலேயே செய்து வந்தான். அதாவது, ஜனங்களின் சம்மதத்துடன் இருப்பவர்களிடமிருந்து பிடுங்கி இல்லாதவர்களுக்குக் கொடுப்பதைத்தானே இந்தக் காலத்து அரசியல்வாதிகள் 'ஜனநாயக சோஷலிஸம்' என்கிறார்கள்? அதே மாதிரி அவனும் ஜனங்களின் சம்மதத்துடனே இருப்பவர்களிடமிருந்து கொள்ளையடித்து இல்லாதவர்களுக்குக் கொடுத்து வந்தான்! 'அடித்ததை அவ்வப்போது ஏழைகளுக்குக் கொடுத்து வந்தானா? அல்லது, சில சினிமா நடிகர்களைப் போல அளவுக்கு மீறித் தான் சேர்த்துக் கொண்ட பிறகு, மீதமானதை என்ன செய்வதென்று தெரியாமல் பெயருக்கும் புகழுக்கும் ஆசைப்பட்டுக் கொடுத்து வந்தானா?' என்று என்னைக் கேட்காதீர்கள்; அது வேறு சங்கதி!

இப்படியாகத்தானே சட்டத்துக்கும் போலீசுக்கும் சவால் விட்டுக்கொண்டு அவன் அந்தக் கொல்லிமலைச் சாரலிலே இருந்து வருங்காலையில், ஆனானப்பட்ட ஆதிசிவனையே அவ்வப்போது ஆட்டிப் படைத்து வந்த விரகதாபம் அவனையும் ஒரு நாள் ஆட்டிப் படைக்க, அதனால் வாட்டமுற்ற அவன் தன் சகாக்களை நோக்கி, 'இத்தனை சகாக்கள் என்னுடன் இருந்து என்ன பிரயோசனம்? ஒரு பெண்

இல்லையே, என் விரகதாபத்தைத் தீர்க்க!' என 'ஏங்கு, ஏங்கு' என ஏங்க, 'அந்தச் சனியன்கள் மட்டும் இங்கே வேண்டாம், எஜமானே! அவற்றால் எந்த ரகசியத்தையும் காப்பாற்ற முடியாது!' என அவன் சகாக்களில் ஒருவன் அடித்துச் சொல்வானாயினன்.

'அதெல்லாம் அந்தக் காலம்; இந்தக் காலத்தில்தான் அரசாங்கத்தார்கூடத் தங்கள் ஒற்றர் படையில் பெண்களைச் சேர்த்துக் கொள்கிறார்களே?' என்று இன்னொருவன் எடுத்துச் சொல்ல, 'என்னதான் இருந்தாலும் நாம் அரசாங்கத்தார் ஆக முடியுமா? அவர்கள் எது வேண்டுமானாலும் செய்வார்கள்; தட்டிக் கேட்க ஆள் கிடையாது!' என்று மற்றொருவன் அடுத்துச் சொல்ல, 'ஏன் இல்லை, எதிர்க் கட்சிக்காரரர்கள் இல்லையா?' என்று மற்றும் ஒருவன் தொடுத்துக் கேட்பானாயினன்.

'அவர்களுடைய வாயை அடக்க ஆளும் கட்சிக்காரரர்களுக்கு வழியா இல்லை? எத்தனையோ வழிகள்!' என கண்ணைச் சிமிட்டிக் கொண்டே சொன்ன காடுவெட்டி, பொங்கிவரும் பெரு நிலவைக் கண்டு ஒருகணம் பெருமூச்சு விட்டு, மறுகணம் 'பொக்'கென்று சிரிக்க, 'என்ன எஜமானே, சிரிக்கிறீர்கள்?' என ஒருவன் அவனை வினாவுவானாயினன்.

'இத்தனை நாளும் இந்த நிலவைக் கண்டால் எனக்குப் பிடிக்காது; இருட்டைக் கண்டால்தான் பிடிக்கும் என்று உங்களுக்குத் தெரியுமல்லவா? இன்று என்னவோ தெரியவில்லை, எனக்கு நிலவைப் பிடிக்கிறது, ரொம்ப ரொம்பப் பிடிக்கிறது' என்று தன் தோள்களை ஒரு குலுக்கு குலுக்கி விட்டுக் கொண்டு அவன் சிரிப்பானாயினன்.

'இது என்னடா வம்பாய்ப் போச்சு, இதற்கு என்ன செய்வதென்று தெரியவில்லையே?' என அவனுடைய சகாக்கள் அத்தனை பேரும் வானத்தைப் பார்க்க, அதுகாலை 'ஜல், ஜல் என்ற சதங்கை ஒலி எங்கிருந்தோ வந்து அவர்கள்

காதில் விழ, 'எஜமானே, நாம் கும்பிட்ட தெய்வம் நல்ல தெய்வம். அதோ, ஒரு கூண்டு வண்டி வருவதுபோல் இருக்கிறது. அந்த வண்டியிலே எஜமானுக்கு வேண்டியது ஏதாவது இருந்தால் நாங்கள் அத்தனை பேரும் அப்படியே மறைந்து விடுகிறோம். எஜமான் தாகத்தைத் தீர்த்துக் கொண்டபின் குரல் கொடுக்கட்டும்; வருகிறோம்!' என அவர்களில் இன்னொருவன் பணிவன்புடன் சொல்ல, 'சரி, வரட்டும்' எனக் காடுவெட்டி அந்த வண்டியை எதிர் நோக்கிக் காத்திருப்பானாயினன்.

வண்டி வந்தது; அதில் அவன் எதிர்பார்த்தபடி ஒரு பெண்ணும் இருந்தது. பெண் என்றால் சாதாரணப் பெண் அல்ல; கலியானப் பெண். சர்வலங்காரதாரியாக இருந்த அவளைக் கண்டதும், நல்ல வெய்யிலில் வெள்ளரிப் பிஞ்சைக் கண்டதுபோல் இருந்தது அவனுக்கு; அப்படியே 'நறுக், நறுக்'கென்று கடித்துத் தின்றுவிடலாமா என்று நினைப்பவன் போல் நாக்கைச் சப்புக் கொட்டிக்கொண்டே அவன் அவளை நெருங்கிய காலையில், அவளுடன் இருந்த மூதாட்டிகளில் சிலர் அவனைக் கண்டதும், 'ஐயோ, திருடன்! ஐயோ, திருடன்!' என்று அலற, 'ஸ், அப்படிச் சொல்லாதீர்கள்; 'தர்மராசா 'என்று சொல்லுங்கள்!' என அவனை அறிந்த ஒரு பெரியவர் 'அடக்க ஒடுக்கத்துடன் சொல்லிக் கொண்டே வண்டியை விட்டு இறங்கி, 'ஏழைக் கலியாணம், தர்மராசா! பொழுது விடிந்ததும் முகூர்த்தம்; அதற்குத்தான் இப்போது போய்க்கொண்டிருக்கிறோம். நீங்களும் கடவுளைப்போலக் கண்ணுக்கு மறைவாகவாவது எங்களோடு வந்திருந்து கலியாணத்தை நடத்தி வைக்க வேண்டும்!' எனக் கைகூப்பி வேண்ட, 'ஆஹா! அதற்கென்ன, அமர்க்களமாக நடத்தி வைக்கிறேன்!' என்ற காடுவெட்டி, 'ஆனால் ஒன்று...' என்று மேலே ஏதோ சொல்லத் தயங்குவானாயினன்.

'என்ன?' என்றார் பெரியவர்; 'பெண்!' என்றான் காடுவெட்டி.

'பெண்ணா?' என்றார் பெரியவர்: 'ஆமாம்' என்றான் காடுவெட்டி.

'ஆமாம் என்றால்?' என்றார் பெரியவர்: 'இறக்கு, பெண்ணை!' என்றான் காடுவெட்டி.

'எந்தப் பெண்ணை?' என்றார் பெரியவர்; 'கலியாணப் பெண்ணை!' என்றான் காடுவெட்டி.

''எதற்கு?' என்றார் பெரியவர்; ''சும்மாதான்!' என்றான் காடுவெட்டி.

'சும்மாதான் என்றால்?' என்றார் பெரியவர்; 'அதெல்லாம் உமக்குச் சொல்லாமலே தெரிந்திருக்க வேண்டும்!' என்ற காடுவெட்டி, அதற்குமேல் தாக்குப் பிடிக்க முடியாமல் அந்தப் பெண்ணை அப்படியே தூக்கிக்கொண்டு நடக்க, 'ஐயையோ! இது அநியாயம், அக்கிரமம்! உம்மைப் போன்ற பெரிய மனுஷனுக்கு இது அழகல்ல!' எனப் பெரியவர் அவனையும் 'பெரிய மனிதர்களின் பட்டிய'லில் சேர்த்துக் கூற, 'பெரிய மனுஷனென்றால் அவன் இப்படி யெல்லாம் செய்ய மாட்டான் என்று உமக்கு யார் ஐயா, சொன்னது? சின்ன மனுஷன் பகிரங்கமாகச் செய்தால், பெரிய மனுஷன் ரகசியமாகச் செய்வான்; அவ்வளவுதான்! இதுதான் இரண்டு மனுஷன்களுக்கும் உள்ள வித்தியாசமே தவிர, மற்றபடி எல்லாம் ஒரே மனுஷன்தான்! நீராக ஏதாவது நினைத்துக் கொண்டு அவஸ்தைப்பட்டால் அதற்கு நானா பொறுப்பு? கொஞ்சம் பொறும்; இதோ, உம்முடைய பெண்ணை உம்மிடமே கொண்டு வந்து விட்டுவிடுகிறேன்!' என அவன் மேலே நடக்க, 'அடப் பாவி, அவள் மேல் இருக்கும் நகைகளை வேண்டுமானால் கழற்றிக் கொண்டு அவளை மட்டும் விட்டு விடு!' எனப் பெரியவர் அவனைக் 'கெஞ்சு, கெஞ்சு' என்று கெஞ்ச, 'எனக்கு இப்போது வேண்டியது பொன் அல்ல; பெண் பெரியவரே, பெண்!' என அந்தத்

'தர்மராசா'வாகப்பட்டவன் தனக்கென்று இருந்த அந்தப்புரத்துக்கு அவளைக் கொண்டு செல்வானாயினன்.

இந்த விதமாகத்தானே தன் அந்தப்புரத்துக்கு வந்த காடுவெட்டி, கலியாணப் பெண்ணை இறக்கிக் கீழே விட்டு விட்டு, 'பெண்ணே, உன் பெயர் என்ன?' என்று கேட்க, 'கண்மணி!' என்று அவள் தன் கண் இமைகள் படபடக்கச் சொல்ல, அந்த அழகிலே சொக்கிப்போன அவன், 'ஆஹா, இன்றுபோல் என்றும் உன்னுடன் இருக்க என் தொழிலைக் கூட நான் விட்டுவிடலாம் போல் இருக்கிறதே!' என்று அவளை அப்படியே சேர்த்து அணைக்கப் போக, 'நில்லுங்கள்!' என்று அவள் அவனைத் தடுப்பாளாயினள்.

'நின்றேன்!' என்றான் காடுவெட்டி; 'கேளுங்கள்!' என்றாள் கண்மணி.

'கேட்டேன்!' என்றான் காடுவெட்டி; 'சொன்னேன்' என்றாள் கண்மணி.

என்ன சொன்னாள்? 'எதற்கும் ஒரு முறை உண்டு அல்லவா?' என்று சொன்னாள்.

'உண்டு!' என்றான் அவன்.

'திருடுவதாயிருந்தால்கூட சமய சந்தர்ப்பம் பார்த்துத்தான் திருட வேண்டும், இல்லையா?'

'ஆமாம்!'

'ஒரு பெண்ணின் கன்னித் தன்மை கழிவதற்கு முன்னால் அவள் தன் கற்பை இழக்கக் கூடாதல்லவா?'

'இழக்கக் கூடாது!'

'கலியாணமாகாமல் ஒரு பெண்ணின் கன்னித் தன்மை கழியாதல்லவா?'

'கழியாது!'

'அப்படியானால் இன்று என்னைப் போகவிடுங்கள்; நாளைக் காலை நான் கலியாணத்தைச் செய்து கொண்டு என் கன்னித் தன்மையையும் கழித்துக் கொண்டு மாலை இங்கே வருகிறேன்!' எனக் கண்மணியாகப்பட்டவள் சொல்ல, 'நிச்சயம் வருவாயா?' எனக் காடுவெட்டியாகப்பட்டவன் கேட்க, 'நிச்சயம் வருவேன்!' என அவளாகப்பட்டவள் சொல்ல, 'சத்தியமாக வருவாயா?' என அவனாகப்பட்டவன் பின்னும் கேட்க, 'சத்தியமாக வருவேன்!' என அவளாகப்பட்டவள் பின்னும் சொல்ல, 'சரி, இன்று போய் நாளை வா!' என ஸ்ரீ ராமபிரானாகப்பட்டவர், ராவணனாகப்பட்டவனுக்குப் போர்க்களத்தில் சொல்லி அனுப்பியது போல் காடுவெட்டியாகப்பட்டவன் கண்மணியாகப் பட்டவளுக்குச் சொல்லியனுப்புவானாயினன்.

இப்படியாகத்தானே கண்மணியாகப்பட்டவள் அந்தக் கள்ளனிடமிருந்து விடுபட்டு வர, மூக்கைச் சிந்திக் கொண்டிருந்த மூதாட்டிகளும், தலையில் கையை வைத்துக் கொண்டிருந்த பெரியவரும் அவளைக் கண்டதும் 'விருட்' டென்று எழுந்து நின்று அவளை மேலுங் கீழுமாகப் பார்க்க, 'சந்தேகப்படாதீர்கள்; போனது போனபடியேதான் திரும்பி வந்திருக்கிறேன்!' என்று அவள் சிரித்துக்கொண்டே சொல்ல, 'எனக்குத் தெரியுமே, அந்தத் தர்மராசா எந்தத் தப்புத் தண்டாவுக்கும் போகமாட்டாரே! என்று பெரியவர் மறுபடியும் எல்லோரையும் வண்டியில் ஏற்றிக்கொண்டு கிளம்ப, 'அப்படிப்பட்ட தர்மராசா இந்தக் கொல்லிமலைக் காட்டிலே வந்து ஒளிந்துகொண்டு ஏன் கொள்ளையடிக்க வேண்டுமாம்?' என்று மூதாட்டிகளில் ஒருத்தி கேட்க, 'தெரியாமல்தான்!' என்று பெரியவர் சொல்ல, 'என்ன

தெரியாமல்தான்?' என்று மூதாட்டி ஒன்றும் புரியாமல் கேட்க, 'சட்டரீதியாகக் கொள்ளையடிக்கச் சிலருக்குத் தெரிகிறது; அவர்கள் நாட்டிலே இருந்துகொண்டு தங்கள் தொழிலை நாகரிகமாக நடத்திக் கொண்டிருக்கிறார்கள். அது தெரியாதவர்கள் காட்டிலே இருந்துகொண்டு தங்கள் தொழிலைக் காட்டுமிராண்டித்தனமாக நடத்திக் கொண்டிருக்கிறார்கள். இதுவே வித்தியாசம்!' என்று பெரியவர் அவளுக்குப் புரிய வைப்பாராயினர்.

இந்த விதமாகத்தானே வழி நெடுகக் காடுவெட்டியின் அருமை பெருமைகளைப் பற்றிப் பேசிக்கொண்டே சென்ற அவர்கள் அனைவரும் ஊர்க் கோயிலை அடைய, அவர்களுக்காக அங்கே வந்து காத்திருந்த பிள்ளை வீட்டார் அகமும் முகமும் ஒருங்கே மலர அவர்களை வரவேற்று அழைத்துக் கொண்டு போய், அவர்களுக்கு வேண்டிய வசதிகளைச் செய்து கொடுப்பாராயினர்.

மறுநாள் காலை கொட்டுமேளம் முழங்க, கலியாணம் 'ஜாம், ஜாம்' என நடந்து முடிய, பந்தி போஜனம் முடிந்து, தாம்பூலம் தரித்துக் கொண்டதும், பெண் வீட்டார் பிள்ளையை அழைத்துக்கொண்டு தங்கள் ஊருக்குக் கிளம்ப, 'இந்தத் தடவை அந்தக் கொல்லிமலைக் காட்டு வழியே போக வேண்டாம்; கொஞ்சம் சுற்று வழியாயிருந்தாலும் வேறு வழி பார்த்துக் கொண்டு போங்கள்!' என மூதாட்டிகளில் ஒருத்தி சொல்ல, 'வேண்டாம்; வந்த வழியே போங்கள்!' எனக் கண்மணி சொல்வாளாயினள்.

'ஏன்?' என்று கேட்டாள் மூதாட்டி; 'பொறுத்துப் பாருங்கள்!' என்றாள் கண்மணி.

'சரி!' என்று பெரியவர் வந்த வழியே வண்டியை ஓட்ட, கொல்லிமலைக் காட்டை அடைந்ததும் கண்மணி வண்டியை விட்டுக் கீழே இறங்கிச் சுற்றுமுற்றும் பார்த்துக்கொண்டே

எதையோ எடுத்துத் தன் இடுப்பில் செருகிக் கொள்வாளாயினள்.

'என்ன அது?' என்று கேட்டார் பெரியவர்; 'கத்தி!' என்றாள் கண்மணி.

'எதற்கு?' என்று கேட்டார் பெரியவர்; 'தற்காப்புக்கு!' என்றாள் கண்மணி.

'சரி, போய் வா!' என்றார் பெரியவர்; 'போய் வருகிறேன்!' என்றாள் கண்மணி.

இப்படியாகத்தானே தன்னைத் தேடி வந்த கண்மணியைக் கண்டதும் காடுவெட்டி திகைத்துப்போய் நிற்க, இம்முறை அவன் கை தன்மேல் பட்டால் தன்னைத் தானே குத்திக்கொண்டு சாவது என்ற தீர்மானத்துடன் அவள் தன்னுடைய இடையில் செருகியிருந்த கத்திப் பிடியின்மேல் ஒரு கை வைத்து நிற்க, 'இன்றுதான் சத்திய தேவதையை நான் கண்ணாரக் கண்டேன், தாயே!' என்று அவன் அவளுடைய காலடியில் நெடுஞ்சாண் கிடையாக விழுந்து எழுந்து, 'என் சபலம் ஒழிந்தது; சஞ்சலம் தீர்ந்தது!' என்று கன்னத்தில் வேறு போட்டுக்கொண்டு, 'போய் வா தாயே, போய் வா! 'உண்மை வெல்லும்' என்று நீ என்னைக் கொண்டே எனக்கு உணர்த்திவிட்டாய்! இப்போது எனக்கு உண்மையிலும் நம்பிக்கை வந்துவிட்டது; உழைப்பிலும் நம்பிக்கை வந்துவிட்டது. இனி நான் கொள்ளையடித்துப் பிழைக்க மாட்டேன். என் பெயருக்குத் தகுந்தாற்போல் காடுவெட்டியாவது பிழைத்து வாழ்வேன்; எனக்கென்று ஒரு கன்னிப் பெண்ணையும் தேடி மணப்பேன்! போய் வா தாயே, போய் வா!' என்று அவளைத் தன் மனம் மொழி மெய்களால் வணங்கி வழி கூட்டி அனுப்ப, அந்தக் காட்சியை அருகிலிருந்த ஒரு புதரின் மறைவில் நின்று பார்த்துக் கொண்டிருந்த அவளைச் சேர்ந்தவர்கள் ஆச்சரியத்தில் மூழ்க, 'எனக்குத் தெரியுமே, என்ன இருந்தாலும் அவன்

தருமராசாவாச்சே!' என்று பெரியவர் தம் கண்ணில் துளிர்த்த நீரைத் துடைத்துக்கொண்டே அவர்களை அழைத்துக் கொண்டு தம்முடைய ஊருக்குச் செல்வாராயினர்.

பாதாளம் இந்தக் கதையைச் சொல்லி முடித்துவிட்டு, 'மனிதன் எப்போது குற்றம் செய்கிறான்!' என்று விக்கிரமாதித்தரைக் கேட்க, 'ஏமாறும்போதும், ஏமாற்றப்படும் போதும்தான் அவன் குற்றம் செய்கிறான்!' என்று விக்கிரமாதித்தர் சொல்ல, பாதாளம் அவரிடமிருந்து தப்பி, மீண்டும் போய் முருங்கை மரத்தில் ஏறிக்கொண்டு விட்டது காண்க... காண்க... காண்க....

11. பாதாளம் விக்கிரமாதித்தனுக்குச் சொன்ன மெல்லியலாள்கள் கதை

"மறுபடியும் விக்கிரமாதித்தர் முருங்கை மரத்தின் மேல் ஏறி, பாதாளத்தைப் பிடித்துக் கொண்டு வர, அது அவருக்குச் சொன்ன பதினோராவது கதையாவது:

'கேளுமய்யா, விக்கிரமாதித்தரே! கேளும் சிட்டி, நீரும் கேளும்! பொதுவாகப் பெண்கள் எல்லோருமே மெல்லியலாள்கள்தான் என்றாலும், அதிலும் ஒரு தனித்தன்மை பெற்றிருந்த மூன்று மெல்லியலாள்கள் எங்கள் ஊரிலே உண்டு. அவர்களில் ஒருத்தியின் பெயர் மல்லிகை; இன்னொருத்தியின் பெயர் மகிழம்பூ; மற்றொருத்தியின் பெயர் மருக்கொழுந்து. இவர்கள் மூவரும் தாங்கள் மெல்லியலாள்கள் என்பதை ஒவ்வொரு சொல்லிலும், ஒவ்வொரு செயலிலும் காட்டி வந்தார்கள். அதற்காக எதைப் பேசினாலும் மெதுவாகப் பேசிக்கொண்டு, என்னத்தைச் செய்தாலும் மெதுவாக நடந்துகொண்டு இருந்தார்களா என்றால், அதுதான் கிடையாது. அவர்கள் கிணற்றடியில் பேசினால் வீட்டுக்குக் கேட்கும்; ஆற்றங்கரையில் துணி துவைத்தால் அதன் ஒலி ஆகாயத்தில் எதிரொலிக்கும்; தெருவில் நடந்தால் 'கோயில் யானைகள் வராப்போல இருக்குடோய்!' என்று வீட்டுக்குள் இருக்கும் சிறுவர்கள் எல்லாம் வீதிக்கு ஓடி வந்துவிடுவார்கள்.

இந்த விதமாகத்தானே தங்கள் மெல்லியலாள் தன்மையை இவர்கள் நிலைநாட்டிக்கொண்டு வருங்காலையில், ஒரு நாள் மல்லிகையாகப்பட்டவள், 'நேற்றிரவு பௌர்ணமியாச்சே என்று நான் கொஞ்ச நேரம் எங்கள் வீட்டு மொட்டை மாடிக்குப் போய் நின்றேன்; நிலவொளிபட்டு என் முகமெல்லாம் கொப்புளித்துவிட்டது!' என்று சொல்ல, 'அப்படியா சமாசாரம்?' என்று, 'நேற்று நான் ஒரு கலியாணத்துக்குப் போயிருந்தேன். அங்கே வந்திருந்த என்

தோழிகளில் ஒருத்தி சந்தனத்தை எடுத்து விளையாட்டாக என் கன்னத்தில் தடவிவிட்டாள். இதோ பார்த்தாயா, அந்த இடம் அப்படியே கன்றிப்போய்விட்டது!' என்று மகிழம் பூவாகப்பட்டவள் தன் கன்னத்தைத் திருப்பிக் காட்ட, 'உங்களுக்கு நான் என்ன தோற்றவளா!' என்று, 'இதைப் போய்ச் சொல்கிறீர்களே? எங்கள் பக்கத்து வீட்டுக்காரி நேற்று மிளகாய்ப் பொடி இடித்தாளாம். அந்த உலக்கைச் சத்தத்தைக் கேட்ட பாவம், என் உடம்பெல்லாம் வீங்கி விட்டது!' என்று மருக்கொழுந்துவாகப்பட்டவள் தன் உடம்பைத் திருப்பித் திருப்பிக் காட்ட, மற்ற மெல்லியலாள்கள் இருவரும் அதற்குமேல் என்னத்தைச் சொல்லித் தங்கள் மென்மையை நிலைநாட்டுவது என்று தெரியாமல் அப்படியே வாய் அடைத்துப்போய் நின்று விட்டார்கள் என்றாவறு... என்றவாறு... என்றவாறு.....'

பாதாளம் இந்தக் கதையைச் சொல்லி முடித்துவிட்டு, 'இந்த மூன்று மெல்லியலாள்களில் மற்ற இருவரைத் தூக்கியடித்த மெல்லியலாள் யார்?' என்று விக்கிரமாதித்தரைக் கேட்க, 'சந்தேகமென்ன, அடுத்த வீட்டுக்காரி மிளகாய்ப் பொடி இடிக்க, அந்தச் சத்தத்தைக் கேட்டுத் தன் உடம்பெல்லாம் வீங்கிவிட்டது என்றாளே, அவள்தான் மற்ற இருவரையும் தூக்கியடித்த மெல்லியலாள் ஆவாள்! என்று விக்கிரமாதித்தர் சொல்ல, பாதாளம் அவரிடமிருந்து தப்பி, மீண்டும் போய் முருங்கை மரத்தில் ஏறிக்கொண்டு விட்டது காண்க... காண்க... காண்க...

12. பாதாளம் விக்கிரமாதித்தனுக்குச் சொன்ன நஞ்சுண்டகண்டன் கதை

"விக்கிரமாதித்தர் மறுபடியும் முருங்கை மரத்தின் மேல் ஏறி, பாதாளத்தைப் பிடித்துக்கொண்டு வர, அது அவருக்குச் சொன்ன பன்னிரண்டாவது கதையாவது:

'கேளுமய்யா, விக்கிரமாதித்தரே! கேளும் சிட்டி, நீரும் கேளும்! நகரத்துக்குப் புதியவர்கள் யாராவது வந்து, 'எந்தத் தெரு எங்கே இருக்கிறது?' என்று வழி கேட்டால்கூடத் தெரிந்தாலும் தெரியாதென்று முகத்தில் அடித்தாற் போல் சொல்லிவிட்டுப் போகும் எத்தனையோ புண்ணியவான்கள் இந்த நாட்டிலே இல்லையா? அந்தப் புண்ணியவான்களிலே ஒருவனாகத்தான் நம்பியும் முதன் முதலில் இருந்து வந்தான். அப்படி இருந்து வந்தவன், திடீரென்று ஒரு நாள், 'நானும் சேவை செய்யப் போகிறேன்!' என்று கிளம்ப, 'எதற்கு, யாருக்கு?' என்று அவன் நண்பன் நஞ்சுண்டகண்டன் திடுக்கிட்டுக் கேட்க, 'தமிழுக்கு, தமிழனுக்கு!' என்பதாகத் தானே அவன் மார் தட்டிச் சொல்ல, 'செய்யப்பா, செய்! அதுதான் இப்போது எல்லாத் தொழிலையும்விட லாபகரமான தொழிலாயிருக்கிறது!' என்பதாகத்தானே இவன் அவனை 'ஊக்கு, ஊக்கு' என்ற ஊக்குவிக்க, 'தொழில் என்று சொல்லாதே; தொண்டு என்று சொல்!' என்று அவன், தான் புதிதாகக் கற்றத் தூய தமிழில் சொல்லிக் குறுக்கிட, 'அந்தத் தொழில் ரகசியமெல்லாம் எனக்குத் தெரியாதப்பா!' என்று இவன் ஒரு கைக்கு இரு கைகளாக விரித்து வைப்பானாயினன்.

'கிடக்கிறான்!' என அத்துடன் அவனை விட்டுவிட்டு, நம்பியாகப்பட்டவன் எங்கேயோ அவசர அவசரமாகச் செல்ல, 'எங்கே போகிறாய்?' என நஞ்சுண்டகண்டன் கேட்க, 'தமிழனைத் தட்டி எழுப்பும் தமிழ்ப் பித்தனின் பேச்சைக் கேட்கப் போகிறேன்!' என அவன் சொல்ல, 'துங்கும்

தமிழனல்லவா அந்தப் பேச்சைக் கேட்டு எழுந்திருக்க வேண்டும்? தூங்காத தமிழன் அதைக் கேட்டு என்ன செய்யப் போகிறான்?' என இவன் ஒரு வினா எழுப்ப, 'ஓ, நான் துங்கவில்லையா? அது இப்போதுதான் என் ஞாபகத்துக்கு வருகிறது!' என அவன் இவனுக்குப் பக்கத்திலேயே உட்கார்ந்து கொள்வானாயினன்.

அதுதான் சமயமென்று, 'அப்பா, நம்பி! சேவை என்றால் இந்தக் காலத்தில் பிறர் பேசுவதைக் கேட்கப்போவது சேவையல்ல; நீயே பேசுவதுதான் சேவை. அதிலும் சும்மா பேசுவது சேவையாகாது; ஊரில் பெரிய மனிதர்கள் என்று பெயரெடுப்பதற்காக அவ்வப்போது கூட்டம் போடும் சிலரிடம் ஐம்பதோ, நூறோ முன் பணமாக வாங்கிக் கொண்டு பேசுவதுதான் சேவையாகும்!' என்று நஞ்சுண்ட கண்டன் சற்றே சேவையைப் பற்றி விளக்க, 'அதைக் கற்றுக்கொள்ளும் வரையிலாவது நான் கூட்டங்களுக்குப் போகவேண்டாமா?' என்று நம்பி கேட்க, 'அவசியம் போகத்தான் வேண்டும்; அதுவரை வேண்டுமானால் போய் வா!' என்று இவன் அவனை வாழ்த்தி, வழி கூட்டி அனுப்பி வைப்பானாயினன்.

இப்படியாகத்தானே பல கூட்டங்களுக்குப் போய் வந்ததன் காரணமாகத்தானோ என்னவோ, நம்பியாகப்பட்டவன் எதற்கெடுத்தாலும் எப்போது பார்த்தாலும், 'என் மொழி தமிழ் என்பேன்; என் இனம் தமிழ் இனம் என்பேன்; என் அகம் தமிழ் அகம் என்பேன்!' என வீராவேசத்துடன் மார்பை முன்னால் தள்ளிக்கொண்டு முழங்க, 'இதென்னடா, வம்பாய்ப் போச்சு!' என நினைத்த நஞ்சுண்டகண்டன், 'யார் அப்பா இல்லை என்று சொன்னது? உன் மொழி தமிழ்தான்; உன் இனம் தமிழ் இனம்தான்; உன் அகம் தமிழ் அகம்தான்!' எனச் சந்தேகத்துக்கு இடமின்றிச் சொல்ல, 'ஓ, என் மொழி தமிழ்தானா? என் இனம் தமிழ் இனம்தானா? என் அகம் தமிழ் அகம்தானா?' என நம்பியாகப்பட்டவன் அவற்றை நினைவுகூர்ந்து அக்கணமே அமைதியுறுவானாயினன்.

ஆனால் அந்த அமைதியாகப்பட்டது அப்படியே நீடித்ததா என்றால், அதுதான் இல்லை. ஒரு நாள் நம்பியாகப் பட்டவன் வழக்கம்போல் தூங்காமல் அப்படியும் இப்படியுமாகத் தன் அறையிலேயே பின்னால் கையைக் கட்டியபடி ஏறு நடை போட்டுக் கொண்டிருக்க, அவன் மனைவி சுடர்க்கொடி யாகப்பட்டவள், 'ஏன் இன்னும் தூங்காமல் இருக்கிறீர்கள்?' என்று ஒன்றும் புரியாமல் அவனைக் கேட்க, 'நான் தூங்கினால் இந்தி அரக்கி வந்து தமிழை அழித்துவிடுவாள்; அதனால்தான் தூங்காமல் இருக்கிறேன்!' என்று அவன் சொல்ல, அவள் சந்தேகக் கண் கொண்டு அவனை ஏற இறங்கப் பார்த்துவிட்டு, 'உங்களுக்கென்ன, பைத்தியமா பிடித்திருக்கிறது? இந்தி அரக்கியாவது, வந்து தமிழை அழிப்பதாவது? ஆங்கில அரக்கன் வந்து அத்தனை வருஷங்கள் இருந்தானே, அவனால் தமிழ் அழிந்தா விட்டது? பேசுவதற்கு விஷயம் வேண்டும் என்பதற்காக அரசியல்வாதிகள் அவ்வப்போது ஏதாவது ஒரு 'சீசன் பிரச்னை'யைக் கிளப்பி விட்டுக் கொண்டே இருப்பார்கள். அது அவர்கள் தொழில். அந்த இழவெல்லாம் குடும்பம், குழந்தை என்று இருக்கும் உங்களுக்கு ஏன்? பேசாமல் தூங்குங்கள்!' என்று சொல்ல, 'உனக்குத் தெரியாது, சுடர்க்கொடி! இந்தி அரக்கி இப்போது நம் வாசலில் வந்து நின்று கொண்டிருக்கிறாள்; அவளை விரட்டும் வரை நான் தூங்கேன், தூங்கேன், தூங்கேன்!' என்று அவன் மீண்டும் ஒரு முறைக்கு மும்முறையாக முழங்க, 'இதென்ன சோதனை? இவர் எதைப் பார்த்துவிட்டு இப்படிச் சொல்கிறாரோ, என்னவோ? எதற்கும் வாசலையாவது போய்ப் பார்த்துவிட்டு வருவோம்!' என்று அவள் வாசலுக்கு ஓட, அந்த நேரத்தில் ஏதோ காரியமாக அந்த வழியே வந்த நஞ்சுண்டகண்டன் அவளைப் பார்த்துவிட்டு, 'என்ன சங்கதி?' என்று வினவுவானாயினன்.

'என்னத்தைச் சொல்வேன், நான்? இந்தி அரக்கி வந்து வாசலில் நிற்கிறாளாம்; அவளை விரட்டும்வரை அவர் துரங்கப் போவதில்லையாம்!' என அவள் கலங்கிய

கண்களுடன் சொல்ல, 'அடப் பாவி! தூங்கிக்கொண்டே முழங்க வேண்டிய முழக்கமல்லவா அது? என சொல்லிக் கொண்டே அவன் அவளைத் தொடர்ந்து வந்து, 'என்ன நம்பி, என்ன?' எனக் கேட்க, 'கொண்டு வா, இந்தி அரக்கியை!' என அவன் கைதேர்ந்த அரசியல்வாதியைப் போலவே கையையும் காலையும் ஆட்டிக் கூச்சல் போடுவானாயினன்.

அந்தக் கூச்சலைக் கேட்டுத் தூங்கிக் கொண்டிருந்த அவன் குழந்தைகள் இரண்டும் அலறி எழுந்து அழ, 'விஷயம் விபரீதமாகப் போய்விட்டதே!' என்று ஒரு கணம் யோசித்த நஞ்சுண்டகண்டனாகப்பட்டவன், மறுகணம் ஏதோ ஒரு முடிவுக்கு வந்தவனாய், மேஜையின்மேல் இருந்த ஒரு காகிதத்தைச் சட்டென்று எடுத்து, அதில் அவசர அவசரமாக இந்தி அரக்கியைப்போல் ஒரு படம் வரைந்து, 'இதோ கொண்டு வந்துவிட்டேன், இந்தி அரக்கியை!' என்று நம்பியாகப்பட்டவனிடம் நீட்ட, 'ஹஹ்ஹாஹ்ஹாஹ்ஹா!' என்று சிரித்துக் கொண்டே அவன் அதை வாங்கி தீக்கு இரையாக்கிவிட்டு, 'ஒழிந்தாள் இந்தி அரக்கி! எங்கே எனக்கு வெற்றி விழா?' என்று எக்காளத்தோடு கேட்க, 'கொண்டாடப்படும்!' என்றான் நஞ்சுண்டகண்டன்.

'வீர வழிபாடு?'

'நடத்தப்படும்!'

'பொன்னாடை?'

'போர்த்தப்படும்!'

'சிலை?'

'வைக்கப்படும்!'

'எல்லாவற்றுக்கும் 'படும், படும், படும்தானா!' என நம்பி நம்பிக்கையிழந்து கேட்க, 'ஆமாம்; படும், படும், படும்!' என நஞ்சுண்டகண்டன் அவனைத் தட்டிப் படுக்க வைத்துவிட்டு, 'அவரவர்கள் சொந்தச் செலவில் தேடிக் கொள்ளும் கௌரவங்களை யெல்லாம் ஊரார் செலவில் தேடிக்கொள்ள வேண்டும் என இந்த எல். டி. சி. நினைத்தால் முடியுமா?' என வெளியே நடக்க, குழந்தைகளைத் தட்டித் தூங்க வைத்துக்கொண்டிருந்த சுடர்க்கொடியாகப் பட்டவள், 'இவருக்கு என்ன அண்ணா? எனக்குப் பயமாயிருக்கிறதே!' என அழுது புலம்ப, 'வேறென்ன, பைத்தியம்தான்!' என அவன் மனம் வெதும்பிச் சொல்வானாயினன்.

இந்த விதமாகத்தானே அரசியல்வாதிகளின் வெறித்தனமான பேச்சுக்கு இரையாகி நொடித்துப்போன எத்தனையோ குடும்பங்களில் ஒன்றாக நம்பியின் குடும் பமும் ஆக, அதைக் கண்டு மனம் பொறாத நஞ்சுண்ட கண்டன், அந்தக் குடும்பத்தையும் தானே மேற்கொண்டு நடத்துவானாயினன்.

'இப்படி எத்தனை நாட்கள் அண்ணா, உங்களால் எங்களைக் கட்டிக் காக்க முடியும்?' என்று ஒரு நாள் சுடர்க் கொடியாகப்பட்டவள் கேட்க, 'எனக்கென்ன, பெண்டாட்டியா பிள்ளையா? இருப்பது ஒரே பெட்டி, ஒரே படுக்கை; அவற்றையும் இங்கே கொண்டு வந்து போட்டு விட்டால் இப்போது நான் இருக்கும் அறையின் வாடகையும் மிச்சம்!' என்று அவன் தன் பெட்டியையும் படுக்கையையும் கொண்டு வந்து அங்கே போட்டுவிட்டு, 'உன்னுடைய குழந்தைகள் தலையெடுக்கும் வரை, என்னால் முடிந்த வரை உனக்கு நான் உதவுகிறேன்; நீயும் தையல் மெஷினைக் கொஞ்ச நாட்களுக்குக் கட்டிக்கொண்டு அழு. அதற்குப் பின் உன் பாடு, குழந்தைகள் பாடு!' என்று சொல்ல, பிறந்தகம் என்று ஒன்று இல்லாத சுடர்க்கொடியும் 'சரி' என்று அதற்குச் சம்மதிப்பாளாயினள்.

இந்த விதமாகத்தானே நம்பியாகப்பட்டவனை மனநோய் மருத்துவ விடுதியில் சேர்த்துவிட்டு, அந்தக் குடும்பத்தை நஞ்சுண்டகண்டனாகப்பட்டவன் நடத்திவருங்காலையில், பிறர் வாழ்ந்தாலும் பொறுக்காத, கெட்டாலும் தாங்காத ஈனப் பிறவிகள் சில ஒரு நாள் குழாயடியில் ஒன்று கூடி, சுடர்க்கொடியின் வீட்டைச் சுட்டிச் சுட்டிக் காட்டி ஏதோ பேச, 'அது என்ன பேச்சு?' என்பதற்காகத்தானே அவளும் அவனும் கவனிப்பாராயினர்.

'தெரியுமா, சேதி?' என்றது அந்த ஈனப் பிறவிகளில் ஒன்று.

'தெரியுமே! அந்த நஞ்சுண்டகண்டனுக்கும் சுடர்க் கொடிக்கும் ரொம்ப நாளாகவே உறவாம்; அவர்கள் இருவரும் சேர்ந்துதான் அந்த நம்பிக்கு ஏதோ மருந்து வாங்கிக் கொடுத்து அவனைப் பைத்தியமாக்கி விட்டார்களாம்!' என்றது இன்னொன்று.

'அதுதானே பார்த்தேன், சோழியன் குடுமி சும்மா ஆடுமா?' என்றது மற்றொன்று.

'அது எப்படி ஆடும்?' என்றது மற்றும் ஒன்று.

அதற்குப் பின் எல்லாருமாகச் சேர்ந்து 'கலகல'வெனச் சிரித்த அந்தச் சிரிப்பு, சுடர்க்கொடியின் நெஞ்சிலே நெருப்பை வாரிக் கொட்டியதுபோல் இருக்கவே, 'என்னால் தானே அந்த உத்தமருக்கு இந்த அபவாதம்?' என அவள் நினைப்பாளாயினள்; 'என்னால்தானே அந்த உத்தமிக்கு இந்த அபவாதம்!' என அவன் நினைப்பானாயினன். இப்படியாகத்தானே இருவரும் ஒருவருக்கொருவர் தெரியாமல் ஒருவரைப் பற்றி ஒருவர் நினைத்து வருந்திக் கொண்டிருக்குங்காலையில், ஒரு நாள் சுடர்க்கொடியாகப் பட்டவள் ஊராரின் அபவாதத்துக்கு அஞ்சித் தன் உயிரைத்தானே மாய்த்துக் கொள்ளத் துணிந்து அரளிக் கொட்டையை அரைத்துத் தண்ணிரில் கலக்கிக் குடிக்கப்

போக, அதுகாலை அவள் குழந்தைகளில் ஒன்று, 'அம்மா!' என்று அவளை அழைத்துக் கொண்டே வந்து அவளுடைய கால்களைக் கட்டிப் பிடிக்க, அவள் தன் கையிலிருந்த குவளையைக் கீழே வைத்துவிட்டு, 'என் கண்ணே! என்று அதைத் தூக்கி அணைத்துக்கொள்ள, உள்ளமுருகும் அந்தக் காட்சியைப் பார்த்துக்கொண்டே வந்த நஞ்சுண்டகண்டன் விஷயத்தை ஒருவாறு புரிந்துகொண்டு, அவள் கீழே வைத்த அரளிக் கொட்டைத் திரவத்தை எடுத்துச் சட்டென்று குடித்துவிட்டு, 'பழிக்கு அஞ்சிச் சாக வேண்டியவள் நீ அல்ல; நான்தான். ஏனெனில், எனக்குப் பின்னால் எனக்காக அழ இந்த உலகத்தில் யாரும் கிடையாது; உனக்காக அழ உன்னுடைய குழந்தைகள் இருக்கின்றன. அவற்றைக் காப்பாற்று; உன் கடைசி மூச்சு உள்ளவரை காப்பாற்று!' என்று சொல்லிக் கொண்டே மயங்கிக் கீழே விழுந்து கண்ணை மூட, 'ஐயோ, அண்ணா! உங்களுக்காக நான் அழுவேன்; என் காலமெல்லாம் அழுவேன்!' என்று அவன்மேல் விழுந்து அவள் புரண்டு புரண்டு அழுவாளாயினள்.'

பாதாளம் இந்தக் கதையைச் சொல்லி முடித்துவிட்டு, 'பழிக்கு அஞ்சி சாக வேண்டியது அவளா, அவனா?' என விக்கிரமாதித்தரைக் கேட்க, 'இருவரும் அல்ல; ஒரு பாவமும் அறியாத அவர்களைப் பழிக்கு உள்ளாக்கிய சமூகம்தான்!' என விக்கிரமாதித்தர் சொல்ல, பாதாளம் அவரிடமிருந்து தப்பி, மீண்டும் போய் முருங்கை மரத்தில் ஏறிக்கொண்டு விட்டது காண்க... காண்க... காண்க...

13. பாதாளம் விக்கிரமாதித்தனுக்குச் சொன்ன தருமராசன் கதை

"மறுபடியும் விக்கிரமாதித்தர் முருங்கை மரத்தின் மேல் ஏறி, பாதாளத்தைப் பிடித்துக்கொண்டு வர, அது அவருக்குச் சொன்ன பதின்மூன்றாவது கதையாவது:

'கேளுமய்யா, விக்கிரமாதித்தரே! கேளும் சிட்டி, நீரும் கேளும்! 'தருமபுரி, தருமபுரி, தருமபுரி என்று சொல்லா நின்ற ஊரிலே, 'தருமராசன், தருமராசன்' என்று ஒரு தருமராசன் உண்டு. அந்த தருமராசனாகப்பட்டவர், தருமபுரீஸ்வரர் கோயிலுக்கு நாள் தவறாமல் போய் வருவதுண்டு. அப்படிப் போய் வரும்போதெல்லாம் அங்குள்ள பிச்சைக்காரர்களுக்கு அவர் தலைக்கு ஒரு பைசா வீதம் தருமம் செய்துவிட்டு வருவதும், அதற்காக அவர்கள் அவரைக் கண்டதும் தேனில் ஈ மொய்ப்பதுபோல் வந்து மொய்த்துக் கொள்வதும் வழக்கமாயிருந்து வந்தது. இந்த வழக்கத்துக்கு விரோதமாய் அவர் ஒரு நாள் தலைக்கு ஒரு பைசா தருமம் செய்வதற்குப் பதிலாகப் பத்துப் பைசா தருமம் செய்ய, 'இது என்ன ஆச்சச்சரியம்!' என்று அவரைச் சூழ்ந்து நின்ற பிச்சைக்காரர்களில் ஒருவன் சுற்றுமுற்றும் பார்க்க, அந்த வழியே புன்னகை சிந்தியவண்ணம் 'தவனம், தவனம்' என்னும் பேர் கொண்ட பேரழகி ஒருத்தி வந்து கொண்டிருப்பதைக் கண்டு, அவன் அப்படியே அயர்ந்து போய் நிற்பானாயினன்.

இவன் இங்ஙனம் நிற்க, 'அண்ணலும் நோக்கினான், அவளும் நோக்கினாள்' என்பதற்காகத்தானே தருமராசன் அவளை நோக்க, அவளும் தருமராசனை நோக்க, 'புனிதமான கோயிலில், புனிதமான காதல் அரும்பிவிட்டது' என எண்ணிப் பூரித்துப் போனவராய், அவர் அவளைத் திரும்பித் திரும்பிப் பார்த்துக்கொண்டே சென்று, அங்கிருந்த ஒரு

தூணில் மோதிக்கொண்ட பின் தன் நினைவுக்கு வந்து, தன் வழியே செல்வாராயினர்.

இவர் இங்ஙனம் செல்ல, அந்தப் பிச்சைக்காரனோ மெல்ல தவனத்தை நெருங்கி, 'அம்மா, ஒரு விண்ணப்பம்!' என்று கூனிக் குறுகி நின்றானாயினன்.

'என்ன விண்ணப்பம்?'

'தினம் தினம் நீங்கள் இந்தக் கோயிலுக்கு வந்து கொண்டிருக்க வேண்டும். தாயே!'

'ஏன்?'

'உங்களைப் பார்த்தால் ஒரு பைசா போடும் மவராசர்கள் கூடப் பத்துப் பைசா போடுகிறார்கள்!' என அவன் தலையைச் சொறிந்து கொண்டே சொல்ல, 'அதற்கென்ன, வருகிறேன்; எனக்கும் எண்ணி நாற்பது நாட்கள் இந்தக் கோயிலைச் சுற்றி வரவேண்டியிருக்கிறது!' என்பதாகத்தானே அவளும் சிரித்துக்கொண்டே சொல்லி விட்டுச் செல்வாளாயினள்.

இப்படியாகத்தானே தவனமும் தருமராசனும் தினம் தினம் கோயிலில் சந்திக்க, ஒரு நாள் தருமராசனாகப் பட்டவர் ஆசையை அடக்க முடியாமல் அவளை அணுகி, 'கண்ணோடு கண் பேசிக்கொண்டிருந்தால் மட்டும் போதுமா? வாயும் பேச வேண்டாமா?' எனக் கேட்டு 'இளி, இளி' என இளிக்க, அவள் திடுக்கிட்டு, 'என்னத்தைப் பேசச் சொல்கிறீர்கள்?' என எரிந்து விழுவாளாயினள்.

தருமராசன் ஒன்றும் புரியாமல், 'எனக்காகத்தானே நீ தினம் தினம் இங்கே வருகிறாய்?' எனப் பின்னும் கேட்க, 'முகரையைப் பார் முகரையை! உமக்காக நான் ஏன் வருகிறேன்? போம் ஐயா, போம்!' என அவள் பின்னும் அலட்சியமாகச் சொல்லிவிட்டு நடக்க, 'அடக் கடவுளே!

'காதல் ஒரு கனவு' என்கிறார்களே, அது இதுதானா? என அவர் பத்துப் பைசாவுக்குப் பதிலாக ஒரு பைசா தருமம் செய்யக்கூட மறந்து வெளியே செல்ல, 'சாமி, சாமி!' என அவரைத் தொடர்ந்து சென்ற பிச்சைக்காரர்கள் ஒன்றும் கிடைக்காமல் திரும்பி, 'நாம் கொடுத்து வைத்தது அவ்வளவுதான்!' எனத் தங்களைத் தாங்களே தேற்றிக் கொள்வாராயினர்.'

பாதாளம் இந்தக் கதையைச் சொல்லி முடித்துவிட்டு, 'தருமம் எதற்காகச் செய்ய வேண்டும்?' என விக்கிரமாதித் தரைக் கேட்க, 'புண்ணியத்துக்காகச் செய்ய வேண்டும்; பெருமைக்காகச் செய்யக் கூடாது!' என விக்கிரமாதித்தர் சொல்ல, பாதாளம் அவரிடமிருந்து தப்பி, மீண்டும் போய் முருங்கை மரத்தில் ஏறிக்கொண்டு விட்டது என்றவாறு...... என்றவாறு...... என்றவாறு.....

14. பாதாளம் விக்கிரமாதித்தனுக்குச் சொன்ன பார்வதி கதை

"விக்கிரமாதித்தர் மறுபடியும் முருங்கை மரத்தின் மேல் ஏறி, பாதாளத்தைப் பிடித்துக்கொண்டு வர, அது அவருக்குச் சொன்ன பதினான்காவது கதையாவது:

'கேளுமய்யா, விக்கிரமாதித்தரே! கேளும் சிட்டி, நீரும் கேளும்! 'பார்வதி, பார்வதி' என்ற பாவை ஒருத்தி எங்கள் பக்கத்திலே இருந்தாள். எண்ணிப் பதினாறு வயது முடியு முன்னரே அவள் பக்கத்து வீட்டுப் பையனான பரஞ்சோதியைப் பார்த்து, 'பக்கத்து வீட்டுப் பருவ மச்சான், பார்வையிலே படம் பிடிச்சான்!' என்று தன் வீட்டு மொட்டை மாடியில் நின்று பாட, பதிலுக்கு அவனும், 'பாவாடை தாவணியில் பார்த்த உருவமா? பூவாடை போட்டு வர, பூத்த பருவமா?' என்று மொட்டை மாடியில் நின்று பாட, 'எங்கே, எப்பொழுது யார் கிடைப்பார்கள்?' என்று வேறுவேலை ஒன்றும் இல்லாமல் காத்துக் கொண்டிருந்த காதலாகப்பட்டது, அன்றே அவர்களுக்கிடையில் தோன்றி, ஊன்றி, முளை விட்டு, இலை விட்டு, செடியாகி, மரமாகி, பூத்து, காய்த்து, பழுக்கும் வரை ஆனந்தமாகத் தூங்கிக் கொண்டிருந்த அவளுடைய பெற்றோர், திடீரென்று ஒருநாள் விழித்துக்கொண்டு, 'அப்படியா சமாசாரம்? ஆச்சா, போச்சா?' என்று அங்கொரு காலும், இங்கொரு காலும் எடுத்து வைத்துக் 'குதி, குதி' என்று குதிக்க, 'சும்மா நிறுத்துங்கள்!' என்பதாகத்தானே முச்சந்தியில் கை காட்டி வண்டிகளை நிறுத்தும் போலீஸ்காரன்போல் அவள் தன் பெற்றோரை அலட்சியமாகக் கை காட்டி நிறுத்துவாளாயினள்.

'பள்ளிக்கூடம் போகிறேன் என்று சொல்லிவிட்டு, நேற்று நீ அந்தப் பயலோடு எங்கேயடி, போனாய்?' என்பதாகத்தானே தாயாகப்பட்டவள் சீற, 'நான் ஒன்றும் அந்தப் பயலோடு போகவில்லை; வாத்தியாரம்மாவோடு 'எக்ஸ்கர்ஷன்'தான்

போயிருந்தேன்!' என்பதாகத்தானே மகளாகப்பட்டவள் 'காதல் பொய்'களில் ஒன்றைச் சொல்லி, அவள் வாயை அடக்குவாளாயினள்.

'இப்படிப் போய்ப் போய்த்தான் அவள் ஒவ்வொரு வகுப்பிலும் இரண்டிரண்டு வருஷங்கள் உட்கார்ந்திருக்கிறாள் போல் இருக்கிறது!' என்பதாகத்தானே தகப்பனாராகப் பட்டவர் திருவாய் மலர, 'நானா உட்கார்ந்திருக்கிறேன்? அவர்கள் உட்கார வைத்தால் அதற்கு நான் என்ன செய்வதாம்?' என்பதாகத்தானே மகளாகப்பட்டவளும் தன் பவளவாய் திறந்து, பதவிசாகச் சொல்வாளாயினள்.

'காலேஜுக்குப் போனால்தான் இப்படியெல்லாம் நடக்கும் என்பார்கள்: ஹைஸ்கூலிலேயே இப்படி நடக்கிறதே?' என்று தாயார் மூக்கின்மேல் விரலை வைக்க, 'காலம் அப்படி இருக்குடி! எலிமெண்டரி ஸ்கூலிலேயே இப்படியெல்லாம் நடந்தாலும் இப்போது ஆச்சரியப் படுவதற்கில்லை!' என்று தகப்பனார் தம் தலையில் கையை வைத்துக்கொண்டு உட்காருவாராயினர்.

'அவன் என்ன ஜாதியோ, இழவோ தெரியவில்லையே? ஒரே ஜாதியாயிருந்தாலும் மானம் போவதற்கு முன்னால் மூன்று முடிச்சைப் போட்டு விட்டுவிடலாம்' என்று தாயாகப்பட்டவள் சொல்ல, 'அதற்கும் பதினெட்டு வயதாவது ஆக வேண்டாமா? எதற்கும் உன் மகளைக் கேட்டுப் பார், அவன் என்ன ஜாதி என்று?' 'அவன் என்ன ஜாதியடி?' என்று மகளைக் கேட்க, அவள் 'இப்படியும் ஒரு முண்டம் இருக்குமா?' என்பதுபோல் தன்னை மட்டுமே புத்திசாலி என்று நினைத்துக்கொண்டு 'களுக்'கென்று சிரிக்க, தாயார் ஒன்றும் புரியாமல், 'என்னடி, சிரிக்கிறாய்?' என்று கேட்க, 'ஜாதி மதத்தையெல்லாம் பார்த்துக்கொண்டு காதல் பிறப்பதில்லை அம்மா, காதல் பிறப்பதில்லை!' என்பதாகத் தானே, தான் படித்த கதைகளிலிருந்தும், பார்த்த சினிமாக்களிலிருந்தும் கண்ட உண்மையை அவள் பளிச்

சென்று எடுத்துச் சொல்ல, 'அப்படியென்றால் அவன் ஒரு ஜாதி, நீ ஒரு ஜாதியா?' என்பதாகத்தானே தாயார் மேலும் ஒரு ‘பிற்போக்குக் கேள்வி'யைக் கேட்டு வைக்க, 'ஆமாம், ஆமாம், ஆமாம்!' என்று அவள் தன் 'முற்போக்குப் பதி'லை ஒரு முறைக்கு மும்முறையாகச் சொல்லி வைப்பாளாயினள்.

இதைக் கேட்டதும், 'நடக்காது; இந்தக் கலியாணம் என் உயிருள்ளவரை நடக்கவே நடக்காது!’ என்று தகப்பனார் அழுத்தம் திருத்தமாகச் சொல்லிக்கொண்டே ஒரு துள்ளுத் துள்ளி எழுந்து நிற்க, 'நடக்காவிட்டால் என்னை நீங்கள் உயிரோடு பார்க்க முடியாது!’ என்று மகளும் அழுத்தம் திருத்தமாக ஒரு விள்ளு விள்ளிச் சொல்லி, அவரைப் பயமுறுத்துவாளாயினள்.

‘இப்படிப்பட்ட பெண்ணை உயிரோடு பார்ப்பதும் ஒன்றுதான்; உயிரில்லாமல் பார்ப்பதும் ஒன்றுதான்!' என்று தகப்பனாராகப்பட்டவர் சொல்ல, 'மணந்தால் நான் அவரைத்தான் மணப்பேன்; இல்லாவிட்டால் மரணத்தைத் தழுவுவேன்!’ என்று மகளாகப்பட்டவள் தான் கற்ற சினிமா வசனங்களிலிருந்து ஒரு வசனத்தை எடுத்து அவருக்கு முன்னால் வீச, 'ஐயோ, அப்படியெல்லாம் செய்து விடாதேடி யம்மா!’ என்று அவள் தாயாராகப்பட்டவள் அவளைக் கட்டித் தழுவிக் கொண்டு கண்ணீர் வடிப்பாளாயினள்.

பார்த்தார் தகப்பனார்; ‘பக்கத்து வீட்டு பருவ மச்சா’னையும், ‘பாவாடை தாவணியில் பார்த்த உருவ'த்தையும் எப்படிப் பிரிப்பதென்று யோசித்தார். அதற்கு முதற்படியாகப் 'படித்தது போதும், என் அருமை மகளே!' என்று தம் மகளைப் பள்ளிக்கூடத்தை விட்டு நிறுத்தினார். நிறுத்தியபின் அவளுக்குப் ‘பால் கசக்கிறதா, படுக்கை நோகிறதா?’ என்று கவனித்தார்; 'இல்லை' என்று தெரிந்தது. அதே மாதிரி பக்கத்து வீட்டுப் பையன் அவளைப் பார்க்காத ஏக்கத்தால் ‘பாகாய் உருகுகிறானா, துரும்பாய் இளைக்கிறானா?' என்று பார்த்தார்; அவன் பலூனாய்ப் பருத்து வந்ததைக் கண்டு பரம

திருப்தியடைந்தார். ஆனாலும், 'அன்புள்ள அத்தான் ஆசைக்கோர் கடிதம்' என்று இங்கிருந்தும், 'உன்னைக் கண் தேடுதே! உன் எழில் காணவே, என் உளம் நாடுதே!' என்று அங்கிருந்தும் 'கடிதம் விடு தூது' நடக்க, அந்தத் துதிலிருந்தும் தப்பவதற்காக அவர் தம் வீட்டை மாற்றினார். அப்போதும் அந்தத் தூது நிற்காமல் தபால் இலாகாவினர் கைக்குப் போய்ச் சேர, அதை அவர்கள் ஒழுங்காகச் செய்யாமல் பிள்ளையின் கடிதத்தைப் பெண்ணைப் பெற்றவர்களிடமும், பெண்ணின் கடிதத்தைப் பிள்ளையைப் பெற்றவர்களிடமும் கொடுக்க, உடனே பிள்ளையின் தகப்பனார் துடிப்பதற்கு மீசையில்லாத குறையைத் தம் குடுமியை அவிழ்த்துப் பட்டென்று ஒரு தட்டுத்தட்டி முடிவதில் தீர்த்துக்கொண்டு பெண்ணைப் பெற்றவரைத் தேடி வர, 'என்ன சங்கதி?' என்று இவர் அவரை விசாரிக்க, 'உம்முடைய பெண்ணை அடக்கி வையும்! மரியாதையாகச் சொல்கிறேன்; உம்முடைய பெண்ணை அடக்கி வையும்!' என்று அவர் 'ருத்திர தாண்டவம்' ஆட, 'யாரிடம் சொல்கிறீர்? நீர் முதலில் உம்முடைய பையனை அடக்கி வையும்!' என்று இவர் 'ஊழிக்கூத்'தே ஆட, அதற்குள் அவருடைய சகதர்மிணி 'தா, தை' என்று அங்கே வந்து, 'என்னதான் இருந்தாலும் இப்படியா? ஆற்ற மாட்டாமல் பெண்ணைப் பெற்றுக் கொண்டவர்களுக்கு அகமுடையான் தேடி வைக்கவும் அறிவு இருக்க வேண்டாமா? அதற்காக இப்படியா ஊரை மேய விடு வது? தூ!' என்று கீழே துப்ப, 'யாரைப் பார்த்துக் கீழே துப்புகிறாய்? அயலான் வீட்டுப் பெண்ணின் தலையில் கை வைக்கும் அழகான பிள்ளையைப் பெற்று வைத்துக் கொண்டிருக்கும் நீயா என்னைப் பார்த்துக் கீழே துப்புகிறாய்? உன் மூஞ்சியிலேயே நான் துப்புகிறேன். பார்! தூ!' என்று இவருடைய மனைவி அவள் முகத்திலேயே துப்ப, இருவரும் ஒருவர் தலை முடியை ஒருவர் வளைத்துப் பிடித்துக்கொண்டு, முடிந்த மட்டும் அடித்துக் கொள்வாராயினர்.

தாங்கள் குடுமியைப் பிடித்துக் கொள்வதற்குப் பதிலாகத் தங்கள் மனைவிமார் இருவரும் தலைமுடியைப் பிடித்துக்

கொண்டு நிற்பதைக் கண்ட கணவன்மார் அப்படியே திகைத்துப் போய் நிற்க, அதற்குள் அவர்கள் இருவரும் ஒருவர் சவுரியை ஒருவர் பிடுங்கிக் கையில் வைத்துக் கொண்டு, 'மரியாதையாக என் சவுரியைக் கொடுடி!' என்று அவளை இவளும், 'மரியாதையாக என் சவுரியைக் கொடுடி' என்று இவளை அவளும் இரைக்க இரைக்கக் கேட்டுக் கொண்டு நிற்பாராயினர்.

இந்தச் சமயத்தில் தங்கள் மனைவிமாரின் உண்மையான முடியின் அளவை உள்ளது உள்ளவாறு தெரிந்து கொண்ட கணவன்மார் இருவரும் தங்களுக்குள்ளே சிரித்தபடி அவர்களுக்கிடையே புகுந்து, அவளுடைய சவுரியை இவளிடமும், இவளுடைய சவுரியை அவளிடமும் வாங்கிக் கொடுத்து விட்டுத் தங்கள் தங்கள் வீடு நோக்கி நடக்க, 'கலியாணத்தின் போது நடக்க வேண்டிய சம்பந்தி சண்டை இப்போதே நடந்துவிட்டதால் இனி கலியாணம் நடக்க வேண்டியதுதான் பாக்கி!' என்று நினைத்த காதலர்கள் இருவரும் தங்களைப் பார்த்து ஊர் சிரிப்பதை மறந்து, தங்களைத் தாங்களே பார்த்துச் சிரித்துக் கொள்வாராயினர்.

இப்படியாகத்தானே இவர்களுடைய காதல் 'ஊர் அறிந்த ரகசிய'மாய்ப் போக, பெண்ணைப் பெற்றவர் அப்போதும் தம் பிடிவாதத்தை விடாமல் தம்முடைய பெண்ணை வேறு ஓர் ஊருக்கு அழைத்துக்கொண்டு போய் அங்கே 'பரமசிவம், பரமசிவம்' என்ற ஒரு பையனைப் பார்த்து, அவன் தலையில் பார்வதியைப் பலவந்தமாகக் கட்டி வைத்து தம் கடமையைத் தீர்த்துக்கொண்டதோடு, ஜாதியையும் ஒருவாறு காப்பாற்றி வைப்பாராயினர்.

இந்தச் செய்தியை அறிந்தான் பரஞ்சோதி; இப்படி நடந்த பின் ஒரு காதலன் என்ன செய்ய வேண்டும் என்பதைச் சாவுச் சேதியைக் கூட சந்தோஷமாக வெளியிடும் ஒரு தினசரியைத் தினந்தோறும் படித்து வந்ததன் காரணமாகத் தெரிந்து வைத்துக் கொண்டிருந்த அவன், ஒரு பாழுங்கிணற்றைத்

தேடினான்; கிடைக்கவில்லை. ஒரு துளி விஷத்தைத் தேடினான்; கிடைக்கவில்லை. ஒரு முழம் கயிற்றைத் தேடினான்; கிடைத்தது. அவ்வளவுதான் ‘ஏன், காதலித்தோம்?’ என்று தெரியாமல், ‘ஏன் சாகிறோம்?’ என்று கூடத் தெரியாமல், பதினெட்டு வயதுகூட நிரம்பாத அந்தப் பாவி மகன் தன் கழுத்தில் அந்தக் கயிற்றைச் சுருக்கிட்டுக் கொண்டு தொங்கிவிட்டான்!

இந்தச் செய்தியை அறிந்தாள் பார்வதி; இப்படி நடந்த பின் ஒரு காதலி என்ன செய்ய வேண்டும் என்பதை, தான் ஏற்கெனவே பார்த்த பல சினிமாப் படங்களிலிருந்து தெரிந்து வைத்துக் கொண்டிருந்த அவள், ஒரு முழம் கயிற்றைத் தேடினாள்; கிடைக்கவில்லை. ஒரு துளி விஷத்தைத் தேடினாள்; கிடைக்கவில்லை. ஒரு பாழுங்கிணற்றைத் தேடினாள்; கிடைத்தது. அவ்வளவுதான்; ‘ஏன் காதலித்தோம்?’ என்று தெரியாமல், ‘ஏன் சாகிறோம்?’ என்றுகூடத் தெரியாமல், அந்தப் பதினாறு வயது பாவி மகள் பாழுங் கிணற்றிலே விழுந்து சாக, ‘அது தற்செயலாக நிகழ்ந்த விபத்து!’ என்று கதை கட்டி, அவள் பெற்றோர் தற்கொலை செய்துகொண்ட குற்றத்திலிருந்து தங்கள் மகளையும் தங்களையும் ஒருங்கே காத்துக்கொண்டு அமைதியுறுவாராயினர்.

இந்த அருமையான சந்தர்ப்பத்தை எதிர்பார்த்துக் கொண்டிருந்ததுபோல் சீர்திருத்தவாதிகள் சிலர் கடச்சுட வந்து, சுடுகாட்டிலேயே சுடச்சுட ஒரு கூட்டத்தைக் கூட்டி, ‘பலி! ஜாதி வெறிக்கு இரு இளம் உயிர்கள் பலி!' என்று சுடச் சுடப் பேச, 'ஜாதி வெறிக்கு என்று மட்டும் சொல்லாதீர்கள்; பதினெட்டு வயதுக்கு முன்னரே காதலிக்க ஆரம்பித்துவிட்ட அறியாமைக்குப் பலி, அசட்டுத்தனத்துக்குப் பலி, அதிகப்பிரசங்கித்தனத்துக்குப் பலி என்றும் சொல்லுங்கள்!' என்பதாகத்தானே அங்கிருந்த ஒரு பெரியவர் அதை மறுத்துச் சொல்ல, 'அடி, அந்தப் பழம் பஞ்சாங்கத்தை! உதை, அந்த மூடப் பழக்க வழக்கத்தை'’ என்று அவர்கள் அவரை விரட்டிக்கொண்டு ஓடுவாராயினர்.

இந்த விதமாகத்தானே இவர்கள் கதை முடிய, உண்மையை அறியாத பரமசிவம் தன் மனைவியின் மரணத்தால் மனம் உடைந்து, 'என் மனைவியைப் பலி கொண்ட பாழுங் கிணற்றுக்கு நானும் பலியாவேன்!' என்று பலியாக, அது சீர்திருத்தவாதிகள் உள்பட அனைவரையுமே சிந்தனைக்குள் ஆழ்த்துவதாயிற்று.'

பாதாளம் இந்தக் கதையைச் சொல்லி முடித்துவிட்டு, 'பார்வதிக்காகப் பரஞ்சோதி செத்தான்; பரஞ்சோதிக்காகப் பார்வதி செத்தாள்; பரமசிவம் ஏன் செத்தான்?' என்று விக்கிரமாதித்தரைக் கேட்க, 'அறிவில்லாமல் செத்தான்!' என்று விக்கிரமாதித்தர் சொல்ல, பாதாளம் அவரிடமிருந்து தப்பி, மீண்டும் போய் முருங்கை மரத்தில் ஏறிக்கொண்டுவிட்டது காண்க... காண்க... காண்க...

15. பாதாளம் விக்கிரமாதித்தனுக்குச் சொன்ன பரோபகாரி கதை

'விக்கிரமாதித்தர் மறுபடியும் முருங்கை மரத்தின் மேல் ஏறி, பாதாளத்தைப் பிடித்துக்கொண்டுவர, அது அவருக்குச் சொன்ன பதினைந்தாவது கதையாவது:

'கேளுமய்யா, விக்கிரமாதித்தரே! கேளும் சிட்டி, நீரும் கேளும்! 'தயாநிதி, தயாநிதி' என்று ஒரு 'தனி மனிதன்' தரங்கம்பாடியிலே உண்டு. வாழ்க்கையில் மட்டுமல்ல, வாழும் முறையிலும் 'தனி மனித'னாகவே இருந்து வந்த அவன், யாராவது ஏதாவது ஓர் உதவி கோரித் தன்னிடம் வந்தால், தன்னால் முடிந்தவரை அந்த உதவியை அவர்களுக்குத் தட்டாமல் செய்வதுண்டு. இதனால் 'பரோபகாரி' என்று அந்தப் பக்கத்தில் பெயர் எடுத்து வந்த அவன், ஒரு நாள் இரவு எங்கேயோ போய்விட்டுத் தன் ஊருக்குத் திரும்பி வந்து கொண்டிருக்க, அதுகாலை, 'ஐயா, ஐயா!' என்று ஓர் அவலக் குரல் ஒலிக்க, அதுகேட்டு அவன் திரும்பிப் பார்க்க, பூட்டிய வீட்டுக்குள்ளே இருந்த ஒருவன், 'உங்களைத்தான் ஐயா, இங்கே வாருங்கள், ஐயா!' என்று அவனைத் தீனக் குரலில் அழைப்பானாயினன்.

'என்ன சங்கதி?' என்று கேட்டுக்கொண்டே பரோபகாரி அவனை நெருங்க, 'இப்படியும் ஓர் அநியாயம் நடக்க நீர் பார்த்ததுண்டா? மனைவியைப் பிரசவத்துக்காகப் பிறந்தகத்துக்கு அனுப்பிவிட்டுத் தன்னந் தனியாக நான் வீட்டில் இருந்தேன். யாரோ ஒரு திருடன் வந்து என்னைப் பயமுறுத்தி, 'எங்கே சாவி?' என்று கேட்க, 'இதோ இருக்கிறது, அதோ இருக்கிறது!' என்று நான் சாவியைத் தேடுபவன் போல் மெல்ல வெளியே வந்து அவனை உள்ளே தள்ளிப் பூட்டி விட்டுப் போலீசுக்குத் தகவல் கொடுக்க முயல, அதற்குள் அந்தப் பாவி கைக்குக் கிடைத்ததைச் சுருட்டிக் கொண்டு என்னை உள்ளே தள்ளிப் பூட்டிவிட்டுப் போய் விட்டான்,

ஐயா!' என்று அவன் 'கோ'வென்று கதற, 'அழாதே தம்பி, அழாதே! வேறு ஏதாவது ஒரு சாவி இருந்தால் கொடு; நான் இந்த பூட்டைத் திறந்து உன்னை விடுவிக்கிறேன்!' என்று பரோபகாரி அவனைத் தேற்ற, அவன் மூக்கைச் சிந்திக் கொண்டே ஒரு சாவிக்குப் பதிலாக ஒரு கொத்துச் சாவியை எடுத்துப் பரோபகாரியிடம் கொடுக்க, அவற்றில் ஒன்றைக் கொண்டு பூட்டைத் திறந்துவிட்டு, 'இந்தா தம்பி, பூட்டும் சாவியும். இனிமேல் நீ என்ன செய்ய வேண்டும் என்று நினைக்கிறாயோ, அதைச் செய்துகொள்!' என்று பரோபகாரி பூட்டையும் சாவியையும் அவனிடம் கொடுக்க, இனி நான் செய்யவேண்டியது இதுதான்!' என்று அவன் அந்தப் பரோபகாரியை உள்ளே தள்ளிப் பூட்டி விட்டுத் 'தப்பினோம்! பிழைத்தோம்!' எனத் தலை தெறிக்க ஓடுவானாயினன்.

'இதென்ன வம்பு? இப்படியும் ஏமாற்றுவார் இந்த உலகத்தில் உண்டா?' என்று பரோபகாரி திகைக்க, அதுகாலை நாலைந்து போலீசாருடன் அங்கே வந்த ஒரு மூதாட்டி, 'இதோ இருக்கிறான் திருடன், இதோ இருக்கிறான் திருடன்!' என்று பரோபகாரியை அவர்களுக்குச் சுட்டிக் காட்டிக் கொண்டே தன்னிடமிருந்த சாவியை எடுத்துப் பூட்டைத் திறக்க, பரோபகாரி ஒன்றும் புரியாமல் நடந்ததைச் சொல்ல, 'கையும் களவுமாக அகப்பட்டுக் கொண்டு கதையா விடுகிறாய், கதை? நட!' என்று போலீசார் பரோபகாரியின் கழுத்தில் கை வைத்துத் தள்ளிக் கொண்டு போலீஸ் நிலையத்துக்குச் செல்ல, திருடனைச் சாமர்த்தியமாகப் பிடித்துப் போலீசாரிடம் ஒப்படைத்த மூதாட்டியை அக்கம் பக்கத்தில் இருந்தவர்களெல்லாம் வாயாற, மனமாறப் பாராட்டி மகிழ்வாராயினர்.'

பாதாளம் இந்தக் கதையைச் சொல்லி முடித்துவிட்டு, 'உபகாரம் செய்பவனுக்கு இந்த உலகத்தில் ஏன் இப்படி அபகாரம் வந்து சேருகிறது?" என்று விக்கிரமாதித்தரைக் கேட்க, 'உண்மை எது, பொய் எது என்று தெரிந்துகொள்ள முடியாத அளவுக்கு மனிதன் இப்போது நடிக்கக் கற்றுக்

கொண்டுவிட்டதால்!' என்று விக்கிரமாதித்தர் சொல்ல, பாதாளம் அவரிடமிருந்து தப்பி, மீண்டும் போய் முருங்கை மரத்தில் ஏறிக்கொண்டு விட்டது என்றவாறு... என்றவாறு... என்றவாறு...

16. பாதாளம் விக்கிரமாதித்தனுக்குச் சொன்ன கருடன் வந்து கண் திறந்த கதை

"விக்கிரமாதித்தர் மறுபடியும் முருங்கை மரத்தின் மேல் ஏறி, பாதாளத்தைப் பிடித்துக்கொண்டுவர, அது அவருக்குச் சொன்ன பதினாறாவது கதையாவது:

'கேளுமய்யா, விக்கிரமாதித்தரே! கேளும் சிட்டி, நீரும் கேளும்! 'ஆலகால விடத்தையும் நம்பலாம், ஆற்றையும் பெருங் காற்றையும் நம்பலாம்' என்று ஆரம்பித்து, 'சேலை கட்டிய மாதரை நம்பொணாது மெய், நம்பொணாது மெய், நம்பொணாது மெய், காணுமே!' என்று முடியும் 'விவேக சிந்தாமணி' பாடலை நீங்கள் கேட்டிருக்கிறீர்களல்லவா? அந்தப் பாடலை அப்படியே பின்பற்றி நடந்து வந்த கணவன் ஒருவன் அதிராமபட்டினத்திலே உண்டு. 'முத்து, முத்து' என்று பெயர் பெற்றிருந்த அவனுக்கு, 'மாரி, மாரி' என்று ஒரு மனைவி உண்டு. அந்த மனைவி சேலை கட்டியதால் தானோ என்னவோ, அவன் அவளை நம்புவதே இல்லை. அது மட்டுமல்ல; 'அவள் எப்போது தன்னை விஷம் வைத்துக் கொன்று விடுவாளோ?' என்று ஒரு காரணமும் இல்லாமல் ஒவ்வொரு நிமிஷமும் பயந்துகொண்டே இருந்த அவன், அவள் தனக்குப் பரிமாறும் உணவைக்கூட உடனே எடுத்துச் சாப்பிடுவதில்லை; நாய்க்கோ, பூனைக்கோ முதலில் ஒரு பிடியை எடுத்து வைத்து, அந்தப் பிடியை அது சாப்பிட்டு உயிருடன் இருந்த பின்னரே அவன் சாப்பிடுவான். இந்த விஷயம் அவளுக்குத் தெரியாது; அவளிடம் அவன் அதைச் சொல்லவும் இல்லை. ஆகவே 'வாயில்லாப் பிராணிகளிடத்தில் தன் கணவனுக்குள்ள பிரியம்தான் அதற்குக் காரணம் போலும்!' என்று அவள் எண்ணி வாளாவிருப்பாளாயினள்.

இந்த விதமாகத்தானே தன் உயிர் தன்னுடைய மனைவியால் பறி போகாமல் இருக்க, அவன் ஒவ்வொரு நிமிஷமும்

எச்சரிக்கையுடன் இருந்து கொண்டிருந்த காலையில், ஒரு நாள் அவன் மனைவியாகப்பட்டவள் தன் ஊரில் அப்போது நடந்து கொண்டிருந்த 'மாரியம்மன் திருவிழா'வுக்குத் தன்னை அழைத்துச் செல்லுமாறு தன்னுடைய கணவனை 'வேண்டு, வேண்டு' என்று வேண்ட, 'சரி' என்று அவனும் அதற்குச் சம்மதிக்க, ஒரு நாள் கால்நடைப் பயணமுள்ள அந்த ஊருக்கு அவர்கள் இருவரும் மறு நாள் காலை கட்டுச் சாதம் கட்டிக் கொண்டு நடந்தே செல்வாராயினர்.

உச்சிப் பொழுது வந்ததும் அவர்கள் ஓர் ஆற்றங்கரை ஆல மரத்தடியில் உட்கார்ந்து, தாங்கள் கொண்டு வந்த கட்டுச் சாதத்தை அவிழ்க்க, 'நாய்க்கும் பூனைக்கும் இப்போது என்ன செய்யப்போகிறீர்கள்?' என்று மனைவியாகப் பட்டவள் சிரித்துக்கொண்டே கேட்க, 'ஏன், காகம் இல்லையா?' என்று கணவனாகப்பட்டவன், தன் கையில் ஒரு பிடி சாதத்தை எடுத்துக்கொண்டு, 'கா, கா' என்று கரைய, அதைக் கேட்டுக் காகங்களும் 'கா, கா' என்று பதிலுக்குக் கரைந்து கொண்டே வந்து, அவன் வைத்த சோற்றை உண்டு உயிருடன் இருக்க, அதற்குப் பின்னரே அவன் அப்போதும் உண்பானாயினன்.

அதுகாலை தன் உணவுக்காக நல்ல பாம்பு ஒன்றைத் தன்னுடைய கால்களால் பற்றிக் கொண்டு வந்த கருடன் ஒன்று, அவன் தலைக்கு மேல் இருந்த மரக்கிளை ஒன்றில் உட்கார்ந்து, தான் கொண்டு வந்த பாம்பைக் கொத்தித் தின்ன முயல, அது வலி தாங்காமல் விஷத்தைக் கக்க, அந்த விஷம் அவனுடைய கட்டுச் சோற்றில் விழுந்து கலக்க, அதைக் கவனிக்காமல் சாப்பிட்ட அவன், சிறிது நேரத்தில் அப்படியே மயங்கித் தரையில் சாய்வானாயினன்.

கணவன் கண்கள் பஞ்சடையத் தரையில் சாய்ந்ததைக் கண்ட மனைவி திடுக்கிட்டுச் சுற்றுமுற்றும் பார்க்க, அதுகாலை கருடனின் காலடியில் இருந்த பாம்பே நழுவிக் கட்டுச் சாதத்தில் விழ, அங்ஙனம் விழுந்த பாம்பை அக்கணமே கருடன் பாய்ந்து வந்து மீண்டும் தன் கால்களால் பற்றிக்

கொண்டு பறக்க, 'ஐயோ, பாம்பின் விஷமல்லவா கட்டுச் சாதத்தில் விழுந்து கலந்துவிட்டதுபோல் இருக்கிறது!' என்று பதறித் துடித்த அவள், அங்குமிங்குமாகப் பித்துப் பிடித்தவள் போல் ஓட, அந்த வழியே ஆற்றில் குளித்துவிட்டு வந்து கொண்டிருந்த சாமியார் ஒருவர் அவளைத் தடுத்து நிறுத்தி, 'என்னம்மா, என்ன?' என்று விசாரிக்க, அவள் கலங்கிய கண்களுடன் நடந்ததைச் சொல்ல, 'கவலை வேண்டாம். கடவுள் மேல் பாரத்தைப் போட்டுவிட்டு நீ போய் உன் கணவனுக்கு அருகிலேயே இரு; இதோ, நான் வருகிறேன்!' என்று சொல்லிவிட்டு எங்கேயோ சென்ற அவர், சிறிது நேரத்துக்கெல்லாம் ஏதோ ஒரு பச்சிலையும் கையுமாக வந்து, அதைப் பிழிந்து அவன் வாயிலும் மூக்கிலும் விட்டுத் திப்பியை அவனுடைய தலையின் உச்சியிலே வைத்துக் கட்ட, அடுத்த ஐந்தாவது நிமிஷம் அவன் தூங்கி விழித்தவன் போல் எழுந்து உட்கார்ந்து, தனக்கு எதிர்த்தாற்போல் உட்கார்ந்திருந்த சாமியாரையும் சம்சாரத்தையும் மாறி மாறிப் பார்த்து விழிக்க, சாமியார் நடந்ததைச் சொல்லிவிட்டு, 'இனிமேல் மரத்தடியில் உட்கார்ந்து எதையும் சாப்பிடாதே! ஒன்று, வெட்ட வெளியில் உட்கார்ந்து சாப்பிடு; இல்லை யென்றால், மேலே கூரை வேய்ந்த ஏதாவது ஓர் இடத்தில் உட்கார்ந்து சாப்பிடு!' என்று சொல்லிவிட்டு நடக்க, 'இந்தாருங்கள், எனக்கு மாங்கல்யப் பிச்சை அளித்ததற்காக இதையாவது வைத்துக் கொள்ளுங்கள்!' என்று மனைவியாகப்பட்டவள் தன் முந்தானையில் முடிந்து வைத்திருந்த ஐந்து ரூபா நோட்டொன்றை அவிழ்த்து எடுத்து அவரிடம் நீட்ட, 'இந்த மருந்து கடவுள் கொடுத்த மருந்து; இதை நான் யாருக்கும் காசுக்கு விற்பதில்லை!' என்று சாமியார் அதை வாங்கிக்கொள்ளாமல் சிரித்துக்கொண்டே நடக்க, அவள் அவரையே கடவுளாக எண்ணி, அவர் சென்ற திக்கு நோக்கிக் கையெடுத்துக் கும்பிடுவாளாயினள்.

தன்னையும் அறியாமல் தன் கண்களில் நீர் மல்க அந்தக் காட்சியைப் பார்த்துக்கொண்டே இருந்த கணவனாகப்பட்டவன், மனைவி கொஞ்சமும்

எதிர்பாராதவிதமாக அவளை மார்புறத் தழுவிக்கொண்டு, 'இன்றுதான் எனக்குப் புத்தி வந்தது, மாரி!' என்று நாத் தழுதழுக்கச் சொல்ல, 'ஏன், என்ன நடந்தது?' என்று அவள் ஒன்றும் புரியாமல் கேட்க, 'மனைவி கணவனின் உயிரை வாங்க வந்தவள் அல்ல, கொடுக்க வந்தவள் என்பதை நான் இன்றுதான் உணர்ந்தேன்!' என்று அவன் பின்னும் சொல்லி அவளை இறுகத்தழுவ, 'இத்தனை நாள் வரை?' என்று அவள் பின்னும் கேட்க, 'நீ எங்கே விஷம் கிஷம் வைத்து என் உயிரை வாங்கி விடுவாயோ என்றுதான் இத்தனை நாளும் நான் எதைச் சாப்பிட்டாலும் அதில் கொஞ்சம் நாய்க்கோ, பூனைக்கோ வைத்த பின் சாப்பிட்டு வந்தேன்!' என்று அவன் அதுவரை சொல்லாத உண்மையை அவளிடம் மனம் விட்டுச் சொல்ல, அவள் 'ஓ' வென்று சிரித்து, 'இப்படியும் ஓர் ஆண் பிள்ளை உண்டா?' என்று அவன் கன்னத்தில் ஒரு செல்லத் தட்டுத் தட்ட, அவன் வெட்கித் தலை குனிவானாயினன்.'

பாதாளம் இந்தக் கதையைச் சொல்லி முடித்துவிட்டு, 'கணவனுக்கு மனைவி உயிர் கொடுக்க வருபவளா, உயிர் வாங்க வருபவளா?' என்று விக்கிரமாதித்தரைக் கேட்க, 'அப்படியும் சிலர் உண்டு, இப்படியும் சிலர் உண்டு!' என்று விக்கிரமாதித்தர் சொல்ல, பாதாளம் அவரிடமிருந்து தப்பி, மீண்டும் போய் முருங்கை மரத்தில் ஏறிக்கொண்டு விட்டது காண்க... காண்க... காண்க......

17. பாதாளம் விக்கிரமாதித்தனுக்குச் சொன்ன பைத்தியம் பிடித்த ஒரு பெண்ணின் கதை

"விக்கிரமாதித்தர் மறுபடியும் முருங்கை மரத்தின் மேல் ஏறி, பாதாளத்தைப் பிடித்துக்கொண்டுவர, அது அவருக்குச் சொன்ன பதினேழாவது கதையாவது:

'கேளுமய்யா, விக்கிரமாதித்தரே! கேளும் சிட்டி, நீரும் கேளும்! 'வேலப்பன் சாவடி, வேலப்பன் சாவடி' என்று ஓர் ஊர் உண்டு. அந்த ஊரிலே 'வீரப்பன், வீரப்பன்' என்று ஒரு விவசாயி உண்டு. அவனுக்கு 'வேலாயி, வேலாயி' என்று ஒரு மனைவி உண்டு. பொழுது விடிந்ததும் கலப்பையைத் தூக்கித் தோளின்மேல் வைத்துக்கொண்டு, கொட்டடியில் உள்ள மாட்டை அவிழ்த்து ஓட்டிக்கொண்டு வீரப்பன் வயல் வெளிக்குச் சென்றுவிட்டால் பொழுது சாய்ந்த பிறகுதான் வீடு திரும்புவான். அவன் மனைவி வேலாயியோ நெல்லை வெய்யிலில் கொட்டிக் காய வைத்து உலர்த்துவது முதல் அதைப் பச்சையாகவோ, வேக வைத்தோ அரிசியாக்குவது வரை உள்ள எல்லா வேலைகளையும் தானே செய்வாள். இடையில் முதல் நாள் இரவே காய்ச்சி வைத்திருந்த கேழ்வரகுக் கூழில் கட்டித் தயிரைக் கலந்து எடுத்துக் கொண்டு போய் வயற்காட்டில் வேலை செய்யும் தன் கணவனுக்குக் கொடுத்துவிட்டு வருவாள்.

இந்த விதமாகத்தானே வயலும் வரப்பும் போலவும், பயிரும் பச்சையும் போலவும் அவர்கள் இருவரும் இணை பிரியாமல் வாழ்ந்து வருங் காலையில், ஒரு நாள் மாலை வீடு திரும்பிய வீரப்பன் 'மாட்டுக்கு வைக்கோலைப் போட்டு விட்டு எனக்குச் சோற்றைப் போடு!' என்று வழக்கம்போல் சொல்லிக் கொண்டே கை கால் கழுவிக் கொண்டு உட்கார, வழக்கத்துக்கு விரோதமாக எதையோ பறி கொடுத்ததுபோல் இருந்த அவள், மாட்டுக்கு முன்னால் சோற்றைக் கொண்டு போய் வைத்துவிட்டு, அவனுக்கு முன்னால் வைக்கோலைக்

கொண்டு வந்து போட, 'என்னடி, இன்று என்ன வந்து விட்டது உனக்கு?' என்று அவன் சிரித்துக்கொண்டே கேட்க, 'போய்ச் சேர வேண்டிய நாள் வந்துவிட்டது!' என்று அவள் அலுப்பும் சலிப்புமாகச் சொல்லிக் கொண்டே சென்று, வைக்கோலையும் சோற்றையும் மாற்றி, அததை வைக்க வேண்டிய இடத்தில் வைப்பாளாயினள்.

'சொல்லடி, இன்று என்ன உனக்கு?' என்று அவன் பின்னும் கேட்க, 'ஆமாம், போங்கள்!' என்று அவள் பின்னும் சிணுங்க, அந்த அழகிலே சொக்கிப்போன அவன், 'சிணுங்காதேடி! நீ சிணுங்கினால் என் புத்தி சோற்றின்மேல் போகாது போல் இருக்கிறது!' என்று சிரித்துக்கொண்டே சொல்ல, அவள் அப்போதும் 'வேறு எங்கே போகுமாம்?' என்று முகத்தைத் தூக்கி வைத்துக்கொண்டு கேட்க, 'வேறு எங்கே போகும், உன் மேலேதான் போகும்!' என்று அவன் அவளைச் சீண்டிவிட்டுப் பின்னும் சிரிப்பானாயினன்.

'சிரிக்காதீர்கள்! எனக்கு நெருப்பாயிருக்கிறது!' என்று அவள் சீற, 'சரி, அழுகிறேன்!' என்று அவன் 'ஊஊ' என்று விளையாட்டுக்கு அழ, 'நீங்கள் ஏன் அழவேண்டும், நான் அல்லவா அழ வேண்டும்?' என்று அவள் அவனை முந்திக் கொண்டு நிஜமாகவே அழுவாளாயினள்.

'ஏன் அழுகிறாய்? சொல்லிவிட்டாவது அழேன்!' என்று அவன் பொறுமையிழந்து கத்த, 'உங்களை நம்பி மோசம் போனதற்கு அழுகிறேன்!' என்று அவள் சொல்ல, 'என்னை நம்பி மோசம் போனாயா! ஏன், எதற்கு?' என்று அவன் ஒன்றும் புரியாமல் கேட்பானாயினன்.

'ஒன்றும் தெரியாதவர் மாதிரி நடிக்காதீர்கள்!' என்று அவள் பின்னும் அவன்மேல் எரிந்து விழ, 'உண்மையிலேயே ஒன்றும் தெரியாதடி!' என்று அவன் கையைப் பிசைவானாயினன்.

'சரி, பாஞ்சாலியைத் தெரியுமா, உங்களுக்கு?' என்றாள் அவள்; 'தெரியும்' என்றான் அவன்.

'அவளுக்கு இரண்டு குழந்தைகள்கூட இருப்பது தெரியுமா, உங்களுக்கு?' என்றாள் அவள்; 'தெரியும்' என்றான் அவன்.

'எல்லாம் தெரிந்துமா அவளையும் அவள் குழந்தைகளையும் அனாதைகளாக விட்டுவிட்டு என்னை நீங்கள் கலியாணம் செய்துகொண்டீர்கள்?' என்று அவள் ஆத்திரத்துடன் கேட்க, 'யாரடி சொன்னது அப்படி?' என்று அவனும் ஆத்திரத்துடன் கேட்டுக்கொண்டே கையிலிருந்த சோற்றைத் தட்டில் உதறிவிட்டு எழுந்து நிற்க, 'எல்லாம் அவள்தான் சொன்னாள்!' என்று அதற்குள் தன் கண்களிலிருந்து வழிய ஆரம்பித்துவிட்ட நீரைத் துடைத்துக் கொண்டே அவள் சொல்ல, இவன் 'கலகல' வென்று நகைத்துக்கொண்டே மறுபடியும் சாப்பாட்டுத் தட்டின் முன்னால் உட்கார்ந்து, 'உனக்குத் தெரியாதா? அவளுக்குப் பைத்தியமடி, பைத்தியம்!' என்று பின்னும் சிரிப்பானாயினன்.

'யாருக்குப் பைத்தியம்? எனக்கா, அவளுக்கா?' என்று அவள் அப்போதும் அவனை நம்பாமல் கேட்க, 'அவளுக்குத் தான்!' என்று அவன் அப்போதும் பொறுமையிழக்காமல் சொல்ல, 'இல்லை, எனக்குத்தான்; உங்களைக் கலியாணம் செய்துகொண்ட எனக்குத்தான் பைத்தியம்!' என்று அவள் ஆத்திரம் தாங்காமல் தன் தலையில் அடித்துக் கொள்வாளாயினள்.

'சொல்வதைக் கேளடி!' என்று அவன் கொஞ்ச, 'என்னத்தைக் கேட்பது?' என்று அவள் மிஞ்ச, 'பக்கத்துக் கிராமத்தைச் சேர்ந்தவள் அந்தப் பாஞ்சாலி. அவள் கணவன் பசுபதி சென்ற வருஷம் ஊரில் ஏற்பட்ட பஞ்சத்தின் காரணமாகக் கள்ளத் தோணியில் இலங்கைக்குப் போனான். போன இடத்தில் அவன் இவளையும் இவள் குழந்தைகளையும் மறந்து, அங்கே 'அமராவதி, அமராவதி' என்ற வேறு ஓர் அழகான

பெண்ணைப் பார்த்துக் கலியாணம் செய்துகொண்டான். அதை அறிந்த இவளுக்கு இங்கே பைத்தியம் பிடித்துவிட்டது. எந்தப் பெண்ணைக் கண்டாலும், 'உன் புருஷன்தான் என்னை இந்தக் கோலத்தில் விட்டுவிட்டு உன்னைக் கலியாணம் செய்து கொண்டு விட்டான்'. உன் புருஷன்தான் என்னை இந்தக் கோலத்தில் விட்டுவிட்டு உன்னைக் கலியாணம் செய்து கொண்டு விட்டான்' என்று சொல்லிக்கொண்டு திரிந்தாள். இவள் இங்கே இப்படியிருக்க, அங்கே அமராவதியினால் திடீரென்று கைவிடப்பட்ட அவனும் பித்துப் பிடித்தவனாகி, யாரைப் பார்த்தாலும், 'நீதான் அமராவதியையும் என்னையும் பிரித்துவிட்டாய், நீதான் அமராவதியையும் என்னையும் பிரித்துவிட்டாய்!' என்று உளறிக்கொண்டே திரிகிறானாம். இதுதான் அவர்கள் கதை!' என்று சொல்ல, 'நல்ல கதைதான்!' என்று அதையும் நம்பாமல் அவள் பின்னும் முகத்தைத் திருப்ப, அதுகாலை அடுத்த வீட்டுத் தம்பதியருக்குள் ஏதோ கூச்சல் கிளம்ப, அது என்னவென்று ஓடிப்போய்ப் பார்த்த அவள், அங்கேயும் அந்தப் பாஞ்சாலி வந்து அப்படியே சொல்லிவிட்டுப் போயிருப்பதை அறிந்து வெட்கத்தால் முகம் சிவக்கத் திரும்பி, 'நீங்கள் சொன்னது அத்தனையும் நிஜமாய்த்தான் இருக்கிறது!' என்று சொல்ல, 'எல்லாம் அளவுக்கு மீறி ஆசை வைத்ததன் பலனடி, பலன்! இப்போதாவது உண்மை தெரிந்ததா, உனக்கு? நீயும் என்மேல் அளவுக்கு மீறி ஆசை வைக்காதே, உனக்கும் பைத்தியம் பிடித்தாலும் பிடிக்கும்!' என்று அவன் சொல்லிச் சிரிக்க, 'நீங்களும் என்மேல் அளவுக்கு மீறி ஆசை வைக்காதீர்கள்; உங்களுக்கும் பைத்தியம் பிடித்தாலும் பிடிக்கும்!' என்று அவளும் சொல்லிச் சிரிப்பாளாயினள்.'

பாதாளம் இந்தக் கதையைச் சொல்லி முடித்துவிட்டு, 'துன்பத்தில் பெருந் துன்பம் எது?' என்று விக்கிரமாதித்தரைக் கேட்க, 'அன்பினால் வரும் துன்பந்தான்!' என்று விக்கிரமாதித்தர் சொல்ல, பாதாளம் அவரிடமிருந்து தப்பி,

மீண்டும் போய் முருங்கை மரத்தின்மேல் ஏறிக்கொண்டு விட்டது என்றவாறு... என்றவாறு... என்றவாறு...

18. பாதாளம் விக்கிரமாதித்தனுக்குச் சொன்ன மணமகள் தேடிய மணமகன் கதை

"விக்கிரமாதித்தர் மறுபடியும் முருங்கை மரத்தின் மேல் ஏறி, பாதாளத்தைப் பிடித்துக்கொண்டுவர, அது அவருக்குச் சொன்ன பதினெட்டாவது கதையாவது:

'கேளுமய்யா, விக்கிரமாதித்தரே! கேளும் சிட்டி, நீரும் கேளும்! ஐம்பது வயதைக் கடந்த பிரமுகர் ஒருவர் ஐயம்பேட்டையிலே உண்டு. 'அம்பலவாணர், அம்பலவாணர்' என்று அழைக்கப்பட்டு, வந்த அவருக்கு மனைவி இல்லை; 'அம்சா, அம்சா' என்று ஒரு மகள் மட்டுமே உண்டு. அந்த மகளாகப்பட்டவள் பட்டணத்திலே விடுதியில் தங்கிப் படித்துக்கொண்டிருக்க, இவராகப்பட்டவர் இங்கே ஒரு சமையற்காரனை மட்டும் வேலைக்கு வைத்துக்கொண்டு தனியாக இருந்து வருவாராயினர். அந்த வயதில் அவருக்குத் தனிமை கசக்காமல் இருந்திருக்கலாம். ஏனோ தெரியவில்லை; கசந்தது. அதற்காக நாலுபேருக்குத் தெரிந்து பெண் தேடவும் அவருக்கு வெட்கமாகயிருக்கவே, அந்தக் காரியத்தை அவர் ரகசியமாக செய்ய விரும்பினார். 'அதற்கு என்ன வழி!' என்று யோசித்துக்கொண்டே, ஒரு நாள் அவர் தினசரிப் பத்திரிகையொன்றைப் புரட்டிப் பார்த்துக் கொண்டிருக்கையில், அதிலிருந்த 'மணமகள் தேவை' என்ற விளம்பரம் அன்னார் கண்ணில்பட, 'அதுவே வழி, அதுவே வழி' என்று அந்த வழியைக் கெட்டியாகப் பிடித்துக்கொண்டு அதற்குமேல் செய்ய வேண்டிய முயற்சியை அவர் காதும் காதும் வைத்தாற்போல் செய்வாராயினர்.

'ஐம்பது வயதுள்ள ஒருவருக்கு இருபத்தைந்து

வயதிலிருந்து முப்பது வயதுக்குள் ஒரு மணமகள்

தேவை. அவள் கன்னிப் பெண்ணாய்த்தான்

இருக்க வேண்டும் என்பதில்லை; விதவையாகவோ, விவாகரத்துச் செய்து கொண்டவளாகவோகூட இருக்கலாம். எழுதவும்: பெட்டி எண் 888, 'டிங்-டாங்' சென்னை-2'

இந்த விதமாகத்தானே விளம்பரம் செய்துவிட்டு அம்பலவாணராகப்பட்டவர் ஒவ்வொரு விநாடியும் தபாற்காரரை எதிர்பார்த்துக்கொண்டிருக்க, அதற்கு முதல் தடவையாக வந்த பதில் கடிதங்களிலெல்லாம், 'ஏ கிழவா, உனக்கு இன்னுமா கலியான ஆசை தீரவில்லை?' என்றும், 'அரை நூற்றாண்டு காலம் வாழ்ந்து விட்டாயே, அது போதாதா?' என்றும் இருக்கவே, அவர் மனம் உடைந்து, 'இதற்குத்தான் ஒரு குறிப்பிட்ட வயதுக்குமேல் வீட்டில் இருக்கக் கூடாதென்றும், காட்டுக்குப் போய்விடவேண்டும் என்றும் அந்தக் காலத்தில் பெரியவர்கள் அனுபவப்பூர்வமாகச் சொல்லிக் கொண்டிருந்தார்கள்போல் இருக்கிறது!' என்று அவர் வேத கால வாழ்க்கையை நினைத்து வேதனைப்பட்டுக் கொண்டிருக்கையில், இரண்டாவது தடவையாக வந்த பதில் கடிதங்களில் ஒன்று அவருடைய இதயத்தில் இன்பக் கிளுகிளுப்பை மூட்டவே, அதை ஒரு முறைக்கு இரு முறையாக அவர் விழுந்து விழுந்து படித்துச் சுவைப்பாராயினர்:

"என் பெயர் ஆனந்தி; வயது இருபத்து நாலே முக்கால் அரைக்கால்-அதாகப்பட்டது, தாங்கள் கேட்டிருந்த வயதிலே அரைக்கால் குறைவாகவே

என் வயது ஆகிறது. எனக்காகக் கடிதம் எழுத வேறு யாரும் இல்லாததால் நானே எழுதுகிறேன். சும்மா எழுதுவதாக நினைத்துவிடாதீர்கள்; வெட்கப்பட்டுக் கொண்டுதான் எழுதுகிறேன். நான் கன்னிப் பெண்ணல்ல; கைம்பெண்ணுமல்ல, 'வேறு என்ன பெண்?' என்று கேட்பீர்கள். விவாகமான பெண். ஆம், எனக்குக் கணவர் என்று ஒருவர் இன்னும் இருக்கிறார். அவர் அடிக்கடி பொடி போடுவார். தாம் போடுவதோடு நிற்காமல் சில சமயம் எனக்கும் போட்டு, 'அச், அச்!' என்று என்னையும் நாலு தும்மல் தும்ம வைப்பதில் அவருக்கு ஓர் அலாதி ஆனந்தம். அந்த ஆனந்தம் எனக்குப் பிடிக்கவில்லை. சொல்லிப் பார்த்தேன்; கேட்கவில்லை. ஆகவே, வேறு வழியின்றி அவரிடமிருந்து விவாகரத்துக் கோரி வழக்குத் தொடர்ந்தேன். விசாரணையெல்லாம் முடிந்து தீர்ப்புக் கூறும் தறுவாயில் அந்த வழக்கு இருந்து கொண்டிருக்கிறது. தற்போது நானும்

தனியாகத்தான் இருக்கிறேன். எனக்கும் தனிமை

கசக்கத்தான் கசக்கிறது. தாங்கள் விரும்பினால்

தங்களை நான் நேரில் வந்து சந்திக்கத் தயார்.

ஆனால், ஒரே ஒரு நிபந்தனை. நம்முடைய விவாகம்

மட்டும் என்னுடைய விவாகரத்துக்குப் பின்னரே

நடக்க வேண்டும். சம்மதமாயின் எழுதவும். மற்றவை

நேரில் - ஆனந்தி'

இப்படியாகத்தானே எழுதியிருந்த அந்தக் கடிதத்தைப் படித்துப் பார்க்க அம்பலவாணருக்கு ஆகாயத்தில் பறப்பது போல் இருந்தது. மேலே, இன்னும் மேலே, மேலே மேலே இன்னும் மேலே மேலே என்று அவர் பறந்து கொண்டிருக்கையில், 'சார், தந்தி!' என்று சைக்கிள் மணி ஒலியுடன் தந்திச் சேவகன் ஒருவனின் குரலும் வாசலிலிருந்து கலந்து வர, 'வா, உள்ளே!' என்று வேண்டா வெறுப்புடன் அவனை வரவேற்று, அவனிடமிருந்த தந்தியை விரும்பா மனத்துடன் வாங்கிக்கொண்டு, அவர் அவனை வெளியே அனுப்பி வைப்பாராயினர். தந்தியில் கண்டிருந்ததாவது:

'அப்பா, எனக்குக் கோடை விடுமுறை விட்டு

விட்டார்கள். நாளைக் காலை நான் ஊருக்கு

வருகிறேன். ஸ்டேஷனுக்கு வண்டி அனுப்பி

வைக்கவும் -அம்சா.'

இந்தத் தந்தியைப் படித்ததும், 'போயும் போயும் இப்பொழுதுதானா இவளுக்குக் கோடை விடுமுறை விட வேண்டும்? அந்தக் காரியத்தை இவளுக்குத் தெரிந்து செய்வது அவ்வளவு நன்றாயிராது போல் இருக்கிறதே! இதற்கு என்ன செய்யலாம்?' என்று ஒரு கணம் யோசித்து, மறுகணம், 'இவள் இங்கே வந்து இருக்கப் போவதோ இரண்டே மாதங்கள்; அந்த இரண்டு மாதங்களைத் தாங்கும் அளவுக்கு இவளிடம் ஏதாவது ஒரு பொய்யைச் சொல்லி வைத்துவிட்டால் போகிறது!' 'பிறருக்கு நன்மை தருமாயின் பொய் சொல்லலாம்' என்று சொன்னவர்கள், 'தனக்கு நன்மை தரும் என்றாலும் பொய் சொல்லலாம்' என்று சொல்லாமல் விட்டது யார் குற்றம்? அவர்கள் குற்றமா, தன் குற்றமா? விடு, கவலையை! இன்றே ஆனந்திக்கு எழுது ஒரு கடிதத்தை, ஆனந்தமாக!' என்று தம்மைத் தாமே தைரியப் படுத்திக்கொண்டு, அன்னார் அந்த ஏந்திழைக்கு அக்கணமே ஓர் எழில் மடல் தீட்டுவாராயினர். 'அன்புள்ள என்று ஆரம்பித்த அவர், 'அதற்குள் அன்பாவது, ஆசையாவது?' என்று அந்தக் கடிதத்தைக் கிழித்து எறிந்துவிட்டு, இன்னொரு கடிதத்தை எடுத்து எழுதியதாவது:

'ஆனந்திக்கு, உன் கடிதம் கிடைத்தது.

என்னுடைய முதல் மனைவி என்ன சொன்னாலும்

தலையாட்டிக் கொண்டிருந்த அனுபவம் எனக்கு

ஏற்கெனவே நிறைய உண்டு. நீ எதற்கும் அஞ்ச

வேண்டாம். நான் சொல்வதற்கெல்லாம் நீ தலை

யாட்டுவதாயிருந்தால், நீ சொல்வதற் கெல்லாம்

நானும் தலையாட்டத் தயார்! தயார்! தயார்! உடனே

புறப்பட்டு வா! புறப்படுவதற்கு முன்னால் எனக்கு

ஒரு கடிதம் எழுது. அடையாளத்துக்காக, 'வயோதி

கத்தில் வாலிபராகத் திகழ்வது எப்படி?' என்ற

புத்தகத்தைக் கையில் வைத்துக் கொண்டு நான்

முதல் வகுப்புப் பிரயாணிகள் அறையில் உட்கார்ந்

திருக்கிறேன். நீயும் பச்சை நிறப் புடைவையைக்

கட்டிக்கொண்டு வா; ஒருவரை ஒருவர் உடனே

தெரிந்து கொள்ள அது கொஞ்சம் உதவியாயிருக்கும்.

மற்றவை நேரில் - அம்பலவாணர்.'

இந்தவிதமாகத்தானே அன்றே ஆனந்திக்கு அவசர அவசரமாக ஒரு கடிதத்தை எழுதிப் போட்டுவிட்டு, அடுத்த நாள் காலையிலிருந்தே அவர் மீண்டும் விநாடிக்கு விநாடி தபாற்காரரை எதிர்பார்த்துக் கொண்டிருக்க, அந்தத் தபாற்காரருக்குப் பதிலாக அவருடைய மகள் அம்சா அவருக்கு எதிர்த்தாற்போல் வந்து நின்று, 'என்ன அப்பா, இப்படிச் செய்துவிட்டீர்களே? ஸ்டேஷனுக்கு வண்டி அனுப்பச் சொன்னால் அனுப்பவேயில்லையே?' என்று அங்கலாய்க்க, 'மறந்து விட்டேன், அம்மா! வயதாகி விட்டதோ இல்லையோ?' என்று அதற்கு மட்டும் தம் வயதின்மேல் பழியைப் போட்டு, அவர் அவளிடமிருந்து தப்பித்துக் கொள்வாராயினர். எண்ணி இரண்டு நாட்கள்கூட ஆகவில்லை; வந்து விட்டது, ஆனந்தியிடமிருந்து

அம்பலவாணருக்குப் பதில் வந்தே விட்டது. அந்தப் பதிலில் கண்டிருந்ததாவது:

'அன்புள்ள அத்தானுக்கு, அடியாள் வணக்கம்......

அவ்வளவுதான்; அதற்கு மேல் அந்தக் கடிதத்தை அம்பலவாணரால் உடனே தொடர்ந்து படிக்க முடியவில்லை. தம்முடைய உச்சி முடியில் நான்கைச் சேர்த்துப் பிடித்து யாரோ தூக்குவது போல் அவருக்கு 'ஜிவ்' வென்று ஓர் உணர்ச்சி; தம்மையும் அறியாமல் குலுங்கிய தம் உடம்பை அவர் ஒரு முறை தடவி விட்டுக் கொண்டு, மேலே படிக்கலானார்:

.......நீங்கள் சொன்னது சொன்னபடி பச்சைப்

புடைவை கட்டிக்கொண்டு நாளைக் காலை நான்

ஐயம்பேட்டைக்கு வருகிறேன். நீங்களும் மறக்காமல்

'வயோதிகத்தில் வாலிபராகத் திகழ்வது எப்படி?'

என்ற புத்தகத்துடன் ஸ்டேஷனுக்கு வந்து முதல்

வகுப்புப் பிரயாணிகள் அறையில் இருங்கள்.

மற்றவை நேரில் - ஆசை முத்தங்களுடன், ஆனந்தி.'

இதைப் படித்ததும் அவருக்கே ஒரு மாதிரியாகப் போய், "சீச்சீச்சீ!' என்று முகத்தைச் சுளிக்க, 'என்ன அப்பா, என்ன?' என்று அதுகாலை அங்கே வந்த அம்சா கேட்க, 'ஒன்றும் இல்லை, அம்மா! பட்டணத்து நண்பர் ஒருவர் ஏதோ வியாபார விஷயமாக உலகம் சுற்றப் போகிறாராம். வர இரண்டு மாதங்கள் ஆகுமாம். அவருக்கு ஒரு வாழா வெட்டித் தங்கை. 'நான் வரும் வரை அவள் உங்கள் வீட்டில்

இருக்கட்டும்' என்று அவர் எனக்கு எழுதியிருந்தார். 'சரி, அனுப்பி வையுங்கள்!' என்று நான் எழுதியிருந்தேன். அவள் நாளைக் காலை வருகிறாளாம். 'ஊருக்குப் புதுசாகையால் மறக்காமல் ஸ்டேஷனுக்கு வாருங்கள்; கூச்சப்பட்டுக் கொண்டு வராமல் இருந்துவிடாதீர்கள்!' என்று அவள் எழுதியிருக்கிறாள். இந்த வயதில் எனக்கென்ன கூச்சம்? அதனால்தான் 'சீச்சீச்சீ!' என்றேன்!' என்று நாளை சொல்லவிருந்த பொய்யை இன்றே சொல்லி, அவர் அவளைச் சமாளிப்பாராயினர்.

மறுநாள் காலை ஏற்கெனவே திட்டமிட்டபடி அம்பலவாணரும் ஆனந்தியும் முதல் வகுப்புப் பிரயாணிகள் அறையில் சந்திக்க, 'நீங்கள்தானே பெட்டி எண் எட்டு எட்டு எட்டு?' என்று அவள் அவரைக் கேட்க, 'ஆமாம், நானேதான் அந்த எட்டு எட்டு எட்டு!' என்று அவர் கொஞ்சம் எட்டி நின்றே நெளிய, அவள் கொஞ்சம் கிட்ட வந்து, 'ஏன் இப்படி நெளிகிறீர்கள்? இங்கேதான் இந்தக் கூத்தெல்லாம்! மேல் நாட்டில் அறுபது எழுபது வயது கிழவர்கள்கூட 'டீன் ஏஜர்'சைக் கலியாணம் செய்துகொள்கிறார்களே, அவர்களெல்லாம் இப்படியா நெளிகிறார்கள்?' என்று சிரித்துக் கொண்டே அவருடைய தொந்தியின்மேல் ஒரு செல்லத் தட்டுத் தட்ட, ஐயோ, தட்டாதே! என்னை என்னவோ பண்ணுகிறது!' என்று அவர் பின்னும் நெளிந்து, 'ஆமாம், உன்னுடைய மாஜி கணவர் யார்? அவர் இப்போது எங்கே இருக்கிறார்? என்ன செய்து கொண்டிருக்கிறார்?' என்று கேட்க, 'அவர் ஒரு குஸ்தி பயில்வான்; சென்னையில் இருக்கிறார். முதல் பந்தயத்தில் எதிரியின் முப்பத்திரண்டு எலும்புகளை முறித்த அவர், அடுத்த பந்தயத்தில் அறுபத்து நாலு எலும்புகளையாவது முறிக்க வேண்டும் என்பதற்காக அல்லும் பகலும் அயராமல் 'கசரத்' செய்துகொண்டிருக்கிறார்!' என்று அவள் சர்வசாதாரணமாகச் சொல்லிவிட்டு அவருடைய முகத்தைப் பார்க்க, அதைக் கேட்டு, 'ஆ!' என்று வாயைப் பிளந்த அவர் அப்படியே மூர்ச்சை போட்டுக் கீழே விழுவாராயினர்.

அவள் 'இடி, இடி', என்று சிரித்துக் கொண்டே அவரைத் தூக்கி உட்கார வைத்து, முகத்தில் கொஞ்சம் தண்ணீரைத் தெளித்து முந்தானையால் விசிற, அவர் கண் விழித்து, 'இதென்ன வம்பு? என் விலாசம் அவனுக்குத் தெரியுமா?' என்று நடுங்கிக் கொண்டே கேட்க, அவள் மேலும் சிரித்து, 'நான் விளையாட்டுக்குச் சொன்னால் அதை நிஜமென்று நம்பி இப்படி விழுந்துவிட்டீர்களே?' என்று சொல்ல, 'இதையாவது நான் 'விளையாட்டு இல்லை', என்று நம்பலாமா, வேண்டாமா? என்று ஒரு முறைக்கு இரு முறையாக அவளைக் கேட்க, 'நம்புங்கள், நம்புங்கள்!' என்று அவளும் ஒரு முறைக்கு இரு முறையாகச் சொல்லி, அவரை மெல்ல அழைத்துக்கொண்டு வெளியே வருவாளாயினள்.

'கடைசியாக ஒன்று' என்றார் அவர்; 'என்ன?' என்றாள் அவள். 'எனக்கு ஒரு மகள் இருக்கிறாள்!' என்றார் அவர்; 'இருக்கட்டும்!' என்றாள் அவள்.

'பெயர் அம்சா!' என்றார் அவர்; 'அதாகப்பட்டது, அன்னமாக்கும்!' என்றாள் அவள்.

'பட்டணத்தில் உள்ள காலேஜில் அவள் படிக்கிறாள்!' என்றார் அவர்; 'படிக்கட்டும்; நன்றாய்ப் படிக்கட்டும்!' என்றாள் அவள்.

'கோடை விடுமுறைக்காக அவள் ஊருக்கு வந்திருக்கிறாள்' என்றார் அவர்; 'வந்திருக்கட்டும்!' என்றாள் அவள்.

'அவளுக்கு இன்னும் கலியாணமாகவில்லை!' என்றார் அவர்; 'ஏன் ஆகவில்லை?' என்றாள் அவள்.

'படிப்பு முடியட்டும் என்று காத்திருக்கிறேன்!' என்றார் அவர், 'அதெல்லாம் அந்தக் காலம்; கலியாணத்தை முதலில்

முடித்துக்கொண்டு, படிப்பை அப்புறம் முடிப்பது இந்தக் காலம்!' என்றாள் அவள்.

'அதற்கு அவள் தயாராயில்லை!' என்றார் அவர்; 'தயாராக்குவது என் பொறுப்பு!' என்றாள் அவள்.

'அது முடியாத காரியம்!' என்றார் அவர், 'ஏன் முடியாத காரியம்?' என்றாள் அவள்.

'இப்போது நான் அவளுடைய சித்தியின் ஸ்தானத்தில் உன்னை வைப்பதாக இல்லை!' என்றார் அவர்; 'வேறு எந்த ஸ்தானத்தில் வைக்கப்போகிறீர்கள்?' என்றாள் அவள்.

'நீ என்னுடைய நண்பர் ஒருவரின் வாழாவெட்டித் தங்கையென்றும், அவர் உலகப் பயணத்தை மேற் கொண்டிருப்பதால் இரண்டு மாத காலம் நீ எங்கள் வீட்டில் தங்கப் போவதாகவும் நான் அவளிடம் சொல்லியிருக்கிறேன். அதே மாதிரி நீயும் சொல்ல வேண்டும்!' என்றார் அவர்; 'அப்படியே சொல்கிறேன்!' என்றாள் அவள்.

'கோடை விடுமுறை முடிந்ததும் அவள் பட்டணத்துக்குப் போய் விடுவாள்!' என்றார் அவர்; 'போகட்டும்!' என்றாள் அவள்.

'அதற்கு மேல்தான் நம்முடைய கலியாணத்தைப் பற்றி நாம் யோகிக்க வேண்டும்!' என்றார் அவர்; 'அப்படியே யோசிப்போம்!' என்றாள் அவள்.

'அதுவரை எனக்கு நீ மனைவியாயில்லாவிட்டாலும் துணைவியாகவாவது இருப்பாயா?' என்றார் அவர்; 'இருப்பேன்!' என்றாள் அவள்.

இப்படியாகத்தானே இருவரும் பேசிக் கொண்டும் சிரித்துக்கொண்டும் வீட்டை அடைய, 'இந்த மாமியை

ஏற்கெனவே உங்களுக்குத் தெரியுமா, அப்பா?' என்று அம்சா 'மாமிமுறை'யில் அவளை வைத்துக் கேட்க, 'நன்றாய்த் தெரியுமே! பட்டணத்துக்குப் போனால் இவர்களுடைய வீட்டில்தான் நான் தங்குவது வழக்கம்!' என்று அம்பலவாணர் அதற்கும் கொஞ்சம்கூடக் கூசாமல் ஒரு பொய்யைச் சொல்ல, 'ஓஹோ!' என்று அவள் தலையைப் பலமாக ஆட்டிக் கொண்டே அடுக்களைக்குச் சென்று, அவர்கள் இருவருக்கும் 'டிக்ரி காப்பி'யாகவே போட்டுக் கொண்டு வந்து கொடுப்பாளாயினள்.

அதற்குப் பின் குளியல் ஆயிற்று; சாப்பாடும் ஆயிற்று. மத்தியானம் சிற்றுண்டி ஆயிற்று; மாலை காப்பியும் ஆயிற்று. இரவு சாப்பாட்டுக்குப் பின், 'கொஞ்சம் பொறுங்கள்; நான் போய் அம்சாவைத் தூங்க வைத்துவிட்டு வந்துவிடுகிறேன்!' என்று ஆனந்தி அம்பலவாணரிடம் சொல்லிவிட்டு நழுவ, 'அவள் என்ன பச்சைக் குழந்தையா, நீ போய் அவளைத் தட்டித் தூங்க வைக்க? கொஞ்ச நேரம் இப்படித்தான் உட்காரேன்; பேசிக் கொண்டிருப்போம்!' என்று அவர் ஆசையோடு அவள் பின்னலைப் பிடித்து இழுக்க, அந்தப் பின்னல் அவர் கொஞ்சமும் எதிர்பாராத விதமாக அவருடைய கையோடு கழன்று வர, 'அம்சா! ஆபத்து, ஆபத்து! உன் அப்பாவிடமிருந்து என்னைக் காப்பாற்று, உன் அப்பாவிடமிருந்து என்னைக் காப்பாற்று!' என்று கத்திக் கொண்டே அந்த 'ஆனந்தி'யாகப்பட்டவள் அம்சாவைத் தேடி 'ஓடு, ஓடு' என்று ஓடுவாளாயினள்.

'நான் அப்போதே சொன்னேனே, கேட்டீர்களா?' என்று அந்த 'ஆனந்தி'யிடம் தாழ்ந்த குரலில் சொல்லிவிட்டு வந்த அம்சா தன் அப்பாவின் கையிலிருந்த பின்னலைப் பிடுங்கி அப்பால் எறிந்துவிட்டு, 'அவர் ஆனந்தியும் இல்லை. கீனந்தியும் இல்லை, அப்பா! என்னுடன் படிக்கும் ஆனந்தன் அவர்! டிங்-டாங் பத்திரிக்கையின் விளம்பர இலாகா மானேஜரும் இவரும் நண்பர்கள். அவர் கொடுத்த விலாசத்திலிருந்து இவர் நீங்கள்தான் என் அப்பா என்பதைத் தெரிந்து கொண்டு இந்த

வேஷத்தைப் போட்டிருக்கிறார்!' என்று குட்டை உடைத்துவிட்டுக் கையைப் பிசைய, 'எனக்கு மட்டும் தெரியாதா, அது? கோடை விடுமுறையில்கூட உன்னை விட்டுப் பிரிந்திருக்க முடியாமல் இவர் இப்படிச் செய்திருக்கிறார்! அதையும் தெரிந்துகொண்டுதான் தெரியாதவன் போல் நடித்தேன் நான்!' என்று சொல்லி அவர் அவளைச் சமாளித்து, அடுத்த முகூர்த்தத்திலேயே அவளுக்கும் அவனுக்கும் கலியாணத்தையும் செய்து வைத்து, 'எனக்குப் பொழுதே போகமாட்டேன் என்கிறது; நீங்களாவது சீக்கிரம் ஒரு பேரக் குழந்தையைப் பெற்று என்னிடம் கொடுங்கள், விளையாட!' என்பதாகத்தானே சொல்லித் தம் அசட்டுத்தனத்துக்கு அன்றுடன் ஒரு முடிவு கட்டிக் கொள்வாராயினர்'.

பாதாளம் இந்தக் கதையைச் சொல்லி முடித்துவிட்டு, 'ஆசை மனிதனை ஏன் இப்படியெல்லாம் அலைக் கழிக்கிறது?' என்று விக்கிரமாதித்தரைக் கேட்க, 'அசட்டுத் தனத்தைப் போக்கத்தான்!' என்று விக்கிரமாதித்தர் சொல்ல, பாதாளம் அவரிடமிருந்து தப்பி, மீண்டும் போய் முருங்கை மரத்தின் மேல் ஏறிக்கொண்டு விட்டது காண்க..... காண்க..... காண்க.....

19. பாதாளம் விக்கிரமாதித்தனுக்குச் சொன்ன நாய் வளர்த்த திருடன் கதை

"மறுபடியும் விக்கிரமாதித்தர் முருங்கை மரத்தின் மேல் ஏறி, பாதாளத்தைப் பிடித்துக்கொண்டு வர, அது அவருக்குச் சொன்ன பத்தொன்பதாவது கதையாவது:

'கேளுமய்யா, விக்கிரமாதித்தரே! கேளும் சிட்டி, நீரும் கேளும்! 'தாலியறுத்தான் பட்டி, தாலியறுத்தான் பட்டி' என்று ஒரு பட்டி உண்டு. அந்தப் பட்டியிலே 'கன்னக்கோல் கந்தப்பன், கன்னக்கோல் கந்தப்பன்' என்று ஒரு திருடன் உண்டு. அந்தத் திருடனாகப்பட்டவன் 'கறுப்பன், கறுப்பன்' என்று ஒரு நாயை வளர்த்து வந்தான். அது அவனை விட்டு ஒரு கணம்கூடப் பிரியாது; அதே மாதிரி அவனும் அதை விட்டு ஒரு கணம் கூடப் பிரியமாட்டான். ஆனால், திருடப்போகும்போது மட்டும் அவன் அதைத் தன்னுடன் அழைத்துக் கொண்டு போவதில்லை; தன்னைத் தொடர்ந்து வந்தாலும் அதை விரட்டிக் கொண்டு போய் வீட்டில் விட்டு விட்டுத்தான் போவான்.

இப்படியாகத்தானே கந்தப்பனும், கறுப்பனும் இருந்து வருங்காலையில், ஒரு நாள் இரவு அவன் வழக்கம்போல் திருடப் போக, நாயும் வழக்கம்போல் அவனைத் தொடர்ந்து போக, 'போடா கறுப்பா, போ!' என்று அவனும் அதை வழக்கம்போல் விரட்டிக்கொண்டு போய் வீட்டில் விட்டு விட்டுப் போவானாயினன்.

போன இடத்தில் அவன் தன் வேலையை வெற்றிகரமாக முடித்துக் கொண்டு வீடு திரும்ப, அது காலை போலீசார் இருவர் அவனைப் பார்த்து விட, அவர்களைக் கண்டதும் அவன் பாய்ந்து ஓட, அவனைத் தொடர்ந்து அவர்களும் பாய்ந்து ஓடுவாராயினர்.

சந்து பொந்து, மூலை முடுக்கெல்லாம் புகுந்து புகுந்து ஓடிய கந்தப்பன், கடைசியாக ஒரு புதருக்குப் பின்னால் பதுங்கிக் கொள்ள, போலீசார் அவனைக் காணாமல் நின்று சுற்றுமுற்றும் பார்க்க, அதுகாலை கந்தப்பனைத் தேடிக் கொண்டு வந்த கறுப்பனாகப்பட்டது அவன் பதுங்கிக் கொண்டிருந்த புதரை எப்படியோ கண்டுபிடித்து, வாலை 'ஆட்டு, ஆட்டு' என்று ஆட்டிக்கொண்டே அதைச் சுற்றிச் சுற்றி வர, அதைப் பார்த்த போலீஸ்காரர்களில் ஒருவன், 'அந்த நாய் கந்தப்பனின் நாய்போல இல்லையா?' என்று தன்னுடன் வந்திருந்த இன்னொரு போலீஸ்காரனைக் கேட்க, 'ஆமாம், அவனுடைய நாயேதான்!' என்று அவன் சொல்ல, 'அப்படியானால் சந்தேகமேயில்லை; அவன் அங்கேதான் இருக்கிறான்!' என்று இருவரும் அந்தப் புதரை நோக்கிப் பாய்ந்து செல்ல, 'என் சோற்றைத் தின்று வளர்ந்த நாய், கடைசியில் என்னையே காட்டிக் கொடுத்துவிட்டதே!' என்று கந்தப்பன் பொருமிக் கொண்டே மீண்டும் அங்கிருந்து ஓட எத்தனிக்க, அதற்குள் போலீசார் அவனை வளைத்துப் பிடித்து ஸ்டேஷனுக்குக் கொண்டு செல்வாராயினர்.'

பாதாளம் இந்தக் கதையைச் சொல்லி முடித்துவிட்டு, 'நாய் வளர்த்தது யார் குற்றம்? திருடனின் குற்றமா, நாயின் குற்றமா?' என்று விக்கிரமாதித்தரைக் கேட்க, 'திருடனின் குற்றந்தான்!' என்று விக்கிரமாதித்தர் சொல்ல, பாதாளம் அவரிடமிருந்து தப்பி, மீண்டும் போய் முருங்கை மரத்தின் மேல் ஏறிக்கொண்டு விட்டது என்றவாறு... என்றவாறு... என்றவாறு...

20. பாதாளம் விக்கிரமாதித்தனுக்குச் சொன்ன தம்பிக்குப் பெண் பார்த்த அண்ணன் கதை

"விக்கிரமாதித்தர் மறுபடியும் முருங்கை மரத்தின் மேல் ஏறி, பாதாளத்தைப் பிடித்துக்கொண்டு வர, அது அவருக்குச் சொன்ன இருபதாவது கதையாவது:

'கேளுமய்யா, விக்கிரமாதித்தரே! கேளும் சிட்டி, நீரும் கேளும்! ஏறக்குறைய இரண்டு கிராமங்களுக்கு அதிபதிகளாயிருந்த இரு சகோதரர்கள் இளையான்குடியிலே இருந்தார்கள். அவர்களின் ஒருவன் பெயர் ராமன்; இன்னொருவன் பெயர் லட்சுமணன். இருவரும் இரட்டை யராகப் பிறந்தவர்களாதலால் அவர்களுடைய பெற்றோர் அவர்களுக்கு அந்தப் பெயர்களைச் சூட்டியிருந்தார்கள். இதைத் தவிர, அந்த ராமனுக்கும் இந்த ராமனுக்கும் எந்த விதமான சம்பந்தமும் கிடையாது; அதே மாதிரி அந்த லட்சுமணனுக்கும் இந்த லட்சுமணனுக்கும் எந்த விதமான சம்பந்தமும் கிடையாது.

இப்படியாகத்தானே பிறந்து வளர்ந்த ராமலட்சுமணர்கள் இருவரும் ஏடிடி-27 நெற்பயிர்போல் வளர்ந்து வருங் காலையில், தகப்பனார் மண்டையைப் போட, அவரைத் தொடர்ந்து தாயாரும் மண்டையைப் போட, 'இனி உனக்கு நானே துணை; எனக்கு நீயே துணை!' என்று அண்ணன் தம்பிகள் இருவரும் ஒருவருக்கொருவர் துணையாக இருந்து வருவாராயினர்.

ஏதும் இல்லாதவர்களையே 'ஆண் பிள்ளை' என்ற ஒரே காரணத்துக்காகச் சுற்றிச் சுற்றி வரும் 'பெண்ணைப் பெற்ற பாவ'த்தைச் செய்தவர்கள், இரண்டு கிராமங்களுக்கு அதிபதிகளாயிருந்த இவர்களைச் சுற்றிச் சுற்றி வராமல் இருப்பார்களா? வந்தார்கள். அதன் காரணமாக ஜானகி என்ற கன்னிகைக்கும், ராமன் என்ற காளைக்கும் வெகு

சீக்கிரத்திலேயே வில்லை முறிக்காமல், விசுவாமித்திரரைத் தேடாமல் கலியாணமாயிற்று. அன்றிருந்தே 'தம்பி லட்சுமணனுக்கும் கலியாணம் பண்ணிவிடு!' என்று அந்த ஊராரில் சிலரும், 'பண்ணாதே, சொத்தில் பங்கு கேட்க வந்துவிடுவான்!' என்று இன்னும் சிலரும் ராமனுக்குத் தூபம் போட்டு வருவாராயினர்.

'லட்சுமணனுக்கு இல்லாத கவலை அவர்களுக்கு ஏன்?' என்று நீங்கள் கேட்பீர்கள். அவர்களில் சிலருக்கு, 'பொழுது போக வேண்டுமே!' என்ற கவலை; இன்னும் சிலருக்கு, 'அதன் காரணமாகவாவது அந்த அண்ணன் தம்பிகளுக்குள் சண்டை வராதா? அதை நாம் கண் குளிரப் பார்க்க மாட்டோமா?' என்ற ஆசை!

ஊரார் இங்ஙனமிருக்க, தம்பி லட்சுமணனோ தன் கலியாணத்தைப் பற்றித் தன்னுடைய அண்ணன் தன்னிடம் சொல்லும்போதெல்லாம், 'ஆயிரம் ஆண்கள் சேர்ந்து ஒரே இடத்தில் இருந்தாலும் இருக்கலாம்; இரண்டு பெண்கள் சேர்ந்து ஒரு நாளும் இருக்கமுடியாது. எனக்கு ஏன் இப்போது கலியாணம்?' என்று சொல்லித் தட்டிக் கழித்து வருவானாயினன்.

அண்ணனும் அதற்குமேல் அவனை வற்புறுத்தவில்லை; வற்புறுத்த அவன் மனைவியும் அவனை விடவில்லை. 'அதுவே கலியாணம் வேண்டாம், வேண்டாம் என்று சொல்லும் போது நீங்கள் ஏன் வற்புறுத்திக் கொண்டே இருக்கிறீர்கள்? பேசாமல் இருங்கள்!' என்று அவள் அவனை அடக்கி வைப்பாளாயினள்.

அதற்கும் காரணம் இல்லாமற் போகவில்லை. தம்பிக்குக் கலியாணம் என்று ஒன்று ஆனால், எப்படியும் பாகப் பிரிவினை என்று ஒன்று நடக்கும். அப்புறம் அவனுக்கு ஒரு கிராமம் இவனுக்கு ஒரு கிராமம் என்று பிரியும். அதற்கு மேல் தன்னை 'இரண்டு கிராமங்களுக்குச் சொந்தக்காரனின்

மனைவி' என்று சொல்லி அவள் தனக்குத் தெரிந்தவர்களிடமெல்லாம் பெருமையடித்துக் கொள்ள முடியுமா? ஒரே ஒரு கிராமத்துக்குச் சொந்தக்காரனின் மனைவி என்றுதானே சொல்லிக் கொள்ள முடியும்?-அந்தக் கவலை அவளுக்கு!

வீட்டுக்காரிக்கு அந்தக் கவலை என்றால் ஊராருக்கோ தாங்கள் என்ன சொல்லியும் அந்தக் குடும்பம் இன்னும் தாங்கள் சிரிக்க இடம் கொடுக்காமல் இருக்கிறதே என்று ஓயாக் கவலை! அந்தக் கவலையைத் தீர்த்துக் கொள்வதற்காக அவர்கள் லட்சுமணனைச் சந்திக்கும்போதெல்லாம் 'அது என்னடாப்பா, அது? அண்ணன் என்ன சொல்லியும் நீ எனக்குக் கலியாணமே வேண்டாம் என்று சொல்லிக் கொண்டிருக்கிறாயாமே? அவன் மட்டும் கலியாணத்தைப் பண்ணிக் கொண்டு 'ஜாம், ஜாம்' என்று வாழவேண்டும்; நீ வெந்ததைத் தின்றுவிட்டு வெறும் பாயில் கிடந்து உருள வேண்டுமா? நன்றாயிருக்கிறதே நியாயம்! இரண்டு பெண்கள் சேர்ந்து இருக்க முடியாது என்பதற்காக நீ இன்னும் எத்தனை நாட்கள் இப்படி இருந்து கொண்டிருக்க முடியும்? இருக்கவே இருக்கிறது, ஒன்றுக்கு இரண்டு கிராமங்கள்; நீயும் அவனைப் போல் ஒரு கலியாணத்தைப் பண்ணிக்கொண்டு, உனக்கென்று ஒரு கிராமத்தைப் பிரித்து எடுத்துக்கொண்டு அந்த வீட்டை விட்டு வெளியே வந்து விட்டால் போச்சு!' என்று சொல்லி வந்தார்கள். அவனோ அதைக் கேட்டுக்கொண்டு சும்மா வருவதில்லை; 'ஏன், எங்கள் வீடு ஒரே வீடாயிருப்பது உங்களுக்குப் பிடிக்க வில்லையா? இரண்டு வீடுகளானால்தான் பிடிக்குமா?' என்று அவர்களையே திருப்பிக் கேட்டுவிட்டு வருவானாயினன்.

இவன் இப்படிக் கேட்டுவிட்டு வந்தால் அவர்களுக்கு எப்படி இருக்கும்? 'அப்படியா சமாசாரம்?' என்று அடுத்தாற் போல் அவன் அண்ணனை அவர்கள் ஆத்திரத்தோடும் ஆவலோடும் எதிர்பார்த்துக் கொண்டிருப்பார்கள். அவன் வந்ததும், 'டேய், ஜாக்கிரதை! 'பங்காளியையும் பனங்காயையும் பதம் பார்த்து

வெட்டு' என்பார்கள்; நீ உன் தம்பியை அந்த மாதிரி பதம் பார்த்து வெட்டாவிட்டாலும் அவனுக்குக் கலியாணத்தையாவது பண்ணாமல் இரு. பண்ணினாயோ, பின்னால் உனக்குத்தான் கஷ்டம்!' என்பார்கள். அவனோ அவர்களுக்கு ஏற்றாற்போல், 'பெரியவர்கள் சம்பாதித்து வைத்துவிட்டுப் போயிருக்கும் சொத்து; எத்தனையோ தலைமுறைகளாக அப்படியே இருந்துகொண்டிருக்கிறது. இவன் கலியாணத்தால் அது பிரிவானேன் என்றுதான் நானும் யோசித்துக் கொண்டிருக்கிறேன்!' என்று சொல்லி விட்டு வருவானாயினன்.

அவன் அப்படி; இவன் இப்படி. 'இதற்குமேல் அந்த வீட்டை இரண்டாக்க என்ன செய்யலாம்?' என்று ஊரார் அல்லும் பகலும் அனவரதமும் யோசித்தார்கள், யோசித்தார்கள், அப்படி யோசித்தார்கள். கடைசியில் ஒரு பேஷான யோசனை அவர்களுக்குத் தோன்றிற்று. அதற்காக அவர்கள் ராமனையும் எதிர்பார்க்கவில்லை; லட்சுமண னையும் எதிர்பார்க்கவில்லை. தங்களுக்குத் தாங்களே பேசிக் கொண்டார்கள். என்னவென்று?.....

'உனக்குச் சங்கதி தெரியுமோ?' என்றாள் ஒருத்தி.

'தெரியாதே!' என்றாள் இன்னொருத்தி.

'ஜானகி இருவருக்கும் தேவி, இரவில் மட்டும் பத்தினியாயிருக்கிறாளாமே?' என்றாள் மற்றொருத்தி.

'இது என்னடியம்மா, புதுக் கதையாயிருக்கிறது! 'ஐவருக்கும் தேவி, அழியாத பத்தினி' என்று திரௌபதியைச் சொல்லத்தான் நான் கேட்டிருக்கிறேன். ஜானகியை அப்படி யாரும் சொல்லமாட்டார்களே? அவளுக்கு ராமன் என்றால் ராமன்தானாமே?' என்றாள் மற்றும் ஒருத்தி.

‘அது அந்த ஜானகிக்கு! இந்த ஜானகிக்கு ராமன் இல்லாவிட்டால் லட்சுமணனாம்; லட்சுமணன் இல்லா விட்டால் ராமனாம்!’ என்றாள் அவள்.

‘சரிதான், அதனாலேதான் அந்தப் பயல் எனக்குக் கலியாணமே வேண்டாம் என்று சொல்லிக்கொண்டு இருக்கிறான் போலிருக்கிறது!' என்றாள் இவள்.

இன்ன இடம், இன்ன நேரம் என்று இல்லாமல் ஊர் முழுவதும் எதிரொலித்த இந்த ஊர் வம்பைக் கேட்டதுதான் தாமதம், 'இனி பொறுப்பதில்லை தம்பி, எரிதழல் கொண்டு வா!’ என்று துரியோதனன் சபையில் துள்ளி எழுந்த பீமன் போல் லட்சுமணன் துள்ளி எழுந்தான். அதுதான் சமயமென்று அவனைச் சுற்றிச் சுற்றி வந்துகொண்டிருந்த ஒரு 'பெண்ணைப் பெற்ற பாவ'த்தைச் செய்தவர் அவனிடம் தம் பெண்ணின் ஜாதகத்தைக் கொடுத்தார். அப்போதிருந்த ஆத்திரத்தில், ‘என்னிடம் இதை ஏன் கொடுக்கிறீர்கள்? என் அண்ணனிடம் கொண்டு போய்க் கொடுங்கள்!' என்று மரியாதைக்காக ஒரு வார்த்தை சொல்லக்கூட அவனுக்குத் தோன்றவில்லை; தானே அதை அவசர அவசரமாக வாங்கிக் கொண்டு அண்ணனைத் தேடி 'ஓடு, ஓடு’ என்று ஓடினான்.

‘என்ன?’ என்றான் ராமன்; 'ஜாதகம்’ என்றான் லட்சுமணன்.

“எதற்கு?' என்றான் அவன்; ‘என் கலியாணத்துக்கு!’ என்றான் இவன்.

‘பண்ணிக்கொள்வதென்று முடிவு செய்துவிட்டாயா?' என்றான் ராமன்; ‘ஆமாம், முடிவு செய்துவிட்டேன்!’ என்றான் லட்சுமணன்.

‘ஏன்?' என்றான் அவன்; 'என்னால் அண்ணிக்கு மாசு கற்பிக்கப்படுவதை நான் விரும்பவில்லை!' என்றான் இவன்.

'அந்தக் கவலை எனக்கும் அவளுக்கும் இல்லாதபோது உனக்கு மட்டும் ஏன்?' என்றான் ராமன்; 'என்னால் அதைத் தாங்க முடியவில்லை!' என்றான் லட்சுமணன்.

அதற்கு மேல் அவனுடைய கலியாணத்தைத் தள்ளிப் போடுவது முடியாத காரியம் என்பதை உணர்ந்த ராமன் அவன் கொடுத்த ஜாதகத்தைக் கொண்டு போய் ஊர் ஜோதிடர் ஒருவரிடம் கொடுக்க, அவர் அதை வாங்கிப் பார்த்துவிட்டு, 'படு பாதகமான ஜாதகம் இது; இந்தப் பெண்ணை எந்த ஜாதகன் கலியாணம் செய்து கொண்டாலும் கலியாணம் செய்து கொண்ட அன்றைக்கே கண்ணை மூடி விடுவான்!' என்று சொல்ல, 'அப்படியா சமாசாரம்? இந்தாருங்கள், பத்து ரூபாய்க்கு இருபது ரூபாயாக வைத்துக் கொள்ளுங்கள்!' என்பதாகத்தானே ராமன் பரம சந்தோஷத்துடன் அவரிடம் இருபது ரூபாயைக் கொடுத்துவிட்டு வருவானாயினன்.

வீட்டுக்கு வந்ததும், 'ஜாதகம் எப்படி?' என்று ஜானகி கேட்க, 'படு பிரமாதம்!' என்று ஜோதிடர் சொன்னதை அவன் அப்படியே அவளிடம் சொல்ல, 'அந்தப் பெண்ணையே உங்கள் தம்பிக்குக் கலியாணம் செய்து வைத்துவிடுங்கள். அது கண்ணை மூடியதும் அவளுக்கு ஏதாவது கொடுத்து அவளை அவள் தாய் வீட்டுக்கே அனுப்பி வைத்துவிடலாம். சொந்தம் பிரிந்தாலும் சொத்து பிரியாது!' என்பதாகத்தானே அவள் சொல்ல, 'அதுதான் சரியான யோசனை, அதுதான் சரியான யோசனை!' என்று அன்றே அவன் தம்பியின் கலியாணத்துக்கு வேண்டிய ஏற்பாடுகளை யெல்லாம் விழுந்து விழுந்து செய்வானாயினன்.

ஆயிற்று; கலியாணமும் ஆயிற்று. பந்தி போஜனம் முடிந்ததும் பெண் வீட்டார் பிள்ளையை அழைத்துக் கொண்டு தங்கள் ஊருக்குப் புறப்படுவாராயினர். அவர்களை வழி கூட்டி அனுப்பி வைத்துவிட்டு, 'தம்பி இறந்தான் என்ற சந்தோஷச் செய்தி அங்கிருந்து எப்போது வரும், எப்போது வரும்?' என்று ராமன் வாசலிலேயே காத்துக் கொண்டிருக்க, அவன்

இல்லத்தரசி ஜானகியோ அந்தச் செய்தி வந்ததும் வாய் இனிக்க, மனம் இனிக்கக் குடிப்பதற்காக உள்ளே பால் பாயசம் காய்ச்சுவாளாயினள்

இந்த விதமாகத்தானே எல்லாம் தயாராகிக் கொண்டிருக்க, வாசலைப் பார்த்துக்கொண்டிருந்த ராமன் திடீரென்று, 'ஜானகி! அடி, ஜானகி!' என்று கத்த, 'என்னங்க, அங்கிருந்து ஆள் வந்தாச்சா?' என்று ஆவலுடன் கேட்டுக் கொண்டே ஜானகி ஓடி வர, அதற்குள் மார்பை அழுத்திப் பிடித்துக் கொண்ட அவன், 'மார்பை அடைக்குதடி, கொஞ்சம் தண்ணிர் கொண்டு வாடி?' என்று ஈனஸ்வரத்தில் முனகிக் கொண்டே கீழே விழுவானாயினன்.

'கடவுளே! இது என்ன சோதனை?' என்று அதுவரை நினைக்காத கடவுளை அவசர அவசரமாக நினைத்துக் கொண்டு அவள் உள்ளே ஓடித் தண்ணீர் கொண்டு வர, அதை வாங்கி ஒரு வாய் குடித்த ராமன், 'தம்பி லட்சுமணா! நீ கண்ணை மூடுவாய் என்று நினைத்த நானே கண்ணை மூடுகிறேண்டா!' என்று முனகிக் கொண்டே தன் கண்ணை மூடித் தன்னுடைய மனைவியைத் தன் மேல் விழுந்து 'கதறு, கதறு' என்று கதற வைத்துவிட்டுப் போவானாயினன்.

பாதாளம் இந்தக் கதையைச் சொல்லி முடித்துவிட்டு, 'மனிதன் ஒன்று நினைத்தால் தெய்வம் ஒன்று ஏன் நினைக்கிறது?' என்று விக்கிரமாதித்தரைக் கேட்க, 'தான் மனிதல்ல, தெய்வம் என்பதைக் காட்டிக்கொள்ளத்தான்!' என்று விக்கிரமாதித்தர் சொல்ல, பாதாளம் அவரிடமிருந்து தப்பி, மீண்டும் போய் முருங்கை மரத்தின் மேல் ஏறிக்கொண்டு விட்டது காண்க... காண்க... காண்க.......

21. பாதாளம் விக்கிரமாதித்தனுக்குச் சொன்ன சீமைக்குப் போன செல்வனின் கதை

"மறுபடியும் விக்கிரமாதித்தர் முருங்கை மரத்தின் மேல் ஏறி, பாதாளத்தைப் பிடித்துக்கொண்டு வர, அது அவருக்குச் சொன்ன இருபத்தோராவது கதையாவது:

'கேளுமய்யா, விக்கிரமாதித்தரே! கேளும் சிட்டி, நீரும் கேளும்! 'ஏழுமலை, ஏழுமலை' என்று ஓர் 'எஸ்டேட் ஏஜெண்ட்' ஏற்காட்டிலே உண்டு. 'மிஸ்டர் செவன் ஹில்ஸ், மிஸ்டர் செவன் ஹில்ஸ்' என்று தன் வெள்ளைக்கார முதலாளியால் அழைக்கப்பட்டு வந்த அவர், பின்னால் எப்படி அந்த எஸ்டேட்டுக்கே சொந்தக்காரரானார் என்பது அந்தப் பக்கத்தில் யாருக்குமே புரியாத புதிராக இருந்து வந்தது. 'இந்தியா சுதந்திரம் அடைந்ததும் வெள்ளைக்கார முதலாளி லண்டனுக்குப் போய்விட்டதுதான் அதற்குக் காரணம்' என்று சிலர் சொன்னார்கள்; 'அதெல்லாம் ஒன்றுமில்லை; மிஸஸ் செவன் ஹில்ஸின் முகராசிதான் அதற்குக் காரணம்' என்று வேறு சிலர் சொன்னார்கள். எப்படியோ மிஸ்டர் செவன் ஹில்ஸ் உயர்ந்தார்; அவருடைய அந்தஸ்தும் 'ஏழுமலை' அளவுக்கு உயர்ந்தது!

மிஸ்டர் செவன் ஹில்ஸுக்கு இரண்டு மகன்களும், ஒரு மகளும் உண்டு. மூத்தவன் பெயர் முனிசாமி, அப்பாவைப் பின்பற்றி அவன் தன் பெயரை, 'எஸ்.எம். சாம்' என்று மாற்றி வைத்துக் கொண்டான். இளையவன் பெயர் கோபாலன்; அவன் தன் பெயரை 'எஸ்.ஜி. பால்' என்று மாற்றி வைத்துக் கொண்டான். பெண்ணின் பெயர் குப்பம்மாள்; அவள் தன் பெயரை 'எஸ்.கே. பம்மா' என்று மாற்றி வைத்துக் கொண்டாள்.

இப்படியாகத்தானே மலையுச்சியில் வாழ்ந்து வந்த அந்தக் குடும்பம் திடீரென்று நாகரிகத்தின் உச்சிக்குப் போக, அதன்

காரணமாகத்தானோ என்னவோ, ஆண்-பெண் பேதத்தைக் கூட மறந்து பழகும் பல 'அபூர்வ நண்பர்கள்' அவர்களுக்கு வாய்ப்பாராயினர். அதற்குப் பின் இட்டிலி, தோசை சாப்பிடுவதைக்கூட அநாகரிகமாகக் கருதிய அவர்கள் பன் பட்டர், ஜாம், பிரெட் என்று சாப்பிட்டு வந்த காலையில், ஒரு நாள் இருபத்திரண்டு வயது நிறைந்த சாமைச் சுட்டிக் காட்டி, 'இவ்வளவு பெரிய பிள்ளையா உங்களுக்கு இருக்கிறார்?' என்று நாற்பத்து நாலு வயது நிறைந்த மிஸ்டர் செவன் ஹில்ஸை அவருடைய சிநேகிதிகளில் ஒருத்தியான ஐம்பத்து நாலு வயது சீமாட்டி ஆச்சரியத்துடன் கேட்க, மிஸ்டர் செவன் ஹில்ஸ் திடுக்கிட்டு, 'அவன் என் பிள்ளை இல்லை, தம்பி!' என்று அவனுக்குத் தெரியாமல் சொல்லி அவளைச் சமாளிப்பராயினர்.

எதிர்பாராமல் நிகழ்ந்துவிட்ட இந்த அசம்பாவிதம் குறித்து அன்றிரவே மிஸ்டர் செவன் ஹில்ஸ், மிஸஸ் செவன் ஹில்ஸுடன் கலந்து ஆலோசிக்க, 'ஆபத்து, ஆபத்து! அவன் இங்கே இருந்தால் நம் உண்மை வயது நம்முடைய நண்பர்களுக்கெல்லாம் தெரிந்துவிடும்போல் இருக்கிறது; அவனை உடனே வேறு எங்கேயாவது அனுப்பப் பாருங்கள்!' என்று அவள் அலறோ அலறு என்ற அலற, அவனை எங்கே அனுப்பி வைப்பதென்று அவர் அன்றிரவு முழுவதும் யோசித்தார், யோசித்தார், அப்படி யோசித்தார். கடைசியில் 'மேல் படிப்பு என்ற சாக்கில் அவனை லண்டனுக்கு அனுப்பி வைத்துவிட்டால் என்ன?' என்று மிஸ்டர் செவன் ஹில்ஸ் மிஸஸ் செவன் ஹில்ஸைக் கேட்க, 'அதுதான் சரி, அதுதான் சரி!' என்று அவர் சொன்னதை அவள் அப்படியே ஆமோதிப்பாளாயினள்.

இந்த விதமாகத்தானே சீமைக்குப் போன செல்வன் சாம், அங்கே மேலே படித்தானோ இல்லையோ, திரும்பி வரும் போது மறக்காமல் வெள்ளைக்கார மனைவியுடன் இல்லை, வெள்ளைக்காரத் துணைவியுடன் இந்தியாவுக்கு வருவானாயினன். அந்தத் துணைவியுடன் நேரே வீட்டுக்குப்

போனால் தந்தை என்ன சொல்வாரோ, என்னவோ என்று சற்றே பயந்த சாம், எதற்கும் அவளை ஓர் ஓட்டல் அறையில் விட்டுவிட்டுப் போவோம் என்று விட்டுவிட்டுப் போக, முன் ஹாலில் யாரோ ஒருவனுடன் உட்கார்ந்து அரட்டை யடித்துக் கொண்டிருந்த அவன் தங்கை மிஸ் பம்மா, 'வா, அண்ணா!' என்று அவனை வரவேற்று, 'இவர்தான் என் பாய் பிரெண்ட் மிஸ்டர் ஜும்மா!' என்று தன்னுடன் இருந்தவனை அவனுக்கு அறிமுகம் செய்து வைக்க, 'என்ன துணிச்சல் இவளுக்கு! எங்கேயோ இருந்த எவனோ ஒருவனை இங்கே அழைத்து வந்து வைத்துக் கொண்டு அரட்டையடிப்பதோடு நில்லாமல், அவனை எனக்கு அறிமுகம் வேறு செய்து வைக்கிறாளே?' என்று கருவிக் கொண்டே அவன் மேலே இரண்டடி எடுத்து வைக்க, பின் ஹாலில் யாரோ ஒருத்தியுடன் உட்கார்ந்து சரஸமாடிக் கொண்டிருந்த அவன் தம்பி மிஸ்டர் பால், 'வா, அண்ணா!' என்று அவனை வரவேற்று, 'இவள்தான் என் கெர்ல் பிரெண்ட் மிஸ் பெர்ல்!' என்று தன்னுடன் இருந்தவளை அவனுக்கு அறிமுகம் செய்து வைக்க, 'என்ன அக்கிரமம் இது! இந்த வீட்டில் இவர்களைக் கேட்பார் யாருமில்லையா?' என்று தன்னை மறந்து ஆத்திரத்தின் எல்லைக்கே போய்விட்ட மிஸ்டர் சாம், 'அம்மா எங்கே?' என்று அவசர அவசரமாகக் கேட்க, 'ஏன், அவள் நம் எஸ்டேட் பாஸுடன் உலாவப் போயிருக்கிறாள்!' என்று தம்பி சொல்வானாயினன்.

'எஸ்டேட் பாஸா! அவர் இப்போது எங்கிருந்து வந்தார்?' என்று அண்ணன் ஒன்றும் புரியாமல் கேட்க, 'லண்டனிலிருந்துதான் வந்திருக்கிறார்!' என்று தம்பி சொல்வானாயினன்.

'ஓஹோ! அப்பா?' என்றான் அவன்; 'மாடியில் இருக்கிறார்!' என்றான் இவன்.

'என்ன செய்துகொண்டிருக்கிறார் அவர்? தூங்குகிறாரா? இதோ போய் நான் எல்லாவற்றுக்கும் ஒரு முடிவு கட்டிவிட்டு

வருகிறேன், பார்!' என்று கத்திக்கொண்டே அவன் மாடிக்கு ஓட, அவர் அங்கே ஆங்கில இசைத் தட்டு ஒன்றைக் கிராம போனில் வைத்துவிட்டு, அந்த இசைக்கேற்ப யாரோ ஒரு சீமாட்டியுடன் 'ராக் அண் ரோல்' நடன மாடிக்கொண்டிருக்க, மிஸ்டர் சாமுக்கு என்ன தோன்றிற்றோ என்னவோ, அவன் தன் ஆத்திரத்தை யெல்லாம் அக்கணமே மறந்து விழுந்து விழுந்து சிரிப்பானாயினன்.'

பாதாளம் இந்தக் கதையைச் சொல்லி முடித்துவிட்டு, 'மிஸ்டர் சாம் ஏன் சிரித்தான்?' என்று விக்கிரமாதித்தரைக் கேட்க, 'தங்கை தவறு செய்தால் அம்மாவிடம் சொல்லலாம்; தம்பி தவறு செய்தால் அப்பாவிடம் சொல்லலாம். அம்மாவும் அப்பாவுமே தவறு செய்தால் யாரிடம் சொல்வது என்று நினைத்திருப்பான்; சிரிப்பு வந்துவிட்டிருக்கும்!' என்று விக்கிரமாதித்தர் சொல்ல, பாதாளம் அவரிடமிருந்து தப்பி, மீண்டும் போய் முருங்கை மரத்தின் மேல் ஏறிக் கொண்டு விட்டது என்றவாறு... என்றவாறு... என்றவாறு....

22. பாதாளம் விக்கிரமாதித்தனுக்குச் சொன்ன கனகாம்பரம் சிரித்த கதை

"விக்கிரமாதித்தர் மறுபடியும் முருங்கை மரத்தின் மேல் ஏறி, பாதாளத்தைப் பிடித்துக்கொண்டு வர, அது அவருக்குச் சொன்ன இருபத்திரண்டாவது கதையாவது:

'கேளுமய்யா, விக்கிரமாதித்தரே! கேளும் சிட்டி, நீரும் கேளும்! 'கனகாம்பரம், கனகாம்பரம்' என்ற கட்டழகி ஒருத்தி காட்டுப் பாக்கத்திலே இருந்தாள். பொழுது விடிந்ததும் அவள் அந்த ஊர் மாடுகளையெல்லாம் ஓட்டிக் கொண்டு காட்டுக்குப் போவாள். அவற்றை அங்கே மேய விட்டுவிட்டு, அவள் அடுப்புக்கு வேண்டிய விறகு, சுள்ளி ஆகியவற்றைச் சேகரிப்பதில் ஈடுபடுவாள். அதற்குள் பொழுது சாய்ந்து விடும்; சேகரித்த விறகுச் சுமையைத் தூக்கித் தலையில் வைத்துக்கொண்டு, மாடுகளையும் மடக்கி ஓட்டிக்கொண்டு ஊருக்குத் திரும்புவாள்.

இப்படி ஒரு நாளா, இரண்டு நாட்களா? எத்தனையோ நாட்களாக அவள் போவதும் வருவதுமாயிருந்தாள். அப்படிப் போகும்போதும் சரி, வரும்போதும் சரி, அவள் யாரையும் ஏறெடுத்துக்கூடப் பார்ப்பது கிடையாது; 'தான் உண்டு, தன் காரியம் உண்டு' என்று போவாள்; வருவாள்.
அப்படிப்பட்டவள் ஒரு நாள் மாடுகளை முன்னால் போக விட்டுவிட்டு, அடிக்கொரு தரம் நிற்பதும், நின்றபின் ஏதோ நினைப்பதும், நினைத்தபின் விழுந்து விழுந்து சிரிப்பதுமாகச் செல்ல, அதைக் கவனித்த ஒரு பெரியவர், 'இத்தனை நாளும் இல்லாமல் இன்று என்ன வந்துவிட்டது இந்தப் பெண்ணுக்கு? இவள் ஏன் இப்படி விழுந்து விழுந்து சிரிக்கிறாள்? 'சிரிப்பு வியாதி' என்று ஏதோ ஒரு புது வியாதி இப்போது இளம் பெண்களுக்கெல்லாம் வருகிறதாமே, அந்த வியாதி இவளுக்கும் வந்து விட்டதா, என்ன? அது கலியாணமாகாத பெண்களுக்கல்லவா வருவதாகச்

சொல்கிறார்கள்? இவளுக்குத்தான் கலியாணமாகிவிட்டதே! ஏன் அந்த வியாதி வருகிறது? அப்படியே வந்தாலும் அதை வாலிபர்கள் குணப்படுத்தி விடுகிறார்களென்றும், எப்படிக் குணப்படுத்துகிறார்கள் என்பதுதான் இன்னும் மர்மமாகவே இருக்கிறதென்றும் சொல்கிறார்களே, அந்த மர்மம் இவளுடைய கணவனுக்குத் தெரியாதா, என்ன?' என்று பலவாறாக நினைத்துக்கொண்டே, மெல்ல அவளை நெருங்கி, 'ஏன் பெண்ணே, அப்படிச் சிரிக்கிறாய்?' என்று கேட்க, அவள் அவரை ஏற இறங்கப் பார்த்துவிட்டுத் திடீரென்று தேம்பித் தேம்பி அழ, 'இது என்ன வேடிக்கை! கொஞ்ச நேரத்துக்கு முன்னால் விழுந்து விழுந்து சிரித்தாய்; 'ஏன் சிரிக்கிறாய்?' என்று கேட்டால், தேம்பித் தேம்பி அழுகிறாயே? என்ன விஷயம்? என்ன நடந்தது?' என்று அவர் வியப்புடன் கேட்க, அவள் மறுபடியும் சிரித்துக் கொண்டே சொன்னதாவது:

'ஒரு நாள் மத்தியானம் வழக்கம்போல் நான் காட்டில் சுள்ளி பொறுக்கிக்கொண்டிருந்தேன். அப்போது ஏதோ ஒன்று பயங்கரமாக உறுமும் சத்தம் கேட்டது. திடுக்கிட்டுத் திரும்பிப் பார்த்தேன். புதரில் பதுங்கியிருந்த புலி ஒன்று திடீரென்று என்மேல் பாய்ந்தது. எனக்கு ஒன்றும் புரிய வில்லை; 'ஐயோ, அம்மா!' என்று அலறிக்கொண்டே குப்புறப் படுத்துக் கண்ணை மூடிக்கொண்டு விட்டேன். 'டுமீல்' என்று ஒரு சத்தம் கேட்டது; விழித்துப் பார்த்தேன். எனக்கு அருகில் கையில் துப்பாக்கியுடன் வெள்ளைக்கார உடையில் யாரோ ஒருவர் நின்றுகொண்டிருந்தார். அவருக்குப் பக்கத்தில் செத்துப்போன புலி கிடந்தது. நான் நன்றியுடன் அவரைப் பார்த்தேன்; 'அந்தக் காலத்துப் பெண்கள் புலியை முறத்தால் அடித்து விரட்டியதாகச் சொல்வார்கள்; நீ என்னடாவென்றால் அதன் உறுமல் சத்தத்தைக் கேட்டவுடனே இப்படி விழுந்துவிட்டாயே?' என்றார் அவர் சிரித்துக்கொண்டே. எனக்கு ரோசம் பொத்துக் கொண்டு வந்துவிட்டது. 'அந்தக் காலத்து ஆண்கள் யானையைக்கூட நேருக்கு நேராக எதிர்த்து நின்று அங்குசத்தாலேயே அதை அடக்கி ஆண்டார்களாம்.

இந்தக் காலத்து ஆண்கள் அப்படியா செய்கிறார்கள்? மறைந்திருந்து துப்பாக்கியால் அல்லவா சுடுகிறார்கள்!' என்றேன் விருட்டென்று எழுந்து நின்று. அதற்குமேல் அவர் ஒன்றும் பேசவில்லை; அசடு வழியப் போய்விட்டார்.

அன்றிரவு வீட்டில் படுத்துத் துங்கிக்கொண்டிருந்த போது, எங்கிருந்தோ சுண்டெலி ஒன்று வந்து என்மேல் விழுந்தது. 'எலி, எலி!' என்று நான் கத்தினேன். எனக்குப் பக்கத்தில் படுத்துக் கொண்டிருந்த என் கணவர், 'எங்கே தடி, தடி?' என்று என்னைத் தொடர்ந்து கத்திக்கொண்டே எழுந்தார். 'எலியை அடிப்பதற்கா தடி!' என்றேன் நான். 'மூடு, வாயை!' சின்ன பாம்பாயிருந்தாலும் பெரிய கொம்பால் அடி!' என்று பெரியவர்கள் சொல்லியிருக்கிறார்கள்!' என்று சொல்லிக்கொண்டே இறக்கி வைத்திருந்த விளக்கின் திரியை ஏற்றி எடுத்துக்கொண்டு அவர் தடியைத் தேடினார். 'பாம்புக்குத்தானே அப்படிச் சொன்னார்கள்? எலிக்குச் சொல்லவில்லையே!' என்றேன் நான். 'உனக்குத் தெரியாது; பேசாமல் இரு!' என்று அவர் என்னை அடக்கி விட்டுத் தடியைத் 'தேடு, தேடு' என்று தேடினார். ஒரு வழியாகத் தடியும் கிடைத்தது.

அந்தத் தடியுடன் அவர் எலியை 'விரட்டு, விரட்டு' என்று விரட்டினார். அது பழங்கலம் அடுக்கி வைத்திருந்த மூலைக்கு ஓடிற்று. அதைத் தொடர்ந்து ஓடிய அவர், அதன்மேல் போட்டார் ஒரு போடு! உடைந்தது எலியின் மண்டையல்ல; பழங்கலங்கள்! அடுத்தாற்போல் அந்த எலி உறிக்குத் தாவிற்று; விடுவாரா? தடியால் ஓங்கி அடித்தார் இன்னும் ஓர் அடி! காலியானது எலி அல்ல; உறி! கயிறு மட்டுமே எஞ்சி நின்ற அந்த உறியிலிருந்து எண்ணெயும் நெய்யும் வழிந்து இரண்டறக் கலந்து எங்கள் 'எட்டடிக் குச்சு'க்குள்ளே ஒரே எண்ணெய் ஆறாக ஓடிற்று. என்ன இருந்தாலும் என் கணவர் ஆண் பிள்ளையல்லவா? மீசையை முறுக்கி விட்டுக்கொண்டே 'என்ன ஆனாலும் சரி, இன்று உன்னை நான் விடுவதில்லை!' என்று அந்த எலியை விரட்டிக்

கொண்டே வீதிக்கு ஓடினார். நான் 'விதியே!' என்று பழங்கலத்திலிருந்தும், உறியிலிருந்தும் விழுந்து உடைந்த மண்பாண்டங்களின் சில்லுகளைப் பொறுக்கி எடுப்பதில் முனைந்தேன்.

நீண்ட நேரத்துக்குப் பிறகு வியர்க்க விறுவிறுக்க தடியார் திரும்பி வந்தார். 'என்ன ஆயிற்று எலி?' என்றேன் நான்; 'விட்டேனா?' என்றார் அவர் மறுபடியும் மீசையைத் திருகி விட்டுக் கொண்டே. 'அடித்துவிட்டீர்களா?' என்றேன்; 'அடிப்பதாவது! அதுவரை எனக்கு எதிரே நிற்க அவ்வளவு தைரியமா அதற்கு?' என்றார். 'கடைசியில் என்னதான் ஆயிற்று?' என்றேன்; ஓடிப் போய் வளைக்குள் புகுந்து கொண்டு விட்டது; 'பாவம், போனாற் போகிறது!' என்று நானும், 'ஜாக்கிரதை! இன்னொரு தடவை வெளியே வந்தாயோ, கொன்று விடுவேன் கொன்று!' என்று அதை எச்சரித்து விட்டு வந்தேன்!' என்றார் அவர் மீண்டும் மீசையை முறுக்கி விட்டுக்கொண்டே. நான் சும்மா இருந்திருக்கக் கூடாதா? கீழே விழுந்து கிடந்த வெண்ணெயில் கொஞ்சம் எடுத்து அவரிடம் நீட்டினேன். 'எதற்கு?' என்றார்; 'இவ்வளவு பெரிய வீர சாகசத்தைச் செய்துவிட்டு, மீசையை வெறுமனே முறுக்கலாமா? கொஞ்சம் வெண்ணெய் தடவி முறுக் குங்கள்!' என்றேன்.

கோபம் பொத்துக்கொண்டு வந்து விட்டது அவருக்கு; 'என்ன குறைச்சல் என் வீரத்துக்கு?' என்று ஓர் எம்பு எம்பித் தம் கையிலிருந்த தடியை என்னை நோக்கி ஓங்கினார். எனக்கு ஆத்திரம் பொத்துக்கொண்டு வந்துவிட்டது; 'சும்மா நிறுத்துங்கள்! மத்தியானம் காட்டில் ஒரு புலி என்மேல் பாய வந்தது; ஒரே குண்டில் அதைச் சுட்டுக் கொன்ற வீரர் தன் வீரத்தைப் பற்றி என்னிடம் ஒரு வார்த்தைக்கூடப் பேசவில்லை; நீங்கள் என்னடாவென்றால், இவ்வளவு பெரிய தடியை எடுத்துக்கொண்டு போய் ஓர் எலியைக்கூடக் கொல்லாமல் திரும்பி வந்துவிட்டு இத்தனை பேச்சுப் பேசுகிறீர்களே!' என்றேன். அவ்வளவுதான்; 'யாரடி அவன்?

எதற்காக அங்கே வந்தான்? உனக்காக ஏன் புலியைக் கொன்றான்? உனக்கும் அவனுக்கும் என்ன உறவு? எப்போதிருந்து உறவு? சொல்லடி, சொல்?' என்று என்னை அடிமேல் அடி அடித்ததோடு நில்லாமல், 'போ, அந்த வீரனுக்குப் பின்னாலேயே போ! இனிமேல் இங்கே வராதே!' என்று அவர் அன்றிருந்து என்னை 'விரட்டு, விரட்டு' என்று விரட்டிக்கொண்டே இருக்கிறார். எனக்கு என்ன செய்வதென்றே தெரியவில்லை. அப்போதிருந்து அந்தப் புலி வேட்டைக்காரரை நினைத்தால் எனக்குச் சிரிப்புச் சிரிப்பாய் வருகிறது; எலி வேட்டைக்காரரை நினைத்தால் அழுகை அழுகையாய் வருகிறது!'

கனகாம்பரம் இதைச் சொல்லிவிட்டு மீண்டும் தேம்பித் தேம்பி அழ, 'அழாதே பெண்ணே, அழாதே! கொண்ட கணவனுக்கு முன்னால் அண்டை வீட்டுக்காரனைப் புகழலாமா? புகழக் கூடாதே! போ, இனிமேலாவது அதைத் தெரிந்து கொண்டு, அதற்குத் தக்கபடி நடந்துகொள்!' என்று சொல்லி விட்டுப் பெரியவர் தன் வழியே செல்ல, அவளும் அவள் வழியே செல்வாளாயினள்.'

பாதாளம் இந்தக் கதையைச் சொல்லி முடித்துவிட்டு, 'கொண்ட கணவனுக்கு முன்னால் அண்டை வீட்டுக்காரனை ஏன் புகழக் கூடாது?' என்று விக்கிரமாதித்தரைக் கேட்க, 'புகழ்ந்தால் என்ன நடக்கும் என்பதுதான் அந்தக் கதையிலிருந்தே தெரிகிறதே!' என்று விக்கிரமாதித்தர் சொல்ல, பாதாளம் அவரிடமிருந்து தப்பி, மீண்டும் போய் முருங்கை மரத்தின் மேல் ஏறிக்கொண்டு விட்டது காண்க... காண்க... காண்க.....

23. பாதாளம் விக்கிரமாதித்தனுக்குச் சொன்ன முகமூடித் திருடர் கதை

"விக்கிரமாதித்தர் மறுபடியும் முருங்கை மரத்தின் மேல் ஏறி, பாதாளத்தைப் பிடித்துக்கொண்டு வர, அது அவருக்குச் சொன்ன இருபத்து மூன்றாவது கதையாவது:

'கேளுமய்யா, விக்கிரமாதித்தரே! கேளும் சிட்டி, நீரும் கேளும்! 'பஞ்சாபகேசன், பஞ்சாபகேசன்' ன்னு ஒரு பாங்கர் பட்டணத்திலே உண்டு. அவர் தம் பணத்தை ஒரு கணம் கூடத் தூங்கவிட மாட்டார்; 'தூங்க விட்டால் வட்டியும் தூங்கி விடும்' என்று சதா அதை எழுப்பி உலாவ விட்டுக் கொண்டே இருப்பார். அதே மாதிரி அவரும் தூங்குவதில்லை; சதா விழித்துக்கொண்டே இருப்பார்.

இப்படியாகத்தானே பணமே தாமாகவும், தாமே பணமாகவும் அவர் இருந்துவருங்காலையில், எங்கிருந்தோ வந்த முகமூடித் திருடர்கள் நகரின் மூலை முடுக்குகளிலெல்லாம் அஞ்சாமல் புகுந்து அயராமல் கொள்ளையடிக்க, அவர்களிடமிருந்து தம்மையும் தம் பணத்தையும் எப்படிக் காத்துக் கொள்வதென்று அவர் யோசித்தார், யோசித்தார், அப்படி யோசித்தார். நகரத்துக்கு வெளியே உள்ள வீடாகப் பார்த்துத்தான் அவர்கள் கொள்ளையடிக்கிறார்கள் என்பதை அறிந்த அவர், அடையாற்றிலிருந்த தம் வீட்டை உடனே திருவல்லிக்கேணிக்கு மாற்றினார். கையிலிருந்த ரொக்கம், விலையுயர்ந்த நகைகள் ஆகியவற்றைப் பாங்குகளிடம் ஒப்படைத்தார். பாங்கின் நேரம் கழித்து வந்த பணத்தை இரும்புப் பெட்டியில் வைத்துப் பூட்டி, அதன் கதவை ஒரு தடவைக்கு நாலு தடவையாக இழுத்து இழுத்துப் பார்த்தார். எல்லாம் ஒரு வழியாக முடிந்தபின், 'அப்பாடா!' என்று அவர் ஒரு 'டெகா மீட்டர்' அளவுக்குப் பெருமூச்சு விட்டார்.

அன்று என்னவோ தெரியவில்லை-துக்கம் கண்ணைச் சுழற்றிக் கொண்டு வருவதுபோல் இருந்தது அவருக்கு; எழுந்து போய் குளிர்ந்த நீரில் முகத்தை அலம்பிக்கொண்டு வந்தார். இடுப்பு வலிப்பதுபோல் இருந்தது; 'விழித்தபடியே கொஞ்ச நேரம் படுத்துக்கொண்டுதான் இருப்போமே!' என்று படுத்தார். மணி 'டாண், டாண்' என்று பத்து அடித்தது. அதுகாலை, 'பால் சாப்பிடவில்லையா?' என்று கேட்டுக் கொண்டே அன்னார் 'பட்டமகிஷி' அங்கே வர, 'வேண்டாம்; அதை டீயாகப் போட்டுக்கொண்டு வந்து இங்கே வைத்து விடு!' அவர் கட்டளையிட, அந்தக் கட்டளையைச் சிரமேற் கொண்டு அந்த அம்மாள் அப்படியே போட்டுக் கொண்டு வந்து வைக்க, அதை அடிக்கொரு வாய் குடிப்பதும் கொட்டு கொட்டென்று விழித்துக் கொண்டிருப்பதுமாக அன்றிரவைத் தள்ளி விட்டுக் கொண்டிருந்தார் அவர்.

இந்த விதமாகத்தானே அவர் இருந்து வருங்காலையில், மணி பதினொன்று, பன்னிரண்டு என்று அடித்து, ஒன்று என்றும் அடித்தது. தம்மையும் மீறி 'ஆவ்' என்று வந்த கொட்டாவிக்கு அவர் வழக்கம்போல் சிட்டிகை போட்டு 'சென்ட் ஆப்' கொடுத்துவிட்டுத் திரும்பிப் படுத்தார். அதுகாலை இரண்டு முகமூடித் திருடர்கள் எங்கிருந்தோ வந்து அவருக்கு முன்னால் நிற்க, அவர் திடுக்கிட்டு எழுந்து உட்கார்ந்து கண்களைக் கசக்கி விட்டுக்கொண்டு பார்த்தார்.

அதற்குள் அவர்களில் ஒருவன் தன் கையிலிருந்த சவுக்குக் கட்டையை அவருடைய தலைக்கு நேராக ஓங்க, இன்னொருவன், 'எங்கே இருக்கிறது பணம்?' என்று சைகை மூலம் கேட்க, 'இவர்கள் எந்த ஊர் திருடர்களாயிருப்பார்கள்? இவர்களுக்கு இந்தியும் தெரியாது, இங்கிலீஷும் தெரியாது போல் இருக்கிறதே?' என்று நினைத்த அவர், 'அதோ இருக்கிறது!' என்று நடுங்கிக் கொண்டே இரும்புப் பெட்டியைக் காட்ட, 'எடு சாவியை, திற பெட்டியை!' என்று அவர்கள் மேலும் ஜாடை காட்டியே அவரை விரட்டுவாராயினர்.

பார்த்தார் பஞ்சாபகேசன்; அவர்கள் கையிலுள்ள சவுக்குக் கட்டை தம்முடைய மண்டையைப் பதம் பார்ப்பதற்கு முன்னால் இரும்புப் பெட்டியைத் தாமே திறந்து, அவர்கள் கேட்பதை கொடுத்துவிடுவதுதான் தமக்கு மரியாதை என்று நினைத்தார்; நினைத்ததும் எழுந்தார்; இரும்புப் பெட்டியை நோக்கி நடந்தார். எடுத்தார் சாவியை; திறந்தார் பெட்டியை. நல்ல வேளையாக அன்று வசூலான பணம் ஏதும் அதில் இல்லை; 'வெறும் பெட்டியாக இருக்கக் கூடாதே!' என்பதற்காக அதில் ஒரே ஒரு ரூபாயை மட்டும் போட்டு வைத்திருந்தார். அதை எடுத்து அவர்களிடம் தாராளமாகக் கொடுத்தார். அவர்கள் அதை அலட்சியமாக வாங்கி வீசி எறிந்துவிட்டு, 'எடு நகையை!' என்று மேலும் சைகை காட்டினார்கள். மூக்கால் அழுதுகொண்டே அதிலிருந்த நகைகளையெல்லாம் ஒவ்வொன்றாக எடுத்து அவர்களிடம் கொடுத்தார். அவற்றைப் பெற்றுக் கொண்டதும் அவர்களில் ஒருவன் 'ஹஹ்ஹஹ்ஹஹ்ஹா' என்று சிரிக்க, இன்னொருவன், 'காலையில் நானும் அண்ணாவும் 'ஊட்டிக்கு உல்லாசப் பயணம் போகப் போகிறோம்; ஓர் இருநூறு ரூபாய் கொடுங்கள்!' என்று எத்தனை கெஞ்சுக் கெஞ்சிக் கேட்டோம்? 'கொடுக்கவே மாட்டேன்!' என்று சொன்னீர்களே, அப்பா! இப்பொழுது பார்த்தீர்களா கேட்க கேட்க ஒவ்வொரு நகையாக எடுத்துக் கொடுத்துக் கொண்டே இருக்கிறீர்கள்!' என்று சொல்லிக் கொண்டே தான் அணிந்திருந்த முகமூடியைக் கழற்ற, அவனைத் தொடர்ந்து அவன் அண்ணனும் கழற்ற, 'அயோக்கியப் பயல்களா, உங்கள் வேலைதானா இது? நானும் உங்களிடம் ஒன்றும் ஏமாந்துவிடவில்லையடா, ஏமாந்து விடவில்லை. என்ன நகைகளை எடுத்துக் கொடுத்திருக்கிறேன் என்று கொஞ்சம் வெளிச்சத்தில் வந்து பாருங்கள்; எல்லாம் போலி நகைகளடா, போலி நகைகள்!' என்று தகப்பனாராகப் பட்டவர் விழுந்து விழுந்து சிரிக்க, அதைக் கேட்டுப் புத்திர சிகாமணிகளாகப்பட்டவர்கள் 'விழி, விழி' என்று விழிக்க, 'போங்கடா, போக்கற்றப் பயல்களா! நீங்கள் முகமூடி

போட்ட திருடர்கள் என்றால், நான் முகமூடி போடாத திருடன் என்பது உங்களுக்குத் தெரியாது போல் இருக்கிறது!' என்று சொல்லிக்கொண்டே, அவர் மறுபடியும் போய்க் கட்டிலில் படுத்து, 'ஆவ்' என்று மறுபடியும் வந்த கொட்டாவிக்கு வழக்கம்போல் 'டக், டக்' என்று சிட்டிகை போட்டு 'சென்ட் ஆப்' கொடுப்பாராயினர்.'

பாதாளம் இந்தக் கதையைச் சொல்லி முடித்துவிட்டு, 'பணம் பாசத்தை வெல்கிறதா, பாசம் பணத்தை வெல்கிறதா?' என்று விக்கிரமாதித்தரைக் கேட்க, 'பாசம் எங்கே பணத்தை வெல்கிறது? பணம்தான் பாசத்தை வெல்கிறது!' என்று விக்கிரமாதித்தர் சொல்ல, பாதாளம் அவரிடமிருந்து தப்பி, மீண்டும் போய் முருங்கை மரத்தின் மேல் ஏறிக் கொண்டு விட்டது என்றவாறு... என்றவாறு... என்றவாறு....

24. பாதாளம் விக்கிரமாதித்தனுக்குச் சொன்ன பாப விமோசனம் தேடிய பக்தர் கதை

"விக்கிரமாதித்தர் மறுபடியும் முருங்கை மரத்தின் மேல் ஏறி, பாதாளத்தைப் பிடித்துக்கொண்டு வர, அது அவருக்குச் சொன்ன இருபத்தி நான்காவது கதையாவது:

'கேளுமய்யா, விக்கிரமாதித்தரே! கேளும் சிட்டி, நீரும் கேளும்! தற்போது நான் வாசம் செய்து வரும் முருங்கை மரத்துக்குக் கீழே பிள்ளையார் கோயில் ஒன்று இருக்கிறதல்லவா? அந்தக் கோயிலுக்குத் தினந்தோறும் ஒரு பக்தர் வருவதுண்டு. அவர் காலையில் அலுவலகத்துக்குப் போகும் போதும் சரி, மாலையில் வீடு திரும்பும்போதும் சரி, அங்குள்ள பிள்ளையாரை முறைப்படி மும்முறை வணங்காமல் செல்ல மாட்டார். அங்ஙனம் வணங்கும்போது, காலையில் மூன்று குட்டுக்கள், மூன்று தோப்புக் கரணங்களுடன் தம்முடைய பிரார்த்தனையை முடித்துக் கொள்ளும் அவர், மாலையில் அவ்வாறு முடித்துக் கொள்ளமாட்டார். ஒரு நாள் மாலை அவருடைய குட்டுக்களும் தோப்புக்கரணங்களும் நாலு, ஐந்து, ஆறு, ஏழு என்று கூடிக்கொண்டே போகும்; இன்னொரு நாள் மாலை அந்த ஏழைக்கூட எட்டிப் பிடிக்காமல் ஆறு, ஐந்து, நாலு என்று குறைந்து கொண்டே வரும். இங்ஙனம் ஏறுவதும் இறங்குவதுமாயிருந்த அவருடைய பிரார்த்தனையை நீண்ட நாட்களாகக் கவனித்துக் கொண்டு வந்த ஒருவர், ஒரு நாள் அவரை மெல்ல நெருங்கி, 'காலையில் மூன்று குட்டுக்கள், மூன்று தோப்புக்கரணங்களுடன் உங்கள் பிரார்த்தனையை முடித்துக்கொள்ளும் நீங்கள், மாலையில் ஏன் அவ்வாறு முடித்துக்கொள்ள மாட்டேன் என்கிறீர்கள்?' என்று கேட்க, 'காலையில் நான் செய்யும் பிரார்த்தனை எனக்காகச் செய்வது; அதற்கு மூன்று குட்டுக்களும் மூன்று தோப்புக் கரணங்களுமே போதும். மாலையில் நான் செய்யும் பிரார்த்தனை வேறொருவருக்காகச் செய்வது; அதற்கு அவை

போதுவதில்லை!' என்று சொல்லிவிட்டு அவர் மெல்ல நழுவ, 'யார் அந்த மரியாதைக்குரியவர்? உங்கள் மனைவியாரா?' என்று அவர் பின்னும் மரியாதையுடன் கேட்க, 'அதெல்லாம் ஒன்றுமில்லை; அவர் என் மேலதிகாரி. அவருடைய அந்தரங்கக் காரியதரிசியாக வேலை பார்க்கிறேன் நான். தினந்தோறும் அவரைத் தரிசிக்க எத்தனையோ பேர் வருகிறார்கள்; அவருடன் நேரிலும், 'போ'னிலும் பேச எத்தனையோ பேர் விரும்புகிறார்கள். அவர்களில் சிலரை அவர் பார்க்கவே விரும்புவதில்லை; இன்னும் சிலருடன் நேரிலும் சரி, 'போ'னிலும் சரி, அவர் பேசவே விரும்புவதில்லை. அவர்களையெல்லாம் அதிகாரியின் கட்டளைப்படி நாள்தோறும் விதம் விதமான பொய்களை உருவாக்கி, அவற்றை அழகான முறையில் எடுத்துச் சொல்லி ஏமாற்றிக் கொண்டிருப்பதுதான் எனக்கு அங்கே முக்கியமான வேலையா யிருந்து வருகிறது. நானோ சொந்த வாழ்க்கையில் பொய் சொல்லக் கூசுபவன்; சொன்னால் பாவம் என்று நான்மறைகள் சொல்வதை அப்படியே நம்புபவன். ஆகவே, அங்கு சொல்லும் ஒவ்வொரு பொய்க்கும் ஒரு குட்டு, ஒரு தோப்புக்கரணம் வீதம் ஒரு நாளைக்கு எத்தனை பொய்கள் சொல்கிறேனோ, அத்தனை பொய்களுக்கும் சேர்ந்தாற்போல் இங்கே குட்டுக்களும், தோப்புக்கரணங்களும் போட்டுப் பிராயச் சித்தம் செய்துகொண்டு விடுகிறேன்!' என்று அவர் சொல்ல, 'இப்படியும் ஒரு பக்தன் உண்டா?' என்று அவரைக் கேட்டவர் அயர்ந்து போய் நிற்பாராயினர்.'

பாதாளம் இந்தக் கதையைச் சொல்லி முடித்துவிட்டு, 'வயிற்றுக்காக அங்கே பொய்யும், ஆத்மாவுக்காக இங்கே பிராயச்சித்தமும் செய்துகொள்ளும் அந்த பக்தனை என்ன பக்தன் என்று சொல்வது?' என விக்கிரமாதித்தரைக் கேட்க, ஏற்கெனவே சொன்ன இருபத்து மூன்று கதைகளுக்குப் பின்னால் பாதாளம் போட்ட கேள்விகளுக்கெல்லாம் 'டக், டக்' என்று பதில் சொல்லிக்கொண்டு வந்த விக்கிரமாதித்தர், இந்த இருபத்து நான்காம் கதைக்குப் பின்னால் போட்ட கேள்விக்குப் பதில் சொல்ல முடியாமல் சிட்டியைப் பார்த்து

விழிக்க, சிட்டியும் ஒன்றும் புரியாதவர்போல் விக்கிரமாதித் தரைப் பார்த்து விழிக்க, ஆஆஆச்சச்சரியத்துடன் 'ஆ!' என்று வாயைப் பிளந்த பாதாளம், அகப்பட்டுக் கொண்டீர்களா? வாருங்கள்!' என்று தன்னைக் கட்டிப் பிடித்துக்கொண்டு போக வந்த அவர்கள் இருவரையும் தன்னுடைய மேல் துண்டால் தானே சேர்த்துக் கட்டி இழுக்க, 'என்னை எங்கு அழைக்கின்றாய்? இயம்பு, பைத்தியமே!' என்று விக்கிர மாதித்தராகப்பட்டவர் அந்தக் காலத்து நாடக மேடைக் கோவலன் மாதவியைப் பார்த்துப் பாடியதுபோல் பாட, 'எனக்கா பைத்தியம்? என்னைப் பைத்தியமாக்கிய பவானி அதோ இருக்கிறாள் வாருங்கள்; வந்து பாருங்கள்!' என்று அதுவரை 'பைத்தியம் பிடித்த பாதாளம்' போல் இருந்தவன், 'பைத்தியம் தெளிந்த பாதாளசாமி'யாகி அவர்களை அருகிலிருந்த ஒரு வீட்டுக்கு அழைத்துக்கொண்டு போய், 'பவானி! ஏ, பவானி!' என்று குரல் கொடுக்க, அந்த வீட்டுக்குப் பின்னாலிருந்து வந்த, ஒரு பெண்ணழகி, 'என்ன பவானிக்கு?' என்று கேட்க, 'இருபத்து நான்காவது கதைக்குப் பின்னால் நீ போட்ட கேள்விக்கு விக்கிரமாதித்தரும், சிட்டியும் பதில் சொல்லா விட்டால் என்னைக் கலியாணம் செய்து கொள்வதாகச் சொன்னாயல்லவா? இதோ, அந்த விக்கிரமாதித்தரையும் சிட்டியையும் இங்கேயே அழைத்துக்கொண்டு வந்து விட்டேன். நீயே வேண்டுமானாலும் அந்தக் கேள்வியை இவர்களிடம் கேட்டுப் பார்; இவர்களாலும் அதற்குப் பதில் சொல்ல முடியவில்லை!' என்று அவன் குதிக்க, அவள் அவர்கள் இருவரையும் கடைக் கண்ணால் நோக்கிவிட்டுக் 'களுக்'கென்று சிரிப்பாளாயினள்.

என்ன பெண்ணே, சிரிக்கிறாய்?' என்று விக்கிரமாதித்தர் கேட்க, 'ஒன்றுமில்லை, சும்மாத்தான்!' என்று அவள் சொல்ல, 'சரி, இவனைக் கலியாணம் செய்துகொள்வதில் இனி ஒன்றும் தடையில்லையே?' என்று அவர் கேட்க, 'ஊஹூம்' என்று அவள் தலையசைக்க, அடுத்த முகூர்த்தத் திலேயே அவர்கள் இருவருக்கும் 'மனம்போல் மாங்கல்யதாரணம்' செய்து

வைத்துவிட்டு, 'இனியாவது முருங்கை மரத்தடிப் பிள்ளையாருக்கு ஏற்கெனவே தொள்ளாயிரத்துத் தொண்ணூற்றொன்பது தேங்காய்களைச் சூறை விட்டிருக்கும் அந்தப் பிரம்மச்சாரி, எஞ்சியுள்ள ஒரே காயையும் சூறை விட்டுத் தன் பிரார்த்தனையை முடித்துக் கொள்ளலாம் அல்லவா? அதற்குக் குறுக்கே நீ நிற்க மாட்டாயே?' என்று பாதாளசாமியை நோக்கி விக்கிரமாதித்தர் சிரித்துக் கொண்டே கேட்க, 'ஏற்கெனவே கலியாணப் பைத்தியம் பிடித்திருந்த நான், எனக்கு முன்னால் இன்னொருவன் கலியாணம் செய்துகொள்வதை விரும்ப வில்லை. அதனால் அவன் செய்த பிரார்த்தனை நானே 'அசரீரி' யாயிருந்து அவனுக்குச் சொல்லிக் கொடுத்த பிரார்த்தனையா யிருந்தும் அதை நான் நிறைவேற விடாமல் தடுத்து வந்தேன். இப்போதுதான் எனக்குக் கலியாணமாகி விட்டதே! இனி அவன் பிரார்த்தனைக்கும் நான் தடையா யிருக்கமாட்டேன்; கலியாணத்துக்கும் தடையா யிருக்க மாட்டேன்!' என்று பாதாளசாமியும் சிரித்துக்கொண்டே சொல்ல, அதைப் பக்கத்திலிருந்து கேட்டுக் கொண்டிருந்த பிரம்மச்சாரி அக்கணமே தனக்கும் கலியாணமாகிவிட்டது போன்ற திருப்தியுடன் அங்கிருந்து செல்ல, 'கேளாய், பாதாளசாமி! இருபத்து மூன்று கதைகளுக்குப் பின்னால் நீ போட்ட கேள்விகளுக்கெல்லாம் பதில் சொல்லிக்கொண்டு வந்த நான், இருபத்து நான்காவது கேள்விக்கு மட்டும் பதில் சொல்லாமல் இருப்பேனா? அவசியம் சொல்லியிருப்பேன். சொன்னால் 'பாதாளத்தின் கதை இந்த யுகத்தில் முடியாது' என்று சொல்லி என்னைத் தடுத்தவன் யார் தெரியுமா? இதோ நிற்கிறானே, என் தம்பியும் என்னுடைய அந்தரங்கக் காரியதரிசியுமான சிட்டி, இவன்தான். இவனுடைய யோசனைப்படி நடந்திராவிட்டால் இவன் சொன்னதுபோல் உன்னுடைய கதையும் முடிந்திருக்காது; அந்தப் பிரம்மச் சாரியின் பிரார்த்தனையும் நிறைவேறி யிருக்காது!' என்று விக்கிரமாதித்தர் சொல்ல, 'அந்தப் பதிலை இப்போதுதான் சொல்லுங்களேன்?' என்று பவானியாகப்பட்டவள் அப்போதும் அவரை விடாமல் கேட்க, 'வயிற்றுக்காக அங்கே

பொய்யும், ஆத்மாவுக்காக இங்கே பிராயச்சித்தமும் செய்து கொள்ளும் அவன் உண்மையில் பக்தன் அல்ல; எத்தன். இந்தப் பிறவியில் தான் பிழைப்பதற்காக அவன் அங்கே நல்லவனாக நடித்து அதிகாரியைப் பார்க்க வருபவர்களை ஏமாற்றுகிறான்; அடுத்த பிறவியில் தனக்கு எந்த விதமான ஆபத்தும் நேர்ந்துவிடக் கூடாதே என்பதற்காக அவன் இங்கே பரம பக்தனாக நடித்துக் கடவுளையும் ஏமாற்றப் பார்க்கிறான்!' என்று விக்கிரமாதித்தராகப்பட்டவர் சொல்ல, 'அதெல்லாம் ஒன்றுமில்லை; அவன்தான் அசல் மனிதன்! அப்படி இருப்பவனால்தான் இந்தக் காலத்தில் பிழைக்க முடிகிறது; அவனைப் போன்றவர்களைத்தான் இந்த உலகம் 'உத்தமர்கள்' என்று போற்றுகிறது!' என்று பவானி சொல்ல, 'நாய் வேண்டுமானால் அப்படிப் பிழைக்கலாம்; மனிதன் அப்படிப் பிழைக்கக் கூடாது!' என்று சொல்லிவிட்டு விக்கிரமாதித்தர் செல்ல, 'கடைசியாக ஒரு விண்ணப்பம்' என்று பாதாளசாமி தலையைச் சொறிவானாயினன்.

'என்ன?' என்றார் விக்கிரமாதித்தர்; 'இருந்த வேலையை விட்டுவிட்டு இவள் கேட்ட கேள்விக்குப் பதில் தேடி அலைந்தேன். இப்போது வேலை வேண்டுமே!' என்றான் பாதாளசாமி.

'என்ன வேலை தெரியும்?' என்றார் அவர்; 'ஒரு காலத்தில் சொந்தமாக டாக்சி வைத்து ஓட்டிக் கொண்டிருந்தவன் நான்; அதனால் கார் ஓட்டத் தெரியும்' என்றான் இவன்.

'அப்படியானால் எங்கள் காரை இனி நீயே ஓட்டலாம்; வா!' என்று அவனை அழைத்துக்கொண்டு மிஸ்டர் விக்கிரமாதித்தர் காரை நோக்கி நடக்க, சிட்டியும் அவர்களைத் தொடர்ந்து நடப்பாராயினர் என்றவாறு... என்றவாறு... என்றவாறு....."

இரண்டாவது மாடி ரிஸப்ஷனிஸ்ட் மதனா சொன்ன பாதாளக் கதை முடிந்தது.

3. மூன்றாவது மாடி ரிஸப்ஷனிஸ்ட் கோமளம் சொன்ன கோபாலன் கதை

மூன்றாவது நாள் காலை போஜனாகப்பட்டவர் நாளொரு மேனியும் பொழுதொரு வண்ணமுமாகப் பெருத்துக் கொண்டே வந்த தம் தொந்தியைக் கவலையுடன் தடவிக் கொடுத்தவாறு உட்கார்ந்திருக்க, அதுகாலை யாரோ ஒரு பிச்சைக்காரன் 'என்னைப் பார்த்தீர்களா?' என்பதுபோல் எலும்பும் தோலுமாக வந்து அவருக்கு எதிர்த்தாற்போல் நின்று, 'ஐயா, தரும துரையே!' என்று குரல் கொடுக்க, 'இவன் தருமதுரையென்றால், நான் தருமதுரையாகி விடுவேனா?' என்பதுபோல் அவர் தொந்தி குலுங்கத் துள்ளி எழுந்து அவனை விரட்டுவதற்காக நாயைத் தேட, அது எங்கேயோ போயிருக்கக் கண்டு, தாமே நாயாகி அவனை 'விரட்டு, விரட்டு' என்று விரட்டிவிட்டு வந்து மீண்டும் அமர, அதுகாலை, 'குளிக்கவில்லையா, வெந்நீர் தயாராயிருக்கிறதே?' என்று சொல்லிக் கொண்டே அன்னார் மனையரசி 'அன்ன நடை'க்குப் பதிலாக 'ஆனை நடை.' நடந்து அங்கே வர, 'இதோ வந்துவிட்டேன்!' என்று அவரும் முக்கி முனகி எழுந்து சென்று குளித்து, பூஜை அறைக்குள் நுழைந்து, சுவாமி படங்களுக்குப் பின்னால் மறைத்து வைக்கப்பட்டிருந்த 'நிஜக் கணக்கு நோட்டுக்க'ளெல்லாம் சரியாயிருக்கின்றனவா என்று ஒரு முறைக்கு இரு முறையாகப் பார்த்த பின், திருநீறுக்குப் பதிலாக முகப்பவுடரை எடுத்து நெற்றியில் ஒரு கீற்று இழுத்துக்கொண்டு வெளியே வர, அதுகாலை அவருடைய அருமை நண்பர் ஒருவர், "என்ன, பூஜையெல்லாம் முடிந்தாச்சா?" என்று இளித்துக் கொண்டே வந்து அவருக்கு முன்னால் நிற்க, "முடிந்தது, முடிந்தது!" என்று படு பவ்வியமாகத் தலையை ஆட்டியபடி அவரை வெளியே இருந்த நாற்காலி யொன்றில் உட்கார வைத்து, "இன்றையப் பத்திரிகையைப் பார்த்தீர்களா?" என்று சொல்லிக்கொண்டே காலைப் பத்திரிகை ஒன்றை எடுத்து அவருக்கு முன்னால் போட்டுவிட்டுத் தாம் மட்டும் உள்ளே போய் மூக்கு முட்டச்

சாப்பிட்டுவிட்டு வந்து, "கொஞ்சம் முன்னால் வந்திருக்கக் கூடாதோ? நீங்களும் சாப்பிட்டிருக்கலாமே?" என்று அன்றைய 'முதல் பொய்'யை அன்னாருக்கு 'அங்குரார்ப்பணம்' செய்துவிட்டு 'டிரஸ்' செய்துகொள்ள ஆரம்பிக்க, அதே சமயத்தில் அவருடைய காரியதரிசி நீதிதேவன் அங்கே பிரசன்னமாகி, ''நான் வந்தாச்சு!'' என்று அறிவிக்க, "இதோ, நானும் வந்தாச்சு!" என்று அவர் தம் அருமை நண்பரை 'அந்தர'த்தில் விட்டுவிட்டு, மிஸ்டர் விக்கிரமாதித்தரைப் பார்க்கத் தம்முடைய காரியதரிசியுடன் மலையில்லா மலைச் சாலைக்கு விரைவாராயினர்.

அங்கே அவர்கள் இருவரும் 'லிப்ட்'டில் ஏறி, மூன்றாவது மாடிக்கு வந்தகாலை, அந்த மாடியின் ரிஸப்ஷனிஸ்டான கோமளம் அவர்களை நோக்கிப் பறந்து வந்து, "நில்லுங்கள், நில்லுங்கள்!" என்று சொல்ல, ''சொல்லுங்கள், சொல்லுங்கள்!" என்று அவர்கள் இருவரும் அவளைத் தொடர்ந்து செல்ல, "கேளுங்கள், கேளுங்கள்!'' என்று அவள் சொன்ன கதையாவது;

"கேளாய், போஜனே! 'கோபாலன், கோபாலன்' என்று ஒரு கல்லூரி மாணவன் கோபாலபுரத்திலே உண்டு. பி.காம். இறுதி ஆண்டு படித்துக்கொண்டிருந்த அவன் அடிக்கடி காணாமற் போய்க்கொண்டிருந்தான். அதாகப்பட்டது, யாரிடமும் சொல்லிக்கொள்ளாமல் அவன் வீட்டை விட்டு எங்கேயாவது போய்விடுவான். அவனைக் காணாமல் அம்மா மங்களம் அழுவாள்; அப்பா மணவாளன் அவனைத் தேட வேண்டிய இடங்களிலெல்லாம் தேடிவிட்டு, கடைசியாகப் போலீஸ் ஸ்டேஷனில் புகார் எழுதிக் கொடுத்து விட்டு, 'பையனைக் காணோம்; கண்டுபிடித்துத் தருவோருக்குப் பரிசு ரூபா ஐந்நூறு' என்று பத்திரிகைகளில் அவன் படத்தைப் போட்டு விளம்பரமும் செய்வார். இரண்டு நாட்களுக்கெல்லாம் யாராவது ஒருவன் வந்து அவனைப் பற்றி 'டிப்'ஸைக் கொடுப்பான்; அதன்படி போய்ப் பார்த்தால் அவன் அங்கே இருப்பான். 'ஏண்டா, இப்படிச் செய்கிறாய்?' என்றால், 'நான்

ரோலக்ஸ் வாட்ச் வேண்டுமென்று கேட்டேனே, வாங்கிக் கொடுத்தீர்களா? ஸ்கூட்டர் வேண்டுமென்று சொன்னேனே, வாங்கிக் கொடுத்தீர்களா?' என்று இப்படி ஏதாவது சொல்வான். அப்பா அவற்றை வாங்கிக் கொடுப்பதோடு, அவனைப் பற்றிய 'டிப்ஸ்' கொடுத்தவனுக்கும் ரூபா ஐந்நூறு அழுது வைப்பார்.

அத்துடன் அவரைப் பிடித்த தலைவலி விடுமா என்றால் விடாது. சில நாட்களுக்கெல்லாம் அவனுக்குப் பதிலாக அவனுடைய ரோலக்ஸ் வாட்ச்சோ, ஸ்கூட்டரோ காணாமற் போய்விடும். 'எங்கே போச்சு?' என்று அப்பா கேட்க வேண்டியதுதான் தாமதம், பையன் மறுபடியும் காணாமற் போய்விடுவான். அதைத் தொடர்ந்து அம்மாவின் அழுகை, அப்பாவின் தேடல், போலீஸில் புகார், பத்திரிகைகளில் விளம்பரம், பரிசு ரூபா ஐந்நூறு எல்லாம் தொடரும், தொடரும், தொடர்ந்து கொண்டே இருக்கும்.

இப்படி ஒரு முறையா, இரண்டு முறையா? ஏழெட்டு முறை அவனைத் தேடிப் பிடித்து அலுத்துப்போன அவன் அப்பா, ஒரு நாள் அது குறித்து எங்கள் விக்கிரமாதித்தரைக் கலந்து ஆலோசிக்க, 'இப்படியும் பிள்ளை உண்டா? அந்தப் பிள்ளையைப் பார்ப்பதற்கு முன்னால் அவனுடைய வீட்டை நானும் சிட்டியும் பார்க்க வேண்டுமே?' என்று விக்கிரமாதித்தர் சொல்ல, 'அதற்கென்ன வாருங்கள்!' என்று அவன் அப்பா அவர்கள் இருவரையும் அழைத்துக் கொண்டு தம் வீட்டுக்குப் போவாராயினர்.

கோபாலன் வீட்டை உள்ளேயும் வெளியேயுமாக ஒரு முறைக்கு இரு முறை சுற்றிச் சுற்றி வந்த பின்னர், அங்கே அவன் ஒரு பெண்ணுடன் மாலையும் கழுத்துமாக நிற்பது போல் ஒரு படம் இருக்கக் கண்டு, 'இது என்ன படம்?' என்று விக்கிரமாதித்தர் கேட்க, 'அவனுடைய கலியாணப் படம்தான்!' என்பதாகத்தானே பிள்ளையைப் பெற்றவர் சொல்லிவிட்டுப் பெருமூச்சு விடுவாராயினர்.

‘ஒஹோ, கலியாணமான பையனா!’ என்ற விக்கிரமாதித்தர் 'எங்கே அவன் மனைவி?’ என்று அவரைக் கேட்க, ‘என்னைக் கேட்காதீர்கள்; இவளைக் கேளுங்கள்!’ என்று அவர் தம் மனைவி மங்களத்தைச் சுட்டிக் காட்ட, 'அந்தக் கதையை ஏன் கேட்கிறீர்கள்?’ என்று அவளும் பெருமூச்சு விட்டவாறு சொன்னதாவது:

மங்களம் சொன்ன கோகிலம் கதை

‘மயிலையம்பதி, மயிலையம்பதி’ என்று சொல்லா நின்ற ஊரிலே இவருக்கு ஓர் அருமைத் தங்கை இருந்தாள். அவள் 'கோகிலம், கோகிலம்’ என்று ஒரு பெண்ணைப் பெற்று வைத்துவிட்டுக் கண்ணை மூடினாள். அவள் அப்பா இரண்டாந்தாரமாக ஓர் இளம் பெண்ணை மணக்க, அந்தப் பெண்ணுக்கும் இந்தப் பெண்ணுக்கும் ஒத்து வராமற் போக, ‘கொடுமை, கொடுமை! சித்தியின் கொடுமையை என் தங்கையின் பெண்ணால் தாங்க முடியவில்லை!’ என்று இவர் அவளை அழைத்துக்கொண்டு இங்கே வந்தார். நான் அப்போதே சொன்னேன், 'இங்கே ஒரு பையன் இருக்கிறான்; அவனுடன் இவள் இருக்கவேண்டாம்' என்று. இவர் கேட்கவில்லை; அதன் பலன் என்னவாகியிருக்கும் என்பதை இந்தக் காலத்தில் ஒருவர் சொல்லியா இன்னொரு வருக்குத் தெரியவேண்டும்? அதுதான் எல்லோருக்கும் தெரிந்த கதையாயிருக்கிறதே? அந்தக் 'காதல் கதை' இங்கேயும் உருவாயிற்று. 'படிப்பு முடிவதற்கு முன்னால் காதல் என்ன வேண்டியிருக்கிறது காதல்!' என்று நினைத்த நான், அவர்களுடைய காதலுக்கு எவ்வளவு தூரம் முட்டுக்கட்டை போட முடியுமோ, அவ்வளவு தூரம் முட்டுக்கட்டை போட்டேன்; பலன் இல்லை. 'ஒன்று, அவளைக் கொண்டு போய் அவள் வீட்டில் விட்டுவிடுங்கள்; விடாவிட்டால் அவளுக்கு உடனே வேறு யாராவது ஒருவனைப் பார்த்து கலியாணமாவது செய்து வைத்துவிடுங்கள்!’ என்றேன்.

இவருக்கோ அவளைக் கொண்டு போய் அவள் வீட்டில் விட விருப்பமில்லை. ஆகவே, இவர் அவளுக்கு ஏற்றாற்போல் ஒரு பையனைத் தேடினார், தேடினார், அப்படித் தேடினார். கடைசியில் யாரோ ஒருவன் கிடைத்தான். அவனுக்கும் அவளுக்கும் இவர் கலியாணம் செய்து வைக்கப் போக, அந்தக் கலியாணத்தன்று, 'உங்கள் பிள்ளை இந்தப் பெண்ணோடு ஏற்கனவே உறவு கொண்டிருந்தானாமே, அதை மறைத்து என் பிள்ளையின் கழுத்தில் இவளைக் கட்டப்பார்த்தீர்களே?' என்று சம்பந்தி வீட்டார் தங்களுக்கு வந்த 'மொட்டைக்கடிதம்' ஒன்றைக் கொண்டு வந்து இவரிடம் நீட்டி மல்லுக்கு நிற்க, மணமகளுக்குப் பக்கத்தில் உட்கார்ந்திருந்த மணமகன் சொல்லிக்கொள்ளாமல் எழுந்து நடையைக் கட்ட, 'அவமானம், அவமானம்!' என்று துள்ளிக் குதித்த இவர், நான் என்ன சொல்லியும் கேட்காமல் தம்முடைய மகன்கையில் தாலியை எடுத்துக் கொடுத்து, 'ம், கட்டுடா கட்டு!' என்று அதே முகூர்த்தத்தில் அவள் கழுத்தில் அவனைத் தாலி கட்டச் சொல்லிவிட்டார், 'சாந்திக் கலியானத்தை'யாவது அவன் படிப்பு முடியும் வரை இவர் தள்ளிப் போடக்கூடாதா? அதையும் அன்றிரவே நடத்திவிட வேண்டுமென்று இவர் குதியாய் குதித்தார். எனக்கு ஆத்திரம் பற்றிக்கொண்டு வந்துவிட்டது. 'அது எப்படி நடக்கிறதென்று பார்த்துவிடுகிறேன்!' என்று நான் அவளைத் தூக்கி ஒரு டாக்சியில் போட்டுக்கொண்டு போய், 'நீயாச்சு, உன் சித்தியாச்சு!' என்று அவள் வீட்டில் அவளைத் தள்ளி விட்டு வந்துவிட்டேன்!' என்று மங்களம் தன் கதையைச் சொல்லி முடிக்க, 'அப்புறம் என்ன ஆயிற்று?' என்று விக்கிரமாதித்தர் கேட்க, 'யாருக்குத் தெரியும்? இவரைக் கேளுங்கள்!' என்று அவள் கணவரைச் சுட்டிக் காட்ட, அவர் சொன்னதாவது:

மணவாளன் சொன்ன மர்மக் கதை

'கலியாணத்துக்குப் பிறகு கோபாலனையும் கோகிலத்தையும் இவள் பிரித்து வைத்தது எனக்கு அவ்வளவு உசிதமாகப் படவில்லை. ஆயினும், 'படிப்பை உத்தேசித்துத் தானே பிரித்து வைக்கிறாள்?' என்று நானும் ஒன்றும் சொல்லவில்லை; பையனும் ஒன்றும் சொல்லவில்லை.

இங்ஙனம் இருக்குங்காலையில், ஒரு நாள் உடனே தன் வீட்டுக்குப் புறப்பட்டு வருமாறு கோகிலத்தின் சித்தியிடமிருந்து எனக்கு ஒரு கடிதம் வர, 'என்னவோ, ஏதோ' என்று நானும் அலறிப் புடைத்துக்கொண்டு ஓடினேன்.

அங்கே கோகிலம் தலைவிரி கோலமாக ஊஞ்சல் பலகையின்மேல் உட்கார்ந்திருந்தாள். அவள் வயிறு கொஞ்சம் எடுப்பாயிருந்தது. 'அன்றையச் சாப்பாடு கொஞ்சம் ருசியாயிருந்து, ஒரு பிடி அதிகமாகச் சாப்பிட்டிருப்பாளோ, என்னவோ?' என்று நினைத்த நான், 'அதை எப்படி அவ்வளவு வெளிப்படையாகக் கேட்பது?' என்று எண்ணி, 'என்ன உடம்புக்கு?' என்றேன்.

அவ்வளவுதான்; விடுவிடுவென்று அங்கே வந்த அவள் சித்தி, 'அவளுடைய உடம்புக்கு என்ன கேடு? மூன்று மாதங்களாக அவள் முழுகாமல் இருக்கிறாளாக்கும்!' என்று என் தலையில் திடீரென்று ஒரு வெடிகுண்டைத் தூக்கிப் போட்டாள்.

'அச்சச்சோ!' என்ற நான், 'உன்னை இந்த அநியாயத்துக்கு உள்ளாக்கிவிட்ட அந்த மாபாவி யார் அம்மா?' என்று அவளை மெல்லக் கேட்டேன்.

'ஆமாம்; இவளைத்தான் அவன் அநியாயத்துக்குள்ளாக்கி விட்டானாக்கும்? அவனை இவள் அநியாயத்துக் குள்ளாக்கிவிடவில்லையா? உங்களுக்கு ஏன்தான் இந்த

ஓரவஞ்சனையோ தெரியவில்லை. ஊசி இடம் கொடுக்காமல் நூல் நுழைந்து விடுமாக்கும்?' என்று அவள் சித்தி பொரிந்தாள்.

'நூலுக்கு ஊசி இடம் கொடுப்பதும் கொடுக்காமல் இருப்பதும் ஊசியின் கையிலா இருக்கிறது? அதை வைத்துக் கொண்டிருப்பவர்களின் கையிலல்லவா இருக்கிறது?' என்றேன் நான், அந்த நிலையிலும் அவளைக் கொஞ்சம் சிரிக்க வைத்து அவள் வாயை அடக்க.

அவளா சிரிப்பாள்? 'இந்த வக்கணையில் ஒன்றும் குறைச்சல் இல்லை! நான் அப்போதே சொன்னேன், 'அவள் எஸ். எஸ். எல். ஸி வரை படித்தது போதும், போதும்' என்று. கேட்டீர்களா? அங்கே அழைத்துக்கொண்டு போய் அவளைக் காலேஜில் வேறு சேர்த்துத் தொலைத்தீர்கள்! அப்படித்தான் சேர்த்துத் தொலைத்தீர்களே! அவளுக்குக் கலியாணத்தையாவது பண்ணாமல் இருந்தீர்களா? அதையும் பண்ணித் தொலைத்தீர்கள்! அப்புறம் கேட்பானேன்? 'லைசென்ஸ் கட்டிய நாய்' போல் அவள் எங்கு வேண்டுமானாலும் திரிய ஆரம்பித்துவிட்டாள்! அதன் பலன் இப்போது அவள் வயிற்றில் மட்டுமா வந்து விடிந்திருக்கிறது? நம் எல்லோருடைய தலையிலும்தான் வந்து விடிந்திருக்கிறது!' என்று நான் எதிர்பார்த்ததற்கு நேர் விரோதமாக அவள் வாய் நீண்டது.

'ஸ், ஏன் இப்படி இரைகிறாய்? இரையக்கூடிய விஷயமா இது?' என்றேன் நான்.

'மூன்று மாதங்களாக மூடி மறைத்தது போதாதா? இன்னுமா மூடி மறைக்கவேண்டும் என்கிறீர்கள்? இனி ஒரே ஒரு வழிதான் இருக்கிறது. ஒன்று அவள் நாக்கைப் பிடுங்கிக் கொண்டு சாகவேண்டும்; இல்லை, அவளுக்குப் பதிலாக நாமாவது நாக்கைப் பிடுங்கிக்கொண்டு சாக வேண்டும். இதைத் தவிர வேறு வழியே கிடையாது!'

‘அதற்கு என்ன அவசரம் இப்போது? எதற்கும் 'யார், என்ன?' என்று விசாரித்துத்தான் பார்ப்போமே?'

‘எல்லாம் விசாரித்துப் பார்த்தாச்சு! அவள் எங்கே வாயைத் திறக்கிறாள்? செய்ததையும் செய்துவிட்டு ஊமைக் கோட்டான் மாதிரி வாயைத் திறக்காமல் இருக்கிறாள்!' என்று சொல்லிக்கொண்டே அவள் கோகிலத்தின் கன்னத்தில் ஓர் இடி இடிக்கப் போனாள்.

நான் அவளைத் தடுத்து, ‘கொஞ்சம் பொறு, நானே விசாரிக்கிறேன்!' என்று சொல்லிவிட்டு, ‘சொல், அம்மா! யார் அவன்?' என்றேன்.

‘அம்மா, அம்மா என்றால் சொல்வாளா? ‘கண்ணே, கண்ணே!' என்று வேண்டுமானால் கொஞ்சிப் பாருங்கள்; சொல்வாள்!' என்றாள் அவள் கேலியாக.

பொறுமையிழந்த நான், 'கொஞ்ச நேரம் நீ பேசாமல் இருக்கமாட்டாயா? உன்னால் உள்ளதைச் சொல்பவள்கூடச் சொல்லமாட்டாள் போல் இருக்கிறதே?' என்று அவள்மேல் எரிந்து விழுந்தேன்.

‘என்னால்தானா சொல்லவில்லை? அவள் அருமை அப்பா நேற்று முழுவதும் தன்னால் ஆன மட்டும் அவளைக் கேட்டுப் பார்த்துவிட்டுக் கடைசியில் என்ன செய்தார் தெரியுமா, உங்களுக்கு.'

‘என்ன செய்தார்?'

'வேறு என்ன செய்ய முடியும்? 'இனி உன் முகத்தில்கூட விழிக்கமாட்டேன்' என்று அவர் தலையில் முக்காட்டைப் போட்டுக்கொண்டு வெளியே போய்விட்டார்!'

‘அடப் பாவமே! எப்பொழுது திரும்பி வருவதாகச் சொல்லிவிட்டுப் போனார்?’

‘அவர் என்னிடம் ஒன்றும் சொல்லிவிட்டுப் போக வில்லை; நான்தான் அவர் போனதிலிருந்து இரண்டு குழந்தைகளைக் கையில் வைத்துக்கொண்டு அனாதைபோல் அழுது கொண்டிருக்கிறேன்!’ என்று அவள் நிஜமாகவே அழ ஆரம்பிக்க, நான் அவளைச் சமாதானம் செய்துவிட்டு, ‘சொல், கோகிலம்? இந்த விஷயம் கோபாலனுக்குத் தெரிந்தால் அவன் உன் அப்பாவைப்போல் முக்காட்டைப் போட்டுக் கொண்டு வெளியே போகமாட்டான்; உன்னையும் கொன்று விட்டுத் தன்னையும் கொன்றுக் கொண்டு விடுவான்!’ என்று அவளை மிரட்டினேன்.

அவளோ அதற்கும் அசைந்து கொடுக்காமல் ‘ஊஹுஂம்!’ என்று தலையை ஆட்டினாள். எனக்கு ஆத்திரம் பற்றிக் கொண்டு வந்துவிட்டது; ‘சொல்லப் போகிறாயா, இல்லையா?’ என்று அவளைப் பிடித்து ஓர் உலுக்கு உலுக்கினேன்.

‘மாட்டேன், மாட்டேன், சொல்லவே மாட்டேன்!’ என்றாள் அவள், அதற்கும் அஞ்சாமல். அதற்கு மேல் அவளை என்ன செய்வதென்று என்று ஒன்றும் தோன்றாமற் போகவே, நானும் அவள் அப்பாவைப்போலவே தலையில் முக்காட்டைப் போட்டுக்கொண்டு வெளியே வந்து விட்டேன். இதுதான் அந்தக் கோகிலத்தைப் பற்றி எனக்குத் தெரிந்த கதை!’ என்று அவளைப் பற்றிய மர்மத்தைத் துலக்காமலே மணவாளன் தம்முடைய 'மர்மக் கதை'யைச் சொல்லி முடிக்க, ‘அந்த வீட்டில் வேலைக்காரர்கள் யாராவது உண்டா?’ என்று விக்கிரமாதித்தர் அன்னாரை விசாரிப்பாராயினர்.

'வேலைக்காரர்கள் என்று அங்கே யாரும் இல்லை; வேலைக்காரி என்று ஒரே ஒருத்தி மட்டும் உண்டு. அவளும் இப்போது அங்கே வேலை செய்வதாகத் தெரியவில்லை!’ என்று மணவாளனாகப்பட்டவர் சொல்ல, 'அவள் வீட்டைத்

தெரியுமா, உங்களுக்கு?' என்று விக்கிரமாதித்தராகப்பட்டவர் கேட்க, 'தெரியும்; அவள் இப்போது எங்கள் வீட்டுக்குப் பின்னால்தான் இருக்கிறாள்!' என்று அவர் சொல்ல, 'கூப்பிடுங்கள், அவளை!' என்று விக்கிரமாதித்தர் அவரை விரட்டுவாராயினர்.

சிறிது நேரத்துக்கெல்லாம் வேலைக்காரி வந்து விக்கிரமாதித்தருக்கு முன்னால் நிற்க, 'கோகிலம் வீட்டில் வேலை செய்வதை நீ ஏன் விட்டுவிட்டாய்?' என்று விக்கிரமாதித்தர் அவளைக் கேட்க, 'என்னவோ பிடிக்கவில்லை, விட்டு விட்டேன்!' என்று அவள் விக்கிரமாதித்தரைப் பார்க்காமல் வேறு எங்கேயோ பார்ப்பாளாயினள்.

'அங்கே பார்க்காதே, இங்கே பார்! ஏன் பிடிக்கவில்லை?' என்று விக்கிரமாதித்தர் பின்னும் கேட்க, 'அதைக் கேட்காதீர்கள், சுவாமி! சொன்னால் இங்கே உள்ளவர்களுக்குப் பிடிக்காது; வருத்தம் வரும்!' என்று அவள் பின்னும் முகத்தைத் திருப்ப, 'வராது, சொல்?' என்று அவராகப்பட்டவர் அவளை வற்புறுத்த, 'நானும் பிள்ளை குட்டி பெற்றவள், சுவாமி! என்னதான் தப்புத் தண்டா செய்யட்டும்; வாயும் வயிறுமாக இருந்த ஒரு பெண்ணை அவள் சித்தி அப்படி அடித்து விரட்டலாமா? அதைப் பார்த்ததிலிருந்து தான் எனக்கு அங்கே வேலை செய்யவே பிடிக்கவில்லை!' என்று அதற்குள் கலங்க ஆரம்பித்து விட்ட தன் கண்களை அவளாகப்பட்டவள் தன்னுடைய முந்தானையால் துடைக்க, 'அழாதே! அதற்குப் பின் அந்தப் பெண் என்ன ஆனாள் என்று உனக்குத் தெரியுமா?' என்று விக்கிரமாதித்தர் அவளை மெல்லக் கேட்க, 'அந்த வேதனைக் கதையை ஏன் கேட்கிறீர்கள், சுவாமி?' என்று பெருமூச்சு விட்டுக்கொண்டே அவள் சொன்னதாவது:

'என்னவோ, எனக்குத் தெரிந்ததைச் சொல்கிறேன். சரியாயிருந்தால் 'சரி' என்று எடுத்துக் கொள்ளுங்கள்; தப்பாயிருந்தால் என்னை மன்னித்துவிடுங்கள். 'அப்பனாயிருக்கட்டும், அண்ணனாயிருக்கட்டும்; வயதுக்கு வந்த ஒரு பெண்ணை வீட்டில் வைத்துக்கொண்டு கலியாணம் பண்ணிக் கொள்ளக் கூடாது' என்று பெரியவர்கள் சொல்வார்கள். அதை மீறி அந்தக் குழந்தையின் அப்பா இரண்டாவது கலியாணம் செய்துகொண்டது முதல் தப்பு; அப்படியே பண்ணிக் கொண்டாலும் இளையாளுக்குப் பயந்து அவளை மாமா வீட்டுக்கு அனுப்பி வைத்தது இரண்டாவது தப்பு; அந்த மாமா வயதுக்கு வந்த பிள்ளையோடு வயதுக்கு வந்த பெண்ணைப் பழகவிட்டது மூன்றாவது தப்பு; அப்படிப் பழகிய பிறகு அதை இன்னொருவன் தலையில் கட்டப் பார்த்தது நான்காவது தப்பு: அந்த இன்னொருவன் விழித்துக் கொண்ட பிறகு அதை அதன் மாமாவின் பிள்ளைக்கே கட்டி வைத்தது சரிதான் என்றாலும், கட்டி வைத்தபின் அவர்கள் இருவரையும் பிரித்து வைத்தது ஐந்தாவது தப்பு. இத்தனை தப்பு பண்ண பெரியவர்கள் அந்தக் குழந்தை பண்ண ஒரே ஒரு தப்புக்காக அதை வீட்டை விட்டே விரட்டிவிடலாமா? நீங்களே சொல்லுங்கள்!

தாயற்ற அது நடுத் தெருவில் நின்று அழுதபோது என் மனசு கேட்கவில்லை; 'நான் அப்போதே சொன்னேனே, கேட்டாயா குழந்தை?, என்றேன். 'என்ன சொன்னாய்?' என்கிறீர்களா? சொல்கிறேன்; 'கன்னிப் பெண்ணாயிருந்தாலும் பரவாயில்லை; உன்னை வளைய வரும் பயலுக்கே உன்னைக் கலியாணம் பண்ணி வைத்துவிடுவார்கள். நீயோ கலியாணமான பெண்; இப்படியெல்லாம் செய்யக் கூடாது, அம்மா!' என்று சொன்னேன். அது கேட்கவில்லை; 'தஸ்,புஸ்' என்று தான் படித்த கோணல் பாஷையில் ஏதோ சொல்லி, என் வாயை அப்போது அடக்கிவிட்டது.

அதைத் தேடி வந்த பையனும் அப்படி ஒன்றும் மோசமாயில்லை; பார்ப்பதற்கு லட்சணமாய்த்தான் இருந்தான். அவனும் கொஞ்சம் கோணல் பாஷை படித்தவன் போலிருக்கிறது. அந்தப் பாஷையிலேயே அவனும் அதனுடன் பேசுவான். எனக்கு ஒன்றும் புரியாது. இதெல்லாம் எப்பொழுது நடக்கும் என்கிறீர்கள்? இரவுச் சாப்பாட்டிற்குப் பிறகு சித்தியும் அப்பாவும் சிரித்துப் பேசிக் கொண்டே மாடியறைக்குப் படுக்கப் போய்விட்ட பிறகு நடக்கும். அப்படித்தான் படுக்கப் போகிறார்களே, அந்தக் குழந்தையையும் அழைத்துக்கொண்டு போய் அவர்கள் அங்கே படுக்க வைத்துக் கொள்ளக் கூடாதா? மாட்டார்கள்; அதைக் கீழேயே விட்டுவிட்டுப் போய் விடுவார்கள். அப்போதுதான் அந்தப் பயல் திருடனைப் போல் பதுங்கிப் பதுங்கி வருவான்; இருட்டில் திருட்டுப் பாலைக் குடித்து விட்டுப் போகும் பூனையைப்போல் தன் காரியத்தை முடித்துக் கொண்டு போய்விடுவான்.

இதை நான் யாரிடம் சொல்வது? எப்படிச் சொல்வது? இப்படித் தினமும் நடக்கும் என்கிறீர்களா? நடக்காது. எப்பொழுதோ ஒரு நாள்தான் நடக்கும். இந்தக் கூத்து நடப்பதற்கு முன்னாலேயே இதை நான் யாரிடமும் சொல்லிவிடக் கூடாது என்பதற்காக அவர்கள் எனக்குப் பலகாரம் வாங்கிக் கொண்டு வந்து கொடுப்பார்கள்; சில சமயம் பணமும் கொடுப்பார்கள். 'இதெல்லாம் எதற்கு, வேண்டாம்!' என்பேன் நான். கேட்க மாட்டார்கள்; கட்டாயப்படுத்திக் கொடுப்பார்கள். வாங்காவிட்டால் 'சித்திக்கும், அப்பாவுக்கும் பயப்படுவது போதாதென்று இந்தக் குழந்தைகள் நமக்குமல்லவா பயப்பட வேண்டியிருக்கும்?' என்று நான் அவற்றை வாங்கிக் கொண்டு பேசாமல் இருந்து விடுவேன்!

இதெல்லாம் பழைய கதை. புதிய கதை என்ன வென்றால், நடுத் தெருவில் நின்று அழுத அந்தக் குழந்தையை நான்

என்னுடைய வீட்டுக்கு அழைத்தேன். அது வரவில்லை; அதற்குப் பதிலாக 'எனக்கு ஒரு வீடு பார்க்கிறாயா?' என்றது அது. 'ஏன்.' என்றேன் நான்; 'நாங்கள் இருவரும் குடியிருக்கத்தான்!' என்று. அது சொல்லிற்று. 'பார்ப்பவர்கள் ஏதாவது சொல்ல மாட்டார்களா?' என்றேன்; 'சொன்னால் சொல்லட்டும்!' என்று அது எதற்கும் துணிந்து நின்றது. 'இளங்கன்று பயமறியாது' என்று நினைத்த நான், 'வீடு கிடைக்கும் வரை எங்கே இருப்பாய்?' என்றேன். 'ஹாஸ்டலில் என் சிநேகிதி ஒருத்தி இருக்கிறாள்; அவளுடன் இருப்பேன்!' என்றது. 'சரி, அந்த இடத்தைக் காட்டு; வீடு கிடைத்தால் வந்து சொல்கிறேன்!' என்றேன் நான்; 'காட்டுகிறேன்; ஆனால் நீ அந்த இடத்தை வேறு யாருக்கும் காட்டிக் கொடுத்து விடக் கூடாது!' என்றது. அது. 'அப்படிச் செய்வதாயிருந்தால்தான் எப்பொழுதோ செய்திருப்பேனே!' என்றேன் நான் சிரித்துக்கொண்டே. அதுவும் அழுவதை மறந்து சிரித்துக்கொண்டே என்னை அழைத்துக்கொண்டு போய் அந்த இடத்தைக் காட்டிற்று.

அதைப் பார்த்துவிட்டுத் திரும்பும்போது, 'ஆமாம், அந்தப் பயல் உன்னுடன் குடித்தனம் செய்ய ஒப்புக் கொண்டானா?' என்றேன்; 'ஒப்புக் கொண்டார்!' என்றது அது. 'என்னவோ? பார்க்கவே பார்த்தாய், அந்தரத்தில் விடாதா ஆளாகப் பார்த்தாயே? அதைச் சொல்!' என்று நான் அன்றே அந்த வீட்டு வேலைக்கு ஒரு முழுக்குப் போட்டு விட்டுக் குழந்தைக்கு ஏற்ற வீடாகத் தேடி அலைந்தேன்.

கடைசியாக மாம்பலத்தில் ஒரு வீடு கிடைத்தது. குழந்தையை அழைத்துக்கொண்டு போய் அந்த வீட்டைக் காட்டினேன்; பிடித்திருந்தது. அதற்கு மேல் அந்தப் பயலும் ஒரு நாள் வந்து வீட்டைப் பார்த்தான்; அவனுக்கும் பிடித்திருந்தது. இருவரும் ஒரு நல்ல நாள் பார்த்து அதில் குடியேறினார்கள். இதுவரை நல்ல முறையில்தான் குடித்தனமும் செய்து வருகிறார்கள். ஆனால், அவர்கள் இருவருடைய முகத்திலும் எப்பொழுது பார்த்தாலும் ஏதோ ஒரு வேதனை குடி கொண்டிருக்கிறது.

அதைத்தான் என்னால் புரிந்து கொள்ள முடியவில்லை!' என்று அவள் தன் 'வேதனைக் கதை'யைச் சொல்லி முடிக்க, 'ஏறு, வண்டியில்!' என்று விக்கிரமாதித்தர் அவளுக்குத் தம் காரின் கதவைத் திறந்து விடுவாராயினர்.

'எதற்கு, சுவாமி?' என்று அவள் பீதியுடன் கேட்க, 'மாம்பலம் போக!' என்று அவர் சாவதானமாகச் சொல்ல, 'ஐயோ, வேண்டாம் சுவாமி! அந்தக் குழந்தைகளை ஒன்றும் செய்ய வேண்டாம், சுவாமி!' என்று அவள் அலற, 'ஒன்றும் செய்ய மாட்டேன்; நீ ஏறு, வண்டியில்!' என்று விக்கிரமாதித்தர் அவளை வண்டியில் ஏற்றிவிட்டு, அவளுடன் மங்களத்தையும் மணவாளனையும் ஏறச் சொல்லிவிட்டு, தாமும் சிட்டியுடன் ஏறி, 'மாம்பலத்துக்குப் போ!' என்று பாதாளசாமியிடம் சொல்வாராயினர்.

வண்டி மாம்பலத்தை அடைந்ததும், 'எங்கே இருக்கிறது அவர்களுடைய வீடு?' என்று விக்கிரமாதித்தர் வேலைக் காரியைக் கேட்க, அவள் அவர்களுடைய வீட்டைக் காட்ட, பாதாளசாமி வண்டியைக் கொண்டு போய் அவர்கள் வீட்டு வாயிலில் நிறுத்துவானாயினன்.

'இறங்குங்கள்!' என்றார் விக்கிரமாதித்தர்; எல்லோரும் இறங்கினார்கள். அவர்களை அழைத்துக்கொண்டு அவர் உள்ளே செல்ல, அங்கே கோகிலத்தோடு இருந்த கோபாலன் அவர்களைப் பார்த்ததும் 'திருதிரு' வென்று விழிக்க, 'இவன்தானே அடிக்கடி காணாமற் போகும் உங்கள் கோபாலன்?' என்று விக்கிரமாதித்தர் மணவாளன் பக்கம் திரும்பிக் கேட்க, 'இவனேதான்!' என்று அவர் வாயெல்லாம் பல்லாய்ச் சொல்ல, 'கலியாணத்துக்குப் பிறகு நீங்கள் வைக்காத தனிக் குடித்தனத்தை இவர்களே வைத்துக் கொண்டு விட்டார்கள்; அவ்வளவுதான் விஷயம். குடித்தனம் என்றால் சும்மா நடக்குமா? செலவுக்குப் பணம் வேண்டாமா? அதற்குத்தான் இவன் அடிக்கடி காணாமற் போய்க்கொண்டிருக்கிறான்! இவன் இருக்குமிடத்தை

அவ்வப்போது உங்களிடம் வந்து சொல்லி, இவனுக்காக நீங்கள் கொடுக்கும் ரூபாய் ஐந்நூறை வாங்கிக்கொண்டு போய் இவனிடம் கொடுப்பவர்கள் வேறு யாருமில்லை; இவனுடைய நண்பர்கள்தான்!' என்ற விக்கிரமாதித்தர், 'ஏன் தம்பி, அப்படித்தானே?' என்று கோபாலனைக் கேட்க, 'ஆமாம்!' என்று அவன் தலையைக் குனிந்துகொண்டே சொல்ல, 'கோகிலத்தின் கலியாணத்திபோது ஒரு மொட்டைக் கடிதம் வந்ததே, அதை எழுதியவன்கூட நீதானே?' என்று அவர் பின்னும் கேட்க, 'நானேதான்!' என்று அவன் பின்னும் சொல்ல, 'இப்போது எல்லா மர்மங்களும் விளங்கி விட்டன அல்லவா? இனி என்ன செய்ய வேண்டுமோ அதைச் செய்யுங்கள்; ஆனால் ஒன்றை மட்டும் செய்யாதீர்கள். அதாகப்பட்டது, எந்தக் காரணத்தை முன்னிட்டும் இனி இவர்களைப் பிரித்து வைக்காதீர்கள். படிப்பவர்கள் எந்த நிலையிலும் படிப்பார்கள்; படிக்காதவர்கள் என்ன செய்தாலும் படிக்க மாட்டார்கள்!' என்று சொல்லிவிட்டு விக்கிரமாதித்தர் நடக்க, சிட்டி அவரைத் தொடருவாராயினர்."

மூன்றாவது மாடி ரிஸப்ஷனிஸ்ட்டான கோமளம் இந்தக் கதையைச் சொல்லி முடித்துவிட்டு, "நாளைக்கு வாருங்கள்; நான்காவது மாடி ரிஸப்ஷனிஸ்ட் கல்யாணி சொல்லும் கதையைக் கேளுங்கள்!' என்று சொல்ல, "கேட்கிறோம், கேட்கிறோம், கேட்காமல் எங்கே போகப் போகிறோம்?" என்று போஜனும் நீதிதேவனும் வழக்கம் போல் கொட்டாவி விட்டுக்கொண்டே கீழே இறங்குவாராயினர் என்றவாறு... என்றவாறு... என்றவாறு.....

4. நான்காவது மாடி ரிஸப்ஷனிஸ்ட் கல்யாணி சொன்ன ஆண் வாடை வேண்டாத அத்தை மகள் கதை

"கேளாய், போஜனே! உஜ்ஜயினி மாகாளிப் பட்டணத்தை ஆண்ட சாட்சாத் விக்கிரமாதித்த மகாராஜன் காடாறு மாதம், நாடாறு மாதம் வாழ்ந்தானல்லவா? அதே மாதிரி மிஸ்டர் விக்கிரமாதித்தரும் ஊட்டியில் ஆறு மாதமும், சென்னையில் ஆறு மாதமுமாக இருப்பதுண்டு. அங்ஙனம் இருந்து வருங்காலையில் அவர் ஒரு சமயம் சிட்டியைச் சென்னையிலேயே விட்டுவிட்டுப் பாதாள சாமியுடன் காரில் ஊட்டிக்குப் புறப்பட, வழியில் அந்தக் கார் பழுதாகி நின்றுவிட, 'என்னடா, பாதாளசாமி! இப்படி வந்து அகப்பட்டுக் கொண்டோமே? மேலே எப்படிப் பிரயாணத்தைத் தொடருவதென்று தெரியவில்லையே? பக்கத்தில் ரயில்வே ஸ்டேஷனோ, பஸ் ஸ்டாண்டோகூட இருப்பதாகத் தெரியவில்லை. இரவு எங்கேயாவது தங்கிப் பொழுது விடிந்ததும் போகலாம் என்றாலும் அதற்கேற்ற ஊரோ, ஓட்டலோ அருகில் இருப்பதாகத் தெரியவில்லை. என்ன செய்யலாம்? எப்படி இந்த நிலைமையைச் சமாளிக்கலாம்?' என்று விக்கிரமாதித்தராகப்பட்டவர் கேட்க, அதோ இருக்கிறது பாருங்கள் ஒரு கோயில், அந்தக் கோயில் மண்டபத்துக்குப் போய், அங்கே தங்கியிருங்கள். எவ்வளவு சீக்கிரம் முடியுமோ அவ்வளவு சீக்கிரம் நான் காரைச் சரி பார்த்துக் கொண்டு அங்கே வந்துவிடுகிறேன்!' என்று பாதாளசாமியாகப்பட்டவன் சொல்ல, 'அதுதான் சரி!' என்று விக்கிரமாதித்தரும் அந்தக் கோயிலை நோக்கி நடப்பாராயினர்.

அங்கே இருந்த மணல் தரையில் தாடியும் மீசையுமாக யாரோ ஒருவன் உட்கார்ந்து, 'ரத்தினம், ரத்தினம்' என்று எழுதுவதும், எழுதிய பின் அதை அழிப்பதுமாக இருக்க, அவனை வேடிக்கை பார்த்துக் கொண்டே விக்கிரமாதித்தர் நிற்க, அவன்

அவரை ஏறிட்டுப் பார்த்துவிட்டு, 'போ, போ! அவள் பெயருக்குக்கூட ஆண் வாடை படக்கூடாது; போ, போ!' என்று விரட்ட, 'நீயும் ஆண் பிள்ளைதானே, உன் வாடை மட்டும் படலாமா?' என்று விக்கிரமாதித்தர் சிரித்துக் கொண்டே அவனைக் கேட்க, 'படலாம் படலாம்; அவள் என் அத்தை மகள் ரத்தினம். என் காற்று மட்டும் அவள்மேல் படலாம், படலாம்!' என்று அவனும் சிரிக்க, 'சரியான பைத்தியமாயிருக்கும்போல் இருக்கிறதே?' என்று விக்கிரமாதித்தர் அத்துடன் அவனை விட்டுவிட்டுச் சுற்று முற்றும் பார்ப்பாராயினர்.

அதுகாலை, 'இங்குள்ள ஆண்கள் அனைவரும் தயவு செய்து கொஞ்ச நேரம் வெளியே போய் இருங்கள்; இங்குள்ள ஆண்கள் அனைவரும் தயவு செய்து கொஞ்ச நேரம் வெளியே போய் இருங்கள்!' என்று கோயில் பண்டாரமாகப்பட்டவன் வினயத்துடன் சொல்லிக் கொண்டே வர, 'எங்களை ஏன் அப்பா, வெளியே போகச் சொல்கிறாய்?' என்று விக்கிரமாதித்தர் ஒன்றும் புரியாமல் கேட்க, 'நீங்கள் ஊருக்குப் புதுசுபோல் இருக்கிறது; அதனால்தான் அப்படிக் கேட்கிறீர்கள். கொஞ்ச நேரம் வெளியே போய் இருங்கள்; சொல்கிறேன்!' என்பதாகத் தானே அவன் சொல்லி அவரை வெளியே அனுப்பிவிட்டு, 'இங்குள்ள ஆண்கள் அனைவரும் தயவு செய்து கொஞ்ச நேரம் வெளியே போய் இருங்கள்; இங்குள்ள ஆண்கள் அனைவரும் தயவு செய்து கொஞ்ச நேரம் வெளியே போய் இருங்கள்!" என்று தொடர்ந்து சொல்லிக்கொண்டே போவானாயினன்.

அவன் சொன்னபடியே அங்கிருந்த ஆண்கள் அனைவரும் வெளியே வந்துவிட, அந்தப் பைத்தியம் மட்டும் 'நான் ஆண்பிள்ளையில்லை; பெண்பிள்ளை! ஹிஹி!' என்று இளித்துக் கொண்டே மேல் துண்டை எடுத்துத் தாவணி போல் மேலே போட்டுக்கொண்டு அங்கேயே அடம் பிடித்து நிற்க, 'அங்கே போங்கய்யா, உங்கள் அத்தை மகள் உங்களைக் கூப்பிடுகிறாள்!' என்று பண்டாரம் சொல்ல, 'நிஜமாகவா,

என்னைக் கூப்பிடுகிறாளா? ஹிஹி!' என்று மறுபடியும் சிரித்துக் கொண்டே அவனும் வெளியே வந்து விடுவானாயினன்.

அவனுடைய நிலையைக் கண்டு 'ஐயோ, பாவம்!' என்று நினைத்த விக்கிரமாதித்தர் அவனை அனுதாபத்துடன் பார்க்க, அவனோ அவரைப் பார்க்காமல் சற்றுத் தூரத்தில் வாயு வேக மனோ வேகமாக வந்துகொண்டிருந்த குதிரை வண்டியொன்றை நோக்கி, 'அதோ வந்துவிட்டாள் என் அத்தை மகள், அதோ வந்துவிட்டாள் என் 'அத்தை மகள்!' என்று ஆனந்தக் கூத்தாட, 'இந்த அர்ஜுனனை இந்த நிலைக்கு ஆளாக்கிவிட்ட அந்த அல்லி யாராயிருக்கும்?' என்று விக்கிரமாதித்தரும் அவளை ஆவலோடு எதிர்பார்ப்பாராயினர்.

வண்டி வந்து நின்றது. அதில் கட்டப்பட்டிருந்த குதிரை மட்டுமல்ல; அதை ஓட்டிக் கொண்டு வந்தவளும் ஒரு பெண்ணாகயிருந்தாள்! அவள் முன் பக்கமாக இறங்கிப் பின் பக்கத்தில் இருந்த கொக்கியைக் கழற்றி விட, ரத்தினமாகப் பட்டவள் தன் தோழிகள் இருவருடன் ராஜகுமாரிபோல் இறங்கி, ராஜகுமாரிபோல் நடந்து, ராஜகுமாரிபோல் கோயிலுக்குச் சென்று, ராஜகுமாரிபோல் தன் வழிபாட்டை முடித்துக்கொண்டு திரும்ப, 'இப்போது வரலாம்; ஆண் பிள்ளைகளும் உள்ளே வரலாம்!' என்று பண்டாரம் குரல் கொடுப்பானாயினன்.

அதுதான் சமயமென்று விக்கிரமாதித்தர் அவனை மெல்ல நெருங்கி, 'யாரப்பா அவள்? என்ன சங்கதி?' எனறு விசாரிக்க, 'இந்தக் கோயில் தருமகர்த்தாவின் ஒரே மகள் அவள். வயது இருபதுக்கு மேல் ஆகிறது; இதுவரை அவள் தன்மேல் ஆண் வாடையே படக் கூடாது என்று இருக்கிறாள். அவளுடைய மாமன் மகன்தான் சிறிது நேரத்துக்கு முன்னால் நீங்கள் இங்கே பார்த்த அந்தப் பைத்தியம். அவனை யாரும் கவனிப்பதில்லை; அவன் யாரென்றுகூட அவர்கள் தெரிந்து

கொள்வது கிடையாது. ஒவ்வொரு வெள்ளிக்கிழமையும் சுவாமியை வழிபடுவதற்காக அவள் இங்கே வருவாள்! அந்தச் சந்தர்ப்பத்தைப் பயன்படுத்திக்கொண்டு அவளைப் பார்க்க அவனும் இங்கே வருவான். அவள் வரும்போது அர்ச்சகர் உள்பட ஆண் பிள்ளைகள் யாரும் இங்கே இருக்கக் கூடாது என்பது தருமகர்த்தாவின் உத்தரவு?' என்று அவன் சொல்ல, 'அவள் ஏன் தன்மேல் ஆண் வாடையே படக் கூடாது என்கிறாள்?' என்று விக்கிரமாதித்தர் கேட்க, 'அது அதிசயத்திலும் அதிசயமான கதை!' என்று சொல்லிவிட்டு, அவன் சொன்னதாவது:

பண்டாரம் சொன்ன பங்காரு கதை

'தங்கவிட்டான் பட்டி, தங்கவிட்டான் பட்டி என்று ஒரு பட்டி உண்டு. அந்தப் பட்டியிலே, 'பங்காரு, பங்காரு' என்று சொல்லா நின்ற ஒருத்தி, 'பெரியண்ணன், பெரியண்ணன்' என்று சொல்லா நின்ற தன் கணவனுடன் பெருமை பொங்க வாழ்ந்து வந்தாள். அப்படி வாழ்ந்து வருங்காலையில் ஒரு நாள் இரவு யாரோ ஒருத்தி வந்து அவள் வீட்டுக் கதவைத் தட்ட, 'யார் அது?' என்று கேட்டுக் கொண்டே வந்து அவள் கதவைத் திறக்க, 'அம்மா, நான் வழி தவறி வந்துவிட்டேன். இன்றிரவு இங்கே தங்க எனக்குக் கொஞ்சம் இடம் கொடுங்கள்; பொழுது விடிந்ததும் போய் விடுகிறேன்!' என்று கதவைத் தட்டியவள் சொல்வாளாயினள்.

பங்காரு அவளை ஏற இறங்கப் பார்த்துவிட்டு, 'வழி தவறி வந்துவிட்டேன் என்றால் என்ன அர்த்தம்? வாழ்க்கையில் வழி தவறிவிட்டாயா? இல்லை. பிரயாணத்தில் வழி தவறிவிட்டாயா?' என்று கேட்க, 'பிரயாணத்தில் தான் வழி தவறிவிட்டேன், அம்மா!' என்று அவள் சொல்ல, 'அப்படி யென்றால் பரவாயில்லை! இன்றிரவு நீ இங்கே தங்கலாம். ஆனால் ஒரு நிபந்தனை!' என்று பங்காரு சொல்லி நிறுத்த, 'என்ன நிபந்தனை?' என்று வந்தவள் கேட்பாளாயினள்.

'என் கணவர் ஒரு மாதிரி! நீயோ என்னைவிட அழகாயிருக்கிறாய். சந்தைக்குப் போயிருக்கும் அவர் வந்து பார்த்தால் நிச்சயம் என்னை மறந்துவிடுவார்! ஒன்று வேண்டுமானால் செய்; நீ ஆண் வேடம் போட்டுக்கொள். இன்றிரவு இங்கேயே தங்கலாம்; பொழுது விடிந்ததும் போய்விடலாம்' என்று பங்காரு சொல்ல, 'சரி!' என்று அவளும் ஆண் வேடம் போட்டுக்கொண்டு அங்கே தங்குவாளாயினள்.

சந்தைக்குப் போயிருந்த பெரியண்ணன் வந்தான்; நடையில் ஆண் வேடம் தரித்துப் படுத்துக் கொண்டிருந்த வழி தவறி வந்தவளைப் பார்த்தான். 'யார் இவன்? எதற்காக இவனை அவள் இங்கே படுக்க வைத்திருக்கிறாள்?' என்று நினைத்த அவன் ஆண் வேடக்காரியைத் தட்டி எழுப்பி, 'யாரப்பா நீ, எங்கே வந்தாய்? இங்கே ஏன் படுத்திருக்கிறாய்?' என்று கேட்க, 'நான் ஒரு வழிப்போக்கன். இருட்டி விட்டதால் இன்றிரவு இங்கே தங்கக் கொஞ்சம் இடம் கொடுக்கும்படி அம்மாவைக் கேட்டேன். கொடுத்தார்கள்; படுத்துக்கொண்டிருக்கிறேன்!' என்று அவளாகப்பட்ட அவன் சொல்ல, பெரியண்ணன் அவளை ஏற இறங்கப் பார்த்துவிட்டு, 'இன்றிரவு மட்டுந்தானே இங்கே தங்கப் போகிறாய்? பரவாயில்லை; தங்கு. ஆனால் ஒரு நிபந்தனை!' என்று அவனும் தன் மனைவியைப் போலவே சொல்லி நிறுத்த, 'என்ன நிபந்தனை?' என்று வந்தவள் வியப்பின் மிகுதியால் வாயைப் பிளப்பாளாயினள்.

'என் மனைவி ஒரு மாதிரி! நீயோ என்னைவிட அழகாயிருக்கிறாய். நடு இரவில் அவள் என்னை மறந்து உன்னைத் தேடி வந்தாலும் வந்துவிடக்கூடும். ஒன்று வேண்டுமானால் செய்; நீ பெண் வேடம் போட்டுக்கொள். உனக்கும் வம்பில்லை; எனக்கும் வம்பில்லை. 'நான் பார்க்கும்போது ஆணாயிருந்தவன் இப்போது எப்படி பெண்ணானாள்?' என்று என் மனைவி நினைப்பாளே என்று நீ

கவலைப்பட வேண்டாம், உன்னை எழுப்பி வெளியே அனுப்பி விட்டதாகவும், உனக்குப் பின்னால் வந்த வேறு யாரோ ஒரு பெண்ணுக்குப் போனாற் போகிறதென்று கொஞ்சம் இடம் கொடுத்ததாகவும் நான் அவளிடம் சொல்லிவிடுகிறேன்!' என்று பெரியண்ணன் சொல்ல, 'நல்ல மனைவி, நல்ல கணவன்!' என்று தனக்குள் சிரித்துக் கொண்டே வந்தவள் 'ம்' என்று தலையை ஆட்டி விட்டு, 'விதியே!' என்று அவனுக்காகப் பெண் வேடம் தாங்குவதுபோல் தாங்கி, 'இத்துடனாவது இவர்கள் இருவரும் ஆளை விடவேண்டுமே?' என்ற கவலையுடன் அங்கே மீண்டும் படுப்பாளாயினள்.

பொழுது விடிந்தது; படுக்கையை விட்டு எழுந்து வந்தாள் பங்காரு. தான் ஆணாக்கிவிட்டுப்போன பெண் மறுபடியும் பெண்ணாகியிருப்பதைக் கண்டாள்; திடுக்கிட்டாள். அடுத்த கணமே ஆத்திரம் பற்றிக்கொண்டு வந்துவிட்டது அவளுக்கு. 'அடி, கள்ளி! நான் போட்ட ஆண் வேடத்தை ஏன் கலைத்தாய்? என் புருஷனை மயக்கவா?' என்று 'ஓ'வென்று இரைந்தாள்.

'ஐயையோ! நான் கலைக்கவில்லை, அம்மா! அவர்தான் வந்து, 'என் மனைவி ஒரு மாதிரி!' என்று சொல்லி, இந்தப் பெண் வேடத்தைப் போட்டுக்கொள்ளச் சொன்னார்!' என்று அவள் கையைப் பிசைந்தாள்.

'அப்படியா சமாசாரம்?' என்று அவள் திரும்ப, 'என்ன சமாசாரம்?' என்று கேட்டுக்கொண்டே பெரியண்ணன் படுக்கையறையை விட்டு வெளியே வர, 'என்னை நம்பாத உங்களுடன் இனி நான் ஒரு கணம்கூட வாழமாட்டேன்!' என்று சொல்லிக்கொண்டே அவள் 'திடுதிடு'வென்று புழக்கடைக்கு ஓடி, அங்கிருந்த கிணற்றில் 'தொபுகடீர்' என்று குதித்து, மூன்று வாய் தண்ணீரை 'மொடக், மொடக்' கென்று குடித்து மூச்சு விடுவதை அக்கணமே மறப்பாளாயினள்!' என்பதாகத்தானே பண்டாரம் தன் கதையைச் சொல்லி முடிக்க, 'அந்த பங்காருக்கும் இந்த ரத்தினத்துக்கும் என்ன

சம்பந்தம்?' என்பதாகத்தானே விக்கிரமாதித்தர் கேட்க, 'அங்கேதான் இருக்கிறது அதிசயத்திலும் அதிசயம்! அந்த பங்காருதான் இந்த ரத்தினமாம். முன் பிறவியில் பங்காருவாயிருந்த அவள், இந்தப் பிறவியில் ரத்தினமாகப் பிறந்திருக்கிறாளாம்!' என்று பண்டாரம் சொல்ல, 'அதற்கு ஏதாவது அடையாளம் காட்டினாளா?' என்று விக்கிரமாதித்தர் பின்னும் கேட்க, 'காட்டினாள், ஏதோ ஓர் இடிந்துபோன வீட்டையும், அதற்குப் பின்னாலிருக்கும் ஒரு பாழுங்கிணற்றையும் 'இதுதான் நான் வாழ்ந்த வீடு; இதுதான் நான் விழுந்த கிணறு' என்று!' என்பதாகத் தானே பண்டாரம் சொல்ல, 'அங்கே அவளுக்குத் தெரிந்தவர்கள், உறவினர்கள் யாராவது இருந்தார்களா?' என்பதாகத்தானே விக்கிரமாதித்தர் பின்னும் கேட்க, 'இருந்தது ஒரு கழுதையும், அதன் குட்டியும். ஆனால் அவற்றுக்கு அவளைத் தெரியவில்லை; அவளுக்கும் அவற்றைத் தெரியவில்லை!' என்று பண்டாரமாகப்பட்டவன் சொல்ல, விக்கிரமாதித்தராகப் பட்டவர் சிரித்துக்கொண்டே அவன் தோளில் ஒரு தட்டுத் தட்டி, 'அந்த ரத்தினம் இந்தக் கோயிலைத் தவிர வேறு எங்கேயாவது போவதுண்டா?' என்று கேட்க, 'போவதுண்டு, பாலருவிக்குத் தினம் குளிக்க!' என்று பண்டாரம் சொல்ல, 'எங்கே இருக்கிறது அந்தப் பாலருவி?, என்று விக்கிரமாதித்தர் கேட்க, 'இங்கிருந்து தெற்கே இரண்டு கல் தொலைவில் இருக்கிறது!' என்று அவன் சொல்ல, 'நன்றி' என்று விக்கிரமாதித்தர் சொல்லி விட்டு, அந்தப் பைத்தியத்தைத் தேடி வெளியே வந்து சுற்றுமுற்றும் பார்ப்பாராயினர்.

'யாரைப் பார்க்கிறீர்கள்?' என்று அங்கிருந்த ஒருவன் அவரைக் கேட்க, 'இங்கே ஒரு பைத்தியக்காரன் இருந்தானே, அவனைப் பார்த்தீர்களா?' என்று அவர் அவனைக் கேட்க, 'அதோ, அவன் அந்தக் குதிரை வண்டிக்குப் பின்னால் ஓடிக் கொண்டிருக்கிறான்!' என்று அவன் அந்தப் பைத்தியம் சென்ற திசையை அவருக்குச் சுட்டிக் காட்டுவானாயினன்.

‘அவனைப் பிடிக்க என்ன வழி?’ என்று ஒரு வழியும் தோன்றாமல் விக்கிரமாதித்தர் அப்படியே நிற்க, அந்தச் சமயத்தில் பாதாளசாமி காருடன் அவருக்குப் பின்னால் வந்து நின்று, அவர் ஏறுவதற்காகக் காரின் கதவைத் திறந்து விட, ‘நல்ல சமயத்தில் வந்தாய்!’ என்று அவர் அதில் ஏறிக்கொண்டு, 'அதோ போகிறது பார், ஒரு குதிரை வண்டி! அதற்குப் பின்னால் ஒருவன் தலை தெறிக்க ஓடிக்கொண்டிருக்கிறான் அல்லவா? அவனைப் பிடி!’ என்று சொல்ல, பாதாளசாமி ஒரே தூக்கில் வண்டியைக் கொண்டு போய் அவனுக்கு அருகே நிறுத்த, அதைக் கண்டதும், ‘ஐயா, ஐயா! என்னைக் கொஞ்சம் ஏற்றிக்கொண்டு போய் என் அத்தை மகளிடம் விட்டுவிடுகிறீர்களா, ஐயா?’ என்று அவனாகவே அவர்களைக் கேட்க, 'அதற்கென்ன, ஏறிக் கொள்!' என்று அவனை வண்டியில் ஏற்றிக்கொண்டு, அவர்கள் அந்தக் குதிரை வண்டியைத் தொடர்ந்து செல்வாராயினர்.

வழியில், 'அத்தை மகள்தான் ஆண் வாடையே கூடாது என்கிறாளே, அவளிடம் நீ ஏன் போகவேண்டும் என்கிறாய்?' என்று விக்கிரமாதித்தர் கேட்க, ‘போனால் கழுத்தைப் பிடித்தாவது வெளியே தள்ள மாட்டாளா, அதனாலாவது பட்டுப் போன்ற அவள் கை என்மேல் படாதா? என்ற ஆசையால்தான்!' என்று அவன் ஏக்கத்தோடு சொல்ல, ‘அதெல்லாம் வேண்டாம். நான் சொல்கிறபடி செய்; அவள் உன்னைக் கலியாணம் செய்துகொண்டு விடுவாள்!' என்று விக்கிரமாதித்தர் சொல்ல, 'நிஜமாகவா, நிஜமாகவா?' என்று அவன் குதிக்க, 'நிஜமாகத்தான், நிஜமாகத்தான்!' என்று அவரும் குதித்துக்கொண்டே சொல்லி அவனை உட்கார வைத்து, ‘அத்தை மகள் சொல்லும் முற்பிறப்புக் கதையை நீ கேட்டிருக்கிறாயா?' என்று கேட்க, 'கேட்டிருக்கிறேன்! கேட்டிருக்கிறேன்!' என்று அவன் சொல்ல, 'அந்தக் கதையைத் தொடர்ந்து நீயும் ஒரு கதை சொல்ல வேண்டும்!' என்று அவர் சொல்ல, 'என்ன கதை!' என்று அவன் கேட்க, 'அவள் சொல்லும் அதே கதையைத்தான் நீயும் சொல்ல வேண்டும். ஆனால் 'பங்காரு கிணற்றில் விழுந்து மூச்சு விட மறந்தாள்!'

என்பதோடு நீ கதையை முடித்துவிடக் கூடாது; 'பார்த்தான் பெரியண்ணன்; அன்றிரவு வீட்டுக்கு வந்த அகதி உண்மையில் ஆண் அல்ல வென்பதையும், பெண்ணாயிருந்த அவளுக்கு அந்த வேடத்தைப் போட்டு விட்டவள் தன் மனைவிதான் என்பதையும், அதற்குக் காரணம் அவள் தன்மேல் கொண்டிருந்த சந்தேகந்தான் என்பதையும் அவன் அறிந்தான். அறிந்த பின், 'இனி ஏழு ஜன்மத்துக்கும் இந்தப் பெண்களைத் திரும்பிப் பார்க்க மாட்டேன்!' என்று அவனும் கிணற்றில் குதித்தான், மூச்சு விட மறந்தான்!' என்று முடிக்க வேண்டும். அந்தப் பெரியண்ணனே நீ என்றும் பெண் வாடையே எனக்குக் கூடாதென்றும் நீ சொல்ல வேண்டும். என்ன சொல்கிறாயா?' என்று விக்கிரமாதித்தர் கேட்க, 'சொல்கிறேன், சொல்கிறேன்?' என்று அவன் சொல்ல, 'இப்போது சொல்லாதே; நான் சொல்?' என்று சொல்லும் போது 'சொல்!' என்று அவர் சொல்ல, 'ஆகட்டும்; அப்படியே ஆகட்டும்!' என்று அவன் தலையைப் பலமாக ஆட்டி வைப்பானாயினன்.

மறு நாள் காலை; பாதாளசாமியைக் காருடன் ஒரு மலையடிவாரத்தில் நிற்க வைத்துவிட்டு விக்கிரமாதித்தர் பைத்தியத்தை அழைத்துக்கொண்டு பாலருவிக்குச் செல்ல, அதுகாலை ரத்தினம் குளித்துவிட்டுத் தன் தோழிமாருடன் ராஜகுமாரிபோல் நடந்து அவர்களுக்கு எதிர்த்தாற்போல் வர, விக்கிரமாதித்தர் சட்டென்று கையோடு கொண்டு வந்திருந்த திரையைப் பைத்தியத்துக்கு முன்னால் விரித்துப் பிடித்து, 'எட்டிப் போங்கள், எட்டிப் போங்கள்!' என்று அவர்களை நோக்கிச் சொல்ல, 'ஏன்?' என்று அவர்கள் கேட்க, 'பெண் வாடை வேண்டாதா பெரியண்ணன் அம்மா, இவர்! எட்டிப் போங்கள், தயவு செய்து எட்டிப் போங்கள்!' என்று அவர் பின்னும் சொல்ல, 'இது என்ன அதிசயம்? ஏட்டிக்குப் போட்டியாக இருக்கிறதே! பெண் வாடை ஏன் பிடிக்காதாம் இவருக்கு?' என்று ரத்தினம் மூக்கின்மேல் விரலை வைக்க மறந்து வாயின்மேல் விரலை வைத்துக் கேட்க, 'சொல்லப்பா கதையை, திரைக்குப் பின்னாலிருந்தே சொல்?' என்று

விக்கிரமாதித்தர் சொல்ல, பைத்தியம் அவர் சொன்ன கதையை அப்படியே திருப்பிச் சொல்வானாயினன்.

அதைக் கேட்ட ரத்தினம், 'ஆ! இப்பொழுதல்லவா எனக்கு உண்மை புரிகிறது! அவர்மேல் சந்தேகம் கொண்டு நான் அந்த அகதிக்கு ஆண் வேடம் போடலாம்; அவர் என் மேல் சந்தேகம் கொண்டு பெண் வேடம் போடக் கூடாதா? தாராளமாகப் போடலாம். இதெல்லாம் ஒருவரையொருவர் புரிந்து கொள்ளாததால் வந்த வினை; போகட்டும். போன ஜன்மத்தில்தான் நாங்கள் ஒருவரை யொருவர் புரிந்து கொள்ளாமல் செத்தோம்; இந்த ஜன்மத்திலாவது ஒருவரை யொருவர் புரிந்துகொண்டு வாழ்கிறோம்!' என்று சொல்ல, விக்கிரமாதித்தர் திரையை விலக்கி, 'என்னப்பா, இப்போது பெண் வாடை படலாமா?' என்று 'முன்னாள் பெரியண்ண'னைக் கேட்க, 'படலாம், படலாம்!' என்று அவன் பரவசத்துடன் சொல்ல, அதற்குள் அவனை இனம் கண்டு கொண்ட ரத்தினத்தின் தோழிகளில் ஒருத்தி, 'இவர் வேறு யாரும் இல்லையடி, உன்னைச் சுற்றிச் சுற்றி வந்து கொண்டிருந்த உன் மாமன் மகன்தான்!' என்று சொல்ல, 'யாராயிருந்தால் என்ன? போன ஜன்மத்தில் கிடைத்த புண்ணியவானே இந்த ஜன்மத்திலும் கிடைத்தாரே, அதைச் சொல்!' என்று ரத்தினமாகப்பட்டவள் தன் மாமன் மகனையே கலியாணம் செய்துகொண்டு, தன்னால் அவனுக்குப் பிடித்த பைத்தியத்தையும் தெளிய வைப்பாளாயினள்."

நான்காவது மாடி ரிஸப்ஷனிஸ்ட்டான கல்யாணி இந்தக் கதையைச் சொல்லி முடித்துவிட்டு, "நாளைக்கு வாருங்கள்; ஐந்தாவது மாடி ரிஸப்ஷனிஸ்ட் மனோன்மணி சொல்லும் கதையைக் கேளுங்கள்!' என்று சொல்ல, போஜனும் நீதிதேவனும் "கேட்கிறோம், கேட்கிறோம், கேட்காமல் எங்கே போகப் போகிறோம்?" என்று வழக்கம்போல் கொட்டாவி விட்டுக்கொண்டே கீழே இறங்குவாராயினர் என்றவாறு... என்றவாறு... என்றவாறு...

5. ஐந்தாவது மாடி ரிஸப்ஷனிஸ்ட் மனோன்மணி சொன்ன பேசா நிருபர் கதை

"கேளாய், போஜனே! எங்கள் விக்கிரமாதித்தர் ஊட்டியிலிருந்த காலை யாரோ ஒருவன் வந்து அவர் வீட்டுக் கதவைத் தட்ட, 'யார் அது?' என்று கேட்டுக்கொண்டே வந்து அவர் கதவைத் திறக்க, 'இந்த அநியாயத்தைப் பார்த்தீர்களா? நேற்றுவரை நன்றாகப் பேசிக்கொண்டிருந்தவர் இவர்; இன்று பேச முடியாதவராகப் போய்விட்டார். நாங்களும் யார் யாரிடமோ காட்டிப் பார்த்துவிட்டோம்; ஒருவராலும் இவரைப் பேச வைக்க முடியவில்லை. கடைசியில் 'உங்களால்தான் பேச வைக்க முடியும்' என்று உங்களை தெரிந்த ஒருவர் சொன்னார்; உடனே இங்கு அழைத்துக் கொண்டு வந்தோம்!' என்று வந்தவர் சொல்ல, 'யார் இவர்? என்ன நடந்தது?' என்று விக்கிரமாதித்தர் கேட்க, 'அப்படியொன்றும் விசேஷமாக நடந்துவிடவில்லை. பிரபல பத்திரிகையொன்றின் சினிமா நிருபர் இவர். நேற்று வெளிப்புறக்காட்சிகள் சிலவற்றைப் படம் பிடிப்பதற்காக இங்கே ஒரு சினிமா கோஷ்டி வந்திருந்தது. அதில் கலந்துகொள்வதற்காக இரவல் சங்கீத சாகித்ய சரச சல்லாப உல்லாச உதயஸ்ரீயும் வந்திருந்தாளாம். அவளுடைய அருமை பெருமைகளைப் பற்றித் தன் பாட்டனார் சொல்ல இவர் கேட்டிருக்கிறார். அதிலிருந்து அவளைப் பார்க்க வேண்டும், அவளுடன் பேசவேண்டும் என்று இவர் துடியாய்த் துடித்திருக்கிறார். அதற்கு இங்கே ஒரு சந்தர்ப்பம் வாய்த்ததும் அவளைப் பேட்டி காணப் போயிருக்கிறார். 'நீங்கள் சாப்பிடும் இட்டிலியின் சுற்றளவு என்ன, காப்பியை அவுன்ஸ் கணக்கில் அளந்து குடிக்கிறீர்களா, அளக்காமலே குடிக்கிறீர்களா?' என்றெல்லாம் கேட்டுவிட்டுக் கடைசியாக 'இப்போது உங்களுக்கு என்ற வயதாகிறது?' என்று கேட்டிருக்கிறார். அவள் 'பதினாறு!' என்று ஒரு வார்த்தை சொன்ன பாவம், 'ஆ!' என்று அப்படியே மூர்ச்சை போட்டுக் கீழே விழுந்திருக்கிறார்! அவள் பயந்துபோய், 'உதவி, உதவி,

ஓடி வாருங்கள், ஓடி வாருங்கள்!' என்று கீச்சுக் கீச்சென்று கூவ, நான் 'என்னவோ, ஏதோ' என்று ஓடிப் போய்ப் பார்த்தேன். 'மூர்ச்சை தானே?' என்று முகத்தில் குளிர்ந்த நீரைத் தெளித்து விசிறிப் பார்த்தேன். மூர்ச்சை தெளிந்துவிட்டது; பேச்சுத்தான் திரும்பவில்லை!' என்று வந்தவர் கையைப் பிசைய, 'கவலைப்படாதீர்கள்; என்னுடன் இருக்கும் பாதாளசாமி ஒரு கதை சொன்னால் போதும்; பேசா நிருபர் பேசும் நிருபராகிவிடுவார்!' என்பதாகத்தானே விக்கிரமாதித்தராகப்பட்டவர் வந்தவருக்கு அபயம் அளிக்க, 'எங்கே அந்தப் பாதாளசாமி? கதையைச் சொல்லச் சொல்லுங்கள், சீக்கிரம்!' என்பதாகத்தானே பேசா நிருபரும், அவருடைய பேசும் தோழரும் அவன் கதையைக் கேட்கத் தயாராவாராயினர்.

பாதாளசாமி சொன்ன புது முகம் தேடிய படாதிபதி கதை

'கோலிவுட், கோலிவுட் என்று சொல்லா நின்ற கோடம்பாக்கம் பதியிலே 'கோபதி, கோபதி' என்று ஒரு படாதிபதி உண்டு. அவர் தமக்காகப் புதுமுகத்தைத் தேடினாரோ, 'பைனான்ஷியர்'களுக்காகப் புது முகத்தைத் தேடினாரோ, அல்லது படத்துக்காகத்தான் புதுமுகத்தைத் தேடினாரோ அது எனக்குத் தெரியாது; எப்பொழுது பார்த்தாலும் புதுமுகத்தைத் தேடிக்கொண்டே இருந்தார். அங்ஙனம் தேடிக்கொண்டிருந்த காலையில், அவர் ஒரு நாள் 'கொஞ்சம் சுதந்திரமாகத் தாகசாந்தி செய்துவிட்டு வருவோமே!' என்று தம் காரில் பெங்களூருக்குப் போக, அந்தச் சமயம் பார்த்து அங்கிருந்த ஒரு கடன்காரன் அவருடைய காரைப் பறிமுதல் செய்துகொள்ள, 'தேவுடா!' என்று அவர் திரும்பி வருங்காலை 'பிருந்தாவனம் எக்ஸ்பிர'ஸில் திரும்பி வருவாராயினர்.

இப்படியாகத்தானே அவர் திரும்பி வருங்காலையில், அதிஅதிஅதி ரூபரூபரூப சௌந்தரியவதி ஒருத்தி தன்

தாயுடன் அவர் இருந்த பெட்டிக்குள் ஏறி உட்கார, அவளைப் பார்த்த படாதிபதி, 'இவள் சரோஜாதேவியாக இருப்பாளோ, கே. ஆர். விஜயாவாக இருப்பாளோ?' என்று ஒருகணம் நினைத்து, மலைத்து-மறுகணம், 'இல்லையில்லை, இவள் ஜெயலலிதாவேதான்!' என்று பாவித்து, பூரித்து-பின்னர், 'அவர்களில் யாரும் இவளுக்கு அருகில்கூட நிற்க முடியாது. இவள் யாரோ, என்ன பேரோ? 'மேக்-அப்' இல்லாமலேயே இவள் அழகு 'கீ லைட்'டைப் போல ஜொலிக்கிறதே, 'மேக்-அப்' போட்டால் 'ஆர்க் லைட்'டைப்போல ஜொலிக்கும் போலிருக்கிறதே? ஆகா! பெங்களூரிலே இவள் கிடைத்திருந்தால், 'என் காரை 'ஜப்தி' செய்த கடன்காரனுக்கு முன்னால் இவளைக் கொண்டுபோய் நிறுத்தியிருந்தால், 'இருக்கும் கடன் இருக்கட்டும்; மேற்கொண்டு எவ்வளவு வேண்டும்?' என்று அவன் இவளைப் பார்த்துக்கொண்டே என்னைக் கேட்டிருப்பானே! போச்சே போச்சே போச்சே, ஓர் அரிய அரிய அரிய சந்தர்ப்பம் அனாவசியமாக அனாவசியமாக அனாவசியமாகக் கைநழுவிப் போச்சே போச்சே போச்சே!' என்று பலவாறாகச் சிந்தித்து, நிந்தித்து, 'குழந்தையின் பெயர் என்ன அம்மா?' என்று அவள் தாயாரை 'ஐஸ் கிரீம்' போல் உருகிக் கேட்க, 'அவள் பெயர் தெரிந்து உமக்கு என்ன ஆகவேண்டும்? போம் ஐயா, போம்! என்று அவள் 'ஹாட் காப்பி' போல் முகத்தைத் திருப்ப, 'சனியன், சனியன், சனியன்! சினிமா நட்சத்திரங்களுக்குப் பின்னால்தான் தாய் என்ற பெயரிலோ, தகப்பன் என்ற பெயரிலோ, கணவன் என்ற பெயரிலோ இப்படி ஏதாவதொரு சனியன் வந்து தொலைகிறதென்றால் இவளுக்குப் பின்னாலுமா இப்படி ஒரு சனியன் வந்து தொலைய வேண்டும்?' என்று அவளுக்குத் தெரியாமல் தம் தலையில் தாமே இரண்டு தட்டுத் தட்டிக்கொள்ள, அதை எப்படியோ பார்த்துவிட்ட அந்த அதிஅதிஅதி ரூபரூபரூப செளந்தரியவதி 'குபுக்'கென்று சிரிக்க, அந்தச் சிரிப்பால் அவர்கள் இருந்த பெட்டி பூராவும் 'குபீ'ரென்று வெளிச்சம் பரவுவது போன்ற ஒரு பிரமைக்கு உள்ளாகி அவர் திக்குமுக்காடுவாராயினர். அந்த திக்கு முக்காடலில், 'ஐயோ, இது என்ன? பினாகாபல்

ஒளியோ, சிக்னல் பல் ஒளியோ தெரியவில்லையே? இவளுக்கு மட்டும் சினிமாவில் நடிக்க வேண்டுமென்ற ஆசை ஒரு துளி இருந்துவிட்டால் போதும், இவளைக் கொண்டு போய் சினிமாவிலும் நடிக்க வைக்கலாம். 'பைனான்ஷியர்'கள் சிலரைப் பைத்தியம் பிடித்து அலையவும் செய்யலாம். அதற்கு இந்தச் சனியன் இவளை விடாதுபோல் இருக்கிறதே? என்ன செய்யலாம்? அவளிடமிருந்து இவளை எப்படிப் பிரிக்கலாம்?' என்று அவர் யோசித்துக் கொண்டிருக்க, அதற்குள் காட்பாடி ஜங்ஷனுக்கு வந்த வண்டி அங்கே 'உஸ்'ஸென்று பெருமூச்சு விட்டுக்கொண்டே நிற்க, தாயும் மகளும் 'சட்'டென்று இறங்கி அவரைத் திரும்பித் திரும்பிப் பார்த்துக்கொண்டே செல்வாராயினர்.

'பாவி, என் உடம்பிலிருந்து உயிரைப் பிரித்து எடுத்துக் கொண்டு போவதுபோல் போகிறாளே! அடிக்கடி நடக்கும் ரயில் விபத்து இப்போது நடந்திருக்கக் கூடாதா? அதில் சிக்கி அந்தச் சண்டாளி மட்டும் செத்திருக்கக் கூடாதா? அப்படி ஏதாவது நடந்திருந்தாலும் அந்தப் பெண்ணுக்கு ஆறுதல் கூறுவதுபோல் கூறி, அவளைக் கோலிவுட்டுக்கு அடித்துக் கொண்டு போயிருக்கலாம். இப்போது அதற்கும் வழி யில்லையே! தாமும் இறங்கி அவர்களைத் தொடர்ந்து தான் என்ன பயன்? 'குழந்தையின் பெயர் என்ன அம்மா?' என்று அத்தனை அருமையாகக் கேட்டதற்கே 'அவள் பெயர் தெரிந்து உமக்கு என்ன ஆக வேண்டும்?' என்று அந்தக் கிராதகி எரிந்து விழுந்தாளே, அப்படிப்பட்டவள் தம்மிடம் அதற்கு மேல் என்ன பேசிவிடப் போகிறாள்? 'ஏதும் பேச வேண்டாம்!' என்பதற்காகத்தான் அவள் அப்படி எரிந்து விழுந்தாளோ, என்னவோ?' என்றெல்லாம் யோசித்துக் கொண்டே படாதிபதி சுற்றுமுற்றும் பார்க்க, அவர்கள் உட்கார்ந்திருந்த இடத்தில் பளிச்சென்று ஏதோ மின்ன, 'ஆ! கிடைத்து விட்டது, கிடைத்தே விட்டது! அவள் கிடைக்காவிட்டாலும் அவள் பின்னலிலிருந்து நழுவி விழுந்த ஒரு திருகுப்பூ கிடைத்து விட்டது. கிடைத்தே விட்டது! இதைக் கொண்டாவது

அவளை ஏதாவது செய்ய முடியுமா, எப்படியாவது கவர முடியுமா?' என்று சட்டென்று அதை எடுத்துத் தம் சட்டைப் பையில் வைத்துக்கொண்டு, 'தாமும் இறங்கி அவர்களைத் தொடரலாமா? தொடர்ந்து போய் இதைக் கொடுக்கும் சாக்கில் அவர்களுடன் இன்னொரு முறை பேசிப் பார்க்கலாமா?' என்று நினைத்து, கனைத்து, இருமி, செருமி, 'எதற்கும் போய்த்தான் பார்ப்போமே!' என்று அவர் துணிந்து வண்டியை விட்டு இறங்க, அது காலை 'எங்கே, எங்கே?' என்று அவரைத் தேடும் கண்களுடன் அங்கு ஓடோடியும் வந்த அவருடைய 'ப்ரொடக்ஷன் எக்ஸிகியூட்டிவ்' பிரபாகர், 'உங்களை இந்தக் கோலத்தில் பார்க்கவா என் உடம்பில் உயிர் இருந்தது, இருக்கிறது, இருக்கப் போகிறது? எத்தனையோ பாடாவதி படங்களுக்கு-ஐ ஆம் சாரி-'பாக்ஸ் ஆப் ஹிட்' படங்களுக்கு அதிபதியான நீங்களா கேவலம் இந்தப் பிருந்தாவனம் எக்ஸ்பிரஸில் வருவது? அதைப் பார்க்கவா என் கண்கள் இருந்தன, இருக்கின்றன, இருக்கப்போகின்றன? அவற்றை இன்றே, இப்பொழுதே, இக்கணமே குருடாக்கிக்கொண்டு விடுகிறேன், பாருங்கள்!' என்று தன் சாவிக் கொத்திலிருந்த கத்தியை எடுத்துக் 'கண்ணப்ப நாயனா'ரைப் போல அவன் தன் கண்களைக் குத்திக் கொள்ளப் போக, 'பக்தா, மெச்சினோம்!' என்பதைப்போல் படாதிபதி அதைத் தடுத்து, 'என்ன விஷயம், எங்கே வந்தாய்?' என்று கேட்க, 'பெங்களூரில் உங்கள் கார் பறிமுதலான செய்தி என் காதில் விழுந்தது. கொதிப்பதற்கு உங்கள் உடம்பைப் போலவே என் உடம்பிலும் ரத்தம் இல்லாததால்தானோ என்னவோ, என் மூக்கில் வியர்த்தது. 'ஏன் மூக்கு வியர்க்கிறது? என்று ஒரு கணம் அந்த வியர்க்கும் மூக்கின் மேல் விரலை வைத்து யோசித்துப் பார்த்தேன். 'இருக்கவே இருக்கிறது பிரைவேட்டாக்சி; அதை எடுத்துக்கொண்டு போய் நாம் ஏன் நம் படாதிபதியின் மானத்தைக் காப்பாற்றக்கூடாது?' என்று தோன்றிற்று. உடனே எடுத்தேன் ஓட்டம்; ஒரு பிரைவேட் டாக்சிக்காரனைப் பிடித்தேன். மாதம் ரூபா எழுநூறு வாடகை பேசி, ஏ ஒன் டாக்சி, ஒன்றை எடுத்துக் கொண்டு பெங்களூக்குப் பறந்தேன்; நீங்கள் பாக்கி வைத்திருக்கும்

ஓட்டல்களையெல்லாம் விட்டுவிட்டுப் பாக்கி வைக்காத ஓட்டல்களை மட்டும் 'அலசு, அலசு' என்று அலசிப் பார்த்தேன்; காணவில்லை. கடைசியில் அந்தப் 'பழைய முகம் பாமா' சொன்னாள், நீங்கள் பிருந்தாவனம் எக்ஸ்பிரஸில் சென்னைக்குப் போய்விட்டீர்கள் என்று. உடனே கண்ணில் ரத்தம் வடிய அதை விரட்டிக்கொண்டு வந்து உங்களை இந்தக் காட்பாடியில் பிடித்தேன். வாடகையைப் பற்றி உங்களுக்குக் கவலை வேண்டாம். மாதா மாதம் அதைக் கொடுக்க வேண்டுமென்ற அவசியமில்லை; படம் என்று ஒன்று எடுத்து முடித்து, வெளியிட்டு, அது ஓடினால் கொடுக்கலாம்; ஓடா விட்டால், 'அடுத்த படத்துக்கு ஆகட்டும்!' என்று சொல்லி விடலாம். அதற்காக அவன் காரை 'ஜப்தி' செய்வதாயிருந்தாலும் தன் காரைத்தான் ஜப்தி செய்து கொள்ள வேண்டுமே தவிர, நம்மிடம் ஜப்தி செய்வதற்கும் ஒரு காரும் இருக்கப் போவதில்லை. ஆகவே, நமக்கு ஒன்றும் நஷ்டமில்லை; அவனுக்குத்தான் நஷ்டம். 'அவன் போனால் போகிறான்' என்று நாம் இன்னொரு பிரைவேட் டாக்சிக்காரனைப் பார்த்துக் கொள்ளலாம். வாருங்கள்; வந்து காரில் ஏறிக்கொள்ளுங்கள். வரும்போது எவ்வளவு கம்பீரமாகக் காரில் வந்தீர்களோ, அவ்வளவு கம்பீரமாகப் போகும்போதும் காரிலேயே போய் இறங்குங்கள்!' என்று அழைக்க, 'நாலு டஜன் சோடா வாங்கி விட்டு நாற்பது டஜன் சோடா, என்று கணக்கு எழுதினாலும் இப்படி ஒரு ப்ரொடக்ஷன் எக்ஸிகியூட்டிவ் இந்த ஜன்மத்தில் தமக்குக் கிடைப்பானா?' என்று மெய் சிலிர்த்து, மேனி சிலிர்த்து அவர் அவனுக்குப் பின்னால் போவாராயினர்.

ஸ்டேஷனுக்கு வெளியே நிறுத்தி வைக்கப்பட்டிருந்த பிரைவேட் டாக்சியில் படாதிபதியை ஏற்றி உட்கார வைத்ததும், 'ஏன் ஒரு மாதிரியாயிருக்கிறீர்கள்?' என்று ப்ரொடக்ஷன் எக்ஸிகியூட்டிவ் பிரபாகர் ஓர் 'இது'க்கு எப்பொழுதும் கேட்பதுபோல் அவரைக் கேட்க, அதுதான் சமயமென்று அவர் தாம் கண்ட 'புது முக'த்தைப் பற்றி அவனிடம் மூட்டை மூட்டையாக அவிழ்த்துவிட,

அவ்வளவையும் பொறுமையுடன் கேட்டுவிட்டு, 'இவ்வளவுதானே, அவள் பெயர் என்ன?' என்று அவன் அவரைக் கேட்க, 'அதுதானே தெரியவில்லை, தெரிந்தால் ராமநாமத்தை ஜபித்துக்கொண்டிருப்பேனே!' என்று அவர் உதட்டைப் பிதுக்க, 'அவள் எப்படி இருந்தாள், எப்படி இருமினாள், எப்படித் தும்மினாள்?' என்று அவன் அவரைக் 'குடை, குடை' என்று குடைய, தம்மால் முடிந்த வரை படாதிபதி அவளை வர்ணித்துத் தள்ளிவிட்டு, 'இதோ பார்த்தாயா, இந்தத் திருகுப்பூ ஒன்றுதான் அவளிடமிருந்து எனக்குக் கிடைத்தது. இதைக் கொண்டு போய்க் கொடுக்கும் சாக்கிலாவது அவளிடம் இன்னொரு முறை பேசிப் பார்க்கலாம் என்றுதான் நான் வண்டியை விட்டு இறங்கினேன். அதற்குள் நீ வந்துவிட்டாய்; அவர்களும் போய் விட்டார்கள். இனி என்ன செய்வது? இதைக் கொண்டு போய் பூஜை அறையிலாவது வைக்கலாமென்று பார்க்கிறேன்!' என்று நெஞ்சு நெக்குருகச் சொல்ல, 'கவலைப்படாதீர்கள்; இந்த திருகுப்பூவைக் கொண்டே அவளை நான் கண்டுபிடித்து உங்கள் காலடியில் கொண்டு வந்து சேர்க்கிறேன். நீங்கள் போய் வாருங்கள்!' என்று அவன் அந்தத் திருகுப்பூவை அவரிடமிருந்து வாங்கிக்கொண்டு, அவரைக் கோலிவுட்டுக்கு அனுப்பி வைப்பானாயினன்.

'இனி பயமில்லை, ஐயமே!' என்று படாதிபதி கோபதி தேர்ந்து, தெம்பாகிக் கோலிவுட்டை நோக்கிச் செல்ல, அவர் கொடுத்த திருகுப்பூவுடன் காட்பாடியை 'நரி வலம்' வருவது போல் ஒரு வலம் வந்த பிரபாகர், அங்கிருந்த ஒரு பெரியவரை அணுகி, 'இங்கே நகைக் கடைகள் ஏதாவதுண்டா?' என்று விசாரிக்க, 'இங்கே ஒன்றுமில்லை; வேலூரில்தான் இருக்கிறது!' என்று அவர் சொல்ல, அவன் அங்கிருந்த ஜட்கா வண்டிகளில் ஒன்றைப் பிடித்துக்கொண்டு வேலூருக்கு வருவானாயினன்.

வழியில், 'சிறிது நேரத்துக்கு முன்னால் ஒரு தாயும் மகளும் பிருந்தாவனம் எக்ஸ்பிரஸிலிருந்து இறங்கி வந்தார்களே,

அவர்கள் எந்த வண்டியில் ஏறினார்கள்? எந்த ஊருக்குப் போனார்கள் என்று உனக்குத் தெரியுமா?' என்று அவன் வண்டிக்காரனை விசாரிக்க, 'எத்தனையோ பேர் வருகிறார்கள். எத்தனையோ வண்டிகளில் ஏறுகிறார்கள், எத்தனையோ ஊர்களுக்குப் போகிறார்கள் அவர்களில் எந்தத் தாயைக் கண்டோம் நாங்கள், எந்த வண்டியைக் கண்டோம் நாங்கள், எந்த ஊரைக் கண்டோம் நாங்கள்?' என்று அவன் தன் கையை அகல விரிக்க, அவன் குதிரையை விரட்டுவதுபோல இவன் அவனை 'சரி சரி, போ போ!' என்று எரிச்சலுடன் விரட்டுவானாயினன்.

வேலூர் வந்தது; வண்டி நின்றது. இறங்கினான். பிரபாகர்; ஏறி இறங்கினான் ஒவ்வொரு நகைக் கடையாக. 'இது உங்கள் கடை நகையா, இது உங்கள் கடை நகையா?' என்று கேட்டதுதான் மிச்சம்; கிடைத்த பதில், இல்லை, இல்லை, இல்லை!'

கடைசியாக ஒரு கடைக்காரர் சொன்னார், 'இது கடை நகையில்லை, கை தேர்ந்த ஆச்சாரி யாரோ செய்திருக்கிறான்!' என்று. 'அந்த ஆச்சாரியை உங்களுக்குத் தெரியுமா?' என்று அவன் அவரை ஆவலோடு கேட்டான். கிடைத்த பதில், 'தெரியாது, தெரியாது, தெரியாது!'

'சரி, தெரிந்தவன் எங்கே இருப்பான்?' என்று அவன் காட்பாடியை ஒரு வலம் வந்ததுபோல வேலூரையும் ஒரு வலம் வர, அங்ஙனம் வந்தகாலை ஓர் ஆச்சாரியின் கடை அவன் கண்ணில் பட, புதுமுகமே கிடைத்துவிட்ட பூரிப் போடு அவன் அவரை நெருங்கி, 'ஐயா, பெரியவரே! அனு பவத்தில் சிறந்தவரே! பார்க்காத ஆச்சாரிகளை யெல்லாம் பார்த்தவரே! இந்தத் திருகுப்பூ செய்த ஆச்சாரியை உமக்குத் தெரியுமா?' என்று தன் கையிலிருந்த திருகுப் பூவைக் காட்டிக் கேட்க, அவர் அதை வாங்கி ஒரு முறைக்கு இரு முறையாகத் திருப்பிப் திருப்பிப் பார்த்துவிட்டு, 'இது வள்ளிமலை ஆச்சாரி சென்னிமலை செய்த வேலை!' என்று சொல்ல, 'அப்படியா

சங்கதி? இந்தாரும், ஐந்து ரூபா!' என்று அவரிடம் ஓர் ஐந்து ரூபா நோட்டை எடுத்து நீட்டிவிட்டு, அவன் உடனே வள்ளிமலைக்குச் செல்வானாயினன்.

அங்கே சென்னிமலை ஆச்சாரியைக் கண்டு, 'இந்தத் திருகுப்பூ நீங்கள் செய்ததுதானே?' என்று பிரபாகர் கேட்க, 'ஆமாம், நான்தான் செய்தேன்!' என்று அவர் சொல்ல, 'யாருக்குச் செய்து கொடுத்தீர்கள் என்று கொஞ்சம் சொல்ல முடியுமா?' என்று அவன் பின்னும் கேட்க, 'கொஞ்சம் என்ன, நிறையவே சொல்கிறேனே! இது தன் தங்கைக்காக அண்ணன் செய்து கொடுத்த திருகுப்பூ!' என்று அவர் பின்னும் சொல்ல, 'யார் அந்தத் தங்கை, யார் அந்த அண்ணன்?' என்பதாகத்தானே அவன் கேட்க, 'தங்கை அபயம்; அண்ணன் ஆரூரான். அவன் தன் தங்கையையும் தாயையும் இங்கே தவிக்க விட்டுவிட்டு, 'இதோ இரண்டே வருடத்தில் வந்துவிடுகிறேன்!' என்று அந்தமானுக்குப் போனான்; இருபது வருடங்களாகியும் திரும்பி வரவில்லை. அவனைக் காணாத துக்கத்துடனேயே அவன் தாய் செத்தாள்; தங்கைக்குக் கலியாணமாகி அவளும் இப்போது ஒரு பெண்ணைப் பெற்று வைத்துக்கொண்டு, அதோ தெரிகிறதே, அந்தக் கோடி வீட்டில்தான் அவனுக்காகக் காத்திருக்கிறாள்!' என்பதாகத்தானே அவர் சொல்லி, அவர்களுடைய வீட்டையும் அவனுக்குக் காட்ட, 'அந்தப் பெண்ணின் பெயர் என்னவென்று தெரியுமா உங்களுக்கு?' என்று அவன் கேட்க, 'தெரியுமே, தீபநாயகி!' என்று அவர் சொல்ல, 'இந்தாருங்கள், ரூபா பத்து!' என்று அவரிடம் பத்து ரூபா நோட்டொன்றை எடுத்துப் படுகுஷியுடன் நீட்டிவிட்டு, அவன் கடைத் தெருவை நோக்கி அவசர அவசரமாகச் செல்வானாயினன்.

அங்கே அந்தமானிலிருந்து அப்போதுதான் திரும்பிய அண்ணன்போல் அவன் தன் உடன் பிறவாத் தங்கைக்கும், அவள் தனக்காகப் பெற்று வைத்திருக்கும் மகளுக்கும் பழம், பலகாரம், துணி, மணி எல்லாம் வாங்கிக்கொண்டு வந்து, 'அபயம்! அம்மா, அபயம்!' என்று ஆச்சாரி காட்டிய கோடி

வீட்டுக் கதவைத் தட்ட, 'யார் அது?' என்று கேட்டுக் கொண்டே வந்து தீபநாயகி கதவைத் திறக்க, 'வாடியம்மா, தீபநாயகி! என்னைத் தெரிகிறதா உனக்கு? நான்தாண்டியம்மா, உன் மாமன் அம்மா எங்கே போய்விட்டாள்? என்று உறவுமுறை கொண்டாடிக்கொண்டே அவன் உள்ளே நுழைவானாயினன்.

அதற்குள் அடுக்களையிலிருந்த அபயம் அவனுடைய குரலைக் கேட்டு வெளியே வர, 'என்ன தங்கச்சி, என்னை மறந்து விட்டாயா?' என்று அவன் அவளைக் கேட்க, 'யார் நீங்கள்?' என்று அவள் குழம்ப, 'நான்தான் ஆரூரான்; உன் அருமை அண்ணன். அந்தமானுக்குப் போயிருந்தேன், இல்லையா? இருபது வருடங்களுக்குப் பிறகு இப்போது தான் திரும்பி வருகிறேன்!' என்று அவன் அளக்க, அவள் அதை அப்படியே நம்பித் தன் கையிலிருந்த ஏனம் தன்னுடைய கையை விட்டு நழுவுவதுகூடத் தெரியாமல், 'அண்ணா! அம்மா உன்னைப் பார்க்காமலே கண்ணை மூடிவிட்டார்களே, அண்ணா!' என்று ஓடோடியும் சென்று அவனைக் கட்டிப் பிடித்துக்கொண்டு கண்ணீர் வடிப்பாளாயினள்.

அப்புறம் என்ன, அந்தத் தீபநாயகியைக் கொண்டு வந்து கோபியிடம் சேர்ப்பது அப்படியொன்றும் கஷ்டமாயில்லை அவனுக்கு; 'எல்லோரையும்போல இவளை நான் கலியாணம் செய்துகொண்டால் என்ன நடக்கும் இரண்டு பிள்ளைகள் பிறக்கும்; அவ்வளவுதான்! அதைவிட இவள் இருக்கும் கொள்ளை அழகுக்கு இவளை சினிமாவில் சேர்த்துவிட்டால் இப்படி ஆகிவிடலாம், அப்படி ஆகி விடலாம்!' என்று அவன் அபயத்துக்கு ஆசை காட்ட, 'இனி என் இஷ்டம் என்ன அண்ணா இருக்கிறது? உன் இஷ்டம், அவள் இஷ்டம்!' என்று அவள் ஒதுங்க, 'இனி நீ தீபநாயகி இல்லை 'தீபஸ்ரீ!' என்று அந்தத் தீபஸ்ரீயை அழைத்துக் கொண்டு அவன் அக்கணமே கோலிவுட்டுக்குத் திரும்புவானாயினன்.

வழியில், 'ஒரு வேடிக்கை செய்கிறாயா?' என்று அவன் தீபஸ்ரீயைக் கேட்க, 'என்ன வேடிக்கை செய்ய வேண்டும், மாமா?' என்று அவள் அவனைக் கடாவ, 'கோலிவுட்டில் 'கோபதி, கோபதி' என்று ஒரு படாதிபதி இருக்கிறார். என் ஆருயிர் நண்பரான அவருக்கு நான் ஏற்கெனவே ஒரு கடிதம் எழுதியிருக்கிறேன், உன்னை இன்று அழைத்து வருவதாக அதனால் அவர் உன்னை அங்கே ஆவலோடு எதிர்பார்த்துக் கொண்டிருப்பார். அந்த ஆவலில் அவர் என்னைப்பற்றி என்ன நினைக்கிறார் என்பதை நான் தெரிந்துகொள்ள வேண்டும்; அதற்காக நீ அவரிடம் ஒரு பொய் சொல்ல வேண்டும்!' என்று சொல்ல, 'என்ன பொய், மாமா?' என்று அவள் அந்த 'மாமா'வை விடாமல் சொல்லிக் கேட்க, 'வரும்போது நாம் இருவரும் ஒரு டாக்சி பேசிக்கொண்டு வந்ததாகவும், அந்த டாக்சி விபத்துக்குள்ளாகி அதில் நான் இறந்துவிட்டதாகவும் நீ அவரிடம் சொல்ல வேண்டும்!' என்று அவன் சொல்ல, 'அது நிஜமாகவே நடந்துவிடக் கூடாதே, மாமா!' என்று அவள் நடுங்க, 'பைத்தியமே! இதற்கெல்லாம் நீ இப்படி பயந்துவிடக் கூடாது; இதை விடப் பயங்கரங்களெல்லாம சினிமா உலகில் நடக்கும். அதற்கெல்லாம் நீ இப்போதே தயாராகிவிட வேண்டும்!' என்று அவன் அவளைத் தட்டிக் கொடுக்க, 'அப்படியே செய்கிறேன் மாமா!' என்று அவள் செப்புவாளாயினள்.

கோலிவுட் வந்தது; 'கோபதி பிக்சர்'ஸும் வந்தது. தீபஸ்ரீயுடன் அங்கே வந்த பிரபாகர் அவளை மட்டும் உள்ளே அனுப்பிவிட்டுத் தான் வராந்தாவில் மறைந்து நிற்க, கோபதியைக் கண்ட தீபஸ்ரீ, 'பிருந்தாவானம் எக்ஸ்பிரஸில் தன்னைப் பார்த்து, 'குழந்தையின் பெயர் என்ன?' என்று குழைந்தவரல்லவா இவர்!' என்று பிரமிக்க, 'நீ நினைப்பது சரிதான்! அவன் இவனேதான்!' என்று அவர் தம் சினிமா வாடை'யோடு அவளை விழுங்கிவிடுபவர்போல் பார்த்துக் கொண்டே சொல்ல, 'என்னுடன் வந்தவர் பாவம், வழியில் டாக்சி விபத்துக்குள்ளாகி வாயைப் பிளந்துவிட்டார்!' என்று அவர் அவனைப் பற்றிக் கேட்காவிட்டாலும், அவளே

அவனைப் பற்றி அவரிடம் மறக்காமல் சொல்ல, 'அவன் போனால் இன்னொருவன்; நீ வா, நாம் குளுகுளு அறைக்குப் போய் குளுகுளு என்று இருப்போம்!' என்று அவர் அதைப் பொருட்படுத்தாமல் அவளை ஆசையுடன் அழைக்க, அதைக் கேட்டு வராந்தாவில் இருந்த பிரபாகரின் இதயம் 'டக்'கென்று நிற்க, அவன் அப்படியே சுருண்டு கீழே விழுந்து 'ஆத்ம சாந்தி' அடைவானாயினன்.'

பாதாளசாமி இந்தக் கதையைச் சொல்லி முடித்து விட்டு, 'பிரபாகர் செத்ததற்கு யார் காரணம்? அவனா, கோபியா?' என்று விக்கிரமாதித்தரைக் கேட்க, அவர் வேண்டுமென்றே பேசா நிருபரை ஒரு கண்ணால் பார்த்தபடி, 'பிரபாகர்தான்!' என்று இன்னொரு கண்ணால் பாதாளசாமியைப் பார்த்துக் கொண்டே சொல்ல, அதைக் கேட்ட பேசா நிருபர் தன்னை மீறிய அதிர்ச்சிக்குள்ளாகி, 'இல்லையில்லை; அவன் செத்ததற்கு அந்த நன்றி கெட்ட கோபிதான் காரணம்!' என்று ஆவேசத்துடன் கத்த, 'பேசிவிட்டார்! பேசா நிருபர் பேசிவிட்டார்!' என்று விக்கிரமாதித்தர் சிரித்துக்கொண்டே சொல்லி, அந்தப் பேசும் நிருபரை பேசும் தோழருடன் அனுப்பி வைப்பாராயினர்."

ஐந்தாவது மாடியின் ரிஸப்ஷனிஸ்ட்டான மனோன் மணி இந்தப் 'பேசா நிருபர் கதை'யைச் சொல்லி முடித்து விட்டு, ''நாளைக்கு வாருங்கள்; ஆறாவது மாடி ரிஸப்ஷனிஸ்ட் மோகனா சொல்லும் கதையைக் கேளுங்கள்!' என்று சொல்ல, "கேட்கிறோம், கேட்கிறோம், கேட்காமல் எங்கே போகப் போகிறோம்?" என்று போஜனும் நீதிதேவனும் வழக்கம்போல் கொட்டாவி விட்டுக்கொண்டே கீழே இறங்குவாராயினர் என்றவாறு... என்றவாறு... என்றவாறு...

6. ஆறாவது மாடி ரிஸப்ஷனிஸ்ட் மோகனா சொன்ன கலியாணமாகாத கலியபெருமாள் கதை

"கேளாய், போஜனே! ஒரு நாள் மாலை எங்கள் விக்கிரமாதித்தர் ஊட்டியில் உலா வந்துகொண்டிருந்த காலை, அவருக்கு எதிர்த்தாற்போல் நெற்றியில் திருமண்ணுடன் 'உங்களைப் பார்க்கத்தான் அடியேன் வந்துகொண்டிருக்கிறேன்!' என்று சொல்லிக் கொண்டே ஒரு பெரியவர் வியர்க்க விறுவிறுக்க வந்து நிற்க, 'யார் நீங்கள், என்ன சேதி?' என்று விக்கிரமாதித்தர் ஒன்றும் புரியாமல் கேட்க, 'உட்காருங்கள், சொல்கிறேன்!' என்ற அவரை உட்கார வைத்து, தாமும் உட்கார்ந்து திருமண்காரர் சொன்னதாவது:

'உயர்தரப் பள்ளிக்கூடம் ஒன்றின் தலைமை ஆசிரியன் நான்; பெயர் பள்ளிகொண்டான். அதனால் பள்ளிக் கூடத்துக்கு வந்ததும் அடியேன் பள்ளி கொள்ள ஆரம்பித்து விடுவேனோ என்று நீங்கள் தவறாக நினைத்துவிடக் கூடாது, அடியேனுக்கு வீட்டிலும் தூக்கம் வருவது கிடையாது; பள்ளிக்கூடத்திலும் தூக்கம் வருவது கிடையாது. காரணம். என் ஒரே மகன் கலியபெருமாளைப் பற்றிய கவலைதான்!' என்று அந்த 'அடியேன்' தம் நெற்றி வியர்வையை நிலத்தில் விழ வொட்டாமல் துடைத்துக்கொண்டு மேலும் சொல்லலுற்றார்:

'எஸ். எஸ். எல். ஸி. பரீட்சையை ஏழாவது முறையாக எழுதிய பின்னும் தோல்வியுற்ற என் திருமகனை, 'இன்னும் எத்தனை முறை இப்படி எழுதுவதாக உத்தேசம்? எதற்கும் ஓர் எல்லை வேண்டாமா?' என்று நான் கேட்க, 'இதுகூடவா அப்பா உங்களுக்குத் தெரியாது? அதற்கு இப்போது எல்லை என்று எதுவும் இல்லையாம்; யார் வேண்டுமானாலும் எத்தனை முறை வேண்டுமானாலும் எழுதலாமாம்!' என்று அவன் எனக்குத் தெரியாத எதையோ ஒன்றைச் சொல்வது போல் சொல்ல, 'அதைக் கேட்கவில்லையடா, மண்டு! நீ அந்த எஸ். எஸ். எல். ஸி. யையாவது காலத்தோடு எழுதிப் பாஸ்

பண்ணினால்தானே என்னைப்போல ஒரு வாத்தியாராகவாவது வந்துத் தொலையலாம்?' என்று நான் அவன் மேல் எரிந்து விழ, 'நான் ஏன் அப்பா வாத்தியாராக வேண்டும்? எனக்குத்தான் வீட்டிலேயே தூக்கம் வருகிறதே!' என்று அவன் சொல்ல, எனக்கு வந்த ஆத்திரத்தில் நான் என்னை மறந்து, 'சாப்பிட்டவுடனே பள்ளிக்கூடத்துக்குப் போனால் தூக்கம் வராமல் வேறு என்னடா வரும்?' என்று அவன் கன்னத்தில் ஒரு தட்டு தட்ட, அதற்காக அவன் கோபித்துக் கொண்டு வீட்டை விட்டே ஓடிப் போவா னாயினன்.

ஒரு நாள் ஆயிற்று; இரண்டு நாள் ஆயிற்று. மூன்றாவது நாள் காலை வரை நான் அவனைத் 'தேடு, தேடு' என்று தேடுவதும், தினசரிப் பத்திரிகைகளைக் கண்டால் பரபரப்புடன் எடுத்துப் புரட்டிப் பார்ப்பதுமாக இருந்தேன். அவனும் கிடைக்கவில்லை; அவன் ரயிலின் முன்னால் விழுந்தான் என்றோ, லாரியின் முன்னால் விழுந்தான் என்றோ நான் பார்த்த பத்திரிகைகளில் அவனைப் பற்றிய செய்தியும் வரவில்லை. நான்காவது நாள் காலை; 'மெய்வழித் தொண்ட'ரைப் போல் ஆரஞ்சு வண்ணத் தலைப்பாகையுடன் காட்சியளித்த ஒருவன் என்னைத் தேடி வந்தான். 'நீங்கள்தானே பள்ளி கொண்டான்?' என்று என்னைக் கேட்டான். 'அடியேன்தான்!' என்றேன் நான். 'இந்தாருங்கள்!' என்று அவன் என்னிடம் ஒரு கடிதத்தைக் கொடுத்தான். அதில் கண்டிருந்ததாவது:

'போலீசாருக்கு; என் மரணத்துக்கு நானோ, என் தாயாரோ காரணமல்ல; எஸ். எஸ். எல். சி பரீட்சையும் என் அப்பாவும்தான் காரணம். ஒழிக, என் அப்பா! ஒழிக, எஸ். எஸ். எல். ஸி. பரீட்சை!

இப்படிக்கு,
கலியபெருமாள்.'

இந்தக் கடிதத்தைப் படித்ததும் 'ஐயோ, மகனே!' என்று நான் அலறிக் கொண்டே கீழே சாயப் போக, ஆரஞ்சு வண்ணத் தலைப்பாகைக்காரன் அடியேனைத் தாங்கிப் பிடித்து, ‘கவலைப்படாதீர்கள்! உங்கள் மகனுக்கு ஒன்றுமில்லை; சௌக்கியமாகவே இருக்கிறார்!' என்று அபயம் அளிக்க, 'எங்கே, எங்கே.' என்று நான் துடிக்க, 'இங்கே, இங்கே!' என்று அவன் என்னை எங்கேயோ அழைத்துக்கொண்டு போவானாயினன்.

வழியில், 'நீ யாரப்பா? எங்கே இருக்கிறாய்? அவனை எங்கே பார்த்தாய்?' என்று நான் அந்தப் பிள்ளையாண்டானை விசாரிக்க, ‘நான் ஒரு புகழ் பெற்ற எல். டி.சி. அதாகப் பட்டது, ‘அஸிஸ்டெண்ட்’ என்று சொல்லா நின்ற லோயர் டிவிஷன் கிளார்க்கு; பெயர் கனகம். அடுத்த தெருவில் குடியிருக்கிறேன். நேற்று மாலை நான் ஆபீஸிலிருந்து வீட்டுக்கு ஏரிக் கரை வழியாக வந்து கொண்டிருந்தபோது ஏதோ ‘சலசல'வென்று சத்தம் கேட்டது. சுற்று முற்றும் பார்த்தேன்; எனக்கு அருகிலிருந்த ஒரு மரத்தின்மேல் உங்கள் மகன் உட்கார்ந்து 'திருதிரு'வென்று விழித்துக் கொண்டிருந்தார். 'பேயோ, பிசாசோ?' என்று நான் அவரைக் கண்டு பயப்பட, அவர் என்னைக் கண்டு பயந்து சட்டென்று கீழே குதித்தார். குதித்த மனுஷன் நேராகத் தரைக்கு வரவில்லை; கழுத்தில் மாட்டிய கயிற்று வளையத்துடன் மரத்திலேயே தொங்கினார். 'அடப் பாவமே! இவர் தூக்குப் போட்டுக் கொள்ள வந்த மனுஷன் போலிருக்கிறதே?' என்று நான் ஓடிப் போய் அவர் கழுத்திலிருந்த கயிற்றைக் கழற்ற, ‘என்னை விடு, விடு என்னை!' என்று அவர் குதிக்க, ‘கொஞ்சம் பொறுங்கள்' என்று நான் 'அந்தக் கயிற்று வளையம் அவருடைய கழுத்தை ஏன் அதுவரை இறுக்காமல் இருந்தது?' என்று கவனிக்க, அதிலிருந்த முடி சுருக்கு முடியாவிட்டதால் கெட்டி முடியாயிருக்கவே, ‘என்ன ஆளய்யா, நீர்! சுருக்கு முடிகூடப் போடத் தெரியாமலா தூக்குப் போட்டுக் கொள்ள வந்துவிட்டீர்?' என்று நான் சிரித்துக்கொண்டே அந்த முடியை

அவிழ்த்து, அதற்குப் பதிலாக மரத்திலிருந்து கீழே குதித்ததும் கழுத்தை ஒரே இறுக்காக இறுக்கக்கூடிய 'ஏ ஒன்' சுருக்கு முடியாகப் போட்டு, 'ஏதோ என்னாலான உதவி; இந்தாருங்கள்!' என்று அவரிடம் கொடுக்க, கொஞ்ச நேரத்துக்கு முன்னால் 'என்னை விடு, விடு என்னை!' என்று குதித்தவர் இப்போது அதைப் பார்த்ததும் திடுக்கிட்டு, 'எதற்கு?' என்று கேட்டுக்கொண்டே என்னைப் பார்த்து 'விழி, விழி' என்று விழிக்க, 'தூக்குப் போட்டுக் கொள்ள!' என்று நான் விளக்க, 'ஊஹும், உன்னைப் பார்த்த பிறகு எனக்குத் தூக்குப் போட்டுக் கொள்ளவே தோன்றவில்லை!' என்று அவர் இளிக்க, 'ஏன்?' என்று நான் பின்னும் கேட்க, 'வாழ ஆசை வந்துவிட்டது எனக்கு!' என்று சொல்லிக் கொண்டே அவர் தம் சட்டைப் பையிலிருந்த ஒரு கடிதத்தை எடுத்துக் கிழித்தெறியப் போவாராயினர். சட்டென்று பாய்ந்து நான் அதைத் தடுத்து, அந்தக் கடிதத்தை அவரிடமிருந்து பிடுங்கி என்னவென்று பார்க்க, 'ஐயோ, அதைப் போலீசாரிடம் கொடுத்துவிடாதே! அவர்கள் என்னைக் கொண்டு போய்க் குற்றவாளிக் கூண்டில் நிறுத்தி விடுவார்கள்!' என்று அவர் கத்த, 'இல்லையில்லை; திருமகனைக் காணாமல் தெருத் தெருவாய்ச் சுற்றிக் கொண்டிருக்கும் உங்கள் அப்பாவிடம்தான் இதை நான் காட்டப்போகிறேன்!' என்று நான் அந்தக் கடிதத்தை எடுத்துக்கொண்டு இங்கே வந்தேன்!' என்று அவன் சொல்ல, 'தக்க சமயத்தில் வந்து என் மகனைத் தடுத்தாட் கொண்டஉனக்கு நான் என்ன கைம்மாறு செய்யப் போகிறேன்?' என்று நான் அவனை அப்படியே தழுவிக்கொள்ளப் போக, அவன் சட்டென்று விலகி, 'சொன்னதே போதும், சொன்னதே போதும்' என்று அவசர அவசரமாக அருகிலிருந்த ஒரு சிறு வீட்டுக்குள் நுழைவானாயினன்.

அவனைத் தொடர்ந்து உள்ளே நுழைந்த நான், 'எங்கே இருக்கிறான் என் மகன், எங்கே இருக்கிறான் என் மகன்?' என்று ஆவலே உருவாய் அவனைத் தேட, 'இதோ இருக்கிறார் உங்கள் மகன், இதோ இருக்கிறார் உங்கள் மகன்!' என்று

அவன் அன்பே உருவாய் அடுக்களையைக் காட்ட, அங்கே பாவி மகன் கரண்டியும் கையுமாக உட்கார்ந்து, சமையல் செய்து கொண்டிருப்பானாயினன்.

'ஏண்டா, பாவி! கடைசியில் இந்த வேலைக்கா வந்து விட்டாய்?' என்று நான் அவனை வயிறெரிந்து கேட்க, 'என்ன குறைச்சல் அப்பா, இந்த வேலைக்கு? வாத்தியார் வேலையைவிட இது நல்ல வேலையாச்சே!' என்று அவன் மனம் குளிர்ந்து சொல்ல, 'ஆமாண்டா, வரும்படிகூட இப்பொதெல்லாம் வாத்தியாரைவிட சமையற்காரனுக்குத்தான் அதிகமாயிருக்கிறது!' என்று நானும் சொல்லிவிட்டு, 'வாடா, போவோம்!' என்றேன். 'எங்கே?' என்றான்; 'வீட்டுக்கு!' என்றேன். 'எதற்கு?' என்றான்; 'இது என்ன கேள்வி? உனக்கு ஒரு கலியாணத்தையாவது பண்ணி வைத்து, நான் என்னுடைய கடனைத் தீர்த்துக்கொள்கிறேன், வாடா!' என்று நான் அவனை அழைக்க, 'சரி, பெண்ணைப் பாருங்கள்; வருகிறேன்!' என்று அவன் சொல்ல, 'அதுவரை?' என்று நான் ஒன்றும் புரியாமல் கேட்க, 'இவருக்கு உதவியாக நான் இங்கே இருக்கப் போகிறேன், அப்பா!' என்று அவன் தன்னுடன் இருந்த 'மெய்வழித் தொண்ட'ரை எனக்குக் காட்ட, 'ஏன், இவருக்கு உதவியாக இங்கே வேறு யாரும் இல்லையா?' என்று நான் கேட்க, ஆபீசிலிருந்து சீக்கிரமாக வீட்டுக்கு வந்தால், 'ஏன் சீக்கிரமாக வந்தாய்?' என்று கேட்கவும், நேரம் கழித்து வந்தால், 'ஏன் நேரம் கழித்து வந்தாய்?' என்று கேட்கவும் ஒரே ஒரு பாட்டி இவருக்குத் துணையாக இங்கே இருந்தாளாம். 'அவளுடைய தொண தொணப்பிலிருந்து தப்ப என்னடா வழி?' என்று இவர் யோசித்துக் கொண்டிருக்குங்காலையில் அவள், 'நான் கண்ணை மூடுவதற்குள் காசி, ராமேஸ்வரத்துக்குப் போக வேண்டும்' என்று சொல்ல, 'அதுதான் சரியான சந்தர்ப்பம்!' என்று இவர் அவளைச் சந்தோஷமாக ஒரு 'டூரிஸ்ட் பஸ்'ஸில் ஏற்றிவிட, 'அங்கேயே கண்ணை மூடி விட்டால் இன்னும் விசேஷம்!' என்று அவளும் சந்தோஷமாகச் சொல்லிவிட்டுப் போய்விட்டாளாம்!' என்று அவன் சொல்ல, 'அப்படியானால்

இவரையும் வேண்டுமானால் அழைத்துக்கொண்டு நீ நம் வீட்டு மாடியறைக்கு வந்துவிடு; இவர் இங்கே கொடுக்கும் வாடகையை அங்கேயும் கொடுத்தால் போதும்!' என்று நான் சொல்ல, 'சரி' என்று இருவரும் எங்கள் வீட்டு மாடியறைக்கே வந்து சேருவாராயினர்.

'இதற்கு மேல் அவனைத் தனியாக விட்டு வைக்கக் கூடாது!' என்று நான் அவனுக்குத் தினம் ஒரு பெண்ணாய்ப் பார்க்க, நான் பார்த்த பின் பெண் வீட்டாரும் வந்து அவனைப் பார்க்க, எங்கள் வீட்டில் 'கலியாணக்களை' கட்டுவதாயிற்று.

கட்டி என்ன பிரயோசனம்? இதுவரை ஒரு பெண்ணும் அவனுக்குக் குதிரவில்லை; அப்படியே குதிர்ந்தாலும் கடைசி நிமிடத்தில் எதையாவது சொல்லி வெட்டிக் கொண்டு போய்விடுகிறார்கள். 'இதற்கு என்ன விமோசனம்?' என்று நான் யோசித்துக் கொண்டிருக்கையில் உங்கள் நினைவு அடியேனுக்கு வந்தது; ஓடோடி வந்தேன்!' என்று பள்ளி கொண்டான் பள்ளி கொள்ளாமல் தன் கதையை சொல்லி முடிப்பாராயினர்.

எல்லாவற்றையும் பொறுமையுடனும், தமக்கே உரிய புன்னகையுடனும் கேட்டுக் கொண்டிருந்த விக்கிரமாதித்தராகப்பட்டவர், 'வாருங்கள், போவோம்!' என்று வாத்தியாரை அழைக்க, 'எங்கே?' என்று வாத்தியாராகப்பட்டவர் கேட்க, 'உங்கள் வீட்டுக்குத்தான்!' என்று விக்கிரமாதித்தர் சொல்ல, 'அங்கே என்ன இருக்கிறது?' என்று வாத்தியார் பின்னும் கேட்க, 'அங்கேதான் விமோசனம் இருக்கிறது ஐயா, அங்கேதான் விமோசனம் இருக்கிறது!' என்று விக்கிரமாதித்தராகப்பட்டவர் பின்னும் சொல்லி அவரை முன்னால் தள்ளி விட்டுவிட்டுப் பின்னால் செல்வாராயினர்.

பள்ளிகொண்டான் வீட்டை அடைந்ததும், 'எங்கே இருக்கிறது அந்த மாடியறை?' என்று விக்கிரமாதித்தர் கேட்க, 'இதோ

இருக்கிறது அந்த மாடியறை!' என்று அவர் விக்கிரமாதித்தரை அழைத்துக்கொண்டு போய் அந்த அறையைக் காட்ட, 'அம்மா கனகம், அம்மா கனகம்' என்று அந்த அறைக்கு வெளியிலேயே நின்றபடி விக்கிரமாதித்தர் குரல் கொடுக்க, 'யார் ஐயா அது, என்னை 'அம்மா' என்று அழைப்பது?' என்று கேட்டுக்கொண்டே அந்த 'மெய் வழித் தொண்டர்' தன் 'ஆரஞ்சு வண்ணத் தலைப்பாகை'யை ஒரு கையால் அழுத்திப் பிடித்துக் கொண்டே வெளியே வர, 'நான்தான் அம்மா, விக்கிரமாதித்தன்! என்னைத் தெரியாதா, உனக்கு?' என்று சொல்லிக்கொண்டே விக்கிரமாதித்தர் அந்தத் தொண்டரின் தலைப்பாகையைத் தம் கையால் எடுக்க, அதிலிருந்து விடுபட்ட பின்னல் சாட்டைபோல் நீண்டு தொண்டரின் முழங்கால் வரை தொங்க, 'இப்படி ஒரு பெண்ணைத் தனக்குப் பக்கத்தில் வைத்துக்கொண்டு எந்தப் பிள்ளையாண்டானாவது இன்னொரு பெண்ணை ஏறெடுத்துப் பார்ப்பானா? அதிலும் 'உன்னைப் பார்த்த பின் எனக்குத் தூக்குப் போட்டுக் கொள்ளத் தோன்றவில்லை; வாழ ஆசை வந்துவிட்டது!' என்று சொல்லிவிட்டு?' என்பதாகத்தானே விக்கிரமாதித்தர் பள்ளி கொண்டானைப் பார்த்துக் கேட்க, 'பார்க்கமாட்டான்; 'சூடிக் கொடுத்த சுடர்க்கொடி' போல் இருக்கும் இவளைப் பார்த்துவிட்டு இன்னொரு பெண்ணை எவனும் பார்க்க மாட்டான்!' என்று அவர் சொல்லிவிட்டு, 'இப்பொழுதுதான் எனக்குத் தெரிகிறது, இவன் ஏன் கரண்டியைக் கையில் பிடித்தான் என்று! இவள் ஆபீஸுக்குப் போய் விட்டால் அடுப்பங்கரையைக் கவனிக்க ஆள் வேண்டுமோ, இல்லையோ? அந்தப் பணியை இவன் இப்போதே தன் சிரமேற் கொண்டுவிட்டான் போலிருக்கிறது!' என்பதாகத் தானே அவர் மேலும் சொல்லி வியக்க, 'தம்பி, கலியபெருமானே! இந்த விஷயத்தை ஏண்டா நீ உன் அப்பாவிடம் முன்னாலேயே சொல்லியிருக்கக் கூடாது?' என்று விக்கிரமாதித்தர் கேட்க, 'நான் ஒரு ஜாதி, இவள் ஒரு ஜாதி! அதனால்தான் இவர் என்ன சொல்வாரோ, என்னவோ என்று பயந்து சொல்லவில்லை!' என்று அவன் பயப்படாமல்

சொல்ல, விக்கிரமாதித்தர் பள்ளிகொண்டான் பக்கம் திரும்பி 'அதற்காக நீங்கள் யோசிக்காதீர்கள்; இது கலப்பு யுகம்; 'கலப்பு உரம், கலப்பு விதை' என்பதுபோல் 'கலப்புக் கலியாண'மும் வந்துவிட்டது. அதனால் ஜாதி போகிறதோ இல்லையோ, நாள் நட்சத்திரம் பார்த்தாலும் பார்க்கவில்லை என்று சொல்லிக் கொண்டு, நீங்கள் சீக்கிரமே இவர்களுடைய கலியாணத்தை 'உனக்கு நான் சாட்சி, எனக்கு நீ சாட்சி!' என்ற முறையில் 'சீர்திருத்தக் கலியாண'மாக நடத்தி முடித்துவிடுங்கள்; கட்டாயம் தங்கப் பதக்கம் கிடைக்கும்!' என்று சொல்ல, 'அதைவிட இவனுக்கு ஏதாவது ஒரு வேலை கிடைக்காதா?' என்று அவர் பெருமூச்சு விட, 'இவளுக்கு வேலை இருக்கும்போது எனக்கு ஏன் அப்பா வேலை? இருக்கவே இருக்கிறது அடுப்பு!' என்று கலியபெருமாள் அக்கணமே அந்த இடத்தை விட்டுச் சென்று அணைந்து போன அடுப்பை 'ஊது, ஊது' என்று ஊதுவானாயினன்."

ஆறாவது மாடி ரிஸப்ஷனிஸ்ட்டான மோகனா இந்தக் கதையைச் சொல்லி முடித்துவிட்டு, "நாளைக்கு வாருங்கள்; ஏழாவது மாடி ரிஸப்ஷனிஸ்ட்டான எழிலரசி சொல்லும் கதையைக் கேளுங்கள்!' என்று சொல்ல, "கேட்கிறோம், கேட்கிறோம், கேட்காமல் எங்கே போகப் போகிறோம்?" என்று போஜனும் நீதிதேவனும் வழக்கம்போல் கொட்டாவி விட்டுக்கொண்டே கீழே இறங்குவாராயினர் என்றவாறு... என்றவாறு. என்றவாறு.......

7. ஏழாவது மாடி ரிஸப்ஷனிஸ்ட் எழிலரசி சொன்ன 'ஜிம்கானா ஜில்' கதை

"கேளாய், போஜனே! எப்போதும் கலகலப்பாயிருக்கும் பாதாளசாமி ஒரு நாள் வாடிய முகத்துடன் 'உம்'மென்று உட்கார்ந்திருக்க, 'ஏன் ஒரு மாதிரியாயிருக்கிறாய்? ஊரிலிருக்கும் உன் மனைவியை நினைத்துக் கொண்டு விட்டாயா, என்ன?' என்று விக்கிரமாதித்தர் சிரித்துக்கொண்டே கேட்க, 'அதெல்லாம் ஒன்றுமில்லை; பஞ்சபாண்டவர்களுக்கு இருந்ததுபோல் எனக்கும் ஒரு சகுனி மாமா உண்டு. அவருடைய வாயாடிப் பெண்ணை நான் கலியாணம் செய்து கொள்ளவில்லை என்பதற்காக அவருக்கு என்மேல் கோபம். அவர் இப்போது சென்னைக்கு வந்திருக்கிறாராம்; என் மனைவி எழுதியிருக்கிறாள். அந்தக் குடிகெடுத்த மனுஷன் நான் அங்கே போவதற்குள் என் குடியை என்ன செய்வாரோ, என்னவோ என்று எனக்கு ஒரே கவலையாயிருக்கிறது! என்று அவன் சொல்ல, 'கவலைப் படாதே, நாளைக்கே நாம் சென்னைக்குப் போய்விடுவோம்!' என்று விக்கிரமாதித்தர் அவனுக்குச் சமாதானம் சொல்ல, அது காலை, 'நல்ல வேளை! எங்கள் நாடகத்தை இன்றே அரங்கேற்றினோமே, அதைச் சொல்லுங்கள்!' என்று செப்பிக்கொண்டே சாட்சாத் சகுனி மாமவைப்போல் காட்சியளித்த ஒருவர் அங்கே வர, அவரைப் பார்த்த பாதாளசாமி அப்படியே அசந்து போய் நிற்க, வந்தவர் மிஸ்டர் விக்கிரமாதித்தரை வணங்கி, 'உங்களை எனக்குத் தெரியும்; என்னைத்தான் உங்களுக்குத் தெரியாது!' என்று ஏதோ சொல்ல ஆரம்பிக்க, 'ஏன் தெரியாது, நன்றாய்த் தெரிகிறதே! நீங்கள்தானே சாட்சாத் சகுனி மாமா?' என்று விக்கிரமாதித்தர் பின்னும் சிரித்துக் கொண்டே கேட்க, 'ஆமாம்; ஆனால் இதுவரை நான் யாருடைய குடியையும் கெடுத்தது கிடையாது!' என்று வந்தவரும் சிரித்துக் கொண்டே சொல்லிவிட்டு, 'இந்த அநியாயத்தைக் கேளுங்கள்; இவ்வூர் நாடக சபையொன்றின் காரியதரிசி நான். எங்களுடைய முதல்

நாடகமாகப் 'பாஞ்சாலி சபத'த்தை இன்று நாங்கள் அரங்கேற்றியிருக்கிறோம். அதில் எனக்குச் சகுனி வேடம். கதைப்படி நான் துரியோதனனுக்குப் பக்கத்தில்தான் இருக்கிறேன். இருந்து என்ன செய்ய? தருமர் வேடம் தாங்கியிருக்கும் சபைத் தலைவர் எங்களோடு சூதாடித் திரௌபதியைத் தோற்க மாட்டேன் என்கிறார்; அப்படியே ஆடினாலும் அவர் எங்களை வென்று விடுகிறார். இதனால் அங்கே ஏகப்பட்ட சிக்கல்! ஒரு பக்கம் துச்சாதனன் வேடம் தரித்த துணைத் தலைவர் வெறி பிடித்தவர் போல் மீசையை உருவி விட்டுக்கொண்டு நின்று, 'தருமர் சூதாட்டத்தில் திரௌபதியைப் பந்தயமாக வைத்துத் தோற்கத்தான் வேண்டும்; அவள் துகிலை நான் உரியத்தான் வேண்டும்!' என்று துடியாய்த் துடிக்கிறார், இன்னொரு பக்கம் கிருஷ்ணன் வேடம் தரித்த துணைக் காரியதரிசி மந்தகாசச் சிரிப்புடன் நின்று, 'உரிந்தால் உரிந்து கொள்; அவள் மானத்தை நான் காக்கப் போவதில்லை!' என்று அமுத்தலாகச் சொல்கிறார். திரௌபதி வேடம் தாங்கிய நடிகையோ, அவர்கள் மூவரையும் வேடிக்கை பார்த்தபடி முகவாய்க்கட்டையில் கை வைத்துக்கொண்டு உட்கார்ந்திருக்கிறாள். எனக்கு என்ன செய்வதென்றே தெரியவில்லை; 'இடைவேளைத் திரை'யை இழுத்து விட்டு விட்டு, இங்கே ஓடோடி வந்தேன்!' என்று தம் அவல நிலையை அழமாட்டாக் குறையாகச் சொல்லி அழ, 'அப்படியானால் நீங்கள் நிஜச் சகுனி இல்லையா?' என்று பாதாளசாமி வாயெல்லாம் பல்லாய்க் கேட்க, 'நிஜச் சகுனியாயிருந்தால் தான் அவர்கள் எல்லோருடைய குடிகளையும் நான் எப்பொழுதோ கெடுத்திருப்பேனே!' என்று 'பொய்ச்சகுனி' கையைச் பிசைய, 'சரி, வாரும் போவோம்!' என்று விக்கிரமாதித்தர் 'சகுனி'யை முன்னால் நடக்க விட்டுவிட்டு, அவருக்குப் பின்னால் தாம் நடப்பாராயினர்.

அங்கே போனதும் திரௌபதி வேடம் தரித்திருந்த நடிகையைச் சந்தித்து, 'உங்கள் பெயர் என்ன, அம்மா?' என்று அவர் விசாரிக்க, 'ஜிம்கானா ஜில்லு' என்று அவள் சற்றே

நெளிந்து சொல்ல, 'பெயரைக் கேட்கும்போதே என் உடம்பெல்லாம் குளிருகிறதே!' என்று தம்மையறியாமல் குலுங்கிய தம் உடம்பை அவர் தாமே 'ஒரு பிடி' பிடித்து விட்டுக் கொள்ள, அவள் ஓர் 'ஐஸ் கிரீம்' சிரிப்புச் சிரித்து, 'என் பெயர் லலிதகலாதான், ஸார்! நான் ஒரு சினிமாவிலே 'ஜிம்கானா ஜில்லு, நான் ரௌண்டானா லல்லு!' என்று 'காமெடி ஸாங்க்' ஒன்று 'ஸாங்கி'னேன்; அது ஒரே 'பாப்புரல'ராப் போச்சு. அதிலிருந்து என் பெயர் 'ஜிம்கானா ஜில்' என்று ஆகிவிட்டது, ஸார்!' என்று சொல்ல, 'ஓஹோ, அப்படியா? தருமர் வேடம் தாங்கியிருக்கும் தலைவர் ஏன் அம்மா, உங்களைச் சூதாட்டத்தில் பந்தயமாக வைத்துத் தோற்கமாட்டேன் என்கிறார்?' என்று விக்கிரமாதித்தர் பின்னும் கேட்க, 'அவருக்கு என்மேலே லவ் ஸார்!' என்று அவள் பின்னும் கொஞ்சம் வெட்கத்துடன் சொல்லி, 'நெளி, நெளி' என்று நெளிய, 'என்னது, என்னது?' என்று விக்கிரமாதித்தர் திகைக்க, 'அதைத் தமிழிலே சொன்னா எனக்கு இன்னும் வெட்கமாயிருக்கும், ஸார்! அவருக்கு என்மேலே லவ்வு!' என்று அவள் மீண்டும் ஒருமுறை அதை இங்கிலீஷிலேயே சொல்லிவிட்டு, வாய்க்குள் சட்டென்று ஆள்காட்டி விரலை எடுத்து வைத்துக்கொண்டு அப்படியும் இப்படியுமாக 'ஆடு, ஆடு' என்று ஆடுவாளாயினள்.

'சரி, தருமருக்குத்தான் உங்கள் மேலே லவ்; துச்சாதனனுக்கு?'

'அவருக்கும் என்மேலே லவ்தான், ஸார்! ஆனால் அவரை நான் லவ் பண்ணவில்லை!'

'ஏன்?'

'அவரைப் பார்த்தாலே எனக்குப் பயமாயிருக்கிறது, ஸார்!'

'ஓஹோ! கிருஷ்ணன்?'

'அவர் என்னவோ பார்ப்பதற்கு நன்றாய்த்தான் இருக்கிறார். ஆனால் ஒரு பெண் எத்தனை பேரை லவ் பண்ண முடியும், ஸார்?'

'அது எனக்குத் தெரியாது, அம்மா! சாட்சாத் திரௌபதி ஐந்து பேரை லவ் பண்ணதாகச் சொல்கிறார்கள்!' என்ற விக்கிரமாதித்தர், 'அந்தக் கஷ்டம் உனக்கு வேண்டாம்' என்று அவள் காதோடு காதாக ஏதோ சொல்லி விட்டு, 'எங்கே சகுனி?' என்று திரும்ப, 'இதோ இருக்கிறேன்!' என்று சகுனி அவருக்கு முன்னால் வந்து நிற்பாராயினர்.

'கொண்டு வாருங்கள், அந்த மூன்று காதலர்களை!' என்றார் விக்கிரமாதித்தர்; 'இதோ கொண்டு வந்து விட்டேன்!' என்று அவர்கள் மூவரையும் அக்கணமே கொண்டு வந்து அங்கே நிறுத்தினார் சகுனி.

'அந்த நாளில் எப்படியோ, இந்த நாளில் ஒரு பெண் ஒருவரைத்தான் காதலிக்க முடியும்; ஒருவரைத்தான் கலியாணமும் செய்துகொள்ள முடியும். ஆகவே, நீங்கள் ஒன்று செய்யுங்கள். முதலில் இந்த நாடகத்தை எந்தவிதமான சிக்கலும் இன்றி அரங்கேற்றி முடிக்க உதவுங்கள். அதற்குப் பின் உங்கள் மூவரின் பெயர்களையும் மூன்று சீட்டுக்களில் குறித்துக் குலுக்கிப் போட்டு, அவற்றில் ஒன்றை எடுத்துப் பார்ப்போம். அதில் யார் பெயர் வருகிறதோ, அந்தப் பெயரை உடையவருக்கு ஜிம்கானா ஜில் மாலை சூட்டட்டும். என்ன சொல்கிறீர்கள்?' என்று அந்த மூவரையும் நோக்கி விக்கிரமாதித்தர் கேட்க, 'அதுதான் சரி, அதுதான் சரி!' என்று அவர்கள் அதை ஆமோதிக்க, அதன்படியே நாடகம் அன்று எந்தவிதமான விக்கினமும் இல்லாமல் அரங்கேறி முடிந்தது காண்க..... காண்க...... காண்க.....

அதற்குப்பின் சொன்னது சொன்னபடி விக்கிரமாதித்தர் சீட்டு குலுக்கிப் போட்டுப் பார்க்க, அதில் தருமர் பெயர் வர, ஜிம்கானா ஜில் அவருக்கு ஜில்லென்று மாலை சூட்டி மகிழ,

மற்ற இருவரும் ஒருவர் முகத்தை ஒருவர் பார்த்து விழித்துக்கொண்டே அந்த இடத்தை விட்டு வெளியேறுவாராயினர்.

அவர்கள் தலை மறைந்ததும், 'நல்ல வேளை, தருமர் பெயர் வந்ததால் இவள் பிழைத்தாள்; வேறு யாருடைய பெயராவது வந்திருந்தால் இவள் என்ன செய்திருப்பாள்?' என்று சகுனி ஒரு 'டெகாமீட்டர்' அளவுக்குப் பெருமூச்சு விட, 'அது எப்படி வரும்? மூன்று சீட்டுக்களிலும் நான் தருமரின் பெயரைத்தானே எழுதிவைத்திருந்தேன்?' என்று விக்கிரமாதித்தர் சிரித்துக்கொண்டே சொல்ல, 'அப்படியா சேதி? அதை முன்கூட்டியே இவளுக்கு ரகசியமாகச் சொல்லி வைத்துத்தான் இவளை நீங்கள் அதற்கு இணங்க வைத்தீர்களா?' என்று சகுனி கேட்க, 'வேறு வழி? இல்லாவிட்டால் உங்கள் நாடகம் அரங்கேறி யிருக்காதே!' என்று சொல்லிவிட்டு, விக்கிரமாதித்தர் அவரிடமிருந்து விடை பெற்றுக்கொள்வாராயினர்."

ஏழாவது மாடி ரிஸப்ஷனிஸ்ட்டான எழிலரசி இந்தக் கதையைச் சொல்லி முடித்துவிட்டு, "நாளைக்கு வாருங்கள்; எட்டாவது மாடி ரிஸப்ஷனிஸ்ட் சௌந்தரா சொல்லும் கதையைக் கேளுங்கள்!" என்று சொல்ல, "கேட்கிறோம் கேட்கிறோம், கேட்காமல் எங்கே போகப் போகிறோம்?" என்று போஜனும் நீதிதேவனும் வழக்கம்போல் கொட்டாவி விட்டுக்கொண்டே கீழே இறங்குவாராயினர் என்றவாறு... என்றவாறு... என்றவாறு.....

8. எட்டாவது மாடி ரிஸப்ஷனிஸ்ட் செளந்தரா சொன்ன கார்மோகினியின் கதை

"கேளாய் போஜனே! ஒரு நாள் காலை கடற்கரைச் சாலை வழியாக எங்கள் விக்கிரமாதித்தர் தம்முடைய காரில் தன்னந் தனியாக வந்துகொண்டிருந்தகாலை, கன்னி ஒருத்தி ஓடோடியும் வந்து காரை நிறுத்தச் சொல்ல, அவர் நிறுத்தி, 'என்ன வேணும், உங்களுக்கு?' என்று விசாரிக்க, 'ஒன்றுமில்லை; இன்று காலை பத்து மணிக்குப் பாரி அண்டு கம்பெனியில் எனக்கு ஓர் இன்டர்வியூ, மணி இப்போதே ஒன்பதே முக்கால் ஆகிவிட்டது. பஸ் இந்த ஜென்மத்தில் கிடைக்குமென்று தோன்றவில்லை; தயவுசெய்து உங்கள் காரில் என்னைக் கொஞ்சம் ஏற்றிக்கொண்டு போய் அங்கே விட்டுவிடுகிறீர்களா?' என்று அவள் வினயத்துடன் வேண்டிக்கொள்ள, 'அதற்கென்ன, ஏறிக்கொள்ளுங்கள்!' என்று அவர் அவளை ஏற்றிக்கொண்டு பாரி கம்பெனியை நோக்கி விரைவாராயினர்.

காரில் ஏறி அமர்ந்ததும் விக்கிரமாதித்தரை ஏற இறங்கப் பார்த்த அந்தப் பெண்மணி, 'நான் நினைக்கிறேன், நீங்கள்தான் அந்தப் புகழ் பெற்ற விக்கிரமாதித்தராக இருக்க வேண்டுமென்று? என்னுடைய ஊகம் சரிதானா?' என்று தன் 'மியாவ், மியாவ்' குரலில் அவரை ஆங்கிலத்தில் கேட்க, 'சரிதான்!' என்று அவரும் ஆங்கிலத்திலேயே பதில் சொல்லி வைப்பாராயினர்.

அதைக் கேட்ட அந்தக் கவர்ச்சிக் கன்னி சற்றே வெட்கத்துடன் அவரைச் சற்றே நெருங்கி, 'உங்களுக்குத் தெரியாது; உங்களை அறியாமலே உங்களைக் காதலிக்கும் ஆயிரமாயிரம் பெண்களிலே நானும் ஒருத்தி!' என்று 'களுக்' கென்று சிரிக்க, 'இருக்கலாம்!' என்று அவர் கொஞ்சம் பீதியுடனே அவளிடமிருந்து விலகிக்கொள்வாராயினர்.

அதைக் கவனிக்காதவள்போல் அவள் அவரை மேலும் கொஞ்சம் நெருங்கி, 'என்ன இருக்கலாம்?' என்று கேட்க, 'என்னை அறியாமலே என்னைக் காதலிக்கும் ஆயிரமாயிரம் பெண்களிலே நீங்களும் ஒருவராக இருக்கலாம்!' என்று அவர் அவள் சொன்னதையே திருப்பிச் சொல்ல, 'ஒருவர் என்ன ஒருவர்! 'ஒருத்தி' என்று சொன்னால் மரியாதைக் குறைவாகப் போய்விடுமா, என்ன? அந்த மரியாதையை நான் உங்களிடமிருந்து எதிர்பார்க்கவும் இல்லை; ஏற்கத் தயாராகவும் இல்லை' என்று அவள் அடித்துக் சொல்லிக் கொண்டே அவருடையத் தோளின்மேல் கையைப் போடுவாளாயினள்!

விஷயம் நிமிஷத்துக்கு நிமிஷம் விபரீதமாகப் போய்க் கொண்டிருப்பதைக் கண்ட விக்கிரமாதித்தர், 'அம்மா! நான் சாட்சாத் விக்கிரமாதித்தன் அல்ல; சாதாரண விக்கிரமாதித்தன். அவன் ஐம்பத்தாறு தேசங்களுக்கு அதிபதியாயிருந்தான்! நானோ ஒரு தேசத்துக்குக்கூட அதிபதியாயில்லை. கேட்டதையெல்லாம் கொடுக்க காளி மாதாவும், நினைத்ததையெல்லாம் செய்து முடிக்க வேதாளமும் அவனுக்குத் துணையாக இருந்தார்கள்; எனக்கோ அப்படியாரும் இல்லை. தேவலோகம் அவனுக்குப் பக்கத்து வீடுபோல் இருந்தது. விரும்பும் போதெல்லாம் அவன் அங்கே உயிருடனேயே போனான்; வேண்டும் வரத்தை வாங்கிக்கொண்டு உயிருடனேயே திரும்பி வந்தான். எனக்கோ அது எட்டாத தூரம்; இறந்தபிறகாவது நான் அங்கே போய்ச் சேருவேனா என்பதும் சந்தேகம். அவன் கூடு விட்டுக் கூடு பாய்ந்தான்; நானோ இன்னும் வீடு விட்டு வீடுகூடப் பாயவில்லை. ஒன்றல்ல, இரண்டல்ல; நூற்றெட்டு மனைவிமாரை வைத்துக்கொண்டு அவன் எப்படியோ சமாளித்தான். என்னாலோ எனக்குள்ள ஒரே ஒரு மனைவியை வைத்துக்கொண்டுகூடச் சமாளிக்க முடியவில்லை. இந்த நிலையில் நீங்கள் என்னைக் காதலித்து என்ன பிரயோசனம்? ஆளை விடுங்கள் அம்மா, ஆளை விடுங்கள்!' என்று அவள் தம் தோளின்மேல் வைத்த கையை அவர் எடுத்து

அவளுடைய மடியின்மேல் விட, 'நூற்றெட்டு மனைவிமார் அரண்மனையில் இருந்தும் தம்மை விரும்பும் பெண்களையெல்லாம் அந்த விக்கிரமாதித்தர் காதலித்தாரே, அதே மாதிரி நீங்களும் ஏன் காதலிக்கக் கூடாது?' என்று அவள் சிரித்துக்கொண்டே கேட்க, 'காதலிக்கலாம் அம்மா, காதலிக்கலாம். அந்த விக்கிரமாதித்தன் காதலித்த பெண்களைத் தானமாகப் பெற்றுக்கொள்ள அந்தக் காலத்தில் எத்தனையோ பேர் காத்துக்கொண்டிருந்தார்கள். இந்தக் காலத்தில் நான் காதலித்த பெண்களை யாருக்காவது தானமாகக் கொடுக்கப் போனால் அவர்கள் என்னை உதைக்கவல்லவா வருவார்கள்? அதை என் உடம்பு தாங்காதே!' என்று விக்கிரமாதித்தர் பரிதாபமாகச் சொல்ல, 'கவலைப்படாதீர்கள்; என்னால் உங்களை யாரும் உதைக்க வந்துவிட மாட்டார்கள்!' என்று அவள் பின்னும் சிரித்துக் கொண்டே அவருடைய கழுத்தைத் தன் இரு கைகளாலும் கட்டிப் பிடித்து வளைக்க, ஐயோ, விபத்து! பயங்கர விபத்து!' என்பதாகத்தானே விக்கிரமாதித்தர் அலறுவாராயினர்.

அவள் திடுக்கிட்டு, 'என்ன விபத்து! எங்கே விபத்து? யாராவது காருக்குக் குறுக்கே வந்து விழுந்துவிட்டார்களா, என்ன?' என்று காருக்கு முன்னால் பார்த்துக்கொண்டே கேட்க, 'அதெல்லாம் ஒன்றுமில்லை; உன்னால் எனக்கு நேர்ந்த காதல் விபத்தைத்தான் சொன்னேன்'' என்று அவர் சொல்ல, 'நல்ல ஆண்பிள்ளை ஐயா, நீங்கள்? ஒரு பெண் உங்களைத் தொட்டால் உங்களுக்கு 'ஷாக்' அடிப்பதுபோல் இல்லையா?' என்று அவள் கேட்க, 'இல்லை' என்று அவர் சொல்ல, 'சரி தொலையட்டும்; பூமி உங்களை விட்டுக் கீழே கீழே நழுவுவது போலாவது இருக்கிறதா?' என்று அவள் பின்னும் கேட்க, 'இல்லை' என்று அவர் பின்னும் சொல்ல, 'சரி தொலையட்டும்; ஆகாயத்தை நோக்கி மேலே மேலே போவது போலாவது இருக்கிறதா?' என்று அவள் பின்னும் கேட்க, 'இல்லை' என்று அவர் பின்னும் சொல்ல, ஆத்திரம் கொண்ட அவள் அவரை நறுக்கென்று கிள்ளிவிட்டு, 'இப்போது உங்களுக்கு வலிக்கவாவது வலிக்கிறதா?

அதையாவது சொல்லித் தொலையுங்கள்!' என்று கேட்க, அதற்கும் அவர், 'இல்லை, இல்லவே இல்லை!' என்று அழுத்தந் திருத்தமாகச் சொல்லவே, பொறுமை இழந்த அவள், 'போயும் போயும் உங்களை நான் காதலிக்க வந்தேனே? நிறுத்துங்கள் காரை, இறங்கிக் கொள்கிறேன்!' என்று சொல்லிக் காரை நிறுத்தி, அக்கணமே இறங்கிக் கொள்வாளாயினள்.

கவர்ச்சிக் கன்னி காரை விட்டு இறங்கியதும் காளையொருவன் துள்ளி ஓடி வந்து, 'என்ன, வெற்றிதானே?' என்று அவள் தோளை உரிமையுடன் தட்டிக் கேட்க, 'வெற்றிதான்! ஆனாலும் நான் கார் மோகினி என்பது அந்த விக்கிரமாதித்தருக்கு எப்படியோ தெரிந்துவிட்டிருக்கிறது; ரொம்ப உஷாராயிருந்தார். நானா விடுவேன்? அவர் கழுத்தைக் கட்டி வளைத்து, அவருடைய கோட்டுப் பையிலிருந்த பர்ஸை அப்படியே 'அபேஸ்' செய்து விட்டேன்!' என்று சொல்லிக் கொண்டே வெற்றிப் பெருமிதத்துடன் அவள் விக்கிரமாதித்தரிடமிருந்து பறித்த பர்ஸை எடுத்து அந்தக் காளையிடம் கொடுக்க, அதை வாங்கி ஆவலுடன் திறந்து பார்த்துவிட்டு, 'பலே கெட்டிக்காரர் என்று அவரைச் சும்மாவா சொல்கிறார்கள்? அவர் இதில் என்ன எழுதி வைத்திருக்கிறார், பார்த்தாயா?' என்று சொல்லிக்கொண்டே அவன் அதற்குள்ளே இருந்த சீட்டு ஒன்றை எடுத்து அவளிடம் கொடுக்க, 'ஏமாந்தீர்களா? இப்போது எப்படி இருக்கிறது உங்களுக்கு? அப்படித்தானே இருக்கும் உங்களிடம் ஏமாந்தவர்களுக்கும்?' என்று எழுதியிருந்ததை அவள் படித்துவிட்டு, அதைச் சுக்கு நூறாகக் கிழித்து எறிவாளாயினள்.

'கவலைப்படாதே! வெற்றி என்னவோ வெற்றிதான்; பர்ஸில்தால் ஒரு பைசாகூட இல்லை!' என்று காளை சிரிக்க, 'இன்னொரு முறை அந்த விக்கிரமாதித்தர் இந்தப் பக்கமாக வரட்டும்; அவரை நான் சும்மா விடுகிறேனோ, பார்!' என்று கன்னி சூள் கொட்ட, 'விடாமல் என்ன செய்யப் போகிறாய்?

ஒருவரை ஒருமுறைதானே ஏமாற்ற முடியும் நம்மால்?' என்று அவன் சொல்ல, 'ஒரு முறை என்ன, எத்தனை முறை வேண்டுமானாலும் ஏமாற்றலாம். அதற்கு இந்தப் பட்டணத்தில் எத்தனையோ வழிகள் இருக்கின்றன!' என்று அவள் சொல்ல, 'சரி, ஏமாற்றம்மா, ஏமாற்று!' என்று சொல்லிக்கொண்டே அவன் அவளுக்கு ஏற்கெனவே செய்துவிட்டிருந்த 'மேக்-அப்' பைச் சற்றே 'ரீ டச்' செய்வானாயினன்.

அங்ஙனம் 'ரீ டச்' செய்யுங்காலை, அவள் கழுத்திலிருந்த 'டாலர் செயி'னைக் காணாத காளை, 'எங்கே உன் செயின்?' என்று திடுக்கிட்டுக் கேட்க, கன்னியும் திடுக்கிட்டுத் தன் கழுத்தைத் தொட்டுப் பார்த்துவிட்டு, 'ஐயோ, மோசம் போனேனே!' என்று அலறுவாளாயினள்.

அதுகாலை, 'என்ன அம்மா, இன்டர்வியூ எல்லாம் முடிந்து போச்சா?' என்று அவளுக்குப் பின்னாலிருந்து ஒரு குரல் கேட்க, அவள் திரும்பிப் பார்க்க, கையில் அவளுடைய டாலர் செயினுடன் காரில் உட்கார்ந்திருந்த விக்கிரமாதித்தர், 'இந்தாம்மா, உன் செயின்!' என்று அவள் செயினை அவளிடம் கொடுக்க, 'ஆனானப்பட்ட விக்கிரமாதித்தர் கூட இப்படிச் செய்யலாமா?' என்று அவள் ஆச்சரியத்துடன் கேட்க, 'வேறு வழி? அப்படிச் செய்யாவிட்டால் இவ்வளவு நேரம் நீ இங்கேயே இருந்திருக்கமாட்டாயே, அம்மா!' என்று அவர் சிரித்துக்கொண்டே சொல்ல, அதே சமயத்தில் அவருக்குப் பின்னால் மாற்றுடையில் அமர்ந்திருந்த போலீசார் இருவர் காரை விட்டுக் கீழே இறங்கிக் கன்னியையும் காளையையும் சேர்ந்தாற்போல் கைது செய்வாராயினர்."

எட்டாவது மாடி ரிஸ்ப்ஷனிஸ்ட்டான சௌந்தரா இந்தக் கதையைச் சொல்லி முடித்துவிட்டு, "நாளைக்கு வாருங்கள்; ஒன்பதாவது மாடி ரிஸப்ஷனிஸ்ட் நவரத்னா சொல்லும் கதையைக் கேளுங்கள்!' என்று சொல்ல, "கேட்கிறோம், கேட்கிறோம், கேட்காமல் எங்கே போகப் போகிறோம்?"

என்று போஜனும் நீதிதேவனும் வழக்கம் போல் கொட்டாவி விட்டுக்கொண்டே கீழே இறங்குவாராயினர் என்றவாறு... என்றவாறு... என்றவாறு....

9. ஒன்பதாவது மாடி ரிஸப்ஷனிஸ்ட் நவரத்னா சொன்ன ஒரு தொண்டர் கதை

"கேளாய், போஜனே! 'வண்ணையம்பதி, வண்ணையம்பதி' எனச் சொல்லா நின்ற வண்ணாரப் பேட்டையிலேமன்னிக்க; சலவையாளர் பேட்டையிலே, 'வைத்தியநாதன், வைத்தியநாதன்' என்று ஒரு வாத்தியார் உண்டு. அந்த வாத்தியாருக்குத் திருவொற்றியூரிலிருந்த ஒரு பள்ளிக் கூடத்தில் வேலை. 'வேலை என்றால் என்ன வேலை?' என்று கேட்க மாட்டீர்களென்று நினைக்கிறேன். வாத்தியாருக்கு வேறு என்ன வேலையிருக்கும்? வாத்தியார் வேலைதான்!

அன்பு மனைவி அகிலாண்டத்தோடும், அவள் பெற்றெடுத்த ஆசைக் குழந்தைகள் ஆண் மூன்று, பெண் மூன்று ஆக அறுவரோடும் இழுத்துப் பறித்துக்கொண்டு வாழ்ந்து வந்த அவர் 'தாம் உண்டு, தம் குடும்பம் உண்டு' என்று இருந்திருக்கலாம். அங்ஙனம் இருக்க அவர் மனம் ஏனோ விரும்பவில்லை; 'மனிதன் என்று பிறந்தால் அவன் தன்னை மட்டும் கவனித்துக்கொண்டால் போதாது; மற்றவர்களையும் கவனிக்க வேண்டும். தன்னால் முடிந்தவரை பிறருக்குத் தொண்டு செய்ய வேண்டும்' என்று நினைத்தார். அதற்காக அதிகாரத்துக்கு வரக்கூடிய கட்சியாகப் பார்த்து, அதில் அவரும் ஓர் அங்கத்தினரானாரா என்றால் கிடையாது; வட்டச் செயலாளர், வட்டத் தலைவர் எனப் படிப்படியாகத் தம்மை உயர்த்திக்கொள்ள முயன்றாரா என்றால் அதுவும் கிடையாது; தேர்தல் சமயத்தில் ஓர் எம். எல். ஏ. சீட்டுக்காகவோ, ஓர் எம். பி. சீட்டுக்காகவோ எந்த தலைவரின் வாலையாவது, காலையாவது பிடித்தாரா என்றால் அதுவும் கிடையாது. பின் என்னதான் செய்தார்?' என்றால், சொல்கிறேன் கேளும்: காலையில் பள்ளிக்கூடம் போகும் வரை நாலு ஏழைப் பிள்ளைகளுக்குச் சம்பளம் வாங்காமல் தொண்டைத் தண்ணீர் வற்றப் பாடம் சொல்லிக் கொடுப்பார்; மாலை பள்ளிக்கூடம் விட்டதும் பஸ்ஸை ஓடிப் பிடித்து ஏறி உட்கார்ந்து

கொள்ளாமல், சாலையில் கிடக்கும் வாழைப் பழத்தோல்கள், கண்ணாடிச் சில்லுகள், தேய்ந்த லாடங்கள் ஆகியவற்றையெல்லாம் ஒன்று விடாமல் பொறுக்கி எடுத்துக் குப்பைத் தொட்டிகளில் போட்டுக் கொண்டே தம் வீட்டுக்கு நடந்து வருவார்; இடையே வழி தெரியாமல் யாராவது அலைந்தால் அவர்களுக்கு வழி காட்டுவார்; வெயிலில் யாராவது செருப்பின்றி நடக்க முடியாமல் தவித்தால், அவர்களுக்குத் தம்முடைய செருப்பைக் கழற்றிக் கொடுத்துவிட்டு அவர் செருப்பில்லாமல் திண்டாடுவார்; மழையில் யாராவது நனைந்தால் ஓடிப் போய் அவர்களுக்குக் குடை பிடித்து, அவர்களைக் கொண்டு போய் அவர்களுடைய வீடு வரை விட்டுவிட்டு வருவார்.

இப்படியாகத்தானே அவர் தொண்டு பிறருக்குப் பயன்பட்டு, அவருக்குப் பயன்படாமல் இருந்துவந்தகாலை, அவருடைய பெண்களிலே ஒருத்தி கலியாணத்துக்குத் தயாரானாள். அவளைத் தொடர்ந்து இன்னொரு பெண்ணும் அதே மாதிரி தயாரானாள். அடுத்தாற்போல் பையன் ஒருவன் எஸ். எஸ். எல். ஸி. பரீட்சையில் தேறிவிட்டு, 'இதற்குமேல் என்னை என்ன செய்யப்போகிறீர்கள், அப்பா? வேலைக்கு அனுப்பப் போகிறீர்களா, காலேஜுக்கு அனுப்பப் போகிறீர்களா?' என்று கேட்டுக்கொண்டு வந்து நின்றான். 'வேலைக்குப் போகக்கூடிய வயதை நீ இன்னும் அடைய வில்லையேடா, காலேஜில்தான் உன்னைச் சேர்க்க வேண்டும்!' என்றார் வாத்தியார். அவருடைய மனைவியோ, 'அவனைக் காலேஜில் சேர்த்துவிட்டு நீங்கள் என்ன செய்யப்போகிறீர்கள்? வழக்கம்போல் ரோடிலே கிடக்கும் கண்ணாடிச் சில்லுகளையெல்லாம் பொறுக்கிக் கொண்டிருக்கப் போகிறீர்களா? அப்படிப் பொறுக்குவதாயிருந்தால் அவனைக் காலேஜில் சேர்க்க வேண்டாம்; அவன் வயதுக்குத் தகுந்த ஏதாவது ஒரு வேலையில் அவனைச் சேருங்கள். இனிமேல் உங்கள் சம்பளத்தை மட்டும் வைத்துக்கொண்டு என்னால் இந்தக் குடித்தனத்தை நடத்த முடியாது!' என்று பொரிந்தாள்.

பார்த்தார் வாத்தியார்; அதுவரை 'பதி சொல் தாண்டாத பாவை'யாயிருந்த தம் பத்தினி ஏன் இப்போது 'பதி சொல் தாண்டும் பத்திரகாளியானாள்?' என்று யோசித்தார். அந்த யோசனையின் முடிவில், 'வரவரப் பொறுப்புகள் அதிகமாவதுதான் அதற்குக் காரணம்' என்பதை அவர் உணர்ந்தார். உணர்ந்து என்ன செய்ய? வாத்தியார் இந்த நாளில் தம்முடைய வருவாயைப் பெருக்கிக்கொள்வதற்குள்ள ஒரே வழி 'டியூஷன்' சொல்லித் தருவதுதானே? அதுவும்தான் அவருக்குத் தொண்டாகப் போய்விட்டதே!

யோசித்தார் வாத்தியார்; அகிலாண்டம் சொல்வது போல் தம் பையனை ஏதாவது ஒரு வேலையில் சேர்த்து விடுவதுதான் தமக்கும் நல்லது, தம்முடைய தொண்டுக்கும் நல்லது என்று தீர்மானித்து, அவனுக்காக ஓய்ந்த நேரத்தில் வேலையும் தேடத் தொடங்கினார்.

அதற்குள் அவருடைய பெண்களில் ஒருத்தி, எதிர் வீட்டுப் பையனின் 'திவ்விய தரிசன'த்துக்காக 'ஜன்னல் தவம்' செய்ய ஆரம்பிக்க, அதை அவளுக்குத் தெரியாமல் அவர் மனைவி ஒரு நாள் அவருக்குச் சுட்டிக் காட்ட, 'வளரட்டும் காதல், வாழட்டும் காதல்' என்று அவர் கொஞ்சம் முற்போக்குடன் சொல்ல, 'வாழ்ந்தது போங்கள்! அப்படி ஏதாவது இருந்தால் அவனைக்கொண்டே இவள் கழுத்தில் மூன்று முடிச்சைப் போட வைக்கலாம் என்று நானே ஒரு நாள் அவன் வீட்டுக்குச் சென்று நாசூக்காக விசாரித்துப் பார்த்தேன். ஏற்கெனவே கலியாணமானவனாம்; அவன் மாமனார் ஸ்கூட்டர் வாங்கிக் கொடுக்கவில்லை என்பதற்காகப் பெண்ணை அவருடைய வீட்டிலேயே வாழா வெட்டியாக விட்டு வைத்திருக்கிறானாம். அவனை நம்பி இவள் இந்த வீட்டை விட்டுத் தாண்டினால் என்னவாகும்? உங்கள் தலைப்பாகையல்லவா கீழே இறங்கிப் போகும்?' என்று அவள் அவரை எச்சரிக்க, 'அப்படியா சமாசாரம்?' என்று அவர் திடுக்கிட்டுத் தம் தலையைத் தாமே தொட்டுப் பார்த்துவிட்டு, 'நல்ல வேளை, இப்போதெல்லாம் எந்த வாத்தியார்

தலையிலும் தலைப்பாகை இல்லாததால் என் தலையிலும் தலைப்பாகை இல்லை!' என்று சற்றே திருப்தியுடன் சொல்லிவிட்டு, பையனுக்கு வேலை தேடுவதோடு, பெண்ணுக்கு மாப்பிள்ளையும் 'தேடு, தேடு' என்று தேடுவாராயினர்.

இங்ஙனம் வேலையையும், மாப்பிள்ளையையும் சேர்ந்தாற்போல் தேடிக் கொண்டிருந்த காலையிலும் அவர் தம் வழக்கத்தை விடாமல் மாலை நேரங்களில் சாலையில் கிடக்கும் தேய்ந்த லாடங்களையும், உடைந்த கண்ணாடித் துண்டுகளையும் தேடிக்கொண்டிருக்க, அதை ஒரு நாள் அந்த வழியாக வந்த மிஸ்டர் விக்கிரமாதித்தர் பார்த்துவிட்டு, 'என்னத் தேடுகிறீர்கள்?' என்று ஒன்றும் புரியாமல் கேட்க, அவர் ஓர் அசட்டுச் சிரிப்புடன், 'ஏதோ என்னாலான தொண்டு, சாலையில் கிடக்கும் தேய்ந்த லாடங்களையும் உடைந்தக் கண்ணாடித் துண்டுகளையும் தேடி எடுத்துக் குப்பைத் தொட்டியில் போடுகிறேன்!' என்று சொல்ல, 'அட, பாவி மனுஷா! போடவே போடுகிறாய், பக்கத்தில் ஒரு போட்டோகிராபரையாவது வைத்துக்கொண்டு போடக்கூடாதா?' என்று விக்கிரமாதித்தர் கேட்க, 'ஏன்?' என்று அவர் 'விழி, விழி' என்று விழிக்க, 'வீடு பற்றி எரிந்தால்கூட அதில் விளம்பரத்துக்கு ஏதாவது 'சான்ஸ்' இருக்கிறதா என்று தேடும் காலமாச்சே இது? இந்தக் காலத்தில் யாருக்காவது ஒரு கவளம் சோறு போடுவதாயிருந்தால்கூடப் பக்கத்தில் போட்டோகிராபர் இல்லாமல் போடக்கூடாதே!' என்று விக்கிரமாதித்தர் சொல்ல, 'ஏழை வாத்தியாருக்கு ஏன் அதெல்லாம்?' என்று சொல்லிச் கொண்டே அவர் மேலும் ஓர் அசட்டுச் சிரிப்புச் சிரித்து வைப்பாராயினர்.

'சரியான அசடாயிருக்கும்போல் இருக்கிறதே இது! இந்த மாதிரி அசடுகளின் குடும்பம் அந்தரத்தில் அல்லவா தொங்கிக் கொண்டிருக்கும்?' என்று அந்த அசடின்மேல் அனுதாபம் கொண்ட விக்கிரமாதித்தர் அதைக் கூப்பிட்டு அதன்

நலனையும் அதன் குடும்ப நலன்களையும் பற்றி விசாரிக்க, அது கூசிக் கூசி எல்லாவற்றையும் ஒரு வழியாகச் சொல்லி முடிக்க, 'வாத்தியார் என்றால் அசல் வாத்தியாராகவே இருக்கிறீரே ஐயா, நீர்! தன்னலத் தொண்டு அல்லவா இந்தக் காலத்தில் தமிழகத் தொண்டு, தாயகத் தொண்டு? அது தெரியாமல் நீர்தான் கெட்டீர் என்றால் உம்முடைய பையனையும் ஏன் உமக்காகக் கெடுக்கப் பார்க்கிறீர்? நாளை அவனை அழைத்துக்கொண்டு வந்து என்னைப் பாரும்!' என்று விக்கிரமாதித்தர் தம் விலாசத்தைக் கொடுக்க, அந்த விலாசத்திலிருந்து தம்முடன் அத்தனை நேரமும் பேசிக் கொண்டிருந்தவர் விக்கிரமாதித்தர் என்பதை அறிந்த வாத்தியார், 'கண்டேன் கண்டேன், கடவுளைக் கண்டேன்!' என்று வாயெல்லாம் பல்லாய்க் குதிக்க, 'கடவுள், கடவுள், என்று சொல்லி மனிதன் கடவுளையே கல்லாக்கிவிட்டது போதும்; அதே மாதிரி என்னையும் சொல்லிக் கல்லாக்கி விடாதீர்! தயவு செய்து மனிதனாகவே இருக்கவிட்டு, நாளை வந்து என்னைப் பாரும்!' என்று விக்கிரமாதித்தர் அவரிடமிருந்து விடை பெற்றுக் கொள்வாராயினர்.

மறு நாள் விக்கிரமாதித்தர் சொன்னது சொன்னபடி வாத்தியார் தம் பையனுடன் சென்று அவரைப் பார்க்க, 'ஏண்டா, பையா! உனக்குப் படிக்க விருப்பமா, வேலை செய்ய விருப்பமா?' என்று அவர் பையனைக் கேட்க, 'படிக்கத்தான் விருப்பம்' என்று பையன் சொல்ல, 'அவன் விருப்பத்துக்கு விரோதமாக அவனை வேலையில் சேர்த்து, அவனையும் அவன் எதிர்காலத்தையும் கெடுக்கப் பார்த்தீரே, ஐயா! அவனைப் பற்றிய கவலை இனி உமக்கு வேண்டாம். அவன் படிப்புக்கும் பராமரிப்புக்கும் ஆகும் செலவை நான் ஏற்றுக் கொள்கிறேன், என்று சொல்லிவிட்டு, 'அடுத்தாற் போல் உம்முடைய பெண்ணுக்கு மாப்பிள்ளை தேட வேண்டும். அவ்வளவுதானே?' என்று விக்கிரமாதித்தர் கேட்க, 'ஆமாம்' என்று வாத்தியார் சொல்ல, 'கையில் காசில்லாமல் மாப்பிள்ளை தேடினால் கிடைக்க மாட்டான்; அப்படியே கிடைத்தாலும் அவன் உருப்படியான ஆளாய் இருக்க

மாட்டான். முதலில் காசைத் தேடும்; அப்புறம் மாப்பிள்ளையைத் தேடும். காசை எப்போதும் நேரான வழியில் தேடக்கூடாது; தேடினால் அது கிடைக்கவும் கிடைக்காது. ஏனெனில், காசு எப்போதுமே கோணல் வழியிலேயே வருவது; கோணல் வழியிலேயே செல்வது. ஆகவே, நீரும் கோணல் வழியில் சென்றால்தான் அதைப் பிடிக்க முடியும். அதற்கு உம்மைப் போன்றவர்களுக்கு இப்போதுள்ள ஒரே வழி அரசியல். 'அயோக்கியர்களுக்குப் புகலிடம் அரசியல்' என்ற சொன்னவன் சும்மா சொல்லவில்லை; அறிந்துதான் சொன்னான். ஆகவே, நீர் முதலில் ஏதாவது ஓர் அரசியல் கட்சியில் அதி தீவிர அங்கத்தினராகிவிட்டு வந்து என்னைப் பாரும்!' என்று விக்கிரமாதித்தர் சொல்ல, 'ம், என்னையும் அயோக்கியனாகச் சொல்கிறீர்களா? சரி!' என்று வாத்தியாரும் பெருமூச்சு விட்டுக்கொண்டே அங்கிருந்து திரும்புவாராயினர்.

அதன்படி ஏதோ ஓர் அரசியல் கட்சியில் வாத்தியார் அதி தீவிர அங்கத்தினராகிவிட்டு வந்து விக்கிரமாதித்தரைப் பார்க்க, 'அடுத்தாற்போல் வட்டச் செலாளராகவோ, வட்டத் தலைவராகவோ ஆகிவிட்டு வந்து என்னைப் பாரும்!' என்று விக்கிரமாதித்தர் பின்னும் சொல்லி, அவரை அனுப்பி வைப்பாராயினர்.

அங்ஙனமே அப் பதவிகளை எட்டிப் பிடிக்க முயன்ற வாத்தியார் அதில் தோல்வியுற்று வந்து விக்கிரமாதித்தரைப் பார்க்க, 'கவலைப்படாதீர்! அடுத்தாற்போல் எந்தத் தலைவரின் வாலையாவது, காலையாவது பிடித்து, ஓர் எம்.எல்.ஏ. சீட்டோ, எம்.பி. சீட்டோ, இரண்டுமில்லையென்றால் ஓர் எம்.சி. சீட்டோ வாங்கப் பாரும்!' என்று விக்கிரமாதித்தர் சொல்லி யனுப்ப, அதிலும் வாத்தியார் தோல்வியுற்றுத் திரும்ப, 'இனி உமக்குள்ள ஒரே வழி நிதி சேர்ப்பதுதான். அந்த நிதியையும் உம்முடைய பேரால் சேர்த்துவிட முடியாது; யாராவது ஒரு தலைவரின் பேராலோ, பிரமுகரின் பேராலோதான் சேர்க்க முடியும்.

இதுதான் 'சிலை வைக்கும் சீசன்' ஆயிற்றே? யாருக்காவது சிலை வைக்கப் போகிறேன் என்று சொல்லிக்கொண்டு நிதி சேர்க்கப் பாருமே!' என்று சொல்ல, 'அதற்கு நான் எந்தத் தலைவரைப் பிடிப்பேன், எந்தப் பிரமுகரைப் பிடிப்பேன்?' என்று அவர் கையைப் பிசைய, 'யாரையும் இப்போது பிடிக்க வேண்டாம். நீர்பாட்டுக்கு எந்தத் தலைவரின் பேரைச் சொன்னால் நிதி சேருமோ, அந்தத் தலைவரின் பேரைச் சொல்லி நிதி சேரும். சேரும்போதே கணக்கை எழுத வேண்டிய விதத்தில் எழுதி உமக்கு வேண்டிய வசதிகளை - அதாவது, இருக்க வீடு, பெண்ணுக்கு மாப்பிள்ளை, போக்குவரத்துக்கு ஒரு சின்னஞ்சிறு கார் இத்தியாதி, இத்தியாதி - தேடிக் கொள்ளும். அதற்குப் பின் மீதமான காசில் எந்தத் தலைவரின் பேரைச் சொல்லி நிதி சேர்த்தீரோ, அந்தத் தலைவரின் சிலையைச் செய்து வைத்துவிட்டு, 'என்ன சொல்கிறீர்? உமக்குச் சிலை வேண்டுமா, வேண்டாமா?' என்ற அவரைக் கேளும். அவர் 'தியாகி ஸ்டண்ட்' அடிக்க விரும்பினால், 'வேண்டாம்' என்பார்; அடிக்க விரும்பாவிட்டால், 'ஆனானப்பட்ட ஆண்டவனே பக்தனின் அன்புக்குக் கட்டுப்படும்போது, நான் உங்களுடைய அன்புக்குக் கட்டுப்படாமல் இருக்க முடியுமா?' என்று திடீரென்று வந்த அடக்கத்துடன் சொல்வார். உம்மைப் பொறுத்தவரை இரண்டும் ஒன்றுதான். வசதிக்கு வசதியும் கிடைக்கிறது; 'சாதாரணத் தொண்டன்' என்ற நிலையிலிருந்து, 'தலைசிறந்தத் தொண்டன்' என்ற நிலைக்கு மட்டுமல்ல; 'ஒரு குட்டித் தலைவன்' என்ற நிலைக்கும் உயர முடிகிறது. இப்போதைக்கு அது போதும். போம், போம்; போய் ஜமாயும்!' என்று விக்கிரமாதித்தர் அவரை உற்சாகப்படுத்த, 'இதெல்லாம் மக்களை ஏமாற்றுவது போல் அல்லவா ஆகும்?' என்று வாத்தியார் பின்னும் சொல்ல, 'மக்களும் சம்பந்தப்பட்டத் தலைவரை ஏதாவது ஒரு விதத்தில் ஏமாற்றத்தான் நிதி கொடுக்கிறார்கள். பரஸ்பரம் தெரிந்தே ஏமாற்றி, தெரிந்தே ஏமாந்து வாழும் காலம் இது. அதைப் பற்றி நீரும் நானும் யோசிப்பது வள்ளுவனாரின் குறளுக்கே விரோதமானது. அவர் என்ன சொல்கிறார்? 'உலகத்தோடு

ஒட்ட ஒழுகல், பல கற்றும் கல்லார் அறிவிலாதார்' என்றல்லவா சொல்கிறார்? போம் போம், யோசிக்காமல் போம்!' என்று விக்கிரமாதித்தர் பின்னும் சொல்லி, அவரை அனுப்பி வைப்பாராயினர்.

காலத்திற்கேற்ற அன்னார் கருத்துப்படி, கருமமே கண்ணாய் நிதி சேர்த்த வாத்தியார் சகல வசதிகளையும் சீக்கிரமே பெற்று, 'சாதாரணத் தொண்டன்' என்ற நிலையிலிருந்து 'ஒரு குட்டித் தலைவன்' என்ற நிலைக்கு உயர, அங்ஙனம் உயர்ந்தகாலை, எம்.சி. சீட்டுகளும், எம்.எல்.ஏ. சீட்டுகளும், எம். பி. சீட்டுகளும் போட்டி போட்டுக் கொண்டு அவரைத் தேடித் தாமாகவே ஓடி வர, அவற்றை விடாமல் பிடித்து மேலும் மேலும் முன்னேறிக் கொண்டே வந்த அவர், மாதத்துக்கு ஒரு நாள் மறக்காமல் போட்டோகிராபர், பத்திரிகையாளர் ஆகியோருடன் வெயிலில் காய்பவர்களையும், மழையில் நனைபவர்களையும் 'எதிர்கால அமைச்சர்' பார்ப்பதுபோல் பார்த்துக் கொண்டே திருவொற்றியூர் சாலைக்குத் தம் புத்தம் புதுக் காரில் சென்று, போட்டோவுக்காகவும், செய்திக்காகவும் இரண்டு தேய்ந்தலாடங்களையும், இரண்டு கண்ணாடிச் சில்லுகளையும் பொறுக்கி எடுத்துக் குப்பைத் தொட்டியில் போட்டுவிட்டு வருவாராயினர்."

ஒன்பதாவது மாடி ரிஸப்ஷனிஸ்ட்டான நவரத்னா இந்தக் கதையைச் சொல்லி முடித்துவிட்டு, ''நாளைக்கு வாருங்கள்; பத்தாவது மாடி ரிஸப்ஷனிஸ்ட் கனகதாரா சொல்லும் கதையைக் கேளுங்கள்!' என்று சொல்ல, "கேட்கிறோம், கேட்கிறோம், கேட்காமல் எங்கே போகப் போகிறோம்?" என்று வழக்கம்போல் கொட்டாவி விட்டுக் கொண்டே போஜனும் நீதிதேவனும் கீழே இறங்குவாராயினர் என்றவாறு... என்றவாறு... என்றவாறு.......

10. பத்தாவது மாடி ரிஸப்ஷனிஸ்ட் கனகதாரா சொன்ன நள்ளிரவில் வந்த நட்சத்திரதாசன் கதை

"கேளாய், போஜனே! ஒரு நாள் நள்ளிரவு நேரம்; 'நட்சத்திர மாநகர், நட்சத்திர மாநகர்' என்று சொல்லா நின்ற தியாகராய நகரிலே, யாரோ ஒருவன் பதுங்கிப் பதுங்கிப் போய்க்கொண்டிருக்க, அவனைக் கண்ட போலீசார் இருவர் அவன்மேல் சந்தேகம் கொண்டு அவனைத் தொடர்ந்து செல்ல, அவன் பிரபல நட்சத்திரம் பிரேமகுமாரியின் வீட்டை நெருங்கி, சுற்றுமுற்றும் பார்த்துக்கொண்டே அந்த வீட்டு மதிற்சுவரைத் தாண்டி உள்ளே குதிப்பானாயினன்.

'சரியான திருடன் அகப்பட்டு கொண்டான் இன்று; ஆசாமியைக் கையும் களவுமாகப் பிடிக்காமல் விடுவதில்லை!' என்று வரிந்து கட்டிக்கொண்ட போலீசார் இருவரும் அந்த 'நள்ளிரவு நாயக'னைத் தொடர்ந்து உள்ளே குதித்து, அங்கிருந்த ஒரு மரத்துக்குப் பின்னால் மறைந்து கொள்ள, அவன் அந்த வீட்டுக்குப் பின்னாலிருந்த பிரேம குமாரியின் நீச்சல் குளத்தை அகமும் முகமும் ஒருங்கே மலர நெருங்கி, 'இதிலுள்ள தண்ணீர் செய்திருக்கும் பாக்கியத்தையாவது நான் செய்திருக்கக் கூடாதா? இதில் நாள்தோறும் நீந்தி விளையாடும் என் இதயராணி என்னுடன் ஒரே ஒரு நாளாவது நீந்தாமல் விளையாடக் கூடாதா?' என்று பெருமூச்சு விட்டுக் கொண்டே அதன் கரையில் உட்கார்ந்து, மூன்று வாய் தண்ணீரை அள்ளி 'மொடக், மொடக்'கென்று குடித்துவிட்டு, ஏதோ புண்ணிய தீர்த்தத்தைச் சாப்பிட்டு அதுவரை தான் செய்திருந்த பாவங்கள் அத்தனையையும் போக்கிக் கொண்டு விட்ட பக்தன் போல் அவன் அந்த வீட்டு ஹாலுக்கு வருவானாயினன்.

அங்கே பிரேமகுமாரி உட்காரும் சோபாவில் தானும் கொஞ்ச நேரம் உட்கார்ந்து, அவள் ஆடும் ஊஞ்சலில் தானும் கொஞ்ச நேரம் ஆடி, அவள் அழகு பார்க்கும் கண்ணாடியில் தானும்

கொஞ்ச நேரம் தன் அழகைப் பார்த்துக் கொண்டிருந்துவிட்டு, 'இந்த அறைதான் என் கண்மணி படுக்கும் அறையாயிருக்குமோ?' என்று அடுத்தாற்போல் இருந்த அறையை அவன் சற்றே எட்டிப் பார்க்க, அங்கே அந்த அழகுராணி தன் அருமை நாய்க்குட்டியை ஆசையுடன் அணைத்தவாறு படுத்துக் கொண்டிருக்க, 'அடாடாடாடா, அந்த நாய்க்குட்டி பெற்ற பேறுகூட நான் பெறவில்லையே? இந்த ஜன்மம் எடுத்தென்ன, எடுக்காமல் போயென்ன?' என்று அவன் தன்னையும், தான் எடுத்த ஜன்மத்தையும் ஏக காலத்தில் நொந்துகொண்டே திரும்ப, அதுவரை அவனைக் கவனித்துக் கொண்டிருந்த போலீசார் ஒன்றும் புரியாமல் அவனை நெருங்கி, 'யாரப்பா நீ? உன் பெயர் என்ன?' என்று விசாரிக்க, 'என் பெயர் நட்சத்திரதாசன், பிரேமகுமாரியின் ரசிகன் நான். ஏன், நீங்களும் அந்த நட்சத்திரத்தின் நட்சத்திர ரசிகர்களா என்ன?' என்று அவன் அவர்களைத் திருப்பிக் கேட்க, 'நாசமாய்ப் போச்சு, போ! ரசிகன் இப்படித்தான் நள்ளிரவில் வருவானா? நட, ஸ்டேஷனுக்கு!' என்று அவர்களில் ஒருவன் அவன் கழுத்தைப் பிடித்துத் தள்ள, 'பகலில் வந்தால்தான் வாசலில் நிற்கும் கூர்க்கா என்னை உள்ளே விட மாட்டேன் என்கிறானே!' என்று அவன் அழுது புலம்ப, அந்தப் புலம்பலைக் கேட்டு விழித்துக் கொண்ட பிரேமகுமாரி, 'இப்படியும் ஒரு மகாரசிகன் தனக்கு இருக்கிறானா?' என்று வியந்து, 'யார் அங்கே?' என்று தன் காரியதரிசிக்குக் குரல் கொடுக்க, 'இதோ வந்துவிட்டேன்!' என்று காரியதரிசி ஓடோடியும் வந்து அவளுக்கு முன்னால் நிற்க, 'அந்த ரசிகனை ஒன்றும் செய்ய வேண்டாம் என்று சொல்லிப் போலீசாரை அனுப்பிவிட்டு, அவனுக்கு என் போட்டோ ஒன்றைக் கொடுத்தனுப்பு!' என்று அவள் உத்தரவிட, அங்ஙனமே அந்தக் காரியதரிசியாகப்பட்டவர் போலீசாரை வெளியே அனுப்பிவிட்டு ரசிக சிகாமணியாகப் பட்டவனிடம் பிரேமகுமாரியின் போட்டோ ஒன்றை எடுத்துக் கொடுக்க, 'கண்டேன் கண்டேன், என் கனவுக் கன்னியைக் கண்டேன்!' என்று அவன் ஆனந்தக் கூத்தாட, 'உம்மைப் போன்ற சோணகிரிகளுக்கெல்லாம் இந்தப்

போட்டோவை அனுப்பி வைக்கத்தான் இங்கே ஒரு தனி இலாகாவே வேலை செய்து கொண்டிருக்கிறதே? இந்த எழவை நீர் கடிதம் எழுதிப் பெற்றுக் கொண்டால் என்ன? அதை விட்டு இதற்காக அர்த்த ராத்திரியில் இங்கே வந்து ஏன் கழுத்தை அறுக்கிறீர்? போம் ஐயா, போம்!' என்று பல்லைக் கடித்துக்கொண்டு அவனை விரட்டி, 'கடிதம் எழுதினால் நட்சத்திரத்தை நினைத்துக் கொண்டு இந்த வீட்டு நீச்சல் குளத்தில் இறங்கி மூன்று வாய் தண்ணீரை அள்ளி 'மொடக், மொடக்'கென்று குடிக்க முடியுமா? நட்சத்திரத்தை நினைத்துக்கொண்டு இந்த வீட்டு சோபாவில் உட்கார்ந்து எழுந்திருக்க முடியுமா? நட்சத்திரத்தை நினைத்துக்கொண்டு இந்த வீட்டு ஊஞ்சலில் உட்கார்ந்து ஆட முடியுமா? நட்சத்திரத்தை நினைத்துக்கொண்டு இந்த வீட்டுக் கண்ணாடியில் அழகு பார்க்க முடியுமா?' என்று அவன் ஒரே நட்சத்திரமாக அடுக்க, 'நல்ல நட்சத்திர ரசிகர் ஐயா, நீர்? போய்த் தொலையும்!' என்று காரியதரிசி தன் தலையில் தானே அடித்துக்கொண்டு, அவனை வாசல் வரை கொண்டு போய் விட்டுவிட்டு வருவாராயினர்.

மறுநாள் காலை 'ஏழு மணி கால்ஷீட்'டுக்கு எட்டு மணிக்குப் போவதுகூட நட்சத்திரத்துக்கு அழகல்ல என்று எண்ணியோ என்னவோ ஒன்பது மணிக்குப் படுக்கையை விட்டு எழுந்து, ஒரு மணி நேரம் நீச்சல் குளத்தில் நீந்தி விளையாடி, பத்து மணிக்கு நடப்பன, பறப்பன, ஊர்வன, நீந்துவன ஆக நால்வகை ஜீவராசிகளையும் விதம் விதமாகச் சமைத்துக்கொண்டு வந்து வைக்கச் சொல்லி உட்கார்ந்து, ஒரு பெக் பிஸ்கெட் பிராந்தியோடு அவையனைத்தையும் சேர்த்துச் சாப்பிட்டுவிட்டு எழுந்து, 'கார் ரெடியா?' என்று அவள் டிரைவரைக் கேட்க, 'ரெடி!' என்று அவன் சொல்ல, 'அம்மா, நான் வருகிறேன்!' என்று சொல்லிக்கொண்டே அவள் வாசலுக்கு வருவாளாயினள்.

அதுகாலை அங்கே பேட்டிக்காகக் காத்திருந்த நிருபர் ஒருவர் அவளைக் கண்டதும் எழுந்து நின்று, 'இரவு தூங்கினீர்களா?'

என்று கேட்க, 'தூங்கினேன்!' என்று அவள் சொல்ல, 'காலை எழுந்தீர்களா?' என்று அவர் கேட்க, 'எழுந்தேன்!' என்று அவள் சொல்ல, 'சாப்பிட்டீர்களா?' என்று அவர் கேட்க, 'சாப்பிட்டேன்!' என்று அவள் சொல்ல 'என்ன சாப்பிட்டீர்கள்?' என்று அவர் கேட்க, 'வழக்கமாகச் சாப்பிடும் ஒரே ஒரு இட்லியைக்கூட விட்டுவிட்டு இன்று நான் பாதிதான் சாப்பிட்டேன்; பாக்கிப் பாதியை என் அம்மா என்னுடைய தலையைச் சுற்றித் திருஷ்டி கழித்துக் காக்காய்க்குப் போட்டுவிட்டாள்!' என்பதாகத்தானே சொல்லிவிட்டு அவள் காரில் ஏறி உட்கார்ந்து கொள்ள, 'இன்னொன்றைக் கேட்க மறந்துவிட்டேனே, உங்களுக்கு எப்போது கலியாணம்?' என்று நிருபர் காருக்குள் தலையை நீட்டிக் கேட்க, 'நடக்கும்போது சொல்கிறேன்!' என்று சொல்லிவிட்டு அவள் வெளியே வர, அதுவரை அவளுக்காக அங்கே காத்திருந்த நட்சத்திரதாசன் திடீரென்று அவள் காருக்கு முன்னால் பாய, 'இதென்ன சங்கடம்?' என்ன விஷயம்?' என்று விசாரிக்க, 'நேற்றிரவு வந்த ரசிகன் நான். கொடுக்கவே கொடுத்தீர்கள் போட்டோ, அதில் ஒரு கையெழுத்தைப் போட்டுக் கொடுக்கக் கூடாதா?' என்று அவன் தன் கையிலிருந்த போட்டோவை நீட்ட, 'அரசியல் நிர்ணயச் சட்டத்தில் அங்கீகரிக்கப்பட்டுள்ள பதினாலு மொழிகளும் தெரியும் எனக்கு. அந்த மொழிகளில் எந்த மொழியில் நான் கையெழுத்துப் போட?' என்று அவள் கேட்க, 'தமிழ்தான் தெரியும் எனக்கு: தமிழிலேயே போடுங்கள்!' என்று அவன் சொல்ல, 'சரி' என்று அவள் அந்தப் போட்டோவை வாங்கி 'பிரேமகுமாரி' என்று கையெழுத்துப் போட்டுவிட்டு, இடமிருந்து வலமாக ஒரு முறையும், வலமிருந்து இடமாக இன்னொருமுறையும் சரியாக ஆறு எழுத்துக்கள் இருக்கின்றனவா என்று விரல் விட்டு எண்ணிப் பார்க்க, அது எட்டு எழுத்துக்களாக வருவதைக் கண்டு மலைத்து, திகைத்து, 'ஏன் டிரைவர்! பிரேமகுமாரிக்கு ஆறு எழுத்துத்தானே?' என்று டிரைவரைக் கேட்க, 'ஆறு எழுத்துத்தான்!' என்று அவன் அடித்துச் சொல்ல, 'எட்டு எழுத்துக்கள் வருகிறதே?' என்று அவள் தான் போட்ட

கையெழுத்தை அவனுக்குக் காட்ட, 'ஓ, அதுவா? ‘ரே’வன்னாவையும் ‘மா’வன்னாவையும் நீங்கள் இரண்டிரண்டு எழுத்துக்களாகக் கணக்குப் பண்ணிக் கொண்டிருக்கிறீர்கள்; அதனால்தான் எட்டெழுத்து வருகிறது!’ என்று அவன் தட்டாமல் சொல்ல, ‘போடா, போ! அவை இரண்டும் இரண்டு எழுத்துத்தான் என்று எனக்குத் தெரியாதா, என்ன? சும்மா கேட்டேன்!’ என்று அவள் திடீர்ச் சிரிப்பால் திடீரென்று எல்லாவற்றையும் மறைத்துவிட்டுத் தன் கையிலிருந்த போட்டோவை நட்சத்திர தாசனிடம் கொடுத்து அனுப்பி வைப்பாளாயினள்.

அத்துடனாவது அந்த ரசிகன் அவளை விட்டானா என்றால் அதுதான் இல்லை; ஒரு வாரத்துக்கெல்லாம் மாண்புமிகு பொதுப்பணி அமைச்சருக்கு மனு ஒன்றைத் தயார் செய்து கொண்டு வந்து அவன் அவளுடைய வீட்டுக் கேட்டருகே நின்றான். இம்முறை அவள் உள்ளேயிருந்து வெளியே வரவில்லை; வெளியேயிருந்து உள்ளே போனாள். வழக்கம்போல் அவள் காரை மடக்கி அவன் தன் மனுவை அவளிடம் நீட்ட, ‘என்ன இது?’ என்று கேட்டுக்கொண்டே அதை வாங்கிப் பார்த்த அவள், ‘உள்ளே வந்து தொலையும்!’ என்று சொல்லிவிட்டுப் போக, அதனால் உச்சி குளிர்ந்து போன அவன் அவளுடைய காரையும் முந்திக்கொண்டு உள்ளே 'ஓடு, ஓடு’ என்று ஓடுவானாயினன்.

காரை விட்டுக் கீழே இறங்கிய பிரேமகுமாரி, 'இந்த மனுவையெல்லாம் படித்துக் கொண்டிருக்க இப்போது எனக்கு நேரமில்லை; நான் போய் ‘ரெஸ்ட்’ எடுக்க வேண்டும். என்ன விஷயம், சொல்லும்?’ என்று சற்றே வெகுண்டு கேட்க, 'கோடம்பாக்கம் ரயில்வே கேட்டை எடுத்தாலும் எடுத்தார்கள்; என்னைப் போன்ற ரசிகர்களுக்குப் பிடித்தது தலைவலி! உங்கள் தரிசனத்துக்காக நாங்கள் உங்களுடைய வீடு தேடி வந்து, உங்கள் வீட்டுக் கேட்டருகே நின்று தவம் செய்ய வேண்டியிருக்கிறது. அந்தத் தவத்தை நாங்கள் மறுபடியும் கோடம்பாக்கம் கேட்டருகிலேயே நின்று

செய்யவேண்டும். அதற்காக இப்போது அங்கே கட்டப்பட்டிருக்கும் மேம்பாலத்தை உடனே இடிக்க வேண்டும். இடித்துவிட்டு மீண்டும் ரயில்வே கேட்டைக் கொண்டு வந்து அங்கே போடவேண்டும். அதற்குத்தான் இந்த மனு. இதில் நீங்களும் ஒரு கையெழுத்துப் போட வேண்டும்!' என்று நட்சத்திரதாசன் சொல்ல, 'இதென்ன வம்பு, இவன் ஒரு மாதிரியான ஆசாமியாயிருப்பான் போலிருக்கிறதே?' என்று அவனை மேலும் கீழுமாகப் பார்த்த அவள், 'இது உம்முடைய சொந்த முயற்சியா? இல்லை, ரசிகர் சங்கத்தின் முயற்சியா?' என்று கேட்க, 'இரண்டுமில்லை; இது பிரேமகுமாரி மன்றத்தின் முயற்சி!' என்று அவன் சற்றே வெட்கத்துடன் சொல்ல, 'அந்த மன்றத்தின் தலைவர் யார்?' என்று அவள் கேட்க, 'தலைவரும் நானே; காரியதரிசியும் நானே; பொருளாளரும் நானே; அங்கத்தினரும் நானே!' என்று அவன் அடுக்க, 'அப்படியா? இதில் கையெழுத்துப் போட்டால் உம்முடைய 'லிஸ்ட்'டில் அல்லவா என்னையும் சேர்த்துவிடுவார்கள்?' என்று அவன் கொடுத்த மனுவை அவனிடமே அவள் திருப்பிக் கொடுக்க, அதற்குள் பித்தம் தலைக்கேறிவிட்ட அவன், 'இனி நான் வேறு, நீ வேறா?' என்று சிரித்துக் கொண்டே சொல்லிவிட்டு, 'நான் பேச நினைப்பதெல்லாம் நீ பேசவேண்டும்; நீ பேச நினைப்பதெல்லாம் நான் பேச வேண்டும்!' என்று பாட ஆரம்பிக்க, 'தாங்காது; இனி தாங்கவே தாங்காது!' என்று நினைத்த அவள் தன் காரிய தரிசியைக் கை தட்டி அழைத்து, 'இந்தப் பைத்தியத்தை எப்படியாவது வெளியே அனுப்பு!' என்று உத்தரவு போட்டுவிட்டு உள்ளே போவாளாயினள்.

'அப்பா, நட்சத்திரதாசா! மரியாதையாக வெளியே போகிறாயா, இல்லையா?' என்று காரியதரிசி சற்று மரியாதைக் குறைவுடன் கேட்க, 'மாட்டேன்; பிரேமகுமாரி இந்த மனுவில் கையெழுத்துப் போடும் வரை நான் இந்த இடத்தை விட்டுப் போகமாட்டேன்!' என்று அவன் அடம் பிடிக்க, 'போகாவிட்டால் போலீசுக்குப் போன் பண்ணுவேன்!' என்று காரியதரிசி அவனை எச்சரிக்க,

'பண்ணு; தாராளமாகப் பண்ணு!' என்று அவன் அதற்கும் அசைந்து கொடுக்காமல் அங்கேயே நிற்க, காரியதரிசி வேறு வழியின்றிப் போலீசுக்குப் 'போன்' செய்து விஷயத்தைச் சொல்ல, 'எந்தப் பைத்தியமாயிருந்தாலும் அதனால் பிறருக்கு ஆபத்து நேராத வரை நாங்கள் ஒன்றும் செய்வதற்கில்லை!' என்று அவர்கள் கையை விரித்துவிட, அதற்கு மேல் என்ன செய்வதென்று காரியதரிசி பிரேமகுமாரியுடன் கலந்து யோசிப்பாராயினர்.

அதுகாலை மிஸ்டர் விக்கிரமாதித்தருடைய நினைவு அவளுக்கு வர, 'அவர்தான் இதற்கு ஏதாவது வழி காட்டக் கூடும்' என்று அவர்கள் அவரை வரவழைக்க, அவர் எல்லாவற்றையும் அவர்களிடமிருந்து விசாரித்துத் தெரிந்து கொண்ட பின் நட்சத்திரதாசனையும் பிரேம குமாரியையும் ஒரு முறை ஏற இறங்கப் பார்த்துவிட்டு, 'இவர் இங்கேயே இருக்கட்டும்; நீங்கள் உள்ளே போய் உங்கள் 'மேக்கப்'பைக் கலைத்துவிட்டு வாருங்கள்!' என்று பிரேமகுமாரியிடம் சொல்ல, அவள் அப்படியே போய்த் தன் 'மேக்கப்'பைக் கலைத்துவிட்டு வெளியே வர, 'இப்பொழுது சொல்லப்பா, இவர்களை நன்றாகப் பார்த்துவிட்டுச் சொல்; கோடம்பாக்கம் கேட்டருகே நின்று இவர்களைத் தரிசிப்பதற்காக நீ இவர்களுடைய கையெழுத்துடன் இந்த மனுவைப் பொதுப் பணி அமைச்சரிடம் கொடுக்க வேண்டியது அவசியந்தானா?' என்ற விக்கிரமாதித்தர் நட்சத்திரதாசனைக் கேட்க, அவர் சொன்னபடி அவன் அவளை நன்றாகப் பார்த்து விட்டு, 'ஐயோ வேண்டாம்! இந்த நட்சத்திர தரிசனத்துக் காகக் கோடம்பாக்கம் மேம்பாலத்தை வீணாக இடிக்க வேண்டாம்!' என்று சொல்லிக்கொண்டே அவன் தலை தெறிக்க ஓடுவானாயினன்."

பத்தாவது மாடி ரிஸப்ஷனிஸ்ட்டான கனகதாரா இந்தக் கதையைச் சொல்லி முடித்துவிட்டு, "நாளைக்கு வாருங்கள்; பதினோராவது மாடி ரிஸப்ஷனிஸ்ட் வித்தியா சொல்லும் கதையைக் கேளுங்கள்!' என்று சொல்ல, "கேட்கிறோம்,

கேட்கிறோம், கேட்காமல் எங்கே போகப் போகிறோம்?" என்று போஜனும் நீதிதேவனும் வழக்கம்போல் கொட்டாவி விட்டுக்கொண்டே கீழே இறங்குவாராயினர் என்றவாறு... என்றவாறு... என்றவாறு......

11. பதினோராவது மாடி ரிஸப்ஷனிஸ்ட் வித்தியா சொன்ன ஜதி ஜகதாம்பாள் கதை

"கேளாய், போஜனே! 'ஜலங்காணாபுரம், ஜலங்காணாபுரம்' என்று ஓர் ஊர் உண்டு. அந்த ஊரிலே 'ஜலங்காணா ஈஸ்வரர் கோயில், ஜலங்காணா ஈஸ்வரர் கோயில்' என்று ஒரு கோயில் உண்டு. அந்தக் கோயிலுக்கு 'ஜதி ஜகதாம்பாள், ஜதி ஜகதாம்பாள்' என்று ஒரு தாசி உண்டு. அந்தத் தாசிக்கும் கோயில் தர்மகர்த்தா ஜோதிலிங்கத்துக்கும் காதல், காதல் என்றால் பகிரங்கக் காதல் அல்ல; ரகசியக் காதல்.

இப்படியாகத்தானே அவர்களுடைய காதல் சூடும் சுவையும் குன்றாமல் பரம ரகசியமாக இருந்து வருங்காலையில், ஒரு நாள் தர்மகர்த்தாவாகப்பட்டவர் கோயிலுக்குப் புதிதாக வந்திருந்த அர்ச்சகரை அவசரம் அவசரமாக விளித்து, 'எனக்கு நீர் ஓர் உதவி செய்ய வேணும்; தவறாக நினைக்கக் கூடாது!' என்று சற்றே வெட்கத்துடன் விண்ணப்பிக்க, 'தவறாக நினைக்கக் கூடாது என்று சொல்வதிலிருந்தே இவர் கோரும் உதவி தவறான உதவியாய்த்தான் இருக்கும் போல் இருக்கிறதே!' என்று நினைத்த அர்ச்சகர், தம்முடைய பிழைப்பு தற்சமயம் அவருடைய கையில் இருப்பதை நினைவுகூர்ந்து, 'அதற்கென்ன, சொல்லுங்கள்? அவசியம் செய்கிறேன்!' என்று குழைய, 'நம் தேவஸ்தானத்துத் தாசி ஜதி ஜகதாம்பாளை உமக்குத் தெரியுமல்லவா?' என்று அவர் கேட்க, 'தெரியாதே! இப்போதுதானே நான் வந்திருக்கிறேன். இனிமேல்தான் தெரிந்துகொள்ள வேண்டும்!' என்று அர்ச்சகர் ஓர் அசட்டுச் சிரிப்பை உதிர்க்க, 'தெரியாவிட்டால் என்ன? இன்று வெள்ளிக்கிழமை; சாயந்திரம் அவள் அவசியம் கோயிலுக்கு வருவாள். அவள் வரும்போதே அவளைச் சுற்றி ஒரு கூட்டம் சேரும்; அதிலிருந்தே அவள் தான் ஜதி ஜகதாம்பாள் என்பதை நீர் தெரிந்துகொள்ளலாம். அவளிடம் இந்த நவரத்தினமாலையைக் கொடுத்துவிடும். நாலு பேருக்குத் தெரிந்து கொடுக்காதீர்; ரகசியமாகக் கொடும்!'

என்று சொல்லி அவர் தம் கைப் பையிலிருந்த நவரத்தினமாலையை எடுத்து அர்ச்சகரிடம் கொடுக்க, 'ஐயோ, இவ்வளவு பெரிய பொறுப்பை என்னிடம் ஒப்படைக்கிறீர்களே!' என்று அர்ச்சகர் அலற, 'அலறாதீர்! அதற்குத் தகுதியான ஆள் நீர்தான்; வேறு யாரிடமும் எனக்கு நம்பிக்கையில்லை. இதை நானே கொண்டு போய் அவளிடம் கொடுத்திருப்பேன். இதைக் கட்டி முடித்த ஆசாரி நானும் என் மனைவியும் பட்டணத்துக்குப் புறப்படுகிற நேரத்தில் இதைக் கொண்டு வந்து என்னிடம் கொடுத்தான். என் மனைவி வாயெல்லாம் பல்லாக, 'இது யாருக்கு?' என்றாள்; 'சாமிக்கு!' என்று சொல்லி அவளைச் சமாளித்தேன். அவள் இப்போது வெளியே நிற்கும் காரில் உட்கார்ந்திருக்கிறாள். அவளுக்கு எதிர்த்தாற்போல் இதை நான் உம்மிடம் கொடுப்பதுதான் பொருத்தம்; வேறு யாரிடம் கொடுத்தாலும் அது பொருத்தமாயிருக்காது. பிடியும், பிடியும், எனக்கு நேர மாகிறது!' என்பதாகத் தானே அவர் அந்த நவரத்தின மாலையை அர்ச்சகரின் கையிலே 'திணி, திணி' என்று திணித்துவிட்டு, ஓட்டமும் நடையுமாக வெளியே செல்வாராயினர்.

மாலை வந்தது. கோயிலுக்கு வந்த ஜதி ஜகதாம்பாள் தனியாக வரவில்லை; நாலு தோழிகளுடன் வந்தாள். அந்தத் தோழிகளோ அதிசயத் தோழிகளாயிருந்தார்கள். அவர்களில் ஒருத்தியாவது அந்த ஜதி ஜகதாம்பாளுக்குக் கொஞ்சமாவது மாறுபட்டிருந்தார்களா என்றால், அதுதான் இல்லை; ஒரே அச்சில் வார்த்த மாதிரி அவர்களும் அவளைப் போலவே இருந்தார்கள். தர்மகர்த்தா சொன்னதுபோல் அவர்களைச் சுற்றிக் கூட்டம் என்னவோ சேரத்தான் சேர்ந்தது; அந்த ஐவரில் யார் ஜதி ஜகதாம்பாள் என்பதுதான் அர்ச்சகரால் தெரிந்துகொள்ள முடியாத புதிராயிருந்தது!

தெரிந்தவர்கள் யாரையாவது கேட்டுப் பார்க்கலாமென்றாலோ, அவர்களில் சிலர், 'ஜதி ஜகதாம்பாளையா உமக்குத் தெரியாது?' என்று 'கெக்கெக்கே'

எனச் சிரிக்கக் கூடும்; இன்னும் சிலரோ, 'ஏன், எதற்கு?' என்று குடையக் கூடும். அவர்களிடம் தான் என்னத்தைச் சொல்வது? 'நாலு பேருக்குத் தெரிந்து கொடுக்காதீர்; ரகசியமாகக் கொடும்!' என்றல்லவா அவர் சொல்லிவிட்டுப் போயிருக்கிறார்?

அர்ச்சகர் விழித்தார்; திகைத்தார்!

பூஜையை முடித்துக்கொண்டு போனபின், அவர்களுடைய வீட்டுக்கே போய் இதைக் கொடுத்துவிட்டு வரலாமென்றால், பார்ப்பவர்கள் என்ன நினைப்பார்கள்? 'அர்ச்சகரா தாசி வீட்டுக்குப் போகிறார்? அநியாயம்! அநியாயம்!' என்று நினைக்கமாட்டார்களா? பனை மரத்தின் அடியிலிருந்து பாலைக் குடித்தாலும் பனங்கள்ளைக் குடிக்கிறான் என்று தானே உலகம் நினைக்கும்?

'அதெல்லாம் எதற்கு? அர்ச்சனை செய்ய வரும்போது எல்லோரையும் கேட்பதுபோல அவர்களையும் 'யாருடைய பெயருக்குச் செய்ய வேண்டும்?' என்று கேட்டால் அவள் தன் பெயரைச் சொல்லாமலா இருக்கப் போகிறாள்? அப்போது தெரிந்துகொண்டால் போகிறது!' என்று அர்ச்சகர் அதைச் செய்வதற்குத் தயாராக, அதற்குள் அங்கே வந்து சேர்ந்த அந்த நாரீமணிகள் தங்களுடைய பூக்குடலையிலிருந்து நைவேத் தியத்துக்கு வேண்டியவற்றை எடுத்துப் படுபவ்வியமாக அவரிடம் கொடுக்க, அவரும் அவற்றைப் படுபவ்வியமாகப் பெற்றுக்கொண்டு, 'யாருடைய பெயருக்குச் செய்ய வேண்டும்?' என்று கடாவ, 'சுவாமியின் பெயருக்கே செய்து விடுங்கள்!' என்று அவர்களில் ஒருத்தி சாவதானமாகச் சொல்ல, 'என் அப்பா ஜலங் காணா ஈஸ்வரா! என்னை ஏண்டா பெயர் காணா அர்ச்சகனாகப் படைத்தாய்?' என்று சிவ நாமாவளியும், சிந்திய மூக்குமாக அவர் அந்த அர்ச்சனையைச் செய்து முடிப்பாராயினர்.

‘அதற்கு மேல் யோசிப்பதில் பிரயோசனமில்லை’ என்று அர்ச்சகர் துணிந்து, அவர்களையே நேருக்கு நேராக நோக்கி, 'உங்களில் யார் ஜதி ஜகதாம்பாள் என்று நான் தெரிந்து கொள்ளலாமோ?' எனப் படுபவ்வியமாகக் கேட்க, 'அது கூடத் தெரியாமலா இங்கே நீங்கள் அர்ச்சகர் வேலை பார்க்க வந்திருக்கிறீர்கள்?' என்று அந்த அழகு ராணிகள் குபீரென்று சிரிக்க, 'ஏண்டா, அதைக் கேட்டுத் தொலைத்தோம்?' என்று அர்ச்சகர் அவமானத்தால் அப்படியே குன்றிப் போவாராயினர்.

அதுகாலை பக்தகோடிகளோடு பக்தகோடியாக அங்கே வந்திருந்த ஊருக்குப் புதியவர் ஒருவர் அர்ச்சகருக்கு நேர்ந்த அவமானத்தைத் தமக்கே நேர்ந்த அவமானமாகக் கருதி, ‘ஏன் அம்மா, சிரிக்கிறீர்கள்? ஐவரும் ஒரே மாதிரியாக உள்ள உங்களில் யார் ஜதி ஜகதாம்பாள் என்று அவர் கேட்டதில் என்ன தவறு?' என்று கேட்க, 'அதைக்கூடத் தெரிந்து கொள்ளாமல் அவர் இங்கே அர்ச்சகராக வந்திருக்கிறாரே, அதுதான் தவறு!' என்று அவர்களில் ஒருத்தி சொல்ல, ‘நானும்தான் இந்த ஊருக்குப் புதிது; உங்களில் யார் ஜதி ஜகதாம்பாள் என்று எனக்குந்தான் தெரியாது. அதனால் இந்தக் கோயிலுக்கு நான் வந்தது தவறாகிவிடுமா?’ என்று அவர் திருப்பிக் கேட்க, ‘சந்தேகமென்ன, தவறுதான்!' என்று அதற்கும் சளைக்காமல் அவர்களில் இன்னொருத்தி அடித்துச் சொல்ல, ‘ஏது, பொல்லாத பெண்களாயிருப்பார்கள் போல் இருக்கிறதே, இவர்கள்!’ என்று நினைத்த அவர், 'அப்படியானால் உங்களில் யார் அந்த ஜதி ஜகதாம்பாள் என்பதை நீங்கள் யாருக்கும் சொல்லவே மாட்டீர்களா?' என்று கேட்க, ‘சொல்ல மாட்டோம்; அவர்களாகத் தெரிந்துகொள்ளாத வரை நாங்களாகச் சொல்லவே மாட்டோம்!' என்று அவர்களில் மற்றொருத்தி சொல்ல, 'ஓய், அர்ச்சகரே! அந்த ஜதி ஜகதாம்பாளை நீர் அவசியம் தெரிந்துகொள்ளத்தான் வேண்டுமா?’ என்று கேட்டுக் கொண்டே ஊருக்குப் புதியவர் அர்ச்சகரின் பக்கம் திரும்ப, 'ஆம், அவசியம் தெரிந்துகொள்ள வேண்டியிருக்கிறது!' என்று

அவர் தம் மடியிலிருந்த நவரத்தின மாலையை அழ மாட்டாக் குறையாகத் தொட்டுப் பார்த்துக்கொண்டே சொல்ல, 'அப்படியானால் கொஞ்சம் பொறும்; அதை நான் கண்டுபிடித்துச் சொல்கிறேன்!' என்று சொல்லிவிட்டு அவர் அந்த ஐந்து ஆரணங்குகளின் பக்கம் திரும்ப, 'எங்கே கண்டுபிடியுங்கள், பார்க்கலாம்?' என்று அவர்களில் மற்றும் ஒருத்தி அவரை நோக்கி சவால் விட, 'அதற்கு நீங்கள் ஒரு காரியம் செய்ய வேண்டும். அதோ தொங்குகிறதே, தூங்கா மணி விளக்கு, அதிலுள்ள ஐந்து சுடர்களையும் நீங்கள் தலைக்கு ஒன்றாகத் தூண்டிவிட வேண்டும்!' என்று அவர் சொல்ல, 'ஆஹா! அதற்கென்ன, அப்படியே தூண்டிவிடுகிறோம்!' என்று அவர்கள் ஒவ்வொருவரும் ஒவ்வொரு சுடராகத் தூண்டி விட்டுவிட்டு வர, கடைசியாகத் தூண்டி விட்டுவிட்டு வந்தவளைச் சுட்டிக் காட்டி, 'நீங்கள்தான் அந்த ஜதி ஜகதாம்பாள்!' என்று ஊருக்குப் புதியவர் சொல்ல, அவள் வியப்புடன் அவர் பக்கம் திரும்பி, 'அது எப்படித் தெரிந்தது உங்களுக்கு?' என்று கேட்க, 'முதல் நால்வரும் சுடரைத் தூண்டிவிடும்போது தங்கள் விரலில் பட்ட எண்ணெயைத் தலையிலே தடவிக் கொண்டார்கள்; அதிலிருந்து அவர்கள் நால்வரும் உங்களுக்குத் தோழிகள் என்பதை நான் தெரிந்துகொண்டேன். ஐந்தாவதாகத் தூண்டிவிட்ட நீங்கள், உங்களுடைய விரலில் பட்ட எண்ணெயை விளக்கிலேயே தடவிவிட்டு வந்தீர்கள்; அதிலிருந்து உங்களை நான் ஜதி ஜகதாம்பாள் என்று தெரிந்து கொண்டேன்!' என்று அவள் விளக்க, ஜதி ஜகதாம்பாள் 'தா, தை' என்று ஜதியோடு ஒரு குதியும் போட்டபடி, 'அகப்பட்டுக்கொண்டீரா, நீர்தான் மிஸ்டர் விக்கிரமாதித்தர்!' என்று 'விலையுயர்ந்த புன்னகை' ஒன்றைச் சிந்த, 'ஆம், நானேதான்!' என்று அவர் சொல்லி விட்டு, 'அதைத் தெரிந்து கொள்ளவா இதுவரை நீங்கள் உங்களுடைய பெயரைச் சொல்லாமல் அடம் பிடித்தீர்கள்?' என்று சிரித்துக்கொண்டே கேட்க, 'ஆம், இங்கே நீங்கள் வந்திருப்பதாக நான் கேள்விப்பட்டேன். உங்களைப் பார்க்க வேண்டுமென்று எனக்கு ரொம்ப நாளாக ஆசை. ஆனால் என்னை எப்படி

உங்களுக்குத் தெரியாதோ, அதே மாதிரி உங்களையும் எனக்குத் தெரியாது. அதைத் தெரிந்து கொள்வதற்கு என்னடா வழி என்று யோசித்தேன். இப்படி ஒரு வழி தோன்றிற்று. அதைக் கையாண்டேன்; எதிர்பார்த்த வெற்றியையும் பெற்றேன்!' என்று அவள் சொல்ல, அதுதான் சமயமென்று தம் மடியிலிருந்த நவரத்திர மாலையை எடுத்துச் சுற்றுமுற்றும் பார்த்துக்கொண்டே அவள் கையில் 'திணி, திணி' என்று திணித்து, 'ரகசியம்; பரம ரகசியம். தர்மகர்த்தா கொடுக்கச் சொன்னார் இதை!' என்று அர்ச்சகர் அவள் காதோடு காதாகச் சொல்ல, 'இதற்கா நீங்கள் அத்தனை பாடு பட்டீர்கள்? அவருக்கு இது ரகசியமாயிருந்தாலும் ஊருக்கு இது ஒன்றும் ரகசியமில்லையே!' என்று சொல்லிக்கொண்டே அவள் அந்த நவரத்தின மாலையை எடுத்து அங்கேயே அணிந்து கொள்வாளாயினள்."

பதினோராவது மாடி ரிஸப்ஷனிஸ்ட்டான வித்தியா இந்தக் கதையைச் சொல்லி முடித்துவிட்டு, "நாளைக்கு வாருங்கள்; பன்னிரண்டாவது மாடி ரிஸப்ஷனிஸ்ட் சாந்தா சொல்லும் கதையைக் கேளுங்கள்!' என்று சொல்ல, "கேட்கிறோம், கேட்கிறோம், கேட்காமல் எங்கே போகப் போகிறோம்?" என்று போஜனும் நீதிதேவனும் வழக்கம் போல் கொட்டாவி விட்டுக்கொண்டே கீழே இறங்குவாராயினர் என்றவாறு... என்றவாறு... என்றவாறு.....

12. பன்னிரண்டாவது மாடி ரிஸப்ஷனிஸ்ட் சாந்தா சொன்ன சர்வ கட்சி நேசன் கதை

"கேளாய், போஜனே! ஒரு நாள் காலை எங்கள் விக்கிரமாதித்தர் வெளியே செல்லத் தயாராகிக் கொண்டிருந்த காலை, 'பார்வையாளர் அறை'யைச் சேர்ந்த பையன் ஒருவன், அவரைப் பார்க்க வந்திருந்த யாரோ ஒருவர் பூர்த்தி செய்து கொடுத்த 'பார்வையாளர் சீட்டு' ஒன்றைக் கொண்டு வந்து அவரிடம் கொடுக்க, அதை அவர் வாங்கிப் பார்க்க அதில் கண்டிருந்ததாவது:

பெயர் : சர்வகட்சி சாரநாதன்

விலாசம் : இன்பசாகரம், கபாலீஸ்வரம்

விஷயம் : புத்தக விஷயம்

'இதென்ன வேடிக்கை? பெயரைப் பார்த்தால் சர்வ கட்சி சாரநாதனாயிருக்கிறது! விலாசத்தைப் பார்த்தால் இன்ப சாகரம், கபாலீஸ்வரமாயிருக்கிறது! 'இன்பசாகரம்' என்றால் தாதுபுஷ்டி லேகியம், மாத்திரை-இப்படி ஏதாவது செய்து விற்பவராயிருப்பாரோ என்னவோ, தெரிய வில்லையே? அப்படி ஏதாவது இருந்தால் விஷயம் ஏன் புத்தக விஷயமாயிருக்கப்போகிறது? என்று பலவாறு சிந்தித்து, ஒன்றும் புரியாமல் தம்மைத் தாமே நிந்தித்து, 'எதற்கும் வீடு தேடி வந்த ஆசாமியைப் பார்த்துத்தான் வைப்போமே!' என்று எண்ணியவராய், 'உள்ளே வரச் சொல்!' என்று அவர் பையனிடம் சொல்லி அனுப்புவாராயினர்.

அங்ஙனமே பையன் போய்ச் சொல்ல, உடையில் ராஜாஜியையும், நாசித் துவாரங்கள் இரண்டும் சற்றே அகன்றிருந்ததால் முகத்தில் கோயில் விதானங்களின்

உச்சியில் உள்ள ஆளியையும் ஒத்திருந்த நெட்டையர் ஒருவர் உள்ளே நுழைந்து, 'குட்மார்னிங், ஜெய் ஹிந்த், வணக்கம்!' என்று சொல்லிவிட்டு, 'முதன் முதலாக உங்களைச் சந்திப்பதால் உங்களுக்கு எந்த வணக்கம் பிடிக்கும் என்று எனக்குத் தெரியவில்லை. ஆகவே, மூன்று விதமான வணக்கங்களையும் சொல்லி வைத்தேன்; உங்களுக்கு எது பிடிக்குமோ அதை ஏற்றுக் கொள்ளுங்கள்!' என்று சொல்ல, மனிதனை மனிதன் வணங்குவதே எனக்குப் பிடிக்காது. தப்பித் தவறி யாராவது வணங்கினால் அவர்களிடம் நான் மிகவும் எச்சரிக்கையாயிருப்பது வழக்கம்!' என்று விக்கிரமாதித்தர் சொல்ல, வந்தவர் காது கொஞ்சம் கேட்காத தோஷத்தால் கேட்டவர் போல் சிரித்து, 'இந்தக் காலத்திலும் வெள்ளையரைப் பிடிக்கும் சிலர் இங்கே இருக்கிறார்கள் அல்லவா? அவர்களைக் கண்டால் நான் 'குட் மார்னிங்' என்று சொல்வேன். காங்கிரஸ்காரனைக் கண்டால் ஜெய் ஹிந்த், தி.மு.க. வைக் கண்டால் வணக்கம். நமக்கு ஏன் ஒருவருடைய பொல்லாப்பு? வியாபாரம் நமக்கு முக்கியமா? கட்சி நமக்கு முக்கியமா? என்று கேட்க, 'நமக்கு, நமக்கு என்று சொல்லி என்னையும் உங்கள் சர்வ கட்சியில் சேர்த்துக்கொண்டு விட்டீரே? எனக்கு என்று சொல்லும்!' என்று விக்கிரமாதித்தர் திருத்த, வந்தவர் அதையும் ஒரு சிரிப்புச் சிரித்துச் சமாளிப்பாராயினர்.

'சரி, விஷயத்துக்கு வாருங்கள்!' என்று விக்கிரமாதித்தர் அவரைத் தூண்ட, 'என்னை உங்களுக்குத் தெரிந்திருக்கு மென்று நினைக்கிறேன். 'சர்வகட்சி சாரநாதன்' என்று மட்டும் அல்ல; 'இன்பசாகரம் சாரநாதன்' என்றும் என்னை அழைப்பார்கள்!' என்று வந்தவர் ஆரம்பிக்க, 'இன்பசாகரம் என்றால் தாதுபுஷ்டி லேகியம், மாத்திரை ஏதாவது தயார் செய்து விற்க வந்திருக்கிறீரா, என்ன? அப்படி ஏதாவது இருந்தால் இப்போதே சொல்லிவிடும். அனாவசியமாகப் பேசி, உம்முடைய நேரத்தையும் என்னுடைய நேரத்தையும் வீணாக்கிக் கொண்டிருக்க வேண்டாம். அவற்றையெல்லாம் வாங்கிச் சாப்பிடக் கூடிய வயதை நான் இன்னும்

அடையவில்லை!' என்று விக்கிரமாதித்தர் குறுக்கிட்டுச் சொல்ல, 'இலக்கிய இன்பம் ஊட்டுவதுதான் என்னுடைய வியாபாரமே தவிர, இல்லற இன்பம் ஊட்டுவதல்ல' என்று வந்தவர் அதை மறுக்க, 'இலக்கியத்துக்கும் எனக்கும் என்ன சம்பந்தம்?' என்று விக்கிரமாதித்தராகப்பட்டவர் கேட்க, 'சம்பந்தப்படுத்தத்தானே வந்திருக்கிறேன்!' என்று வந்தவரான சர்வகட்சி சாரநாதனாகப்பட்டவர் சொல்லலுற்றாஆர், சொல்லலுற்றாஆர், சொல்லலுற்றாஆஆர்:

'ஊர்பேர் தெரியாமல் இருந்த எத்தனையோ பேரை இந்த உலகத்துக்கே தெரிந்தவர்களாக்கிய பெருமை எனக்கு உண்டு. அவர்களில் ஒரே ஒருவரைப் பற்றி மட்டும் இங்கே சொல்கிறேன். தயவு செய்து செவி மடுக்க வேணும். 'தன்னலக் கழகத் தலைவரான-மறந்துவிட்டேன், தமிழ் நலக்கழகத் தலைவரான திருப்பதி திருஞானத்தை உங்களுக்குத் தெரிந்திருக்கலாம். இப்போது என் ஆஸ்தான எழுத்தாளராக விளங்கும் அவருக்குப் பேச வரும் அளவுக்கு அப்போது எழுத வருவதில்லை. அதற்காக அவரை நான் விட்டேனா? 'பேசிக் கொண்டிருந்தால் மட்டும் போதாது; எழுதவும் வேண்டும். இது காங்கிரஸ் சீசன்; கட்டபொம்மனையும் வ.உ.சி. யையும் ஒரு கை பாரும்!' என்றேன். அவர் தயங்கினார்; 'தயங்காதீர்!' என்று அவர்களைப் பற்றி ஏற்கெனவே சிலர் எழுதியிருந்த புத்தகங்களை வாங்கி அவரிடம் கொடுத்து, 'இவற்றை வைத்துக்கொண்டு இதேமாதிரி உம்முடைய சொந்த நடையில் எழுதிப் பாரும்; பேச வருவதோடு எழுதவும் வந்துவிடும்' என்றேன்; எழுதினார். அதற்காக அவர் எனக்கு நன்றி தெரிவிக்கலாம். அதுதான் இல்லையென்றால் அந்தப் புத்தகங்களுக்கு 'ராயல்டி'யாவது கேட்காமல் இருந்திருக்கலாம். கேட்டார்; என் வயிறெரியக் கேட்டார்!' என்று வந்தவர் தன் வயிற்றில் தானே ஓர் அடி அடித்துக்கொண்டு, 'இந்த உலகத்தில் எனக்குப் பிடிக்காத விஷயம் ஏதாவது ஒன்று உண்டு என்றால், அது இந்த எழுத்தாளர்கள் தாங்கள் எழுதும் புத்தகங்களுக்கு 'ராயல்டி'

கேட்கும் விஷயம்தான். எதற்காக இவர்களுக்கு 'ராயல்டி' கொடுக்கவேண்டும்? தாங்கள் எழுதும் புத்தகங்களுக்கு இவர்கள் செய்யும் முதலீடெல்லாம் மூளை ஒன்றுதானே? அதற்கா ராயல்டி? நாங்களோ பணத்தை முதலீடு செய்கிறோம். அதை வட்டிக்கு விட்டால் வட்டி வரும்; மூளையை விட்டால் என்ன வரும்? வட்டி வருமா? பாண்டு, பத்திரம் எழுதுவோர் 'எழுத்துக் கூலி' என்று ஏதோ ஒன்று கேட்பது போல இவர்களும் வேண்டுமானால் கேட்கலாம். நாங்களும் 'போகிறது, போ!' என்று ஐம்பது ரூபாயை ஐம்பது தவணைகளிலாவது கொடுத்துத் தொலைக்கலாம். இது தெரியாமல் அவர் அந்த 'ராயல்டி கேட்கும் மாபாவ'த்தைச் செய்யத் துணிந்தார். அதற்கும் நான் பின் வாங்கவில்லை; சொன்னது சொன்னபடி 'பில்' போட்டுக் கொடுக்க இருக்கவே இருக்கிறது 'அனுமான் அச்சகம்' என்று துணிந்து, ஆயிரம் பிரதிகளுக்குரிய 'ராயல்டி'யை அவரிடம் கொடுத்து எழுதி வாங்கிக்கொண்டு, என்னுடைய நன்மைக்காக மட்டுமல்ல, அவருடைய நன்மைக்காகவும் இரண்டாயிரம் பிரதிகள் அவருக்குத் தெரியாமல் அச்சிட்டு விற்றேன். 'இது அநியாயமில்லையா?' என்று நீங்கள் கேட்கலாம். இந்த அநியாயத்தை நான் செய்திராவிட்டால் அவரும் இவ்வளவு சீக்கிரம் பெரிய மனிதராகியிருக்க முடியாது; நானும் இவ்வளவு சீக்கிரம் பெரிய பிரசுரகர்த்தராகியிருக்க முடியாது...'

இங்ஙனம் தன் அருமைத் தலைவரும், தனக்குத் 'தூண்டில் முள்' போல் நாளது வரை விளங்கிவருபவருமான திருப்பதி திருஞானம் பெரிய மனிதரான கதையையும், தான் பெரிய பிரசுரகர்த்தரான கதையையும் சர்வகட்சி சாரநாதனாகப்பட்டவர் சொல்லிக்கொண்டு வந்தகாலை, 'தேவகோட்டை அண்ணாமலை, தேவக்கோட்டை அண்ணாமலை' என்று சொல்லா நின்ற ஒரு பிரமுகர் ஏதோ காரியமாக மிஸ்டர் விக்கிரமாதித்தரைப் பார்க்க வர, அவரைக் கண்டதும் சர்வகட்சி சாரநாதன் தன் முதுகில் யாரோ திடீரென்று அறைந்தாற்போல் துடித்து, நெளிந்து, 'ஆத்தாடி!'

என்று தன் முதுகைத் தானே தேய்த்துவிட்டுக் கொள்ள, விக்கிரமாதித்தர் ஒன்றும் புரியாமல், 'ஏன், என்ன விஷயம்?' என்று திகைக்க, 'ஒன்றுமில்லை; ஒன்றுமில்லை!' என்று அவர் இளிக்க, தேவக்கோட்டை அண்ணாமலையாகப் பட்டவர் சிரித்துக்கொண்டே, 'அவர் அதைச் சொல்ல மாட்டார்; நான் வேண்டுமானால் சொல்கிறேன்?' என்று தொடங்கி, 'சிறு வயதில் இந்தப் பிள்ளையாண்டான் என் புத்தகக் கடையில் வேலை பார்த்துக்கொண்டிருந்தான். வி.பி.பி. ஆர்டர் ஏதாவது வந்தால் அதற்குரிய புத்தகத்தை என் கடையிலிருந்து எடுத்து அனுப்பிவிட்டு, பணத்தைத் தவறுதலாகத் தன் அறையின் விலாசத்துக்கு வரவழைத்துக் கொண்டு விடுவது இவனுடைய வழக்கம். இதை அறிந்த நான் இவனை ஒரு நாள் முதுகில் அறைந்து, கடையை விட்டே விரட்டிவிட்டேன். அதிலிருந்து என்னை எங்கே கண்டாலும் இவன் தன் முதுகை இப்படித்தான் தேய்த்து விட்டுக்கொள்வது வழக்கம்!' என்று நாசூக்காகக் குட்டை உடைக்க, 'மனுஷன் அந்த மட்டும் 'தவறுதலாக' என்று ஒரு வார்த்தை சேர்த்துச் சொல்லிவைத்தாரே!' என்று சர்வகட்சி சாரநாதனாகப்பட்டவர் வழக்கம்போல் சிரித்து, 'ஆமாம், ஆமாம்; தவறுதலாகத்தான் அப்படி நான் செய்து விட்டேன்!' என்று சமாளிக்க, 'தவறு செய்தாலும் அதைச் சரியான முறையில் செய்திருக்கிறீர்! பணத்தை வேறு யாருடைய விலாசத்துக்காவது போய்ச் சேரும்படியான தவற்றைச் செய்துவிடாமல், உம்முடைய விலாசத்துக்கே வந்து சேரும்படியான தவற்றையல்லவா செய்திருக்கிறீர்!' என்று விக்கிரமாதித்தர் சமாதானம் சொல்ல, 'ஆமாம் ஆமாம்; முதலில் நீங்கள் அவரைக் கவனித்து அனுப்புங்கள்!' என்று சர்வகட்சி சாரநாதன் தேவகோட்டை அண்ணாமலையை அவருக்குத் தெரியாமல் சுட்டிக் காட்ட, விக்கிரமாதித்தரும் அப்படியே அவரைக் கவனித்து அனுப்ப, சர்வகட்சி சாரநாதனாகப்பட்டவர் விட்ட இடத்திலிருந்து தொட்டுக் கொண்டு சொன்னதாவது:

'...... காங்கிரஸ் சீசன் போய் இலக்கிய சீசன் வந்தது. அந்த சீஸனுக்குத் தகுந்தாற்போல் ஏதாவது புத்தகங்கள் எழுதுமாறு

நான் தன்னலக் கழகத் தலைவரை-தவறு, தமிழ் நலக் கழகத் தலைவரைத் தூண்டினேன். ‘அக நானூறு, புற நானூறு, பத்துப் பாட்டு, எட்டுத்தொகை என்றால் என் கிட்டக்கூட வர வேண்டாம்; அவற்றுக்கும் எனக்கும் வெகு வெகு வெகு தூரம்!' என்றார். 'தமிழ், தமிழ் என்று சொல்லித் தமிழால் பிழைத்துக்கொண்டு இப்படிச் சொல்லலாமா? தவறாச்சே! படிக்க எளிதாயிருக்கும் கம்பனையும் வள்ளுவனையுமாவது ஒரு பிடி பிடியுங்களேன்!' என்றேன்; 'தங்களை யாரும் பிடிக்கக் கூடாது என்பதற்காகவே அவர்கள் தங்களுடைய நூல்களைப் பிறருடைய தயவில் யாரும் படிக்க வேண்டிய அவசியமில்லாமல் செய்துவிட்டுப் போயிருக்கிறார்கள். அப்படியும் 'விடுவோமா உங்களை?' என்று பலர் அவர்களைத் தொற்றிக்கொண்டு திரிகிறார்கள். அவர்கள் போதாதென்று நானுமா அந்தக் கம்பனையும் வள்ளுவனையும் தொற்றிக்கொண்டு திரியவேண்டும்?' என்றார். 'சரி, சிலப்பதிகாரம்?' என்றேன் நான்; 'அதையும் தான் சிலர் கோவலன், கண்ணகி, மாதவி, மணிமேகலை என்று ‘பார்ட், பார்ட்'டாகப் பிய்த்து எடுத்துவிட்டார்களே?' என்றார் அவர். 'அதனால் என்ன, கண்ணகியின் கால் சிலம்பை யாரும் இதுவரை கழட்டி எடுக்கவில்லைபோல் இருக்கிறதே? நான் வேண்டுமானால் காலைப் பிடித்துக் கொள்கிறேன், நீர் கழட்டி எடும்!' என்றேன்; 'அது வேண்டுமானால் செய்யலாம்!' என்றார் அவர். ஆனால் அதுவும் அவருடைய பேச்சுக்குப் பயன்பட்ட அளவு எழுத்துக்குப் பயன்படவில்லை. அதற்கும் சளைக்கவில்லை நான்; எப்படியும் அவரைப் பெரிய மனிதராக்கிவிட்டே மறு வேலை பார்ப்பது என்ற தீர்மானத்துடன், அன்பளிப்புப் பிரதி ஒன்றோடு ஆத்ம திருப்தியடையும் சிலரை அணுகி, ‘திருப்பதி திருஞானம்' குறித்துத் தலைக்கு ஒரு சிறப்புக் கட்டுரை எழுதித் தருமாறு வழக்கம்போல் சிரித்துக் கொண்டே கேட்டேன். கைமேல் பலன் கிடைத்தது; அந்தக் கட்டுரைகளைத் தொகுத்துப் புத்தகமாக வெளியிட்டு, அதற்கென்று ஒரு விழாவே நடத்தினேன். அதனால் அவருடைய புகழும் பல்கிப் பெருகிற்று; என்னுடைய ‘பாங்க் பாலன்ஸ்'ஸும் ஏதோ

கொஞ்சம் பல்கிப் பெருகிற்று. அந்த முறையைப் பின்பற்றி......'

சர்வகட்சி சாராநாதன் மேலே சொல்லி முடிப்பதற்குள் 'அடேடே, குட்டையன் செட்டியாரா? வாங்க, வாங்க!' என்று முகமன் கூறி அவரை வரவேற்றுக்கொண்டே பாதாளம் உள்ளே வர, 'அட, நீ வேறே இங்கே இருக்கிறாயா? அது தெரியாமல் போச்சே எனக்கு!' என்று பூர்வாசிரமத்தில் குட்டையன் செட்டியாராக இருந்த சர்வகட்சி சாரநாதன் இடியுண்ட நாகம்போல் மிரள, 'வட்டி, கிட்டி என்று சொல்லும்போதே நான் நினைத்தேன். நீர் செட்டியாராய்த் தான் இருக்க வேண்டுமென்று. அது சரியாய்ப் போய் விட்டது!' என்ற விக்கிரமாதித்தர், 'ஏண்டா, பாதாளம்! இவரை உனக்கு ஏற்கெனவே தெரியுமா?' என்று கேட்க, 'என்ன அப்படிக் கேட்டுவிட்டீர்களே? இவரால் தானே நான் சொந்தமாக டாக்ஸி வாங்கி ஓட்ட ஆரம்பித்தேன்?' என்று அவன் சொல்ல, 'ஓஹோ! இவர்தான் உனக்கு முதன் முதலாகத் தம் பணத்தைப் போட்டுச் சொந்த டாக்ஸி வாங்கிக் கொடுத்தாரா?' என்று விக்கிரமாதித்தர் கடாவ, 'நல்லாச் சொன்னீர்களே, இவரா கொடுப்பார்? யாராவது கொடுக்க வந்தால்கூட அதைச் சுக்கிராச்சாரியார்போல் இவர் குறுக்கே வந்து தடுப்பாரே? கதையைக் கொஞ்சம் கேளுங்கள்' என்று பாதாளம் சொன்னதாவது:

பாதாளம் சொன்ன பத்துப் புத்தகங்கள் கதை

'நெட்டையரான இந்தக் குட்டையன் செட்டியார் புத்தக வியாபாரம் மட்டும் செய்து வரவில்லை; வேறு எத்தனையோ வகையான வியாபாரங்கள் செய்து வந்தார். அவற்றில் சில வெளியே சொல்லக் கூடியவை; சில வெளியே சொல்லக் கூடாதவை. அந்த வியாபாரங்களில் ஒன்று, இவர் சில டாக்சிகளை வாங்கி ஓட்டியது. என்னுடைய போதாத காலம்,

இவருடைய டாக்ஸி டிரைவர்களில் ஒருவனாக நானும் அப்போது இருந்து வந்தேன்.

ஒரு நாள் பத்துப் புத்தகங்களுடன் ஓர் எழுத்தாளர் இவரைத் தேடி வர, அந்தப் புத்தகங்களை இவர் வாங்கிப் பார்த்துவிட்டு, 'எல்லாம் இந்தியிலிருந்து மொழி பெயர்த்த நாவல்களாக அல்லவா இருக்கின்றன? இவற்றுக்காக உமக்குப் பணம் கொடுப்பது போதாதென்று இந்தி ஆசிரியருக்குமல்லவா ஏதாவது கொடுத்துத் தொலைக்க வேண்டும்?' என்று தன் கண்ணிலிருந்து வடிந்த ரத்தத்தைத் தன்னுடைய மேல் துண்டால் துடைத்துக் கொண்டே சொல்ல, 'வேண்டாம்; அந்த நூலாசிரியர் இறந்து ஐம்பது வருடங்களுக்கு மேல் ஆகிவிட்டதால், சட்டப்படி நீர் அவருக்கு ஒன்றும் கொடுக்க வேண்டாம்!' என்று வந்தவர் அபயம் அளிக்க, 'அதே மாதிரி நீரும் செத்து ஐம்பது வருடங்களுக்கு மேல் ஆகியிருக்கக் கூடாதா?' என்று இவர் முணுமுணுத்துக் கொண்டே, 'சரி, இந்தப் பத்துப் புத்தகங்களுக்கும் நீர் என்ன எதிர்பார்க்கிறீர்?' என்று கேட்க, 'இவற்றை நானே வெளியிடலாமென்று இருந்தேன். அதற்குள் என் மனைவி உடல் நலம் கெட்டுப் படுத்த படுக்கையாகி விட்டாள். அவளுடைய வைத்தியச் செலவுக்கு இவற்றைத்தான் இப்போது நம்பியிருக்கிறேன்!' என்று அவர் சொல்ல, 'அப்படியானால் நான் சொல்வதைக் கேளும்; உமக்கு மொத்தமாக ஒரு தொகை கிடைக்கும்!' என்று இவர் ஏதோ கணக்குப் போட, 'அந்தத் தொகை தம்மால் மட்டும் தூக்கிச் செல்லக் கூடிய தொகையாயிருக்குமா? அல்லது ஆட்டோ, டாக்ஸி-இப்படி ஏதாவது ஒன்றின் உதவியை நாடவேண்டிய தொகையாயிருக்குமா?' என்று அவர் சாலையைப் பார்க்க, இவர் ஒரு கனைப்புக் கனைத்துக் கொண்டு, 'ஒரு பதிப்புக்கு மேல் இந்தப் புத்தகங்களை வெளியிட முடியாது. ஆகவே இந்தப் பத்துப் புத்தகங்களுக்கும் மொத்தமாக ரூபாய் இருநூறு கொடுத்து விடுகிறேன்; இவற்றின் உரிமை முழுவதையும் எனக்கே நீர் எழுதிக் கொடுத்துவிட வேண்டும். என்ன, சம்மதமா?' என்று

கேட்க, அவர் அப்போதிருந்த நிலையில், 'ம்' என்று வேண்டாவெறுப்பாகத் தலையை ஆட்ட, 'ஜெயந்தி, பரிமளா, கோமளம், ராதா, கீதா, கறுப்புப் பெண், சிவப்புப் பெண், இந்திரன், சந்திரன் ஆக பத்துப் புத்தகங்களின் முழு முழு முழு உரிமையும் பதிப்பகத்தாருக்கே, பதிப்பகத்தாருக்கே, பதிப்பகத்தாருக்கே! இவற்றுக்கும் இவற்றை மொழி பெயர்த்தவருக்கும், ஏழேழு ஜன்மங்களுக்கும் (ஏழேழு என்பது நாற்பத்தொன்பது தலைமுறைகளையும், நாற்பத்தொன்பது ஜன்மங்களையும் (இருந்தால்) குறிக்கும்.) எந்தவிதமான சம்பந்தமும் கிடையாது, கிடையாது, கிடையவே கிடையாது!' என்று இவர் எழுதி வாங்கிக் கொண்டு பத்து ரூபாய் நோட்டொன்றை எடுத்து அவரிடம் நீட்ட, 'பாக்கி ரூபாய் நூற்றுத் தொண்ணூறு?' என்று அவர் திடுக்கிட்டுக் கேட்க, 'பணந்தானே? யாரிடம் இருந்தால் என்ன? இப்போதைக்கு இதை எடுத்துக்கொண்டு போய் இன்றையச் செலவைப் பாரும்; நாளைக்கு வாரும்!' என்று சொல்லி, இவர் அவரை வழி அனுப்பி வைப்பாராயினர்.

இப்படியாகத்தானே இவர் 'நாளை, நாளை' என்று அவரை இழுத்தடிக்க, அவர் 'நாளைப் போவார் நாயனா'ராகி வந்துபோக, ரூபாய் நூறு தீர்ந்து, பாக்கி ரூபாய் நூறு இருந்த காலை, அவர் ஒரு நாள் மாலை தலைவிரி கோலமாக 'இன்பசாகர'த்துக்கு ஓடிவந்து, 'போய்விட்டாள்; என் மனைவி போதிய வைத்திய வசதியில்லாமல் போயே போய்விட்டாள்!' என்று அலற. 'இதென்னடா வம்பு?' என்று இவர் துணிந்து நூறு ரூபாய் நோட்டொன்றை எடுத்து அவரிடம் நீட்ட, 'ஆ! ரூபாய் நூறா? எனக்கா! ஒரே தடவையிலா?' என்று அவர் தம் வாயை நிஜமாகவே பிளந்து வைப்பாராயினர்.

அதைக் கண்டு பயந்துபோன இவர், 'செத்தவன் வேறு எங்கேயாவது போய்ச் செத்திருக்கக் கூடாதா? இங்கே வந்துதானா செத்துத் தொலைய வேண்டும்?' என்று மருண்டு, மிரண்டு, 'அப்பா, பாதாளம்! போலீசாரின் தொல்லையிலிருந்து நீதான் என்னைக் காப்பாற்ற வேண்டும்!'

என்று என்னைக் கெஞ்ச, 'உங்களை என்னால் எப்படிக் காப்பாற்ற முடியும்?' என்று நான் கேட்க, 'இவனைத் தூக்கி நம் டாக்சியில் போட்டுக்கொண்டு போய் ஏதாவது ஒரு போலீஸ் ஸ்டேஷனில் நில். 'என்ன?' என்று போலீசார் கேட்டால், 'யாரோ ஒரு பிரயாணி; வழியில், 'மார்பை அடைக்கிறது; சோடா வாங்கி வருகிறாயா?' என்றார். 'சரி' என்று நான் வண்டியை நிறுத்தி விட்டு ஓடினேன்; திரும்பி வந்து பார்த்தால் பிளந்த வாயோடு வண்டியில் கிடந்தார்!' என்று சொல்லிவிடு. அதற்கு மேல் அவர்கள் பாடு, அவன் பாடு! நம்மைப் பிடித்த தலைவலி விட்டுப் போகும்!' என்று இவர் சொல்ல, நான் அன்றிருந்த நிலையில் அதைத் தட்ட முடியாமல் அப்படியே செய்ய, அது 'இயற்கை மரணம்' என்று தெரியும் வரை நான் போலீசார் இழுத்த இழுப்புக்கெல்லாம் ஈடு கொடுத்து விட்டு, அதற்குப் பின் இவருடைய வேலைக்கும் ஒரு முழுக்குப் போட்டுவிட்டு, ஊரிலிருந்த நிலத்தை விற்றுச் சொந்தமாக ஒரு டாக்சி வாங்கி ஓட்டலானேன். என் கதை இப்படியாக, அந்த எழுத்தாளருக்கோ ஒரே ஒரு பெண்; இந்தப் புண்ணியவானால் அவள் இப்போது அனாதையாகி, ஔவை ஆசிரமத்தில் இருக்கிறாள். இவரோ அவளுடைய தகப்பனார் எலும் பொடிய மொழி பெயர்த்துக் கொடுத்த பத்துப் புத்தகங்களையும் இதுவரை பத்துப் பதிப்புக்களுக்கு மேல் வெளியிட்டுப் பணம் பண்ணியிருக்கிறார்; இனி மேலும் பண்ணுவார் - அதுதான் ஏழேழு நாற்பத்தொன்பது தலை முறைகளுக்கும் சேர்த்து, அன்றே இவர் அவரிடம் எழுதி வாங்கிவிட்டாரே! இதுதான் அந்தப் பரிதாபத்துக்குரிய எழுத்தாளரின் பத்துப் புத்தகங்களின் கதை!'

பாதாளம் இந்தக் கதையைச் சொல்லி முடித்ததும், 'சரிதான்; இவருடைய இன்ப சாகரம் எழுத்தாளர்களுக்கெல்லாம் ஒரே துன்பசாகரமாயிருக்கும் போலிருக்கிறது!' என்று சொல்லிக்கொண்டே விக்கிரமாதித்தர் திரும்ப, 'அப்படியெல்லாம் ஒன்றும் இல்லை; அந்தப் பெண்ணை ஔவை ஆசிரமத்தில் சேர்ந்தவன்கூட நான்தான்!' என்று

சர்வகட்சி சாரநாதன் சர்வ பவ்யத்துடன் சொல்ல, அதுதான் சமயமென்று, 'அப்படியா சமாசாரம்? இப்போது என்ன சொல்கிறீர்? அந்தப் பெண்ணுக்காவது உம்முடைய செலவில் ஒரு கலியாணத்தைப் பண்ணி வைக்கிறீரா, இல்லையா? இல்லையென்றால் சொல்லும்; ஓர் எழுத்தாளரின் திடீர் மரணத்துக்குக் காரணமான உம்மை நான் இப்போதே போலீசாரிடம் ஒப்படைத்துவிடுகிறேன்!' என்று விக்கிரமாதித்தர் மிரட்ட, 'ஐயோ, வேண்டாம்! அப்படியே பண்ணி வைக்கிறேன்! என்று அவர் அலற, 'சரி, இலக்கியத்துக்கும் எனக்கும் ஏதோ சம்பந்தப்படுத்தி வைக்கப் போகிறேன் என்றீரே, அது என்ன சம்பந்தம்?' என்று விக்கிரமாதித்தர் கேட்க, 'தன்னலக் கழகத் தலைவருக்குப் பெருமையையும் புகழையும் தேடி வைத்ததுபோல் உங்களுக்கும் தேடி வைக்க வேண்டுமென்று எனக்கு ரொம்ப நாட்களாக ஆசை. அதற்காக உங்கள் பேரால் பலரை நெருங்கி, உங்களுடைய அருமை பெருமைகளைப் பற்றிச் சிறப்புக் கட்டுரைகள் எழுதச் சொல்லி, அவற்றைத் தொகுத்துப் புத்தகமாக வெளியிட வேண்டுமென்று நினைக்கிறேன். அதற்கு உங்களிடம் அனுமதி பெறவே வந்தேன்!' என்று சொல்ல, 'பலர் என்றால் யார், யார்? அன்பளிப்பாக ஒரு பிரதி பெறுவதோடு ஆத்ம திருப்தி அடைபவர்களா?' என்று விக்கிரமாதித்தர் கேட்க, 'அதைப் பற்றி நமக்கென்ன? நமக்கு வேண்டியது புகழும் பெருமையும்தானே?' என்று சர்வகட்சி சாரநாதன் சற்றே மறந்திருந்த சிரிப்பை உதிர்க்க, 'புகழும் பெருமையும் நம்மைத் தேடி வர வேண்டும். அவற்றைத் தேடி நாம் போகக்கூடாது. அவ்வாறு தேடும் புகழும் பெருமையும் நிலைக்கவும் நிலைக்காது. போய் வாரும் ஐயா, போய் வாரும்!' என்று விக்கிரமாதித்தர் அவர் கை கூப்புவதற்கு முன்னால் தாமே தம் கையை ஓர் அடி அடித்துக் கூப்ப, 'குட்மார்னிங், ஜெய்ஹிந்த், வணக்கம்!' என்று உளறிக் கொண்டே, 'தப்பினோம், பிழைத்தோம்!' என்பதாகத்தானே சர்வ கட்சி நேசன் 'ஓடு, ஓடு' என்று ஓடுவாராயினர்."

பன்னிரண்டாவது மாடி ரிஸப்ஷனிஸ்ட்டான சாந்தா இந்தக் கதையைச் சொல்லி முடித்துவிட்டு, "நாளைக்கு வாருங்கள்; பதின்மூன்றாவது மாடி ரிஸப்ஷனிஸ்ட் சூரியா சொல்லும் கதையைக் கேளுங்கள்!' என்று சொல்ல, "கேட்கிறோம், கேட்கிறோம், கேட்காமல் எங்கே போகப் போகிறோம்?" என்று போஜனும் நீதிதேவனும் வழக்கம் போல் கொட்டாவி விட்டுக்கொண்டே கீழே இறங்குவாராயினர் என்றவாறு... என்றவாறு... என்றவாறு...

13. பதின்மூன்றாவது மாடி ரிஸப்ஷனிஸ்ட் சூரியா சொன்ன மாண்டவன் மீண்ட கதை

"கேளாய், போஜனே! 'பசியெடுத்தான் பட்டி, பசியெடுத்தான் பட்டி' என்று ஒரு கிராமம் உண்டு. அந்தக் கிராமத்திலே 'குப்பன், குப்பன்' என்று ஒரு குடியானவன் உண்டு. அவனுக்கு ஒரு தவமும் செய்யாமலேயே ஒன்பது குழந்தைகள் பிறந்தன. கொஞ்சம் வளர்ந்ததும் ஊருக்கு ஒன்றாகச் சொல்லிக்கொள்ளாமல் ஓடிப்போனவை போக, பாக்கி இருந்தவை இரண்டு. அவற்றில் ஒன்று ஆண்; இன்னொன்று பெண். பையனின் பெயர் சப்பாணி; பெண்ணின் பெயர் வெள்ளரி. அந்த வெள்ளரி தாவணி போட ஆரம்பித்ததுதான் தாமதம், கிராமத்துக் காளைகள் அனைத்தும் அவளைச் சுற்றிச் சுற்றி வந்து வட்டமிட்டன. 'இதென்னடா, வம்பு! இவளை எவன் கையிலாவது பிடித்துக் கொடுக்காதவரை இந்தத் தொல்லை தீராதுபோலிருக்கிறதே? இந்த வருஷமாவது நாலு தூறல் விழுந்தால் இருக்கிற இடத்திலே எள்ளாவது, கொள்ளாவது விதைத்துப் பார்க்கலாமென்று நினைத்தேன். ஒரு தூறல்கூட விழ வில்லை. நாடாள வரும் மந்திரிகளோ மழை பெய்தால் அதற்குக் காரணம் நாங்கள்தான் என்று மார் தட்டிச் சொல்கிறார்கள்! பெய்யாவிட்டாலோ அதற்குக் காரணம் யார் என்று சொல்லாமலே இருந்துவிடுகிறார்கள். இப்போது நாம் இந்தப் பெண்ணின் கலியாணத்துக்கு என்ன செய்வது?' என்றான் குப்பன். 'கவலைப்படாதே, அப்பா! நான் பட்டணத்க்குப் போய் அதற்கு வேண்டிய பணத்தை சம்பாதித்துக் கொண்டு வருகிறேன்!' என்றான் சப்பாணி. 'செய் மகனே, செய். எனக்கோ வயதாகிவிட்டது. இனி நீதானே இந்தக் குடும்பத்தின் பொறுப்பை ஏற்று நடத்த வேண்டும்?' என்றான் குப்பன். பையன் அன்றே பட்டணத்துக்குப் புறப்பட்டான்.

அவன் போன நாளிலிருந்தே அவனைப் பணத்தோடு எதிர்பார்த்துக் கொண்டிருந்த குப்பன், ஒரு நாள் வழக்கம் போல் அவனை எதிர்பார்த்துத் திண்ணைக்கு வந்து உட்கார, கையில் அன்றைய தினசரிப் பத்திரிகையோடு வந்த அந்த ஊர் கர்ணம் அவனை நோக்கிப் பரபரப்புடன் வந்து, 'ஏண்டா, குப்பா! உனக்குச் சங்கதி தெரியுமா?' என்று கேட்க, 'என்ன சங்கதி?' என்று அவன் அவரைத் திருப்பிக் கேட்க, அவர் தம் கையில் இருந்த பத்திரிகையைத் துக்கிப் பிடித்து, 'பட்டினிச் சாவு! பரிதாபம்! அந்தோ, பரிதாபம்! ஏப்ரல் 1-இன்று காலை இருபது இருபத்திரண்டு வயது மதிக்கத் தகுந்த வாலிபன் ஒருவன், 'பசி! ஐயோ, பசி!' என்று அடி வயிற்றில் அடித்துக்கொண்டே சென்னை தங்கசாலை தெரு வழியாக வந்துகொண்டிருந்தான். அப்போது ஆளுங்கட்சியைச் சேர்ந்த அந்தத் தொகுதி எம்.எல்.ஏ. அவனுக்கு எதிர்த்தாற்போல் வந்துகொண்டிருந்தார். அவர், "ஸ், சத்தம் போட்டுச் சொல்லாதே! ரகசியமாகவாவது சொல்லித் தொலை!" என்று சொல்லிக்கொண்டிருக்கும்போதே அவன் மயங்கி கீழே விழுந்தான். அதற்குப் பிறகு பேச்சுமில்லை, மூச்சுமில்லை. அவனுடைய சட்டைப் பையிலிருந்து கிடைத்த ஒரு கடிதத்திலிருந்து அவன் பசியெடுத்தான் பட்டியைச் சேர்ந்தவனென்றும், பெயர் சப்பாணி என்றும் பிழைப்பதற்காகப் பட்டணத்துக்கு வந்தவனென்றும், அவனுடைய தகப்பனார் பெயர் குப்பனென்றும் தெரிகிறது' என்று படிக்க, அதைக் கேட்ட குப்பன், 'ஐயோ, மகனே! போய்விட்டாயா?' என்று அலற, உள்ளே இருந்தபடி எல்லாவற்றையும் கேட்டுக்கொண்டிருந்த வெள்ளரி, 'ஐயோ அண்ணா! இதற்குத்தானா நீ பட்டணம் போனாய்?' என்று தன் தலையைச் சுவரில் மோதி அழுவாளாயினள்.

பார்த்தார் கர்ணம்; 'இனி அழுவதில் பிரயோசனம் இல்லை; பட்டணத்துக்குப் போய் அவனுடைய பிணத்தைக் கொண்டுவரப் பாருங்கள்!' என்றார். 'அதற்கும் பாழாய்ப் போன பணம் வேண்டுமே, எங்கே போவேன்?' என்றான் குப்பன்; 'அப்படியானால் ஒன்று செய். மொத்தம் இருந்த

ஒன்பதில் ஏழு போக, பாக்கி இருந்தது இரண்டு. அந்த இரண்டிலும் ஒன்று போக, பாக்கி இருப்பது ஒன்று என நினைத்துக்கொள்!' என்றார் கர்ணம். அப்படியே நினைத்துக் குப்பன் தன் மகனை மறந்து, அவனுக்குரிய ஈமக்கடன்களை மட்டும் மறக்காமல் செய்து முடிப்பானாயினன்.

இது நடந்த இரண்டாம் நாள் இரவு யாரோ வந்து தன் வீட்டுக் கதவைத் தட்ட, 'யார் அது?' என்று குப்பன் உள்ளே இருந்தபடியே கேட்க, 'நான்தான் அப்பா, சப்பாணி! கதவைத்திற, அப்பா!' என்று வெளியே இருந்தபடி சப்பாணி குரல் கொடுக்க, அதைக் கேட்ட வெள்ளரி, 'ஐயோ, பிசாசு! அண்ணன் பிசாசா வந்து அலைகிறான், அப்பா!' என்று அலற, 'அடப் பாவி! செத்தும் உன்னை விடவில்லையா, இந்த வீட்டு ஆசை? போடா நாயே, போ!' என்று குப்பன் உள்ளே இருந்தபடியே அவனைக் கொஞ்சம் செல்லமாக விரட்ட, 'இல்லை, அப்பா! நான் செத்துப் போகவில்லை; உயிரோடுதான் இருக்கிறேன். கதவைத் திற, அப்பா!' என்று சப்பாணி வெளியே இருந்தபடி கெஞ்ச, 'திறக்காதே, அப்பா! அது உள்ளே வந்து நம்மை என்ன செய்யுமோ, என்னவோ?' என்று வெள்ளரி குப்பனைத் தடுக்க, 'நானா திறப்பேன்? செருப்பால் அடி, ஜோட்டால் அடி! காடு போன பிள்ளை உயிரோடு வீடு திரும்பி வந்தால்கூடச் சேர்க்கக்கூடாது என்று பெரியவர்கள் சொல்வார்களே, அது எனக்குத் தெரியாதா? நாளைக்கு ஆகட்டும், பூசாரி பொன்னப்பனைக் கூட்டி வந்து, பெரிய பூஜை போட்டு, இந்தப் பேயை ஒரேயடியாக ஒழித்துக் கட்ட ஏற்பாடு செய்கிறேன்!' என்று அவன் கருவ, சப்பாணி சிரித்து, 'ராத்திரியாயிருக்கவே இப்படிப் பயப்படுகிறீர்கள் போல் இருக்கிறது! நான் வேண்டுமானால் இந்தத் திண்ணையிலேயே படுத்துக் கொள்கிறேன். பொழுது விடிந்ததும் நீங்களாகவே பார்த்துத் தெரிந்துகொள்ளுங்கள் - நான் பிசாசா, இல்லையா என்று!' என்பதாகத் தானே சொல்லி விட்டுத் திண்ணையில் படுக்க, 'ஏதேது, இந்தப் பேய் அவ்வளவு லேசில் இந்த வீட்டை விட்டுப் போகாது போலிருக்கிறதே!' என்பதாகத்தானே குப்பன் கதவைத் திறந்து

கொண்டு கழியும் கையுமாக வெளியே வந்து, 'போகிறாயா, இல்லையா?' எனச் சப்பாணியை அடித்து விரட்ட, அக்கம் பக்கத்திலிருந்தவர்களும் அந்த அரவம் கேட்டு ஆளுக்கொரு கழியுடன் அங்கே வந்து, 'போ, காட்டுக்குப் போ! வீட்டுக்கு வராதே, காட்டுக்குப் போ!' என்று அவனை 'அடி, அடி' என்று அடித்து விரட்டுவாராயினர்.

வேறு வழியின்றிச் சப்பாணி ஓட, அதுகாலை நல்ல வேளையாக அந்த வழியே வந்த மிஸ்டர் விக்கிரமாதித்தர் அவனைக் கண்டதும் தம் காரை நிறுத்தி, 'என்ன சமாசாரம்?' என்று விசாரிக்க, 'முதலில் அவர்கள் கையிலுள்ள கோல்களைக் கீழே போடச் சொல்லுங்கள்; நான் என்னுடைய கதையைச் சொல்கிறேன்!' என்று அவன் சொல்ல, அவர் அப்படியே செய்துவிட்டு, 'அது என்ன கதை, சொல்?' என்று கேட்க, அவன் சொன்ன கதையாவது:

சப்பாணி சொன்ன காடு விட்டு வீடு வந்த கதை

'இரண்டு நாட்களுக்கு முன்னால் 'பட்டினிச் சாவு' என்ற தலைப்பில் தினசரிப் பத்திரிகைகளில் ஒரு செய்தி வெளியாகி யிருந்ததை நீங்கள் பார்த்திருப்பீர்கள். அந்தச் செய்திக் குரியவன் நான்தான். என் பெயர் சப்பாணி. என்னுடைய தங்கை வெள்ளரியின் கலியாணத்துக்காக கொஞ்சம் பணம் சம்பாதித்துக்கொண்டு வரலாமென்று நான் பட்டணத்துக்குப் போனேன். 'வேலை, வேலை' என்று நகரெங்கும் தேடியலைந்ததுதான் மிச்சம்; ஒரு வேலையும் கிடைக்க வில்லை. அதற்குள் கையிலிருந்த காசும் செலவழிந்து விடவே, 'பசி, பசி!' என்று பட்டணத்து வீதிகளில் நான் சுற்றி அலைந்தேன். அந்த நிலையில் என்னைக் கண்ட ஆளுங் கட்சிக்காரர் ஒருவர், 'ஸ், கத்தாதே! என்று சொன்னதுதான் எனக்குத் தெரியும்; அதற்குப் பிறகு நான் நினைவிழந்து கீழே விழுந்துவிட்டேன். சில விநாடிகளுக் கெல்லாம் சூடான காப்பி துளித் துளியாக வந்து என் வாயில் விழுந்தது; இழந்த

உணர்வை மீண்டும் பெற்று மெல்லக் கண் திறந்தேன். என் வாயில் காப்பியை ஊற்றிக்கொண்டிருந்த ஒருவர், 'ஸ், கண்ணைத் திறக்காதே!' என்று சுற்று முற்றும் பார்த்துக் கொண்டே என்னுடைய கையில் பத்து ரூபாய் நோட்டு ஒன்றைத் திணித்துவிட்டு, 'இதை வைத்துக் கொள்; கொஞ்ச நேரம் செத்தவன்போல நடி!' என்று சொல்லிச் சிரித்துக் கொண்டே ஏதோ ஒரு கொடியை எடுத்து விரித்து என்மேல் போர்த்தினார். அப்போதுதான் அவர் எதிர்க்கட்சியைச் சேர்ந்த யாரோ ஒருவர் என்பது எனக்குத் தெரிந்தது. பத்து ரூபாய் சும்மாவா? அவர் சொன்னது சொன்னபடி நான் கண்களை இறுக மூடிக்கொண்டு, கால்களை விறைத்து நீட்டிக் கொண்டேன். அவ்வளவுதான்; "பாரீர், பாரீர்! பட்டினிச் சாவு பாரீர்! கையாலாகாதவர்களிடம் ஆட்சிப் பொறுப்பை ஒப்படைக்காதீர், ஒப்படைக்காதீர் என்று நாங்கள் அப்போதே கரடியாய்க் கத்தினோமே, கேட்டீர்களா? கொடுத்தீர்கள்; அதன் பலனை இப்போது அனுபவிக்கிறீர்கள். ஞாபகமிருக்கட்டும்; அடுத்த தேர்தலிலாவது உங்கள் வோட்டை எங்களுக்கே போட்டு, நீங்கள் எங்களிடம் ஆட்சிப் பொறுப்பை ஒப்படைக்கவில்லையென்றால், இன்று வீதிக்கு வீதி விழும் பட்டினிச் சாவு நாளை வீட்டுக்கு வீடு விழ ஆரம்பித்துவிடும், ஜாக்கிரதை" என்று அங்கே கூடியவர்களை எச்சரித்துவிட்டு, அவர்கள் கலைந்து சென்றதும், தமக்குத் தெரிந்த ரிக்ஷாக்காரன் ஒருவனை அழைத்து, அவனிடம் இன்னொரு பத்து ரூபாய் நோட்டை நீட்டி, 'அசல் பாடை ஒன்றைத் தயார் செய்து, அதில் இவரை அப்படியே எடுத்து வைத்துத் தூக்கிக் கொண்டு போய், ஜனநடமாட்டம் அதிகமில்லாத ரோடில் விட்டுவிட்டு வந்துவிடு!' என்று சொல்லி விட்டுச் செல்ல, அவருடைய தலை மறைந்ததும் அவன் அவர் கொடுத்த ரூபாயைத் தன் சட்டைப் பைக்குள் வைத்துக்கொண்டு என்னிடம் வந்து, 'இன்னும் கொஞ்ச நேரம் அப்படியே தம் பிடி, தம்பி! கிடைக்கிற காசிலே உனக்குப் பாதி, எனக்குப் பாதி!' என்று தன்னுடன் இன்னும் மூவரைச் சேர்த்துக் கொண்டு, 'ஐயா! அனாதைப் பிணம், ஐயா! ஆளுக்குக் கால் ரூபா, அரை ரூபா தருமம் செய்யுங்கள், ஐயா!'

என்று என்னைக் காட்டிப் பிச்சை எடுத்து, அதைக் கொண்டு அவர் சொன்னபடியே பாடை கட்டி, அதில் என்னை எடுத்து வைத்துத் தூக்கிக் கொண்டு போய் மூலைக்கொத்தளம் ரோடில் விட்டு, 'தம்பி, இது பொல்லாத பட்டணம், தம்பி! இங்கே உள்ள அரசியல் கட்சிக்காரர்கள் உங்கள் சேவை எங்களுக்கு வேண்டாம், எங்களுக்கு வேண்டாம் என்று சொன்னால்கூட நம்மை விட மாட்டார்கள்; இழுத்து வைத்துச் செய்வார்கள். ஏனெனில், அதுதான் இப்போது அவர்களுடைய பிழைப்பு! இல்லையென்றால், சுதந்திரம் வந்ததும் நம்மையெல்லாம் மன்னர்கள் என்று சொல்லிக் கொண்டிருந்த அவர்கள், இப்போது வோட்டுப் போடா விட்டால், அந்த மன்னர்களை உள்ளே தள்ளலாமா, அல்லது அவர்களுக்கு அபராதம் போடலாமா என்று யோசித்துக் கொண்டிருப்பார்களா? எல்லாம் பதவி ருசி, பண ருசியாலே வந்த வினை! நாங்கள்கூட முன்னெல்லாம் நேர்மையாகத் தான் பிழைத்துக் கொண்டிருந்தோம். இப்போது அவர்களைப் பார்த்துத்தான் கெட்டுவிட்டோம். பாவம், நீ யார் பெற்ற பிள்ளையோ, என்னவோ? அந்த எத்தர்களிடம் வகையாக அகப்பட்டுக் கொண்டுவிட்டாய், அதனால் என்ன? இதோ, உன் பங்குக்கு நானும் ஒரு ஐந்து ரூபாய் தருகிறேன். ஓடி விடு! ஓடி விடு! வேறு எந்தக் கட்சிக் காரனாவது வந்து உன்மேல் தன் கட்சிக் கொடியைப் போர்த்திப் பட்டினிச் சாவு பிரசங்கம் செய்வதற்குள்ளே நீ இந்த இடத்தை விட்டு எங்கேயாவது ஓடி விடு, ஓடி விடு!' என்று என்னை விரட்ட, நானும் அப்படியே ஓடி, முதல் காரியமாக ஓர் ஒட்டலில் நுழைந்து மூக்குப் பிடிக்கச் சாப்பிட்டுவிட்டு, வழக்கம்போல் படுப்பதற்கு எழும்பூர் ஸ்டேஷனைத் தஞ்சமடைந்தேன்.

பொழுது விடிந்தது; அன்றையக் காலைப் பத்திரிகையில் வந்திருந்த ஒரு செய்தி என்னை ஆனந்தக் கடலில் ஆழ்த்தியது. ஆளுங் கட்சியைச் சேர்ந்த யாரோ ஒரு நடிகர், 'எங்கள் ஆட்சியிலா பட்டினிச் சாவு? இருக்காது; இருக்கவே இருக்காது. அப்படியே இருந்தாலும் அதற்குக் காரணம் டில்லியாய்த்தான் இருக்க வேண்டும். அதனால் என்ன,

எதிர்க்கட்சிக்காரர்களைப் போல அதை நாங்கள் வெறுமனே பார்த்துக் கொண்டிருக்க மாட்டோம். அடிப்படைப் பிரச்னை தீரும்போது தீரட்டும்; அதற்காகக் கிடைத்த சந்தர்ப்பத்தை நான் நழுவ விட மாட்டேன். இதோ, பட்டினியால் செத்துப் போன அந்தப் பரிதாபத்துக்குரியவனின் குடும்பத்துக்கு நான் ரூபாய் இரண்டாயிரம் தருகிறேன்!' என்று அதில் அறிவித்திருந்தார். மகிழ்ச்சிக்குரிய அந்தச் செய்தியை அப்பாவிடம் சொல்லி, அதைக் கொண்டு அவர் தங்கைக்கு மணம் முடிக்கும் வரை தலைமறைவாக இருக்கலாம் என்று எண்ணி நான் இங்கே ஓடோடி வந்தேன். இவர்கள் என்னடா என்றால், 'பேய், பிசாசு!' என்று என்னை அடித்து விரட்டுகிறார்கள்!' என்பதாகத்தானே அவன் தன் கதையைச் சொல்லி முடிக்க, விக்கிரமாதித்தர் சிரித்து, 'ஓ, புத்திசாலிகளே! பேய், பிசாசுகளில் கால்கள் கீழே பதியாமல் கொஞ்சம் உயர்ந்து நிற்கும் என்று உங்கள் பெரியோர் சொல்லக் கேட்டதில்லையா நீங்கள்? அதை இப்போது மறந்து விட்டீர்களா? இவன் காலைப் பாருங்கள்; நன்றாகப் பாருங்கள்!' என்று சப்பாணியின் காலைக் காட்ட, அவர்கள் குனிந்து அவன் காலைப் பார்த்துவிட்டு, 'இவன் பிசாசு இல்லைடோய், நம்ம சப்பாணி!' என்று தங்கள் கைகளிலிருந்த கோல்களைக் கீழே போட, 'இந்தக் காலத்தில் யாரும் ஏமாந்துதான் ஏதாவது கொடுப்பார்களே தவிர, ஏமாறாமல் ஒன்றும் கொடுக்க மாட்டார்கள். யாரோ ஒரு நடிகர் ஏமாந்தோ ஏமாறாமலோ ரூபாய் இரண்டாயிரம் தருவதாகச் சொல்கிறார். அதைக் கொண்டு வெள்ளரியின் கலியாணத்தை நடத்தி வையுங்கள். அதுவரை சப்பாணியைத் தலை மறைவாக இருக்கவிடுங்கள்!' என்று சொல்ல, 'அப்படியே செய்கிறோம், அப்படியே செய்கிறோம்' என்று அவர்கள் அவனை அழைத்துக் கொண்டு போய் ராஜோபசாரம் செய்து, அவன் விருப்பப்படியே அவனை 'அண்டர் கிரவுண்டு'க்கு அனுப்பி வைப்பாராயினர்.

பதின்மூன்றாவது மாடி ரிஸப்ஷனிஸ்ட்டான சூரியா இந்தக் கதையைச் சொல்லி முடித்துவிட்டு, "நாளைக்கு வாருங்கள்; பதினான்காவது மாடி ரிஸப்ஷனிஸ்ட் பூரணி சொல்லும்

கதையைக் கேளுங்கள்!' என்று சொல்ல, "கேட்கிறோம், கேட்கிறோம், கேட்காமல் எங்கே போகப் போகிறோம்?" என்று போஜனும் நீதிதேவனும் வழக்கம் போல் கொட்டாவி விட்டுக்கொண்டே கீழே இறங்கி வருவது காண்க... காண்க...காண்க......

14. பதினான்காவது மாடி ரிஸப்ஷனிஸ்ட் பூரணி சொன்ன சந்தர்ப்பம் சதி செய்த கதை

"கேளாய், போஜனே! ஒரு நாள் மாலை வழக்கத்துக்கு விரோதமாகப் பாதாளம் கொஞ்ச நேரம் கழித்து வேலைக்கு வர, 'என்ன விசேஷம், இன்று ஏன் இவ்வளவு நேரம்?' என்று விக்கிரமாதித்தர் விசாரிக்க, 'எங்கள் மக்கள் மன்றத்தில் ஒரு தகராறு; அதைத் தீர்த்து வைப்பதற்குள் எனக்குப் 'போதும், போதும்' என்று ஆகிவிட்டது!' என்ப தாகத்தானே அவன் சொல்ல, 'உங்கள் மக்கள் மன்றமா? அப்படி ஏதாவது ஒன்றை நீயும் எங்கேயாவது ஆரம்பித்து நடத்தி வருகிறாயா, என்ன?' என்பதாகத்தானே இவர் வியப்பும் திகைப்புமாய்க் கேட்க, 'ஆமாம், மக்களுக்குத் தொண்டு செய்ய வேண்டும் என்ற ஆர்வம் என் உள்ளத்திலும் திடீரென்று ஒரு நாள் 'பொங்கு, பொங்கு' என்று பொங்கி, 'வழி, வழி' என்று வழிந்தது. அது வீணாய்ப் போய்விடக் கூடாதே என்று அப்படி ஒரு மன்றத்தை நானும் எங்கள் வட்டாரத்தில் ஆரம்பித்து நடத்தி வருகிறேன்!' என்று பாதாளம் பகர, 'உங்கள் வட்டாரத்துக்குச் சொல்வதை என்னிடமும் சொல்லாதே! உண்மையைச் சொல்?' என்று விக்கிரமாதித்தர் அவன் முதுகில் ஒரு தட்டுத் தட்டிக் கேட்க, 'உங்களுக்குத் தெரியாததா? இந்தக் காலத்தில்தான் எத்தனை வழிகளில், எத்தனை கைகளில் சம்பாதித்தாலும் செலவுக்குப் போத மாட்டேன் என்கிறதே? இப்படி ஒரு மன்றம், கின்றம் ஆரம்பித்து நடத்திக்கொண்டு வந்தால், அது மக்களுக்குப் பயன்படுகிறதோ இல்லையோ, அரசியல்வாதிகளுக்குப் பயன்படுகிறது; தேர்தல் சமயத்தில் அவர்களுக்கு வோட்டு வாங்கிக் கொடுக்கும் வகையில் அது எங்களுக்கும் ஏதோ கொஞ்சம் பயன்படுகிறது. தேர்தல் இல்லாத காலங்களிலோ ஆனந்தமாகச் சீட்டாட அதை நாங்கள் பயன்படுத்திக் கொள்கிறோம்!' என்று பாதாளம் இவர் தட்டிய தட்டினால் சற்றே நெளிந்து சொல்ல, 'அப்படியா சமாசாரம்? அதில் என்ன தகராறு உங்களுக்கு?' என்ற இவர் மேலும் குடைய, 'எங்கள் வட்டாரத்தில்

இப்போது உபதேர்தல் ஒன்று நடந்ததே, அதனால் ஏற்பட்ட தகராறு அது!' என்று அவன் அப்போதும் அதிலிருந்து நழுவப் பார்க்க, 'ஏன், கிடைத்ததைப் பங்கு போட்டுக் கொள்ளும்போது உங்களுக்குள் சண்டை வந்துவிட்டதா, என்ன?' என்று விக்கிரமாதித்தர் அவனை விடாமல் இழுத்து வைத்துக் கேட்க, 'அந்த விஷயத்தில் நாங்கள் சண்டை போட்டுக் கொள்வோமா? வெளியே தெரிந்தால் எங்கள் தொண்டின் தூய்மையே அதனால் கெட்டுவிடாதா? காதும் காதும் வைத்தாற்போல் அந்தக் கதை நடந்துவிட்டது; இது வேறு கதை!' என்று பாதாளம் சொல்ல, 'அந்தக் கதையைத்தான் கொஞ்சம் சொல்லேன்?' என்று இவர் சிரித்துக் கொண்டே கேட்க, 'ஏது, ஆளை விடமாட்டீர்கள்போல் இருக்கிறதே?' என்று அவனும் சிரித்துக்கொண்டே சொன்னதாவது:

'ஆளும் கட்சிக்கும், எதிர்க் கட்சிக்கும் எங்கள் வட்டாரத்தில் கிளைகள் உண்டு. ஆகவே, அந்தக் கட்சிகளைச் சேர்ந்த வேட்பாளர்கள் யாரும் எங்கள் மன்றத்தின் பக்கம் தலை வைத்துப் படுப்பதில்லை; நாங்களும் அவர்கள் இருக்கும் பக்கம் தலை வைத்துப் படுக்கமாட்டோம். எங்களுடைய வாடிக்கையாளர்களெல்லாம் சுயேச்சையாளர்கள்தான். சுயேச்சையாளர்கள் என்றால் மட்டும் என்ன, சும்மாவா? நிமிஷத்துக்கு நிமிஷம் மந்திரி சபைகள் மாறிக் கொண்டிருக்கும் இந்தக் காலத்தில் அவர்களுடைய சக்திதானே எல்லோருடைய சக்தியைக் காட்டிலும் அதிகமாயிருக்கிறது. அவர்களால்தானே வோட்டின் விலையும் விஷம் ஏறுவதுபோல் ஏறிக்கொண்டே போகிறது? அத்தகைய சக்தி வாய்ந்த சுயேட்சை வேட்பாளர்கள் இருவர் எங்கள் வட்டாரத்தில் நடந்த உபதேர்தலில் ஆளும் கட்சியையும், எதிர்க் கட்சியையும் எதிர்த்துப் போட்டி யிட்டார்கள். அவர்களில் ஒருவர் பெயர் ராமன்; இன்னொருவர் பெயர் ராவணன். ராமனுக்கு நாய்ச் சின்னம்; ராவணனுக்கு நரிச் சின்னம். 'நாய் நன்றியுள்ள பிராணி, அதே மாதிரி நானும் உங்களிடம் நன்றியுள்ளவனா யிருப்பேன்.

ஆகவே, எனக்கே உங்கள் வோட்டைப் போடுங்கள்?' என்று ராமன் பிரசாரம் செய்தார்; 'இந்தக் காலத்தில் ஒரு ராஜ்யத்தை ஆள நன்றி மட்டும் போதாது, தந்திரமும் வேண்டும். அதைத்தான் ராஜதந்திரம் என்று அந்த நாளிலேயே சாணக்கியன் சொல்லியிருக்கிறான். அந்தத் தந்திரம் நரிக்கு வேண்டிய மட்டும் உண்டு என்பதை நீங்கள் அறிவீர்கள். ஆகவே, உங்கள் வோட்டை எனக்கே போடுங்கள்!' என்று ராவணன் பிரசாரம் செய்தார்.

'இப்படியாகத்தானே இவர்கள் பிரசாரம் சூடு பிடித்துக் கொண்டு வந்தகாலை, ஒரு நாள் ஆளுங் கட்சியைச் சேர்ந்த ஒருவர் எங்கள் மன்றத்தைத் தேடி வந்தார். தலைவர் என்ற முறையில் நான் அவரை வரவேற்று, 'என்ன விஷயம்?' என்று விசாரித்தேன். 'ஒன்றுமில்லை, இந்தத் தேர்தலில் உங்கள் மன்றம் யாருக்கு வேலை செய்கிறது என்பதை நான் தெரிந்து கொள்ளலாமோ?' என்று அவர் மெல்லக் கேட்டார். 'போர்க்களத்தில் எந்த ரகசியத்தையும் வெளிப்படுத்துவதில்லை என்பது உங்களுக்குத் தெரியும்; அதே மாதிரித்தான் தேர்தல் களத்திலும் நாங்கள் எந்த ரகசியத்தையும் வெளிப் படுத்துவதில்லை!' என்றேன் நான். 'அப்படியா, நீங்கள் சுயேச்சையாளர்களுக்குத்தானே வேலை செய்கிறீர்கள்?' என்றார் அவர் அப்பொழுதும் விடாமல். 'இல்லை, மக்கள் மன்றம் இது. ஆகவே, இது மக்களுக்காகவே வேலை செய்கிறது!' என்றேன் நான் அதற்கும் அசைந்து கொடுக்காமல். 'அட, சரிதான் ஐயா! யார்தான் இந்தக் காலத்தில் மக்களுக்காக வேலை செய்யவில்லை? எல்லோரும் மக்களுக்காகத் தான் வேலை செய்கிறோம். இப்படிச் சொல்லி மக்களைத் தான் ஏமாற்றுகிறோம் என்றால், நம்மை நாமே வேறு ஏமாற்றிக் கொள்ள வேண்டுமா, என்ன? விஷயம் என்ன வென்றால், எங்கள் கட்சி ஆட்சிக்கு வந்த பிறகு மக்களிடையே கொஞ்சம் அதிருப்தி காணப்படுகிறது. ஆகவே, இந்தத் தேர்தலின் முடிவு என்ன ஆகுமோ, என்னவோ என்று எங்கள் வேட்பாளர் கொஞ்சம் பயப்படுகிறார். எதிர்க்கட்சி வேட்பாளரைப் பற்றி அவருக்குக்

கவலையில்லை; அந்தக் கட்சியின் மேல் மக்களுக்குள்ள வெறுப்புத் தீர இன்னும் பத்து வருடங்களாவது ஆகும் என்று அவர் நினைக்கிறார். இப்போது எங்கள் பயமெல்லாம் யாரிடம் இருக்கிறது என்றால், சுயேச்சையாளர்களிடம்தான் இருக்கிறது. ஐந்தோ, பத்தோ வாங்கிக்கொண்டு உங்கள் சுயேச்சையாளர்களில் ஒருவரையோ, அல்லது இருவரையுமேயோ வாபஸ் வாங்கிக் கொள்ளச் செய்ய முடியுமா உங்களால்? அதைக் கேட்கத்தான் நான் வந்தேன்!' என்று அவர் உடனே விஷயத்துக்கு வந்தார். 'ஐந்தோ, பத்தோ என்றால்?' என்று நான் இழுத்தேன். 'ஐயாயிரம், பத்தாயிரம் என்ற அர்த்தம்; அதாகப்பட்டது, இங்கெல்லாம் ஒரு ரூபா என்றால் ஓராயிரம் ஐயா, ஓராயிரம். என்ன, புரிந்ததா?' என்றார் அவர். 'புரிந்தது, புரிந்தது!' என்றேன் நான். 'சரி, இந்தாருங்கள் ரூபா ஐயாயிரம்; முதலில் இதைக் கொண்டு போய்க் காரியத்தை முடிக்கப் பாருங்கள்; முடிந்த பின் மேற்கொண்டு ரூபா ஐயாயிரம் வேண்டுமானாலும் எங்கள் வேட்பாளர் கொடுக்கத் தயாராயிருக்கிறார்!' என்றார் அவர். நான் அதை வாங்கிக்கொண்டு, 'மக்களுக்காக உடல், பொருள், ஆவி மூன்றையும் நாங்கள் தத்தம் செய்யத் தயார், தயார், தயார் என்று நீங்கள் அடித்துப் பேசும்போது, விளையாட்டுக்காக அப்படிச் சொல்கிறீர்களாக்கும் என்று நான் நினைப்பதுண்டு. இப்போதல்லவா தெரிகிறது, உடலையும் ஆவியையும் மட்டும் நீங்கள் உங்களிடமே வைத்துக்கொண்டாலும் பொருளை மக்களுக்காக நிஜமாகவே தத்தம் செய்கிறீர்கள் என்று!' என்றேன் நான். 'விளையாடாதீர்கள், ஐயா! எல்லாத் தத்தங்களையும் எங்களுக்காகத்தான் நாங்கள் செய்து கொள்கிறோம் என்று நான் சொல்லியா உங்களுக்குத் தெரிய வேண்டும்? விஷயத்தைக் கவனியும்; நான் போய் நாளை வந்து பார்க்கிறேன்!' என்று சொல்லிவிட்டுச் சென்றார் அவர். 'எங்கள் மன்றத்துக்குக் கமிஷன்?' என்றேன் நான். 'சுயேச்சை வேட்பாளருக்குக் கொடுப்பதில் இருபத்தைந்து சதவிகிதம் உங்களுக்கும் உண்டு!' என்று சொல்லிவிட்டுச் சென்றார் அவர்.

'அவருடைய தலை மறைந்ததும், ‘நானும் உங்களைத் தான் பார்க்க வருகிறேன்!' என்று ‘இளி, இளி' என்று இளித்துக்கொண்டே எதிர்க்கட்சியைச் சேர்ந்த ஒருவர் வந்து எனக்கு எதிர்த்தாற்போல் உட்கார்ந்தார். ‘என்ன விஷயம்?' என்றேன். 'ஆளுங் கட்சிக்காரர் சொன்ன அதே விஷயம் தான்! அவர்களிடம் மக்களுக்குக் கொஞ்சம் அதிருப்தி ஏற்பட்டிருக்கும் இந்தச் சமயத்தில் போட்டி நேரிடைப் போட்டியாக இருந்தால் நாங்கள் நிச்சயம் வந்து விடலாம் என்று நினைக்கிறோம். அதற்குக் குறுக்கே சுயேச்சையாளர்கள் இருவர் நின்று தொலைக்கிறார்கள். அவர்கள் இருவரையுமே 'வாபஸ்' வாங்கிக் கொள்ளச் செய்து விட்டால் உங்களுக்கும், உங்கள் மன்றத்துக்கும் நாங்கள் வேண்டியதைக் கொடுக்கிறோம்' என்றார் அவர். 'சரி, வேண்டாமல் என்ன கொடுப்பீர்கள்?' என்றேன் நான். ‘அவர்கள் உங்கள் மன்றத்துக்கு இருபத்தைந்து சதவிகிதம் தானே கமிஷன் தருவதாகச் சொன்னார்கள்? நான் ஐம்பது சதவிகிதம் தருகிறேன்!' என்றார் அவர். 'சுயேச்சையாளர்களுக்கு?' என்றேன் நான். 'அவர்கள் ஐந்துதானே கொடுத்தார்கள்? நான் பத்து தருகிறேன்!' என்றார் அவர். 'சரி, கொடும்!' என்று வாங்கிக்கொண்டு, 'நாளை வந்துப் பாரும்!' என்றேன் நான். அவர் போய்விட்டார்.

‘ஆகா! ஜனநாயகம் என்றால் 'பண நாயகம்' என்று இப்போதல்லவா தெரிகிறது நமக்கு!' என்று எண்ணிக் கொண்டே நான் அவர்கள் கொடுத்த பணத்துடன் முதலில் ராமன் வீட்டிற்குச் சென்று, விஷயத்தைச் சொன்னேன். அவர், 'ராமா, ராமா' என்று காதைப் பொத்திக்கொண்டு, ‘எனக்கு உங்கள் பணமும் வேண்டாம்; அதற்காக என் அபேட்சையை வாபஸ் வாங்க நான் தயாராகவும் இல்லை!' என்றார். 'கிடக்கிறார், பிழைக்கத் தெரியாத மனிதர்!' என்று நான் ராவணனின் வீட்டுக்குச் சென்று அவரிடம் விஷயத்தைச் சொன்னேன். அவர் இரு கைகளையும் நீட்டி நான் கொடுத்த ரூபா பதினைந்தாயிரத்தையும் வாங்கிக்கொண்டு, ‘ஆகா! அதற்கென்ன, அப்படியே செய்துவிடுகிறேன்!' என்றார்.

'நன்றி!' என்று சொல்லிவிட்டு நான் திரும்பினேன். 'அதை நாய்க்குச் சொல்லுங்கள்; நரிக்குச் சொல்ல வேண்டாம்!' என்றார் அவர்.

மறு நாள் சொன்னது சொன்னபடி ஆளுங் கட்சிக்காரரும் எதிர்க் கட்சிக்காரரும் ஒருவர் பின் ஒருவராக என்னைத் தேடி வந்தார்கள். அவர்களிடம் நான் நடந்ததைச் சொன்னேன். 'இரண்டு சனியன்களில் ஒரு சனியனாவது ஒழிகிறேன் என்று சொல்கிறதே, அதைச் சொல்லுங்கள்!' என்று சொல்லிவிட்டு, அவர்கள் இருவரும் எங்கள் மன்றத்துக்குரிய கமிஷனை மறக்காமல் கொடுத்துவிட்டுச் சென்றார்கள்.

'நரிச் சின்னம் வாபஸ் வாங்கிக் கொள்கிறேன் என்று சொல்லிவிட்டதால், நாங்கள் நாய்ச் சின்னத்துக்கு வேலை செய்தோம். யார், எதற்கு வேலை செய்து என்ன பிரயோசனம்? கடைசியில் வெற்றி என்னவோ நரிச் சின்னத்துக்குத்தான் கிட்டிற்று. 'ஏன், அவர் வாபஸ் வாங்கிக் கொள்ளவில்லையா?' என்கிறீர்களா? எங்கே வாங்கினார்? பணத்தைத்தான் இரு கைகளையும் நீட்டி வாங்கினார்; அபேட்சையை வாபஸ் வாங்க அவர் ஒரு கையைக்கூட நீட்டவில்லை!

'இதை வெளியே சொல்வது எப்படி? சம்பந்தப்பட்ட மூவரும் தேள் கொட்டிய திருடர்கள்போல் விழித்தோம். இந்தச் சமயத்தில் எங்கள் மன்றத்தின் காரியதரிசி வந்து, 'ராவணனுக்குப் பாராட்டு விழா நடத்த வேண்டும்; இனி நம் வளர்ச்சி-இல்லையில்லை, மன்றத்தின் வளர்ச்சி அவருடைய கையில்தான் இருக்கிறது!' என்றார். எனக்கு எப்படி இருக்கும்? 'அந்தத் துரோகிக்கா பாராட்டு விழா?' என்று சீறினேன். 'அவர் துரோகி என்றால் நாமும் துரோகிகள்தான்!' என்றார் அவர். எனக்கு ஆத்திரம் தாங்கவில்லை; 'அவன் சந்தர்ப்பவாதி!' என்று இரைந்தேன். 'அவர் சந்தர்ப்பவாதி என்றால் நாமும் சந்தர்ப்பவாதிகள்தான்!' என்று அவரும் இரைந்தார். இருவருக்கும் வாக்குவாதம் தடித்தது. 'கடைசியாகச் சொல்கிறேன்-ராவணன் துரோகி இல்லை. புத்திசாலி;

படுபுத்திசாலி. அவரைப் புத்திசாலி என்று ஒப்புக் கொண்டால்தான் நாமும் புத்திசாலிகளாவோம். இல்லையென்றால் அவரும் துரோகிதான்; நாமும் துரோகிகள்தான்!' என்று அவர் சாதித்தார். அதை நான் மறுத்தாலும் என் மனம் என்னவோ 'உண்மை; அவர் சொல்வது முற்றிலும் உண்மை!' என்று சதா சொல்லிக்கொண்டே இருந்தது. ஆகவே, வேறு வழியின்றி அவர் சொன்னதை ஒப்புக் கொண்டு, நாளைக்கு எங்கள் மன்றத்தின் சார்பில் ராவணனுக்குப் பாராட்டு விழா நடத்தவிருக்கிறோம். இதை உங்களிடம் சொல்ல எனக்கு வெட்கமாயிருந்தது. அதனால்தான் கொஞ்சம் ஒதுங்கிப் பார்த்தேன். நீங்கள் விடவில்லை; சொல்லிவிட்டேன்!'

பாதாளம் இதைச் சொல்லிவிட்டுத் தலை குனிய, விக்கிரமாதித்தர் அதன் தலையை நிமிர்த்தி, 'சந்தர்ப்பவாதி இந்த உலகத்தில் வாழ்கிறான்; அவன் வாழ்வதை எல்லோரும் பார்க்க முடிகிறது. சத்தியவாதி அந்த உலகத்தில் வாழ்வதாகச் சொல்கிறார்கள்; அவன் வாழ்வதை யாரும் பார்க்க முடிவதில்லை. இதற்கு ஒரு முடிவை என்று காண முடிகிறதோ, அன்றுதான் இந்த மாதிரி அயோக்கியத் தனங்களுக்கும் ஒரு முடிவைக் காண முடியும். அதுவரை எளிதில் ஆசைக்கு இரையாகக் கூடிய நிலையில் இருக்கும் உன்னைப் போன்ற எளிய மக்கள் அதற்காக வெட்கப்படுவதே இந்த நாடு பெற்ற பெரும் பேறாகும்!' என்று பெருமூச்சு விட்டுக்கொண்டே வெளியே செல்ல, பாதாளம் அவரை முந்திக்கொண்டுச் சென்று அவருக்காகக் காரின் கதவைத் திறந்து விடுவானாயினன்."

பதினான்காவது மாடி ரிஸப்ஷனிஸ்ட் பூரணி இந்தக் கதையைச் சொல்லி முடித்துவிட்டு, "நாளைக்கு வாருங்கள்; பதினைந்தாவது மாடி ரிஸப்ஷனிஸ்ட் அமிர்தா சொல்லும் கதையைக் கேளுங்கள்!' என்று சொல்ல, "கேட்கிறோம், கேட்கிறோம், கேட்காமல் எங்கே போகப் போகிறோம்?" என்று போஜனும் நீதிதேவனும் வழக்கம்போல் கொட்டாவி

விட்டுக்கொண்டே கீழே இறங்குவாராயினர் என்றவாறு... என்றவாறு... என்றவாறு.......

15. பதினைந்தாவது மாடி ரிஸப்ஷனிஸ்ட் அமிர்தா சொன்ன வஞ்சம் தீர்ந்த கதை

"கேளாய், போஜனே! படிப்பவர்களைவிட எழுது பவர்கள் அதிகமாகிவிட்ட இந்த காலத்திலும், 'எழுத வேண்டும், எழுத வேண்டும் எழுத்தாளராக வேண்டும்' என்று சிலர் துடித்துக் கொண்டிருக்கிறார்கள் அல்லவா? அவர்களில் ஒருவர் எங்கள் ஊரிலே இருந்தார். பெயர் அழகப்பன். 'அப்பா, அழகப்பா! வேறு எந்த ஆசை வேண்டுமானாலும் உனக்கு இருக்கட்டும்; நாங்கள் வேண்டாமென்று சொல்லவில்லை. ஆனால் இந்த எழுத்தாளராக வேண்டும் என்ற ஆசை மட்டும் வேண்டாம். அது உன்னைப் பட்டினிப் போட்டுக் கொன்றுவிடும்!' என்று அவருடைய பெற்றோர் அவரைப் பயமுறுத்திப் பார்த்தார்கள். அவர் கேட்கவில்லை; 'அதெல்லாம் அந்தக் காலம்; இந்தக் காலத்தில் எழுத்தாளருக்குக் கிடைக்கும் வருமானம் வேறு யாருக்கும் கிடைப்பதில்லை!' என்பதாகத்தானே அவர் துணிந்து, அந்தத் துறையில் முழுமூச்சுடன் இறங்குவாராயினர்.

'அப்பா, அழகப்பா! எழுதும்போதே வருமானத்தை நினைவில் வைத்துக்கொண்டு எழுதுகிறாயே, அந்த எழுத்து எப்படி உருப்படும்? எழுத்து என்றால் அது இதயத்திலிருந்து வர வேண்டும்; வெறுங் கையிலிருந்து வரக்கூடாது!' என்று அடுத்தாற்போல அவருடைய நண்பர்களில் சிலர் அறிவுறுத்த, 'இரண்டும் பொய்! எழுத்து இதயத்திலிருந்தும் வருவதில்லை; கையிலிருந்தும் வருவதில்லை. அது பேனாவிலிருந்து வருகிறது!' என்பதாகத்தானே. அவர்கள் சொன்னதையும் அவர் உடனே மறுத்துவிட்டு, மேலும் எழுதுவாராயினர்.

இந்த நிலையில், 'எழுத்தாளன் என்பவன் தன்னால் உருவாவதும் இல்லை; பிறரால் உருவாக்கப்படுவதும் இல்லை. அவன் தானாகவே பிறக்கிறான்!' என்று ஏதோ ஒரு பத்திரிகையில் வெளியாகியிருந்த துணுக்கு ஒன்று அவரை

ஒரு கணம் துணுக்குற வைக்க, 'ஆஆஆமாம், எழுத்தாளன் பிறக்கும்போதே பேனாவைக் கையில் பிடித்துக்கொண்டு பிறக்கிறானாக்கும்? சுத்த அபத்தம்!' என்ற மறுகணமே அவர் அதையும் சமாளித்துக்கொண்டு, மேலும் மேலும் எழுதி, 'குவி, குவி' என்று குவிப்பாராயினர்.

கதை, கட்டுரை, நாவல், நாடகம், கவிதை-எதையும் விடவில்லை அவர்; பின்னால் அவற்றுக்குத் தட்டுப்பாடு ஏற்பட்டுவிடக் கூடாது என்பதற்காகத்தானோ என்னவோ, வகைக்கு நூறு எழுதி முடிக்கும் வரை அவர் ஓயவேயில்லை!

'நூறு அவ்வளவு நல்ல எண் இல்லை; குறைந்த பட்சம் நூற்று ஒன்றாகவாவது எழுதி முடியுங்கள்!' என்று அவருடைய ஆத்ம நண்பர்களில் ஒருவர் சொல்ல, 'சரி' என்று வகைக்கு ஒன்றாக மேலும் எழுதி, எல்லாவற்றையும் நூற்று ஒன்று, நூற்று ஒன்று என்று ஆக்கிய பின்னரே அவர் தம் பேனாவைக் கீழே வைப்பாராயினர்.

எல்லாம் முடிந்தது; அடுத்தாற்போல் அவர் எழுதியவை அச்சு வாகனம் ஏற வேண்டியதுதான் பாக்கி. அதற்காகத் தாம் எழுதியவற்றில் வகைக்கு இரண்டை எடுத்துக்கொண்டு அவர் ஒவ்வொரு பத்திரிகை அலுவலகத்தின் மேலும் படையெடுக்க, அவருடைய படையெடுப்பைக் கண்டு அஞ்சியோ என்னவோ, 'கதை, கட்டுரை எதுவும் நேரில் பெற்றுக் கொள்ளப்பட மாட்டாது; தபால் மூலமே அனுப்ப வேண்டும்' என்று எல்லாப் பத்திரிகைக்காரர்களும் ஒருவர் பின் ஒருவராக அறிவிப்பாராயினர்.

பார்த்தார் அழகப்பர்; 'பயந்தாங்கொள்ளிகள், கோழைகள்!' என்று அவர்களை மனமாறச் சபித்துக் கொண்டே, அவர்களுடைய விருப்பம்போல் தாம் எழுதியவற்றைத் தபாலிலேயே அனுப்பினார். என்ன காரணமோ தெரியவில்லை, சுவரில் எறிந்த பந்துபோல் அவை அவரிடமே திரும்பி வந்துகொண்டிருந்தன. 'வரட்டும்,

வரட்டும்!' என்று அவர் ஏதோ ஒரு வஞ்சத்துடன் அவற்றை வாங்கி வைத்துக் கொண்டிருக்க, 'தபால் தலை வைத்து அனுப்பினால் அப்படித்தான் திரும்பி வரும். அது உங்கள் கதை பிரசுரமாகும் என்ற நம்பிக்கை உங்களுக்கே இல்லை என்று நீங்களே சொல்வதுபோல் இல்லையா? இனி தபால் தலை வைத்து அனுப்பாதீர்கள்!' என்று ஒரு நாள் தபாற்காரர் தன் சிரமத்தைக் குறைத்துக் கொள்வதற்காகச் சொல்ல, அதை அப்படியே நம்பி, அன்றிலிருந்து அவர் தபால் தலை வைக்காமல் அனுப்ப, திரும்பி வருவது நின்றது; ஆனால் பிரசுரமாகாமல் கொன்றது!

'கொன்றது' என்றால் அவரை என்று நீங்கள் நினைத்துக் கொண்டு விடப் போகிறீர்கள்! அவரையல்ல; அவருடைய நம்பிக்கையை!

எல்லாப் பத்திரிகைக்காரர்களும் சேர்ந்து தம்மை எழுத்தாளராக விடாமல் செய்யும் இந்தச் சதியை எப்படி முறியடிப்பதென்று அவர் ஒரு நாள் யோசித்தார், யோசித்தார், அப்படி யோசித்தார். அந்த யோசனையின் முடிவில் தம்முடைய எழுத்தை அவர்கள் வடி கட்டுவதற்கு முன்னால் தாமே வடி கட்டி அனுப்பினால் என்ன என்று அவருக்குத் தோன்ற, அதன்படி எதை எழுதினாலும் அதை முதலில் அவர் தம் நண்பர்களுக்குப் படித்துக் காட்டி, அவர்களுடைய அபிப்பிராயத்தைக் கேட்பாராயினர்.

இதனால் பல நண்பர்கள் அவரைக் கண்டதும் பயந்து ஓடி ஒளிய ஆரம்பிக்க, தப்பித்தவறி அகப்பட்டுக் கொண்ட சிலரும், அவர் தாம் எழுதியதைப் படித்துக் காட்டும் முன்னரே, 'பேஷ், பேஷ்! சபாஷ், சபாஷ்!' என்று சொல்லி விட்டு மெல்ல நழுவப் பார்க்க, அந்த பேஷும் சபாஷும் கூடத் தாம் எழுதிய கதைக்கா, கொடுத்த 'டிப'னுக்கா என்று தெரியாமல் அவர் தவிக்க, அவர்களால் 'பேஷ்' போடப்பட்ட கதைகளும், 'சபாஷ்' போடப்பட்ட கட்டுரைகளும் கூடச் சீக்கிரமே திரும்பி வந்து, 'சந்தேகம் வேண்டாம்; எல்லாம்

'டிப'னுக்கே!' என்பதை ஐயமற நிரூபித்து, அவருடைய தவிப்பைத் தீர்த்து வைத்தன.

ஆனாலும் அவர் தாம் மேற்கொண்ட முயற்சியைக் கைவிடவில்லை; 'தமிழ்நாடு' என்ற பெயரைச் சம்பந்தப்பட்டவர்கள் வைக்கத் தயங்கியபோது, 'அவர்கள் என்ன வைப்பது, நாங்களே வைத்துக் கொள்கிறோம்' என்று தங்கள் முகவரியோடு 'தமிழ்நாடு' என்ற பெயரையும் சிலர் சேர்த்து எழுதிக்கொண்டு வரவில்லையா? அதேமாதிரி 'என்னை இந்தப் பத்திரிகையாளர்கள் எழுத்தாளராக்கா விட்டால் என்ன, என்னை நானே எழுத்தாளராக்கிக் கொள்கிறேன்!' என்று அவரும் தம் பெயருக்குப் பின்னால் 'அழகப்பன், எழுத்தாளர்' என்று சேர்த்து எழுதினார். அத்துடன் அவர் நிற்கவில்லை; அதே முறையில் 'பிளாஸ்டிக் போர்டு' ஒன்றையும் தயார் செய்து, தம் வீட்டின் முகப்பில் மாட்டினார். அதற்குப் பின் அவர் எழுதும் கடிதங்கள், கொடுக்கும் 'விசிட்டிங் கார்டு'கள் ஆகியவற்றிலெல்லாம்கூட அந்த முகவரி பார்ப்பவர்களின் கன்னத்தில் அறைவதுபோல் கொட்டை கொட்டையான எழுத்துக்களில் 'பளீர், பளீர்' எனத் தெறிக்கலாயிற்று.

இங்ஙனம் பிறரைப் பொருட்படுத்தாமல் அவர் தம்மைத்தாமே எழுத்தாளராக்கிக் கொண்டு வந்தகாலை, அவருடைய அத்தியந்த நண்பர்களில் ஒருவர், 'இந்தக் காலத்தில் எதற்கும் சீருடை என்று ஒன்று உண்டு. அந்த முறையில் எழுத்தாளருக்கும் சீருடை என்று ஒன்று உண்டு, உண்டு. அந்தச் சீருடை ஜிப்பாவும் வேட்டியும்தான் என்று சில எழுத்தாளர்கள் சொல்லாமல் சொல்வது உண்டு, உண்டு, உண்டு!' என்று சொல்ல, 'இதோ, அவற்றை இன்றே அணிந்தேன்!' என்று அவர் உடனே வேட்டியையும் ஜிப்பாவையும் வாங்கி அணிய, 'அதெல்லாம் அந்த நாள் சீருடை; இந்த நாள் சீருடை டெரிலின் ஷர்ட்டும், டெரின் பாண்ட்டும் ஐயா, டெரின் பாண்ட்டும்!' என்று இன்னொரு நண்பர் சொல்ல, 'ஆமாம்! ஆமாம்; அதெல்லாம் பிற்போக்கு

எழுத்தாளர் அணியும் சீருடை! நான் முற்போக்கு எழுத்தாளராக்கும்' என்று அன்றே அவர் ஜிப்பாவையும் வேட்டியையும் களைந்து எறிந்துவிட்டு, டெரிலின் ஷர்ட்டும் டெரின் பாண்ட்டும் அணிவாராயினர்.

இப்படியாகத்தானே எழுதுவது ஒன்றைத் தவிர பாக்கி எல்லாவற்றிலும் வெற்றி கண்டு விட்ட அவர், 'இனி நான் என்ன செய்ய வேண்டும்?' என்று ஒரு நாள் தமக்குத் தாமே ஒரு கேள்வியைப் போட்டுக்கொண்டு, 'எழுத்தாளர் சங்கத்தில் அங்கத்தினராக வேண்டும்!' என்று அதற்குரிய பதிலையும் தமக்குத் தாமே சொல்லிக்கொண்டு, எழுத்தாளர் சங்கச் செயலரை அணுகித் தம்முடைய விருப்பத்தைத் தெரிவிக்க, அவர் தம் மகிழ்ச்சியை முதற்கண் தெரிவித்துக் கொண்டு, பழுத்துப் போன விண்ணப்பத் தாள் ஒன்றை எடுத்துப் படுபவ்வியமாக அவரிடம் நீட்டுவாராயினர்.

அதை வாங்கிப் பார்த்தார் அழகப்பர்; அதில் கேட்கப்பட்டிருந்த கேள்விகளில் ஒன்றே ஒன்றுக்கு மட்டும் என்ன எழுதுவது என்று தெரியவில்லை அவருக்கு. அதாகப்பட்டது, "இதுவரை தங்களால் எழுதப்பட்ட கதைகள் ஏதாவது எந்தப் பத்திரிகையிலாவது வெளியாகியிருக்கின்றனவா? வெளியாகியிருந்தால் அந்தப் பத்திரிகைகளில் இரண்டின் பெயர்களை இங்கே குறிப்பிடவும்' என்பதே அது. 'எழுத்தாளர் சங்கத்தில் அங்கத்தினராக வருபவர் உண்மையிலேயே எழுத்தாளரா, இல்லையா என்பதைத் தீர்மானிக்க இப்படி ஒரு சோதனையை இவர்கள் வைத்திருக்கிறார்கள் போல் இருக்கிறது! இதைவிட, இதுவரை நீர் எத்தனை கதைகள் எழுதியிருக்கிறீர் என்று கேட்டிருக்கக் கூடாதா? அப்படிக் கேட்டிருந்தால் வகைக்கு நூற்று ஒன்று என்று எழுதி, இவர்களை நான் மூர்ச்சை போட்டுக் கீழே விழ வைத்திருப்பேனே! இப்போது நான் இதற்கு என்னத்தைச் சொல்ல? என்னத்தை எழுத? பத்திரிகைகளில் வெளி வந்தால்தான் எழுத்தாளரா, இல்லாவிட்டால் எழுத்தாளர்

இல்லையா? இது என்ன அநியாயம், இது என்ன அக்கிரமம்!' என்று அவர் குமைய, செயலர் 'என்ன விஷயம்?' என்று குடைய, அழகப்பர் விண்ணப்பத் தாளில் தாம் கண்ட வேண்டாத கேள்வியைப் பற்றி அவரிடம் விவரிக்க, 'பூ, இவ்வளவுதானே? அதற்குப் பயந்து இங்கே கட்ட வந்த சந்தாத் தொகையை நீங்கள் மீண்டும் உங்களுடைய சட்டைப் பைக்குள்ளே போட்டுக்கொண்டு போய் விடாதீர்கள்! ஆண்டுக்கொரு முறை விழா நடத்தி, அங்கத்தினர் அனைவருக்கும் ஒரு வேளை சாப்பாடாவது போட்டு அனுப்ப இந்தச் சங்கம் எப்படியாவது உயிர் வாழ வேண்டியிருக்கிறது. அதற்காகவாவது நீங்கள் செலுத்த வேண்டிய சந்தாத் தொகையைச் செலுத்தி, உடனே அங்கத்தினராகிவிட்டுப் போங்கள்!' என்று செயலர் அபயம் அளிக்க, 'அப்படியானால் என்னுடைய கதைகள் வெளியான பத்திரிகைகளில் இரண்டின் பெயர்கள்ளை இந்த விண்ணப்பத்தாளில் குறிப்பிடச் சொல்கிறீர்களே, அதற்கு நான் என்ன் செய்வது?' என்று அழகப்பர் கடாவ, 'கவலை வேண்டாம்; செத்துப் போன பத்திரிகைகள் எத்தனையோ இல்லையா? அவற்றில் இரண்டின் பெயர்களை எழுதிவிட்டுப் போங்கள்!' என்று செயலர் அதற்கும் சட்டென ஒரு வழி காட்ட, 'நன்றி!' என்று அழகப்பர் அப்படியே எழுதி, கொடுக்க வேண்டியதையும் கொடுத்து, 'என்னுடைய வளர்ச்சிக்கு இந்தச் சங்கம் ஏதாவது வழி காட்டுமா?' என்று மெல்ல உசாவ, 'சங்கம் இப்போது தன்னுடைய வளர்ச்சிக்கு வழிதேடிக் கொண்டிருக்கிறது. அந்த வழியைக் கண்ட பிறகுதான் அது எழுத்தாளர் வளர்ச்சிக்கு வழி காணும்!' என்று செயலர் செப்ப, 'அதுவரை என்னால் எழுதப்பட்டவை யெல்லாம் என்னிடமே இருக்க வேண்டியதுதானா?' என்று அழகப்பர் பின்னும் கேட்க, 'வேண்டாமே! அதிசய மோதிரம், அபூர்வ மூலிகை, ஆச்சரிய குண சிந்தாமணி என்பது போன்ற சரக்குகளின் விளம்பரத்துக்கும், வி.பி.பி. ஆர்டருக்கும் என்றே சில பத்திரிகைகள் இங்கே நடப்பது உண்டு. அவற்றுக்கு யார் என்ன எழுதி அனுப்பினாலும் அதை ஏறெடுத்துக்கூடப் பார்க்காமல் அப்படியே அச்சுக்கு அனுப்பிவிடுவது உண்டு,

உண்டு. அதனால் அவற்றில் உங்களைப் போன்ற எழுத்தாளர்களின் படைப்புக்கள் தப்பாமல், தவறாமல் வருவதும் உண்டு, உண்டு, உண்டு. வாசகர்களைப் பற்றிக் கொஞ்சங்கூடக் கவலைப்படாமல், அவர்களுக்காகக் கொஞ்சங்கூட இரங்காமல் உங்களைப் போன்ற எழுத்தாளர்களுக்கென்றே நடந்து வரும் அந்தப் பத்திரிகைகளுக்கு உங்களுடைய விஷய தானத்தை உண்மையிலேயே தானமாக எண்ணி அனுப்பி வையுங்கள்; தப்பாமல், தவறாமல் பிரசுரமாகும்!' என்று செயலர் பின்னும் சொல்ல, 'நன்றி, நன்றி!' என்று ஒரு முறைக்கு இரு முறையாக நன்றி தெரிவித்துவிட்டு, 'கண்டேன் கண்டேன், என்னுடைய லட்சியத்தை எட்டிப் பிடிக்க வழி கண்டேன்!' என்று அழகப்பர் ஏறுபோல் அங்கிருந்து 'ஏறு நடை' நடந்து வருவாராயினர்.

செயலர் சொன்னது சொன்னபடி, விஷயத்தைத் தானமாகப் பெறுவதற்கென்றே நடந்துகொண்டிருந்த சில வி.பி.பி. பத்திரிகையாளர்களை அணுகி, அழகப்பர் தம்முடைய 'விஷய தான'த்தைச் செய்ய, அவர்களும் 'தானம் வாங்கக் கூசிடுவான், தருவது மேலெனப் பேசிடுவான்!' என்னும் 'தமிழன் தரும'த்தைச் சற்றே மறந்து அவற்றை வாங்கி வெளியிட, அதனால் தம் ஜன்மமே சாபல்யமுற்றது போன்று அவர் தலை நிமிர்ந்து நடப்பாராயினர்.

இங்ஙனமாகத்தானே தம்முடைய லட்சியத்தை எட்டிப் பிடித்து அவர், ஆரம்ப காலத்தில் தாம் எழுதி அனுப்பியவற்றை அப்படியே திருப்பி அனுப்பிய அத்தனை பத்திரிகை எழுத்தாளர்களையும் எப்படி மட்டம் தட்டுவது, எங்ஙனம் பழி தீர்த்துக் கொள்வது என்று அதி அதி அதி தீவிரமாக யோசித்துக் கொண்டிருந்த காலை, 'அதற்குரிய ஒரே வழி நீங்கள் உடனே போய் மிஸ்டர் விக்கிரமாதித்தரைப் பார்ப்பதுதான்!' என்று அவருடைய அருமை நண்பர்களில் ஒருவர் சொல்ல, 'நல்ல வேளை. ஞாபகப்படுத்தினீர்கள்!'

என்று அவர் அக்கணமே சாட்சாத் விக்கிரமாதித்தரைத் தேடி ‘ஓடு, ஓடு’ என்று ஓடுவாராயினர்.

தமக்கு முன்னால் இறைக்க இறைக்க வந்து நின்ற அழகப்பரை நோக்கி, ‘யார் நீங்கள்? எங்கிருந்து வருகிறீர்கள்?’ என்று விக்கிரமாதித்தர் விசாரிக்க, 'ஐயகோ! இன்னுமா என்னை ‘யார் நீங்கள்?’ என்று வாய் கூசாமல் கேட்கிறீர்கள்? என்னுடைய எழுத்தோவியங்கள்தான் இப்போது எத்தனையோ பத்திரிகைகளில் வெளியாகிக் கொண்டிருக்கின்றனவே, அவற்றை நீங்கள் பார்க்கவில்லையா?' என்று அழகப்பர் பதற, 'பார்த்தேன், பார்த்தேன்; உங்கள் பெயர்?’ என்று விக்கிரமாதித்தர் மறு படியும் அவரை சோதனைக்குள்ளாக்க, ‘பார்த்த லட்சணமா என் பெயர் என்ன என்று கேட்கிறீர்கள்? அவமானம், அவமானம், ஓர் எழுத்தாளன் தன் பெயரைத் தானே சொல்லிக் கொள்வது போன்ற அவமானம் இந்த உலகத்தில் வேறு ஏதாவது உண்டா, உண்டா, உண்டா? ஆனாலும் சொல்கிறேன், சொல்லித் தொலைக்கிறேன்-என் பெயர், என் பெயர்-அடக், கடவுளே! இந்தச் சமயத்தில்தானா அது எனக்கே மறந்து போய்த் தொலைய வேண்டும்?-ஆ! வந்துவிட்டது, ஞாபகம் வந்துவிட்டது! அழகப்பன், அழகப்பன்!’ என்று ஒரு முறைக்கு இருமுறையாக அழகப்பர் தம் பெயரை அழுத்தம் திருத்தமாகச் சொல்ல, 'அழகப்பரா! இப்போது நீங்கள் எங்கிருந்து வருகிறீர்கள்? வீட்டிலிருந்து வருகிறீர்களா? இல்லை, வேறு எங்கிருந்தாவது வருகிறீர்களா? 'என்று கேட்டுக்கொண்டே விக்கிரமாதித்தர் அவரைச் சற்றே சந்தேகக் கண் கொண்டுபார்க்க, 'நீங்கள் நினைப்பது சரி! என்னை 'அங்கே' அனுப்பி வைக்கத்தான் இங்குள்ள பத்திரிகையாளர்கள் அத்தனை பேரும் முயன்றார்கள். நல்ல வேளையாக எழுத்தாளர் சங்கச் செயலர் என்னைத் தடுத்தாட் கொண்டார்; அதிலிருந்து நான் தப்பிப் பிழைத்தேன். இப்போது என்னைப் பழி வாங்கிய அத்தனை பத்திரிகை எழுத்தாளர்களையும் உடனே நான் பழிக்கு பழி வாங்க வேண்டும். அதற்கு நீங்கள்தான் வழி காட்ட வேண்டும்!’

என்று அழகப்பர் தாம் வந்த விஷயத்துக்கு வர, 'அது என்ன பிரமாதம்! அவர்களுடைய கோட்டத்தை அடக்க நீரும் ஒரு சங்கத்தை உடனே ஆரம்பித்துவிட வேண்டியது தான்!' என்றார் விக்கிரமாதித்தர்; 'என்ன சங்கம்?' என்று கேட்டார் அழகப்பர். 'எழுத்தாளர் சங்கம்தான்!' என்றார் அவர்; 'அதுதான் இருக்கிறதே!' என்றார் இவர். 'இருந்தால் என்ன? சென்னைக்கு ஒன்றாக இருந்த அதுதான் இப்போது ஜில்லாவுக்கு ஒன்றாகி, அதுவும் போதாதென்று நகரத்துக்கு ஒன்றாகி, அதுவும் போதாதென்று ஊருக்கு ஒன்றாகி, அதுவும் போதாதென்று தெருவுக்கு ஒன்றாய் ஆரம்பமாகிக் கொண்டிருக்கிறதே, நீரும் உம்முடைய தெருவில் 'எழுத்தாளர் சங்கம்' என்று ஒன்றை ஆரம்பியும்; அதற்கு உம்மையே தலைவராகப் போட்டுக் கொள்ளும். நீர் எப்பொழுது எழுத்தாளர் சங்கத்தின் தலைவராகி விடுகிறீரோ, அப்பொழுதே இந்த உலகத்திலுள்ள அத்தனை எழுத்தாளர்களுக்கும் இல்லையில்லை, இந்தத் தமிழகத்திலுள்ள அத்தனை எழுத்தாளர்களுக்கும் தலைவராகிவிடுகிறீர்! அப்புறம் என்ன, அவர்களெல்லாம் உமக்குத் தொண்டர்கள் தானே? இருந்து விட்டுப் போகட்டும்! போம் போம், போய் உடனே உங்கள் தெருவில் எழுத்தாளர் சங்கத்தை ஆரம்பியும். அது ஒன்றே அவர்களைப் பழி வாங்க உமக்குள்ள ஒரே வழி; அது ஒன்றே அவர்களை வஞ்சம் தீர்க்க உமக்குள்ள ஒரே வழி!' என்று சொல்லிக்கொண்டே விக்கிரமாதித்தர் சட்டென்று எழுந்து கையைப் புட்டென்று அடித்துக் கூப்ப, அழகப்பரும் வேறு வழியின்றி எழுந்து பதிலுக்குக் கைகூப்பி விட்டு, அங்கிருந்து நகருவாராயினர்."

பதினைந்தாவது மாடி ரிஸப்ஷனிஸ்ட் அமிர்தா இந்தக் கதையைச் சொல்லி முடித்துவிட்டு, "நளைக்கு வாருங்கள்; பதினாறாவது மாடி ரிஸப்ஷனிஸ்ட் கிருபா சொல்லும் கதையைக் கேளுங்கள்!' என்று சொல்ல, "கேட்கிறோம், கேட்கிறோம், கேட்காமல் எங்கே போகப் போகிறோம்?" என்று போஜனும் நீதிதேவனும் வழக்கம்போல் கொட்டாவி

விட்டுக்கொண்டே கீழே இறங்குவாராயினர் என்றவாறு... என்றவாறு... என்றவாறு.......

16. பதினாறாவது மாடி ரிஸப்ஷனிஸ்ட் கிருபா சொன்ன ஆசை பிறந்து அமைதி குலைந்த கதை

"கேளாய், போஜனே! 'பாதாளசாமி!' என்று ஒரு முறை குரல் கொடுத்ததும், 'இதோ வந்துவிட்டேன்!' என்று ஓடிவரும் பாதாளசாமி, ஒரு நாள் மூன்று முறை குரல் கொடுத்தும் வராமற்போக, 'என்ன விஷயம், எங்கே போய் விட்டான்?' என்று விக்கிரமாதித்தர் தாமே எழுந்து சென்று வெளியே எட்டிப் பார்க்க, தெரு வாயிற்படியில் முகவாய்க் கட்டையைக் கையால் தாங்கியபடி உட்கார்ந்திருந்த பாதாளசாமி, அப்பொழுதும் அவர் வந்ததைக் கவனிக்காமல் ஏதோ யோசனையில் ஆழ்ந்திருக்க, 'என்ன பாதாளசாமி, எத்தனை முறை கூப்பிட்டாலும் இன்று உன் காதில் விழவில்லையே! என்ன விசேஷம்?' என்று விக்கிரமாதித்தர் அவன் முதுகில் ஒரு தட்டு தட்டிக் கேட்க, அவன் திடுக்கிட்டெழுந்து, 'அதை ஏன் கேட்கிறீர்கள், போங்கள், என் வீட்டுக்காரிக்குத் திடீரென்று என்னென்ன ஆசைகளெல்லாமோ பிறந்திருக்கின்றன. அவை ஏன் பிறந்தன, எப்படிப் பிறந்தன என்று நானும் யோசிக்கிறேன், யோசிக்கிறேன், அப்படி யோசிக்கிறேன்; ஒன்றும் புரிய மாட்டேன் என்கிறது!' என்று பெருமூச்செறிய, 'ஏன், மாதம் பிறந்ததும் நீ உன் சம்பளத்தை வாங்கிக் கொண்டு போய் மனைவியிடம் தானே கொடுக்கிறாய்?' என்று விக்கிரமாதித்தர் கேட்க, 'நான் அதை எடுத்துக் கொடுக்கும் வரை அவள் எங்கே காத்திருக்கிறாள்? சட்டையைக் கழற்றி மாட்டியதும் அவளேதான் வந்து எடுத்துக்கொண்டு விடுகிறாளே!' என்று பாதாளம் பரிதாபமாகச் சொல்ல, 'அப்புறம் என்ன?' என்று விக்கிரமாதித்தர் விழிக்க, 'அதுதானே தெரியவில்லை எனக்கும்!' என்று பாதாளமும் அவருடன் சேர்ந்து விழித்துக் கொண்டே சொன்னதாவது:

'முன்னெல்லாம் 'அடி, பவானி!' என்று கூப்பிட்டால் போதும்; 'என்ன, அத்தான்!' என்று தித்திக்கக் குழைந்து கொண்டே

வந்து எதிரே நிற்பாள். இப்பொழுது என்னடா. என்றால், ‘அடி என்ன அடி? இனிமேல் ‘அடி!’ என்று சொன்னால் இந்தக் கரண்டியாலேயே உங்களை நான் அடிப்பேன்!' என்று தன் கையிலுள்ள கரண்டியைக் காட்டுகிறாள். ‘சரி' என்று 'அடி'யை விட்டுவிட்டு, 'பவானி!' என்று கூப்பிட்டுப் பார்த்தேன்; ‘வெறும் பவானி என்ன வேண்டியிருக்கிறது, பவானி? அடுத்த வீட்டுக்காரரைப் பாருங்கள்; அவர் தம் மனைவியை வெறும் கமலா என்றா கூப்பிடுகிறார்? 'கமலாக்கண்ணு' என்று செல்லமாகக் கூப்பிடவில்லையா? அதே மாதிரி நீங்களும் கூப்பிட்டால் என்னவாம்?' என்றாள். 'சரி' என்று நானும் 'பவானிக் கண்ணு' என்று கூப்பிட்டேனோ இல்லையோ, ‘என்னையா மாமா, கூப்பிட்டீர்கள்?' என்று கேட்டுக் கொண்டே எதிர் வீட்டுக் குழந்தை வந்து எனக்கு எதிரே நின்றது. அதைப் பார்த்து நான் சிரித்ததுதான் தாமதம்; 'இதெல்லாம் உங்கள் சூழ்ச்சி! வேண்டுமென்றே நீங்கள் என்னைக் கூப்பிடுவது போல் எதிர்வீட்டுக் குழந்தையைக் கூப்பிட்டிருக்கிறீர்கள்!' என்றாள். 'அதெல்லாம் ஒன்றும் இல்லை, பவானி! உன் பெயரும் இந்தக் குழந்தையின் பெயரும் ஒண்ணு; அதோடு ‘கண்ணு’ என்று குழந்தையைத்தானே கூப்பிடுவார்கள் என்பது இதற்குத் தெரிந்திருக்கிறது அதனால்தான்...’ என்று நான் மேலே சொல்லி முடிப்பதற்குள், 'இந்தக் குழந்தைக்குத் தெரிவதுகூட எனக்குத் தெரியவில்லை என்கிறீர்கள்; அப்படித்தானே?' என்று அவள் என்மேல் எரிந்து விழுந்தாள். 'இதென்ன விளையாட்டு, உனக்குத் தெரியாதது இந்த உலகத்தில் என்ன இருக்கிறது?’ என்று நான் அவள் தலையில் கொஞ்சம் ஐஸ் வைத்துப் பார்த்தேன். குளிரவில்லை; அப்பொழுதும் அவள் உச்சி குளிரவேயில்லை. 'உங்களைக் கட்டிக்கொண்டு நான் என்ன சுகத்தைக் கண்டேன்? பட்டுப் புடைவை இல்லாவிட்டாலும் ஒரு நைலான், நைலெக்ஸ் புடைவையாவது உண்டா? தங்க நகைகள் இல்லாவிட்டாலும் கவரிங் நகைகளாவது உண்டா, உண்டா? கண்ணுக்கு ஒரு கறுப்புக் கண்ணாடி, கைக்கு ஒரு டம்பப் பையாவது உண்டா, உண்டா, உண்டா? ஒரு மண்ணும் இல்லை, இந்த வீட்டில்!

அதெல்லாம் இல்லாவிட்டால் போகட்டும்; ஆசைக்கு ஒரு வார்த்தை 'பவானிக் கண்ணு' என்று கூப்பிடுங்கள் என்றால், அதற்கும் மனமில்லை உங்களுக்கு! இனி எனக்கு இந்த வாழ்க்கை பிடிக்காது. இந்தக் கூரை வீட்டை விட்டுவிட்டு நீங்கள் உடனே ஒரு மாடி வீட்டுக்காவது குடியேற வேண்டும்; உங்களிடமுள்ள ஓட்டை சைக்கிளைத் தூக்கித் தூர எறிந்து விட்டு, நீங்கள் உடனே ஒரு ஸ்கூட்டராவது வாங்கித் தொலைக்க வேண்டும். மாலை நேரத்தில்கூட அடுப்படியில் உட்கார்ந்து அழுது வடிய இனி என்னால் முடியாது. இரவுக்கும் சேர்த்து மத்தியானமே சமைத்து வைத்துவிட்டு, மாலை நேரத்தில் நான் உங்களுடன் வெளியே புறப்படத் தயாராயிருப்பேன். நீங்கள் வேலையிலிருந்து வந்ததும் என்னைத் தூக்கி ஸ்கூட்டருக்குப் பின்னால் உட்கார வைத்துக் கொண்டு சினிமாவுக்கோ, பீச்சுக்கோ போகவேண்டும். அங்கே நீங்கள் என்னைக் கிள்ள வேண்டும்; நான் துள்ள வேண்டும். நான் உங்களைக் கடிக்க வேண்டும்; நீங்கள் சிரிக்க வேண்டும்!' என்று என்னவெல்லாமோ பிதற்ற ஆரம்பித்துவிட்டாள். "இதென்ன வம்பு! நிஜமாகவே இவள் நம்மைக் கடித்துவிட்டால், நம்மால் சிரிக்கவா முடியும்?' என்று நான் பயந்துபோய், 'அதெல்லாம் நடக்கும்போது நடக்கிறது; இப்போது நீ எனக்குச் சோற்றைப் போடு!' என்றேன். 'இந்தச் சோற்றைப் போடும் வேலையைக்கூட இனி என்னால் தொடர்ந்து செய்து கொண்டிருக்க முடியாது. பேசாமல் நீங்கள் ஒரு 'டைனிங் டேபிள்' வாங்கி விடுங்கள். அதில் எல்லாவற்றையும் எடுத்து வைத்துக்கொண்டு இருவரும் எதிரும் புதிருமாக உட்கார்ந்து சாப்பிடுவோம்!' என்றாள். 'அப்படியே செய்வோம்; அதற்காக நீ கவுன் போட்டுக்கொண்டு பட்லரைத் தேடாமல் இருந்தால் சரி!' என்றேன் நான். 'இந்த வக்கணையில் ஒன்றும் குறைச்சல் இல்லை!' என்று அவள் தன் முகவாய்க் கட்டையைத் தோள் பட்டையில் இடித்துக் கொண்டே எனக்குச் சோற்றைப் போட்டாள். சாப்பிட்டு விட்டு வந்தேன். வந்ததிலிருந்து 'இத்தனை நாளும் இல்லாத ஆசைகளெல்லாம் இன்று ஏன் அவளுக்கு வந்திருக்கின்றன?' என்று நானும் யோசித்துப்

பார்க்கிறேன், பார்க்கிறேன், அப்படிப் பார்க்கிறேன்-ஒன்றும் புரிய மாட்டேன் என்கிறது!'

இப்படியாகத்தானே பாதாளம் சொல்லிக்கொண்டு வந்தவையனைத்தையும் பொறுமையுடன் கேட்டுக் கொண்டிருந்த விக்கிரமாதித்தர் கடைசியாகச் சிரிக்க, 'என்ன சிரிக்கிறீர்கள்?' என்று பாதாளம் கேட்க, 'நெருப்பில்லாமல் புகையாது; அதே மாதிரி ஒரு காரணமும் இல்லாமல் உன் மனைவிக்கு இந்த ஆசைகளெல்லாம் பிறந்திருக்காது. நீ சாயந்திரம் வீட்டுக்குப் போனதும் அவளுடைய பெட்டியை அவளுக்குத் தெரியாமல் திறந்து பார்; அதற்கு ஆதாரம் ஏதாவது கிடைக்கலாம்!' என்று சொல்வாராயினர்.

அங்ஙனமே அன்று மாலை பாதாளம் வீட்டுக்குச் சென்றதும் அவள் பெட்டியை அவளுக்குத் தெரியாமல் திறந்து பார்க்க, அதில் தமிழக அரசின் லாட்டரிச் சீட்டுக்கள் ஏ. பி. சி. டி. ஈ. எப். ஜி. எச். ஆக எட்டுப் பிரிவுகளிலும் வகைக்குப் பத்தாக எண்பது சீட்டுக்கள் இருக்க, 'அடிப்பாவி! என் சம்பளத்தில் பாதியை இதற்கா அழுதாய்?' என்று தனக்குள் பொருமிக்கொண்டே அவற்றைக் கொண்டு வந்து அவன் விக்கிரமாதித்தரிடம் கொடுக்க, அவர் அந்தச் சீட்டுக்களை வாங்கி அவற்றின் எண்களோடு பரிசு விழுந்த சீட்டுக்களின் எண்களை ஒப்பிட்டுப் பார்க்க, அதிலிருந்த எண்பது சீட்டுக்களில் ஒன்றுக்கு இரண்டாவது பரிசாக ரூபா பத்தாயிரம் வந்திருப்பதைக் கண்டு, 'இதோ பார்த்தாயா, இந்தச் சீட்டுக்குப் பரிசாக வந்திருக்கும் ரூபா பத்தாயிரம் தான் உன் மனைவியின் திடீர் ஆசைகளுக்கெல்லாம் காரணம்!' என்று சொல்ல, 'அப்படியா சங்கதி? மூர் மார்க்கெட்டிலே செப்படி வித்தை காட்டிப் பிழைப்பவன்தான் ஜனங்களை ஆசை காட்டி மோசம் செய்கிறான் என்றால், அரசாங்கமுமா அப்படிச் செய்ய வேண்டும்? அதைவிட கள்ளுக்கடைகளையே மறுபடியும் திறந்துவிடலாம்போல் இருக்கிறதே? என் மனைவிக்குப் பத்தாயிரம் ரூபா வந்திருக்கிறதென்றால் என்ன அர்த்தம்? பத்தாயிரம்

பேருக்குப் பத்தாயிரம் ரூபா போயிருக்கிறது என்றுதானே அர்த்தம்? 'அடுத்த வீட்டுக்காரனைப் பட்டினி போட்டுவிட்டுச் சாப்பிடுபவன் அயோக்கியன், திருடன்!' என்று சொன்ன காந்தி மகான் பிறந்த நாட்டிலா இப்படியெல்லாம் நடப்பது? இது அநியாயமில்லையா?' என்று பாதாளம் பிரலாபிக்க, 'நியாயம் அநியாயத்தையெல்லாம் இப்போது நீ பார்க்கக் கூடாது. உனக்குப் பத்தாயிரம் கிடைத்ததா, உன் மனைவி சொல்வது போல் மாடி வீட்டுக்குக் குடியேறு; ஸ்கூட்டர் வாங்கு, டைனிங் டேபிள் வாங்கு! நைலான் சாரி வாங்கு; கூலிங் கிளாஸ் வாங்கு! அவள் சொல்வதுபோல் அவளைத் தூக்கி ஸ்கூட்டருக்குப் பின்னால் உட்கார வைத்துக்கொண்டு பீச்சுக்கோ, சினிமாவுக்கோ போ! அங்கே நீ அவளைக் கிள்ளு; அவள் துள்ளட்டும். அவள் உன்னைக் கடிக்கட்டும்; நீ சிரி! பாக்கிப் பேரைப் பற்றி அரசாங்கத்துக்கு இல்லாத கவலை உனக்கும் எனக்கும் என்னத்துக்கு? அவர்கள் நாசமாய்ப் போகட்டும்!' என்பதாகத்தானே விக்கிரமாதித்தர் சம்பந்தப்பட்டவர்களை ஆசீர்வதித்து அவனை வீட்டுக்கு அனுப்பி வைப்பாராயினர்."

பதினாறாவது மாடி ரிஸப்ஷனிஸ்ட்டான கிருபா இந்தக் கதையைச் சொல்லி முடித்துவிட்டு, "நாளைக்கு வாருங்கள்; பதினேழாவது மாடி ரிஸப்ஷனிஸ்ட் கருணா சொல்லும் கதையைக் கேளுங்கள்!' என்று சொல்ல, "கேட்கிறோம், கேட்கிறோம், கேட்காமல் எங்கே போகப் போகிறோம்?" என்று போஜனும் நீதிதேவனும் வழக்கம்போல் கொட்டாவி விட்டுக்கொண்டே கீழே இறங்குவாராயினர் என்றவாறு... என்றவாறு... என்றவாறு.......

17. பதினேழாவது மாடி ரிஸப்ஷனிஸ்ட் கருணா சொன்ன கை பிடித்த கதை

"கேளாய், போஜனே! 'ஆட்டுப்பட்டி, ஆட்டுப்பட்டி' என்று ஒர் ஊர் உண்டு. அந்த ஊரிலே 'ஆண்டியப்பன், ஆண்டியப்பன்' என்று ஒரு குடியானவன் உண்டு. காய்கறித் தோட்டம் போட்டுப் பிழைத்து வந்த அவன், வாரத்துக்கு ஒரு நாள் தன் தோட்டத்தில் விளையும் காய்கறிகளுடன் அடுத்த ஊரில் கூடும் சந்தைக்குப் போவான். அங்கே, தான் கொண்டுபோன காய்கறிகளை விற்றபின், விற்று முதலான காசை அவன் ஒரு முறை அங்கேயே எண்ணிப் பார்ப்பான். எண்ணிப் பார்த்தபின் அதை ஒரு பையில் போட்டுக் கட்டி இடுப்பில் செருகிக்கொண்டு, காலியான கூடையைத் தூக்கித் தலையில் கவிழ்த்துக்கொண்டு, ஏதாவது ஒரு சினிமாப் பாட்டை வழி நெடுகப் பாடிக்கொண்டே வரும் அவன் பொழுது சாய்ந்த பின் வீடு திரும்புவான். வாசலில் அவன் வரவை எதிர்நோக்கிக் காத்திருக்கும் அவனுடைய மனைவி அன்னலட்சுமி, 'இன்று எனக்கு என்ன வாங்கிக் கொண்டு வந்தீர்கள்?' என்பாள்; 'மருக்கொழுந்து' என்பான் அவன். 'அவ்வளவுதானா?' என்று அவள் அவனைத் தன் கண்ணால் ஒரு வெட்டு வெட்டிக் கேட்டுக்கொண்டே, அவன் தலையிலுள்ள கூடையை எடுத்து ஒரு மூலையில் வீசி எறிவாள். 'இல்லை; லாலாக் கடை மிட்டாயும் வாங்கிக்கொண்டு வந்திருக்கிறேன்!' என்று சொல்லிக் கொண்டே அவன் உள்ளே போவான். அவள் அவனைத் தொடர்ந்து சென்று, அவன் தன் இடுப்பில் செருகி வைத்திருக்கும் பணப்பையை வெடுக்கென்று பிடுங்கி, 'இன்று எவ்வளவுக்கு விற்றுக் கொண்டு வந்திருக்கிறீர்கள்?' என்ற கேட்டுக்கொண்டே அதன் முடிச்சை அவிழ்ப்பாள். 'இருபத்தெட்டுக்கு!' என்பான் அவன். 'நிஜமாகவா?' என்று கேட்டுக்கொண்டே அவள் விளக்கடிக்குச் சென்று, மீண்டும் அதைக் கீழே கொட்டி எண்ணிப் பார்ப்பாள். அங்ஙனம் எண்ணிப் பார்க்குங்காலையில் 'குப்'பென்று விளக்கு

அணையும். 'பாழாய்ப்போன காற்று எங்கிருந்தோ வந்து இந்த விளக்கை அனணத்துவிட்டதே? அம்மா, இங்கே வந்து இந்த விளக்கைக் கொஞ்சம் ஏற்று, அம்மா!' என்று அவள் அப்பொழுதும் விடாமல் பணத்தை எண்ணிக்கொண்டே தன் அம்மாவுக்குக் குரல் கொடுப்பாள். அடுக்களையில் இருக்கும் அவள் அம்மா அங்கிருக்கும் விளக்கைக் கொண்டு வந்து அந்த விளக்கை ஏற்றிவிட்டுப் போவாள். அன்னலட்சுமி தொடர்ந்து பணத்தை எண்ணி முடித்துவிட்டு, 'இருபத்தெட்டு என்றீர்களே, இருபத்துமூன்றுதானே இருக்கிறது?' என்பாள். 'அப்படியா? நான் சரியாக எண்ண வில்லையோ, என்னவோ?' என்பான் அவன். 'நீங்களும் உங்கள் கணக்கும்!' என்று அவன் கன்னத்தில் ஓர் இடி இடிப்பாள் அவள். 'ஆசையோடு இடிக்கிறாளாக்கும்!' என்று அவன் அதையும் வாங்கிக்கொண்டு இளித்து வைப்பான்.

இப்படி ஒரு வாரமல்ல, இரண்டு வாரமல்ல; ஒவ்வொரு வாரமும் அவன் கணக்குக்கும் அவள் கணக்குக்கும் ஐந்தோ, ஆறோ குறைந்துகொண்டே வந்தது. அப்படிக் குறையும் போதெல்லாம் விளக்கும் தவறாமல் 'குப், குப்' பென்று அணைந்துகொண்டே வந்தது. இதில் ஏதோ மர்மம் இருக்க வேண்டும் என்பதை ஒருவாறு ஊகித்த ஆண்டியப்பன், சந்தையிலிருந்து கொஞ்சம் வெளிச்சத்தோடு வீட்டுக்குத் திரும்ப முயன்றான்; முடியவில்லை. 'நான்தான் அங்கேயே ஒரு தடவைக்கு இரண்டு தடவையாக எண்ணிப் பார்த்து விட்டு வருகிறேனே, அன்னலட்சுமி! இருக்கிற வேலையையெல்லாம் விட்டுவிட்டு நீ ஏன் இன்னொரு தடவை அனாவசியமாக எண்ணிப் பார்த்துக் கொண்டிருக்கிறாய்?' என்று ஒரு முறை கொஞ்சம் நாசூக்காகக்கூடச் சொல்லிப் பார்த்தான்; 'பணத்துக்குத்தான் நான் சொந்தக்காரியில்லை; எண்ணிப் பார்ப்பதற்குக்கூடவா சொந்தக்காரியில்லை?' என்று அவள் உடனே அவன்மேல் கோபித்துக்கொண்டு விட்டாள். அன்றிரவு அவளைச் சமாதானப்படுத்துவதற்குள் அவன் பாடு 'போதும், போதும்' என்று ஆகிவிட்டது. 'இதென்ன வம்பு! இவளுடைய

கோபத்துக்கு ஆளாகாமல் இந்த மர்மத்தைக் கண்டுபிடிப்பது எப்படி?' என்று அவன் யோசித்தான், யோசித்தான், அப்படி யோசித்தான்; ஒன்றும் புலப்படவில்லை. கடைசியாக மிஸ்டர் விக்கிரமாதித்தர் என்று யாரோ ஒருவர் ஏதோ காரியமாக அந்த ஆட்டுப் பட்டிக்கு வந்திருப்பதாகவும், அவரிடம் யார் எதற்கு வழி கேட்டாலும், அவர் உடனே தக்க வழி கூறி அவர்களைத் தடுத்தாட்கொள்வதாயும் யாரோ சொல்ல, 'அப்படியா சங்கதி?' என்று ஆண்டியப்பன் அவரைத் தேடி 'ஓடு, ஓடு' என்று ஓடுவானாயினன்.

அவன் குறை கேட்டார் விக்கிரமாதித்தர்; 'கவலை வேண்டாம்; நான் சொல்லுகிறபடி செய்!' என்றார். 'விளக்கு அணைந்ததும் நீ அவளுடைய கைகள் இரண்டையும் கெட்டியாகப் பிடித்துக்கொள்; 'கண்ணே! வாழைத் தண்டைப் போலக் கைகள், அலேக்! வெண்டைக்காயைப் போல விரல்கள் அலேக்!' இப்படி ஏதாவது சொல்லி, அவள் அம்மா அடுக்களையிலிருந்து விளக்கை கொண்டு வரும்வரை அவளை வர்ணி; அவள் வந்ததும் கைகளை விட்டுவிடு. அப்புறம் பார், அவள் கணக்கும் உன் கணக்கும் சரியாக வருவதை!' என்றார். 'அப்படியே செய்கிறேன்!' என்று அவன் வந்தான்; அவர் சொன்னபடி செய்தான். கணக்கும் சரியாக வந்தது; 'அட, என் ராசா! சினிமாக்காரிபோல அவ்வளவு அழகாவா இருக்கேன் நான்?' என்று அவளைக் கட்டி அணைத்துக் கொள்ளும் அளவுக்கு அவனிடம் அவளுக்கு அத்தனை நாளும் இல்லாத காதலும் பிறந்தது!"

பதினேழாவது மாடி ரிஸப்ஷனிஸ்ட்டான கருணா இந்தக் கதையைச் சொல்லி முடித்துவிட்டு, "நாளைக்கு வாருங்கள்; பதினெட்டாவது மாடி ரிஸப்ஷனிஸ்ட் பரிமளா சொல்லும் கதையைக் கேளுங்கள்!' என்று சொல்ல, "கேட்கிறோம், கேட்கிறோம், கேட்காமல் எங்கே போகப் போகிறோம்?" என்று போஜனும் நீதிதேவனும் வழக்கம் போல் கொட்டாவி விட்டுக்கொண்டே கீழே இறங்குவாராயினர் என்றவாறு... என்றவாறு... என்றவாறு...

18. பதினெட்டாவது மாடி ரிஸப்ஷனிஸ்ட் பரிமளா சொன்ன கள்ளன் புகுந்த கதை

"கேளாய், போஜனே! பெரும்பாலும் விமானத்திலேயே பிரயாணம் செய்துகொண்டிருந்த மிஸ்டர் விக்கிரமாதித்தர், ஒரு சமயம் ஏதோ ஒரு மாறுதலை உத்தேசித்து ரயிலியே பிரயாணம் செய்ய, அந்த ரயில் யாரோ ஒரு புண்ணியாத்மா நடுவழியில் செய்திருந்த நாசவேலை காரணமாக நடுக்காட்டிலே நிற்க, முழுத் தூக்கத்திலிருந்து அரைத் தூக்கத்துக்கு வந்த அவர் திடுக்கிட்டுச் சுற்று முற்றும் பார்ப்பாராயினர்.

இருட்டென்றால் இருட்டு; வெளியே ஒரே கும்மிருட்டு; 'ஙொய், ஙொய்' என்ற இனம் தெரியாத ஜீவராசிகளின் சத்தத்தைத் தவிர வேறு சத்தமில்லை. அவருடன் அந்த முதல் வகுப்புப் பெட்டியில் பிரயாணம் செய்து வந்த ஓரிருவரும் அவருக்குத் தெரியாமல் எங்கேயோ இறங்கிச் சென்று விட்டிருந்தனர். தமக்குத் துணையாக அன்று என்னவோ அவர் சிட்டியையும் அழைத்துக்கொண்டு வரவில்லை; பாதாளத்தையும் அழைத்துக்கொண்டு வரவில்லை. 'தன்னந்தனியாக இப்படி வந்து அகப்பட்டுக் கொண்டோமே!' என்று அவர் யோசித்துக் கொண்டிருந்தகாலை யாரோ ஒரு திருடன் மெல்ல வந்து அந்தப் பெட்டிக்குள் நுழைய, 'என்ன செய்வது, இவனை எப்படிச் சமாளிப்பது?' என்று ஒரு கணம் யோசித்த அவர் மறுகணம் சட்டென்று கண்ணை மூடிக்கொள்ள, 'ஆசாமி தூங்குகிறார்போல் இருக்கிறது!' என்று நினைத்த அவன் அடிமேல் அடி வைத்து அவருடைய பெட்டியை நெருங்க, அதுதான் சமயமென்று அவர் திடுக்கிட்டு எழுந்தவர் போல் எழுந்து, 'ஐயோ, பாம்பு!' என்று அவன் வந்ததைக் கவனிக்காதவர்போல் அலற, 'அட சை! முழிச்சிக்கிட்டாண்டா!' என்று அவன் சட்டென்று 'பாத்ரூ'முக்குள் ஓடி ஒளிய, அதற்குள் அக்கம்பக்கத்திலிருந்தவர்கள், 'எங்கே பாம்பு?' என்று கேட்டுக்கொண்டே திரண்டு வந்து அவர் இருந்த பெட்டிக்குள்

‘திபுதிபு’வென்று நுழைய, 'இப்படித்தான் வந்தது, இப்படித்தான் ஓடிற்று!' என்று சொல்லிக் கொண்டே அவரும் கொஞ்ச நேரம் அவர்களுடன் சேர்ந்து பாம்பைத் தேடுபவர்போல தேட, கடைசியில் உதவிக்கு வந்தவர்களில் ஒருவர் அலுத்துப் போய், 'நிஜமாகவே நீர் பாம்பைக் கண்டீரா? அல்லது கனவு கினவு, கண்டீரா?' என்று கேட்க, 'நிஜமாகத்தான் பாம்பைக் கண்டேன், சுவாமி! உங்களுக்குச் சந்தேகமாயிருந்தால் ‘பாத்ரூ'முக்குள் ஓர் ஐயா இருக்கிறார்; அவரை வேண்டுமானால் கேட்டுப் பாருங்கள்!' என்று 'பாத்ரூம்' கதவைத் தட்ட, 'அடப் பாவி, என்னைக் காட்டிக் கொடுக்கவா இந்த வேஷம்?' என்று திருடன் சட்டென்று கதவைத் திறந்து கொண்டு வெளியே வந்து, 'தப்பினோம், பிழைத்தோம்' என்று ஓடப் பார்க்க, எல்லோருமாகச் சேர்ந்து அவனை விரட்டிப் பிடித்துப் போலீசாரிடம் ஒப்புவிப்பாராயினர்.”

பதினெட்டாவது மாடி ரிஸப்ஷனிஸ்ட்டான பரிமளா இந்தக் கதையைச் சொல்லி முடித்துவிட்டு, "நாளைக்கு வாருங்கள்; பத்தொன்பதாவது மாடி ரிஸப்ஷனிஸ்ட் சற்குணா சொல்லும் கதையைக் கேளுங்கள்!' என்று சொல்ல, "கேட்கிறோம், கேட்கிறோம், கேட்காமல் எங்கே போகப் போகிறோம்?" என்று போஜனும் நீதிதேவனும் வழக்கம் போல் கொட்டாவி விட்டுக்கொண்டே கீழே இறங்கி வருவது காண்க... காண்க... காண்க......

19. பத்தொன்பதாவது மாடி ரிஸப்ஷனிஸ்ட் சற்குணா சொன்ன கன்னி ஒருத்தியின் கவலை தீர்ந்த கதை

"கேளாய், போஜனே! 'கிள்ளியூர், கிள்ளியூர்' என்று சொல்லா நின்ற ஊரிலே, 'கீழ்ப்பாக்கம், கீழ்ப்பாக்கம்' என்று ஒரு பாக்கம் உண்டு. அந்தப் பாக்கத்திலே பழம் பெருமையோடு புதுப் பெருமையும் வாய்க்கப் பெற்றிருந்த தம்பதியர் இருவர் சீரும் சிறப்புமாக வாழ்ந்து வந்தனர். 'தாரா, தாரா' என்று அவர்களுக்கு ஒரே பெண்; சர்வ லட்சணங்களும் பொருந்தியிருந்த அந்தப் பெண்ணாகப்பட்டவளை அவர்கள் கண்ணை இமை காப்பதுபோல் காத்து வந்தகாலை அவள் கன்னிப் பருவத்தை எய்த, அந்தக் கன்னி 'காதல் விபத்து'க்கு உள்ளாவதற்கு முன்னால் அவளுக்குக் கலியாணத்தைச் செய்து வைத்துவிட வேண்டுமே என்று அவளுடைய தாயும் தந்தையும் கவலை கொண்டு, அந்தக் கவலையிலேயே மூழ்கி, அவளுக்கு மாப்பிள்ளை தேடும் முயற்சியில் முனைந்து நிற்பாராயினர்.

அங்ஙனம் முனைந்து நின்றகாலை, 'பணக்காரனுக்குத் தான் என் பெண்ணைக் கொடுப்பேன்!' என்று தாயாராகப் பட்டவள் சொல்ல, 'முடியாது; படித்தவனுக்குத் தான் கொடுப்பேன்!' என்று தகப்பனாராகப்பட்டவர் சொல்ல, 'அது எப்படிக் கொடுப்பீர்கள், பார்த்துவிடுகிறேன்!' என்று அவள் சூள் கொட்ட, 'அது எப்படிக் கொடுப்பாய், பார்த்து விடுகிறேன்!' என்று அவரும் சூள் கொட்டுவாராயினர்.

இப்படியாகத்தானே இவர்கள் இருவரும் போட்டி போட்டுக் கொண்டிருந்தகாலை, 'இந்தப் போட்டியில் யார் யாரை எப்போது வெல்வது, தனக்கு எப்போது கலியாணம் ஆவது?' என்பதாகத்தானே தாரா 'யோசி, யோசி' என்று யோசிப்பாளாயினள்.

இங்ஙனம் யோசித்துக்கொண்டிருந்தகாலை, ஒரு நாள் மாலை கடற்கரையில் யாரோ ஒரு காளை தன்னை 'ஏதிலார் போலப் பொதுநோக்கு' நோக்குவதைக் கண்ட தாரா, 'இது ஒரு வேளை காதல் நோக்காயிருக்குமோ?' என்று ஐயம் கொள்ள, அதுகாலை, 'ஏதிலார் போலப் பொது நோக்கு நோக்குதல், காதலார் கண்ணே உள' என்ற குறட்பா அவள் நினைவுக்கு வர, 'ஐயமில்லை, இது காதல் நோக்குத்தான்!' என்பதாகத்தானே அந்தக் கன்னி தீர்மானித்து, 'இப்படி ஏதாவது நடக்காதவரை தன் பெற்றோர் ஒன்றுபட்டுத் தனக்குக் கலியாணம் செய்து வைக்க மாட்டார்கள்!' என்ற திடீர் முடிவுக்கு வந்தவளாய், 'யானோக்குங்காலை நிலம் நோக்கும்; நோக்காக்கால் தானோக்கி மெல்ல நகும்' என்ற 'வள்ளுவன் வழி'யை வழுவின்றிப் பின்பற்றி, அவளும் அவன் நோக்காதபோது அவனை நோக்கி, நோக்கும்போது நிலம் நோக்கி மெல்ல நகுவாளாயினள்.

கடல் அலைகளோடு தங்கள் 'காதல் மக'ளை விளையாட விட்டுவிட்டுச் சற்றுத் தள்ளி உட்கார்ந்து அவள் விளையாடுவதை வேடிக்கை பார்த்துக்கொண்டிருந்த அவள் பெற்றோர் இந்தக் காட்சியைக் கண்டு திடுக்கிட்டு எழுந்து ஓடி, 'என்னம்மா, என்ன?' என்று பதட்டத்துடன் விசாரிக்க, 'ஒன்றும் இல்லை, அப்பா! வந்து...வந்து...' என்று அவள் மென்று விழுங்க, 'இதென்ன வம்பு?' என்று நினைத்த அப்பாவாகப்பட்டவர் துணிந்து அந்தக் காளையை நெருங்கி, 'என்னப்பா, என்ன நடந்தது?' என்று கேட்க, 'ஒன்று மில்லை; தன் கையிலிருந்த கார் சாவியை அந்தப் பெண் இங்கே தவற விட்டுவிட்டாள். அதை எடுத்து அவளிடம் கொடுக்கலாமென்று நினைத்து அவளைப் பார்த்தேன்; அதற்குள்... அதற்குள்...' என்று அவனும் மென்று விழுங்க, 'அதற்குள் என்ன, வெட்கம் வந்துவிட்டதா?' என்று அவர் சிரிக்க, 'ஆமாம்' என்பதுபோல் அவன் சற்றே நெளிய, 'ஆண்கள் இப்படி வெட்கப்பட ஆரம்பித்துத்தானே பெண்கள் வெட்கப்படுவதையே விட்டுவிட்டார்கள்!' என்று சொல்லிக் கொண்டே அவர் அவனிடமிருந்த சாவியை வாங்கிக்

கொண்டு, 'வாடி, போவோம்; வாம்மா, போவோம்!' என்ற தம் மனைவியாகப்பட்டவளையும் மகளாகப்பட்டவளையும் அழைத்துக்கொண்டு, 'காற்று வாங்கியது போதும்!' என்று காரை நோக்கி விறுவிறுவென்று நடப்பாராயினர்.

வீட்டுக்கு வந்த தாரா, 'வள்ளுவன் தன்னை இப்படியா கை விடுவான்?' என்று எண்ணிப் 'புஸ்ஸ்ஸ்' என்று பெருமூச்சுவிட, அதைக் கவனித்த அவள் தகப்பனார், 'இனி தாங்காது!' என்று தம் மனைவியின் காதோடு காதாகக் கவலையோடு சொல்ல, 'ஆமாம், தாங்காது!' என்று அவளும் அவருடைய காதோடு காதாகக் கவலையோடு சொல்லிவிட்டு, 'ஹா'லில் இருந்த 'பே'னைத் தன் 'கண்மணி'க்காக முழு வேகத்தில் முடுக்கி விடுவாளாயினள்.

'மேலே என்ன செய்வது?' என்றார் தகப்பனார்; 'கலியாணம்தான்!' என்றாள் தாயார். 'அதற்குத்தான் நீ இடம் கொடுக்க மாட்டேன் என்கிறாயே?' என்றார் அவர்; 'நீங்கள் இடம் கொடுத்தால் நானும் இடம் கொடுப்பேன்!' என்றாள் அவள். 'இப்படியே போய்க் கொண்டிருந்தால் முடிவு?' என்றார் தகப்பனார்; 'இருக்கிறது' என்றாள் தாயார். 'எங்கே இருக்கிறது?' என்றார் அவர்; 'இருக்கவே இருக்கிறார் மிஸ்டர் விக்கிரமாதித்தர். அவரிடம் வேண்டுமானால் இந்த முடிவை விட்டுவிடுங்கள்; அதற்கு நான் கட்டுப்படத் தயார்!' என்றாள் அவள். 'சரி' என்றார் தகப்பனார்; 'உடனே போய் அவரை அழைத்து வாருங்கள்!' என்றாள் தாயார்.

அடுத்த ஐந்தாவது நிமிடம் அவர்கள் வீட்டுக்கு வந்த மிஸ்டர் விக்கிரமாதித்தர், 'என்னம்மா, பணக்காரப் பையனைப் பார்த்து வைத்திருக்கிறீர்களா?' என்று பெண்ணைப் பெற்றவளை விசாரிக்க, 'ஆமாம்; பார்த்து வைத்திருக்கிறேன்!' என்று அம்மையார் சொல்ல, 'சரி, படித்த பையனைப் பார்த்து வைத்திருக்கிறீர்களா நீங்கள்?' என்று அவர் அடுத்தாற்போல் பெண்ணைப் பெற்றவரைக் கேட்க, ஆமாம், பார்த்து வைத்திருக்கிறேன்!' என்று அப்பனார் சொல்ல, 'ரொம்ப

சந்தோஷம்; உங்கள் வீட்டு வாசலில் நிற்கும் கூர்க்காவுக்கு அவர்கள் இருவரையும் தெரியுமா?' என்று விக்கிரமாதித்தர் பின்னும் கேட்க, 'தெரியாது!' என்று அவர்கள் இருவரும் பின்னும் சொல்வாராயினர்.

'அப்படியானால் ஒன்று செய்யுங்கள!' என்றார் விக்கிரமாதித்தர்; 'என்ன செய்ய வேண்டும்?' என்றார் பெண்ணைப் பெற்றவர். 'அவர்கள் இருவரையும் நாளை மாலை பெண் பார்க்க இங்கே வரச் சொல்லுங்கள். அவர்களில் யாருக்கு உங்கள் வீட்டுக் கூர்க்கா முதல் மரியாதை கொடுக்கிறானோ, அவனுக்கு உங்களுடைய பெண்ணைக் கலியாணம் செய்து வைத்து விடுங்கள்!' என்றார் விக்கிரமாதித்தர்; 'அப்படியே செய்கிறோம்' என்றனர் தம்பதியர் இருவரும்.

'சரி, நான் வருகிறேன்!' என்று விக்கிரமாதித்தர் புறப்பட, 'நாளை மாலை நீங்களும் இங்கே வந்துவிட வேண்டும்' என்று அவர்கள் அவரைக் கேட்டுக்கொள்ள, 'ஆஹா! அதற்கென்ன, வருகிறேன்!' என்று சொல்லிவிட்டு, அவர் அவர்களிடமிருந்து விடை பெற்றுக்கொள்வாராயினர்.

சொன்னது சொன்னபடி மறுநாள் மாலை வந்த விக்கிரமாதித்தர், 'என்ன, அவர்கள் வந்துவிட்டார்களா?' என்று தம்பதியர் இருவரையும் விசாரிக்க, 'இல்லை; நீங்கள் உட்காருங்கள். அவர்கள் இதோ வந்துவிடுவார்கள்' என்று அவர்கள் அவரை உட்கார வைத்துவிட்டு, 'நாங்கள் வாசலுக்குப் போய் அவர்களை வரவேற்று அழைத்து வருகிறோம்' என்றுக் கிளம்ப, 'அதுதான் கூடாது; முதலில் அந்தக் காரியத்தைக் கூர்க்கா செய்யட்டும்; பிறகு நீங்கள் செய்யலாம் என்று அவர் அவர்களையும் தம்முடன் உட்கார வைத்துக்கொண்டு வாசலை 'நோக்கு, நோக்கு' என்று நோக்குவாராயினர்.

பணக்காரப் பையன் காரில் வந்தான்; அவனுக்கும் அவன் காருக்கும் சேர்ந்தாற்போல் ஒரு 'சல்யூட்' அடித்து அவனை உள்ளே விட்டான் கூர்க்கா. அடுத்தாற்போல் படித்த பையன் கால் நடையாக வந்தான்; அவனை வாசலிலேயே நிறுத்தி, 'நீ யார், எங்கே வந்தாய்?' என்று அதே கூர்க்கா அவனை ஆதியோடந்தமாக விசாரிக்க ஆரம்பித்தான்.

அங்ஙனம் அவன் விசாரித்துக் கொண்டிருந்தகாலை வியப்பினால் விரிந்த கண்கள் விரிந்தபடி அவனையே பார்த்துக் கொண்டிருந்த தம்பதியர் பக்கம் விக்கிரமாதித்தர் திரும்பி, 'இனிமேலும் நான் சொல்வதற்கு ஏதாவது இருக்கிறதா?' என்று கேட்க, ‘இல்லை, பணக்காரப் பையனுக்கே நாங்கள் பெண்ணைக் கொடுத்துவிடுகிறோம்!' என்று அவர்கள் சொல்ல, 'மங்களம் உண்டாகட்டும்!' என்று அவர் அவர்களை ஆசீர்வதித்துவிட்டு, அவர்களிடமிருந்து விடை பெற்றுக் கொள்வாராயினர்."

பத்தொன்பதாவது மாடி ரிஸப்ஷனிஸ்ட்டான சற்குணா இந்தக் கதையைச் சொல்லி முடித்துவிட்டு, “நாளைக்கு வாருங்கள்; இருபதாவது மாடி ரிஸப்ஷனிஸ்ட் சுந்தரா சொல்லும் கதையைக் கேளுங்கள்!' என்று சொல்ல, "கேட்கிறோம், கேட்கிறோம், கேட்காமல் எங்கே போகப் போகிறோம்?" என்று போஜனும் நீதிதேவனும் வழக்கம் போல் கொட்டாவி விட்டுக்கொண்டே கீழே இறங்குவாராயினர் என்றவாறு... என்றவாறு... என்றவாறு...

20. இருபதாவது மாடி ரிஸப்ஷனிஸ்ட் சுந்தரா சொன்ன ஏமாற்றப்போய் ஏமாந்தவர்கள் கதை

"கேளாய், போஜனே! ஒரு நாள் கையெழுத்து மறையும் நேரம்; மிஸ்டர் விக்கிரமாதித்தர் கடற்கரையில் உட்கார்ந்து, நீலக் கடலைக் குனிந்து முத்தமிடும் நீல வானை நோக்கிக்கொண்டிருக்க, அதுகாலை கையில் 'டிரான்ஸிஸ்ட' ருடன் இரு மாணவர்கள் அவரிடம் வந்து, 'இந்தி டிரான்ஸிஸ்டரை இங்கே வைத்துவிட்டுப் போகிறோம்; கொஞ்ச நேரம் பார்த்துக்கொள்கிறீர்களா? கடலில் குளித்துவிட்டு வந்து எடுத்துக்கொள்கிறோம்!' என்று சொல்ல, 'அதற்கென்ன, வைத்துவிட்டுப் போங்கள்!' என்று அவர் சொல்ல, அவர்கள் தங்களுடைய 'டிரான்ஸிஸ்ட'ரை அவருக்கு அருகே வைத்துவிட்டுப் போவாராயினர்.

அவர்கள் தலை மறைந்த சிறிது நேரத்துக்கெல்லாம் போலீஸ்காரருடன் வந்த யாரோ ஒருவர், 'காணாமற்போன என்னுடைய டிரான்ஸிஸ்டர் இதுதான், ஐயா! எவ்வளவு பெரிய மனிதர் எப்படிப்பட்ட காரியம் செய்திருக்கிறார், பார்த்தீர்களா?' என்று விக்கிரமாதித்தரைச் சுட்டிக் காட்டிச் சொல்ல, 'இந்தக் காலத்தில் பெரிய மனிதராவது, சிறிய மனிதராவது? எல்லாம் வெறும் வேஷம்! திருடுவதையும் திருடிவிட்டு இவர் எவ்வளவு தைரியமாக இங்கேயே உட்கார்ந்திருக்கிறார், பாருங்கள்!' என்று போலீஸ்காரர் சொல்ல, விக்கிரமாதித்தர் திடுக்கிட்டு, 'யாரைத் திருடன் என்கிறீர்கள்?' என்று கேட்க, 'உங்களைத்தான்! எழுந்து வாருங்கள் ஸ்டேஷனுக்கு!' என்று போலீஸ்காரர் அவருடைய கையைப் பற்ற, விக்கிரமாதித்தர் எழுந்து, 'ஏண்டா சிட்டி, ஏண்டா பாதாளம்! நாளை நடக்கப்போகும் மாறுவேடப் போட்டியில் கலந்துகொள்ளப் போகும் நீங்கள் போயும் போயும் என்னிடம் வந்துதானா உங்கள் ஒத்திகையை நடத்திப் பார்க்க வேண்டும்?' என்று அவன் பற்றிய கையைத் தட்ட, 'இந்த இருட்டில்கூட அது எப்படித் தெரிந்தது உங்களுக்கு?'

என்று அவர்கள் வியக்க, ‘அதுகூடத் தெரியாவிட்டால் நீங்கள் என்னிடம் வேலை செய்து என்ன பிரயோசனம்? நான் உங்களை வைத்து வேலை வாங்கித் தான் என்ன பிரயோசனம்?' என்று விக்கிரமாதித்தர் சிரிக்க, அவரை ஏமாற்ற வந்த இருவரும் ஏமாந்து போய்த் திரும்புவாராயினர்."

இருபதாவது மாடி ரிஸப்ஷனிஸ்ட்டான சுந்தரா இந்தக் கதையைச் சொல்லி முடித்துவிட்டு, ‘‘நாளைக்கு வாருங்கள்; இருபத்தோராவது மாடி ரிஸப்ஷனிஸ்ட் இந்திரா சொல்லும் கதையைக் கேளுங்கள்!' என்று சொல்ல, "கேட்கிறோம், கேட்கிறோம், கேட்காமல் எங்கே போகப் போகிறோம்?’’ என்று போஜனும் நீதிதேவனும் வழக்கம்போல் கொட்டாவி விட்டுக்கொண்டே கீழே இறங்கி வருவது காண்க... காண்க... காண்க.....

21. இருபத்தியோராவது மாடி ரிஸப்ஷனிஸ்ட் இந்திரா சொன்ன காணாமற் போன மனைவியின் கதை

“கேளாய், போஜனே! ஒரு நாள் காலை எங்கள் விக்கிரமாதித்தர் வெளியே புறப்பட்டுக்கொண்டிருந்தகாலை யாரோ ஒருவர் தலைவிரி கோலமாக வந்து அவருக்கு எதிர்த்தாற்போல் தயங்கித் தயங்கி நிற்க, ‘யார் நீங்கள், எங்கிருந்து வருகிறீர்கள்?’ என்று விக்கிரமாதித்தராகப் பட்டவர் அவரை விசாரிக்க, 'நான் சிந்தாதரிப்பேட்டையிலிருந்து வருகிறேன். என் பெயர் நேற்றுவரை வெறும் நாராயணன்; இன்று நடுத்தெரு நாராயணன்!' என்று வந்தவராகப்பட்டவர் மனம் நொந்தவர்போல் சொல்ல, ‘ச்சூச்சூச்சூ! அப்படியா, என்ன சமாசாரம்?’ என்று தம் ‘ச்சூச்சூச்சூ'வைக் கேட்டு விரைந்து வந்த நாயை விரட்டி விட்டு விக்கிரமாதித்தர் கேட்க, 'ஐயோ, அதை நான் எப்படிச் சொல்வேன்?' என்று அவர் தன் தலையில் தானே அடித்துக் கொள்ள, விக்கிரமாதித்தர் அதைத் தடுத்து, ‘சும்மா சொல்லுங்கள்?’ என்று அவரை உசுப்ப, அவர் சுற்றுமுற்றும் பார்த்துத் 'திருதிரு' வென்று விழித்துக் கொண்டே சொன்னதாவது:

‘விஷயம் உங்களோடு இருக்கட்டும்; வேறு யாருக்கும் தெரிய வேண்டாம். நானும் என் மனைவியும் சீர்மிகு சிந்தாதரிப்பேட்டையிலே ஒரு சின்னஞ்சிறு வீட்டை வாடகைக்கு எடுத்துக்கொண்டு மலரும் மணமும் போல, நகையும் நங்கையும்போல, அதுபோல இதுபோல, இன்னும் என்னென்னவோ போல வாழ்ந்து வந்தோம். அங்ஙனம் வாழ்ந்து வந்தகாலை எந்த விதமான தவமும் செய்யாமலே எங்களுக்கு ஓர் ஆண் மகவு பிறந்தது. அந்த மகவுக்கு இன்னும் எண்ணி ஆறு மாதங்கள்கூட ஆகவில்லை. அதற்குள் என் மனைவி காணாமற் போய்விட்டாள் ஐயா, காணாமற் போயே போய்விட்டாள்!'

இவ்விதமாகத்தானே அவர் மனைவி காணாமற் போன கதையைச் சொல்லிக்கொண்டு வந்தகாலை, துக்கம் வழக்கம்போல் வந்து அன்னார் தொண்டையை அடைக்க, அதைக் கண்ணிரால் கரைத்து வெளியேற்றுவதற்காகவோ என்னவோ, அவர் தன் கதையை நிறுத்திவிட்டு 'ஓ'வென்று அழுது புலம்ப, 'அழாதீர்கள் ஐயா, அழாதீர்கள்!' என்பதாகத் தானே விக்கிரமாதித்தர் அவரைத் தேற்றி, 'என்றிருந்து காணவில்லை, எப்பொழுதிருந்து காணவில்லை?' என்று அன்னார் முதுகைத் 'தடவு, தடவு' என்று தடவிக் கொடுத்துக் கொண்டே கேட்க, 'என்னத்தைச் சொல்வேன், நான்? இன்றிலிருந்துதான் அவளைக் காணவில்லை ஐயா, இன்றிலிருந்துதான் அவளைக் காணவில்லை. காலை மணி ஒன்பது இருக்கும். வழக்கம்போல் எனக்குச் சமைத்துப் போட்டாள். சாப்பிட்டுவிட்டு நான் வேலைக்குப் போனேன். அங்கே சர்வ வல்லமையுள்ள யாரோ ஒரு தொழிலாளி, 'இந்த வருடம் முப்பது சதவிகிதம் போனஸ் கிடைக்குமா, நாற்பது சதவிகிதம் போனஸ் கிடைக்குமா?' என்று நினைத்துக் கொண்டிருந்தகாலை முதலாளி 'அச்' என்று ஒரு தும்மல் தும்ம, 'நான் போனஸைப் பற்றி நினைத்துக் கொண்டிருந்த காலை நீங்கள் எப்படித் தும்மலாம்? வாபஸ் வாங்கினால் தான் ஆச்சு!' என்று தொழிலாளி தன் முஷ்டியை உயர்த்த, 'இதென்ன வம்பு? நான்தான் தும்மிவிட்டேனே! அதை எப்படி வாபஸ் வாங்குவேன்? இன்னொரு முறை வேண்டுமானால் தும்மச் சொல்; யாரிடமிருந்தாவது ஒரு சிட்டிகை ஓசிப் பொடி வாங்கிப் போட்டுத் தும்மி வைக்கிறேன்!' என்று முதலாளி சொல்ல, 'அதெல்லாம் எனக்குத் தெரியாது. வாபஸ் வாங்காவிட்டால், இதோ, இப்போதே, இந்தக் கணமே வேலை நிறுத்தம்!' என்று அந்தத் தொழிலாளி தன் 'எவரெடி போர்க்கொடி'யை உயர்த்திப் பிடிக்க, அந்தக் கொடியின் கீழ் எல்லாத் தொழிலாளரும் உடனே திரண்டு, உண்ணாவிரதம், உண்டிக் குலுக்கல் ஆகிய போர் முறைகளைக் கையாள, ஏற்கெனவே பல நெருக்கடிகளுக்கு ஆளாகி, 'எப்போது இப்படி ஒரு சந்தர்ப்பம்

வாய்க்கும், கம்பெனியை இழுத்துப் பூட்டலாம்' என்று காத்திருந்த முதலாளி, இதுதான் சமயமென்று 'கதவடைப்பு' செய்ய, அதைப் பார்த்துவிட்டு, நான் வீட்டுக்குத் திரும்பி வருவேனாயினன். அங்ஙனம் திரும்பி வந்தகாலை வீடு பூட்டியிருக்க 'எங்கேயாவது அரட்டையடிக்கப் போயிருக்கிறாளோ, என்னவோ?' என்று நான் வாயிலிலேயே காத்திருப்பேனாயினன். மணி பத்தும் ஆயிற்று, பதினொன்றும் ஆயிற்று, பன்னிரண்டும் ஆயிற்று. அவள் வரவில்லை; வரவே இல்லை. அக்கம்பக்கத்தில் விசாரித்துப் பார்த்தேன்; 'அவள் எங்கே போனாளோ, நாங்கள் பார்க்கவில்லை என்று சொல்லிவிட்டார்கள். நல்ல வேளையாக என்னிடம் மாற்றுச் சாவி ஒன்று இருந்தது. அதைக் கொண்டு பூட்டைத் திறந்து உள்ளே போனேன். 'கடிதம் ஏதாவது எழுதி வைத்து விட்டுப் போயிருப்பாளோ?' என்று மேஜை, டிராயர் ஆகியவற்றைக் 'குடை, குடை' என்று குடைந்து பார்த்தேன்; ஒன்றும் கிடைக்கவில்லை. 'ஒருவேளை தூக்குப் போட்டுக்கொண்டிருப்பாளோ?' என்று ஏணைக் கயிற்றைப் பார்த்தேன்; அதில் ஏணைதான் தொங்கிக் கொண்டிருந்தது; அவள் தொங்கிக் கொண்டிருக்கவில்லை. 'கிணற்றில் விழுந்து விட்டிருப்பாளோ?' என்று புழக்கடையில் இருந்த கிணற்றில் குதித்துப் பார்த்தேன். அதில் சேறுதான் இருந்தது; அவள் இல்லை. இப்படியாக எல்லாச் சோதனைகளையும் செய்து முடித்த பிறகு, 'உள்ளே தூக்குப் போட்டுக் கொண்டு, உள்ளே கிணற்றில் குதித்துவிட்டு, அவள் வெளியே போய் எப்படி வீட்டைப் பூட்ட முடியும்?' என்று தோன்ற, 'அட, சீ! என்ன மூளை, நம் மூளை!' என்று என் மூளையை நானே 'மெச்சிக்' கொண்டு அவள் சொந்தக்காரரர் வீடுகளுக்கெல்லாம் சென்று ஜாடைமாடையாக விசாரித்துப் பார்த்தேன்; 'வரவில்லை' என்று சொன்னார்கள். கடைசியாக எதற்கும் உங்களைப் பார்த்துவிட்டு, போலீஸ் ஸ்டேஷனில் புகார் செய்யலாம் என்று இங்கே வந்தேன். என் மனைவியை மட்டுமல்ல; மானத்தையும் நீங்கள்தான் காப்பாற்ற வேண்டும்' என்று வந்தவர் சொல்ல, ஒரு கணம் யோசித்த விக்கிரமாதித்தர்,

மறுகணம் 'கவலைப்படாதீர்கள்!' என்று சொல்லிக்கொண்டே காரிலிருந்து அன்றைய தினசரிப் பத்திரிகையை எடுத்து ஒரு புரட்டு புரட்டிப் பார்க்க, 'என்ன பார்க்கிறீர்கள்?' என்று வந்தவர் கேட்க, 'அதை இப்போது சொல்ல மாட்டேன்!' என்று சொல்லிக் கொண்டே அவர் தம் கைக்கடிகாரத்தைப் பார்த்துவிட்டு, 'ஏறுங்கள், காரில்!' என்று வந்தவரைக் காரில் ஏற்றிக் கொண்டு, 'முதலில் சித்ரா டாக்கீசுக்குப் போ!' என்று பாதாளத்துக்குக் கட்டளையிடுவாராயினர்.

சொன்னது சொன்னபடி பாதாளம் காரைக் கொண்டு போய் சித்ரா டாக்கீசுக்கு முன்னால் நிறுத்த, 'இறங்குங்கள், இங்கே!' என்று விக்கிரமாதித்தர் வந்தவரை இறக்கி, 'அதோ, கொளுத்தும் வெயிலில் வியர்க்க விறுவிறுக்க நிற்கிறதே ஒரு கியூ-அந்தக் கியூவில் உங்கள் மனைவி தன் குழந்தையுடன் நிற்கிறாளா, பாருங்கள்!' என்று சற்றுத் தூரத்தில் நின்ற கியூவைச் சுட்டிக் காட்ட, வந்தவர் ஓடிப் போய்ப் பார்த்துவிட்டு வந்து, 'இருக்கிறாள்; அந்தக் கியூவில்தான் இருக்கிறாள்!' என்று வாயெல்லாம் பல்லாகச் சொல்ல, 'இப்போது சொல்கிறேன்-நான் பத்திரிகையில் பார்த்தது இன்று இங்கே என்ன புதிய சினிமாப் படம் வந்திருக்கிறதென்பது. அதில் இங்கே, இன்ன படம் என்பது தெரிந்தது. இப்போதெல்லாம் கணவன்மாரை வேலைக்கு அனுப்பியதும், அவர்கள் வீட்டிற்கு வருவதற்குள் அவர்களுக்குத் தெரியாமல் 'மாட்டினி ஷோ'வுக்குச் சென்று வருவதுதானே மனைவியரின் 'நித்திய கடமைக'ளில் ஒன்றாயிருக்கிறது? அந்தக் கடமையை நிறைவேற்ற உங்கள் மனைவியும் இங்கே வந்திருக்கலாம் என்று நான் நினைத்தேன்; நினைத்தது சரியாகிவிட்டது!' என்று விக்கிரமாதித்தர் சொல்ல, 'அது தெரியாமல் போச்சே எனக்கு!' என்று வந்தவர் வியக்க, 'எப்படித் தெரியும்? உங்களுக்கும் நாம் வேலைக்குப் போனதும் நம் மனைவி மாட்டினி ஷோவுக்குப் போவாள் என்று தெரியாது; உங்கள் மனைவிக்கும் உங்களுடைய கம்பெனியில் இப்படித் திடீர் வேலைநிறுத்தம் நடக்கும் என்று தெரியாது!' என்று

விக்கிரமாதித்தர் சிரிக்க, 'நன்றி, நான் வருகிறேன்!' என்று அதுவரை நடுத்தெரு நாராயணனாக இருந்தவர், வெறும் நாராயணனாகி வீடு திரும்புவாராயினர்.''

இருபத்தோராவது மாடி ரிஸப்ஷனிஸ்ட்டான இந்திரா இந்தக் கதையைச் சொல்லி முடித்துவிட்டு, ''நாளைக்கு வாருங்கள்; இருபத்திரண்டாவது மாடி ரிஸப்ஷனிஸ்ட் பங்கஜா சொல்லும் கதையைக் கேளுங்கள்!' என்று சொல்ல, "கேட்கிறோம், கேட்கிறோம், கேட்காமல் எங்கே போகப் போகிறோம்?" என்று போஜனும் நீதிதேவனும் வழக்கம் போல் கொட்டாவி விட்டுக்கொண்டே கீழே இறங்குவாராயினர் என்றவாறு... என்றவாறு... என்றவாறு.......

22. இருபத்திரண்டாவது மாடி ரிஸப்ஷனிஸ்ட் பங்கஜா சொன்ன ஒரு கூஜா கதை

"கேளாய், போஜனே! ஒரு நாள் இரவு மிஸ்டர் விக்கிரமாதித்தர் தம்முடைய நண்பர் ஒருவரை 'நீலகிரி எக்ஸ்பிர'ஸில் ஏற்றிவிட்டு வருவதற்காக ஸென்ட்ரல் ஸ்டேஷனுக்குச் செல்ல, அதுகாலை யாரோ ஒரு சிறுவன் அங்கிருந்த பிளாட்பாரத்தில் கையில் கூஜாவுடன் குழாயடியில் நின்று 'ஓ'வென்று அழுதுக்கொண்டிருக்க, 'என்ன தம்பி, என்ன?' என்று விக்கிரமாதித்தராகப்பட்டவர் அவனை விசாரிக்க, 'அதோ போகிறார் பார், அவர் என்னை அடித்துவிட்டுப் போகிறார், ஸார்!' என்று சிறுவனாகப் பட்டவன் சற்றுத் தூரத்தில் சென்றுகொண்டிருந்த ஒரு டெரிலின் சட்டை ஆசாமியைச் சுட்டிக் காட்ட, 'அவர் எதற்காக அடித்தார் உன்னை?' என்று விக்கிரமாதித்தர் பின்னும் கேட்க, 'கதையைக் கேளுங்கள், ஸார்!' என்று அவன் பின்னும் சொன்னதாவது:

'நான் இந்தக் குழாயடிக்கு வந்து கூஜாவில் தண்ணிர் பிடித்துக் கொண்டிருந்தேன். அதுகாலை என்னைப்போல் இன்னொரு சிறுவன் இரண்டு கூஜாக்களுடன் இங்கே வந்தான். அவன் முதலில் ஒரு கூஜாவில் தண்ணீர் பிடித்துக் கீழே வைத்தான்; பிறகு இன்னொரு கூஜாவில் தண்ணீர் பிடித்தான். கடைசியில் கீழே வைத்த கூஜாவை மறந்து விட்டுக் கையிலிருந்த ஒரே கூஜாவுடன் அவன் தன்னைச் சேர்ந்தவர்கள் இருந்த பெட்டியை நோக்கி ஓட, அவனை நான் அவன் பெயர் தெரியாததால், 'டேய், கூஜா! கூஜா!' என்று கத்தி அழைக்க, அதைக் கேட்டதும் அதோ போகிறவர் ஓடிவந்து என் கன்னத்தில் 'பளார், பளார்' என்று அறைந்து விட்டார், ஸார்!'

இந்த விதமாகத்தானே சிறுவன் தன் கதையைச் சொல்லி முடித்ததும் எங்கள் விக்கிரமாதித்தர் மீண்டும் ஒரு முறை அவன் காட்டிய ஆசாமியை உற்றுப் பார்க்க, அந்த ஆசாமியின்

கையிலும் ஒரு வெள்ளிக்கூஜா இருந்ததைக் கண்ட அவர், 'சந்தேகமேயில்லை; அவர் ஒரு நட்சத்திரக் கணவராய்த்தான் இருக்கவேண்டும்' என்று தீர்மானித்து, 'இது அழவேண்டிய விஷயமில்லை தம்பி, சிரிக்கவேண்டிய விஷயம்! 'கூஜா' என்பது வெறும் கூஜா மட்டுமல்ல; அப்படி ஒரு 'சிறப்புப் பெயர்' சினிமா நட்சத்திரங்களின் கணவன்மாருக்கும் உண்டு. ஆகவே, நீ அந்தப் பையனைக் 'கூஜா' என்று அழைத்ததும் அவர் தன்னைத்தான் அப்படி அழைத்ததாக நினைத்துக் கொண்டுவிட்டார். அதனால் வந்த ஆத்திரத்தில் அவர் தன்னை மறந்து ஓடி வந்து உன் கன்னத்தில் அறைந்திருக்கிறார்!' என்று விளக்க, சிறுவன் சட்டென்று அழுவதை நிறுத்திவிட்டு, 'அப்படியென்றால் தன்னுடைய நட்சத்திர மனைவி இருக்கும் பெட்டிக்குத்தான் அவர் இப்போது போய்க்கொண்டிருக்க வேண்டும் இல்லையா?' என்று ஆவலோடு கேட்க, 'ஆமாம்' என்று விக்கிரமாதித்தர் சொல்ல, 'டோய், நட்சத்திரம் டோய்!' என்று அந்தச் சிறுவன் தன்னையும், தான் பட்ட அடியையும் மறந்து கத்திக் கொண்டே நட்சத்திரத்தைப் பார்க்க 'ஓடு, ஓடு' என்று ஓடுவானாயினன்."

இருபத்திரண்டாவது மாடி ரிஸப்ஷனிஸ்ட்டான பங்கஜா இந்தக் கதையைச் சொல்லி முடித்துவிட்டு, "நாளைக்கு வாருங்கள்; இருபத்து மூன்றாவது மாடி ரிஸப்ஷனிஸ்ட் அபரஞ்சி சொல்லும் கதையைக் கேளுங்கள்!' என்று சொல்ல, "கேட்கிறோம், கேட்கிறோம், கேட்காமல் எங்கே போகப் போகிறோம்?" என்று போஜனும் நீதி தேவனும் வழக்கம்போல் கொட்டாவி விட்டுக்கொண்டே கீழே இறங்கி வருவது காண்க... காண்க... காண்க.....

23. இருபத்து மூன்றாவது மாடி ரிஸப்ஷனிஸ்ட் அபரஞ்சி சொன்ன பேயாண்டிச்சாமியார் கதை

"கேளாய், போஜனே! 'மாயாண்டிபுரம், மாயாண்டிபுரம்' என்று ஓர் ஊர் உண்டு. அந்த ஊரிலே 'பேயாண்டிச் சாமி, பேயாண்டிச்சாமி' என்று ஒரு சாமியார் உண்டு. அந்தச் சாமியார் மக்களோடு மக்களாக வசிக்காமல் ஒரு மலையடிவாரத்திலே தம் சீடகோடிகளுடன் 'பீடாரோகணம்' செய்திருந்தார். பக்தர்கள் பலர் ஆணும் பெண்ணுமாக அவரைத்தேடிச் செல்வார்கள். பலவிதமான காணிக்கைகளைக் கொண்டுபோய் அவருடைய காலடியிலே வைத்து அவரைச் சிரம் தாழ்த்தி, கரம் கூப்பி வணங்குவார்கள். அவர்கள்மேல் கொஞ்சம் விபூதியை எடுத்துப் போட்டு அவர் அவர்களை ஆசீர்வதிப்பார். அந்த விபூதி பட்ட மாத்திரத்தில் அவர்களில் சில பெண்கள் 'நான் போறேன், நான் போறேன்!' என்று தங்கள் தலைமுடியை விரித்துப் போட்டுக்கொண்டு ஆடுவார்கள். அங்ஙனம் ஆடும் பெண்களைப் பேய் பிடித்த பெண்கள் என்று சொல்லிச் சீட கோடிகள் தங்கள் கைகளில் உள்ள பிரம்புகளால் அந்தப் பெண்களின்மேல் இருக்கும் பேய்களை அடிப்பதுபோல் அவர்களையே அடித்து விரட்டிக்கொண்டு போய் ஊரின் எல்லைக்கு அப்பால் விட்டுவிட்டு வருவார்கள். இத்தனைக்கும் சாமியார் தம் வாயைத் திறந்து ஒரு வார்த்தை கூடச் சொல்ல மாட்டார். 'ஏன் அவர் வாயைத் திறக்கவே மாட்டேன் என்கிறார்?' என்று கேட்டால், 'மௌன விரதம் அனுஷ்டிக்கிறார்!' என்று சீடகோடிகள் சொல்வார்கள்.

இப்படியாகத்தானே சாப்பிடுவதற்கு மட்டுமே வாயைத் திறந்துகொண்டிருந்த அந்தப் பேயாண்டிச் சாமியாரின் பெருமை மாயாண்டிபுரமெல்லாம் பரவ, அந்தப் பெருமையைக் கேட்டு மிஸ்டர் விக்கிரமாதித்தர் ஒரு நாள் போய் அவரைப் பார்க்க, அவர் இவரைக் கண்டதும், 'நான் போறேன், நான் போறேன்!' என்று தம் சடா முடியை

விரித்துப்போட்டு ஆடிக்கொண்டே ஓட, 'இது என்ன ஆச்சரியம்! இத்தனை நாளும் பேசாத சாமி இவரைக் கண்டதும் பேசுது; இத்தனை நாளும் ஆடாத சாமி இவரைக் கண்டதும் ஆடுது, ஓடுது!' என்று பக்தகோடிகள் மூக்கின் மேல் விரலை வைக்க, அதைக் கண்டு விக்கிரமாதித்தர் விழுந்து விழுந்து சிரிக்க, 'என்ன சங்கதி? உங்களைக் கண்டதும் அவர் ஏன் ஓடுகிறார்? நீங்கள் ஏன் சிரிக்கிறீர்கள்?' என்று அவர்களில் ஒருவர் இவரைக் கேட்க, இவர் சொன்னதாவது:

'இந்தப் பேயாண்டிச் சாமியார் பூர்வாசிரமத்தில் 'பெருமாள்' என்னும் பெயர் பூண்டு என்னிடம் டிரைவராக வேலை பார்த்து வந்தான். மாதம் பிறந்து சம்பளம் வாங்கினால் போதும்-இவன் வீட்டுக்கும் போகமாட்டான்; ஆபீசுக்கும் வரமாட்டான். மறுநாள் மனைவி என்று சொல்லிக் கொண்டு இவனைத் தேடி ஒருத்தி வருவாள். 'ஏன், நேற்று வீட்டுக்கு வரவில்லையா?' என்று கேட்டால், 'வந்து நாலு நாள் ஆச்சுங்க!' என்பாள். 'சரி, நீ போ! அவன் வந்ததும் வீட்டுக்கு அனுப்பி வைக்கிறேன்!' என்பேன் நான். அவள் போனதும் இன்னொருத்தி வருவாள். 'நீ யாரம்மா? என்று கேட்டால், 'பெண்சாதிங்க!' என்று நெளிவாள். இங்ஙனம் 'மனைவி' என்ற பட்டத்துடனும், 'பெண்சாதி' என்ற பட்டத்துடனும் நாலு பெண்கள் இவனை மாதா மாதம் தேடிக்கொண்டு வருவார்கள். வாங்கிய சம்பளத்தைத் தீர்த்துக் கட்டும் வரை இவன் அவர்களிடம் சிக்க மாட்டான். பாவம், அவர்களில் ஒருத்தி வீட்டுவேலை செய்து பிழைப்பாள்; இன்னொருத்தி சோற்றுக்கூடை தூக்கிப் பிழைப்பாள்; மற்றொருத்தி இட்லி - மசால் வடை சுட்டு விற்றுப் பிழைப்பாள்; மற்றும் ஒருத்தி மாட்டின் துணை கொண்டு பிழைப்பாள். அவர்களில் யாருக்கும் இவனுக்கு ஒரு மனைவியும் மூன்று துணைகளும் உண்டு என்ற விஷயம் தெரியாது; ஒவ்வொருத்தியும் தான் மட்டுமே இவனுக்கு மனைவி, தான் மட்டுமே இவனுக்குத் துணைவி என்று நினைத்துக் கொண்டிருந்தாள். இந்தக் குட்டை உடைத்துப் பார்க்க வேண்டும் என்று நினைத்த நான்,

ஒரு முதல் தேதி அன்று அவர்கள் நால்வரையும் சேர்ந்தாற்போல் வரச் சொல்லி ஒளித்து வைத்துவிட்டு, இவன் சம்பளம் வாங்கியதும் அவர்களைக் கொண்டுபோய் இவனுக்கு முன்னால் நிறுத்தினேன். அவ்வளவுதான்-அவர்களில் ஒருத்தி இவனுடைய வலது கையைப் பிடித்துக் கொண்டாள்; இன்னொருத்தி இடது கையைப் பிடித்துக் கொண்டாள்; மற்றொருத்தி சட்டையைப் பிடித்துக் கொண்டாள்; மற்றும் ஒருத்தி வேட்டியைப் பிடித்துக் கொண்டாள். இரண்டு பெண்டாட்டிக்காரன் பாடே திண்டாட்டம் என்று அந்தக் காலத்திலேயே சொல்வார்கள்; இந்தக் காலத்தில் நாலு பெண்டாட்டிக்காரன் பாடு எப்படி இருந்திருக்கும் என்பதை நான் சொல்லியா நீங்கள் தெரிந்து கொள்ள வேண்டும்? பயல் 'விழி, விழி' என்று விழித்தான். 'இதெல்லாம் உங்கள் வேலைதானா?' என்பதுபோல் என்னை வேறு பரிதாபமாகப் பார்த்தான். நான் சிரித்தேன். அதற்குள், 'இவருக்கென்று நான் ஒருத்தி இருக்கும்போது நீ எப்படி வரலாம்?' என்று ஒருத்தி இன்னொருத்தியைக் கேட்க, 'நான் ஒன்றும் வரவில்லை; இவராகத்தான் வந்தார்!' என்று அவள் சொல்ல, 'இவருடைய சம்பாத்தியத்துக்கு நாங்கள் இரண்டு பேர் போதாதா? நீ ஏன் வரவேண்டும்?' என்று முன்னவள் மூன்றாமவளைக் கேட்க, 'நான்தான் கதியில்லாமல் வந்தேனென்றால் இவள் ஏன் வந்தாள் என்று கேள்!' என்று அவள் நாலாமவளைச் சுட்டிக் காட்ட, 'இந்த மன்மதனுக்கு ஏற்கெனவே மூன்று ரதிகள் இருக்கிறார்கள் என்பதை நான் கண்டேனா?' என்று அவள் சொல்ல, 'யாரையடி ரதி என்கிறாய்?' என்று முன்னவள் அவள் மேல் பாய, அவர்கள் இருவரையும் மற்ற இருவர் விலக்கிவிட முயல, அதுதான் சமயமென்று இவன் அவர்களிடமிருந்து தப்பி எடுத்தான் ஓட்டம்! அதற்குப் பின் இவனும் வேலைக்கு வரவில்லை; இவனைத் தேடிக்கொண்டு அவர்களும் கம்பெனிக்கு வரவில்லை!'

விக்கிரமாதித்தர் இந்தக் கதையைச் சொல்லி முடித்ததும், 'அவர்கள் நால்வரும் வேறு எங்கேயும் போய்விடவில்லை;

இங்கேயேதான் இருக்கிறார்கள்!' என்று பாதாளம் சொல்ல, 'எங்கே இருக்கிறார்கள்?' என்று அவர் கேட்க, 'இங்கேதான் இருந்தார்கள்; இப்போது அவனுடன் ஓடிக் கொண்டிருக்கிறார்கள்!' என்று இவன் சொல்ல, 'ஏன்?' என்று விக்கிரமாதித்தர் கேட்க, 'அவன் போடும் விபூதிக்கு அவர்கள்தானே மாறி மாறி வந்து பேயாடித் தொலைக்க வேண்டியிருக்கிறது!' என்று பாதாளம் குட்டை உடைக்க, 'அடப் பாவி! இப்படி ஒரு பிழைப்பா உனக்கு?' என்று அங்கே கூடியிருந்த பக்த கோடிகள் அனைவரும் கல்லடி பட்ட தேனீக்கள்போல் கலைந்து செல்வாராயினர்."

இருபத்து மூன்றாவது மாடி ரிஸப்ஷனிஸ்ட்டான அபரஞ்சி இந்தக் கதையைச் சொல்லி முடித்துவிட்டு, ''நாளைக்கு வாருங்கள்; இருபத்து நான்காவது மாடி ரிஸப்ஷனிஸ்ட் மனோரஞ்சிதம் சொல்லும் கதையைக் கேளுங்கள்!' என்று சொல்ல, "கேட்கிறோம், கேட்கிறோம், கேட்காமல் எங்கே போகப் போகிறோம்?" என்று போஜனும் நீதிதேவனும் வழக்கம்போல் கொட்டாவி விட்டுக் கொண்டே கீழே இறங்கி வருவாராயினர் என்றவாறு... என்றவாறு... என்றவாறு...

24. இருபத்து நான்காவது மாடி ரிஸப்ஷனிஸ்ட் மனோரஞ்சிதம் சொன்ன கடவுள் கல்லான கதை

"கேளாய், போஜனே! அல்லும் பகலும் அனவரதமும் 'கடவுளே கதி' என்று இருந்த ஓர் ஆத்மாவுக்குத் திடீரென்று ஒரு நாள் ஒரு சந்தேகம் பிறந்தது. அந்தச் சந்தேகம் என்ன வென்றால்:

'மற்ற யுகங்களிலெல்லாம் என்னென்னவோ அவதாரங்கள் எடுத்துத் துஷ்ட நிக்கிர சிஷ்ட பரிபாலனம் செய்து வந்த கடவுள் இந்தக் கலியுகத்தில் மட்டும் ஏன் கல்லானார்?'

இந்தச் சந்தேகம் பிறந்த நாளிலிருந்து அவர் தமக்கு எதிர்ப்பட்டவர்களையெல்லாம் 'கடவுள் ஏன் கல்லானார், கடவுள் ஏன் கல்லானார்?' என்று கேட்டுக்கொண்டே வர, அவர்கள் ஒவ்வொருவரும் 'அது என்னவோ எனக்குத் தெரியாது; நான் கடவுளைக் கல்லாக்கவில்லை!' என்று கையை விரிக்க, கடைசியாக அந்த ஆத்மா எங்கள் விக்கிரமாதித்தரிடம் வந்து அதே கேள்வியைக் கேட்க, அவர் சொன்னதாவது:

'ஆயிரமாயிரம் ஆண்டுகளுக்கு முன்னால் ஓர் ஊரில் 'தனகோடி, தனகோடி' என்று ஒரு தன வணிகன் இருந்தானாம். அவன் இரவு பகல் என்று பாராமல் உழைத்து ஒரு லட்சம் பொன் வரை சேர்த்தானாம். அந்தப் பொன்னை ஓர் இரும்புப் பெட்டியில் வைத்துப் பூட்டிவிட்டு அவன் நேராகக் கடவுளிடம் வந்து, 'கடவுளே! கடவுளே! நான் எவ்வளவோ கஷ்டப்பட்டு ஒரு லட்சம் பொன் சேர்த்து வைத்திருக்கிறேன். அதை என்னிடமிருந்து யாரும் அபகரித்துக் கொள்ளாமல் நீதான் பார்த்துக்கொள்ள வேண்டும்' என்று கேட்டுக் கொண்டானாம். 'கவலைப்படாதே! நான் பார்த்துக் கொள்கிறேன், நீ போய் வா!' என்றாராம் கடவுள். அவன் பரம திருப்தியுடன வீட்டுக்கு வந்து, அன்றிரவு நிம்மதியாகத்

தூக்கமும் போட்டானாம். அடுத்தாற்போல் ஒரு திருடன் கடவுளைத் தேடி வந்து, 'கடவுளே, கடவுளே! இன்றிரவு நான் தனகோடி வீட்டில் திருடப் போகிறேன். நீதான் யாரிடமும் என்னைச் சிக்க வைக்காமல் காப்பாற்ற வேண்டும்' என்று கேட்டுக் கொண்டானாம். கடவுள் என்ன செய்வார், பாவம்! 'கவலைப்படாதே, நான் கவனித்துக் கொள்கிறேன்!' என்று சொல்ல முடியுமா! இல்லை, 'மாட்டேன்; நான் உனக்குத் துணையாக இருக்கமாட்டேன்!' என்றுதான் கையை விரிக்க முடியுமா? விரித்தால் அவரை எல்லோருக்கும் பொதுவானவர் என்று எப்படிச் சொல்ல முடியும்? எல்லோரையும் ரட்சிக்கக் கூடியவர் என்றுதான் எப்படிச் சொல்ல முடியும்? ஆகவே, 'இந்த மனித சகவாசமே இனி நமக்கு வேண்டாம்!' என்று அவர் உடனே கல்லாகிவிட்டாராம்!'

விக்கிரமாதித்தர் இந்தக் கதையைச் சொல்லி முடித்து விட்டு, 'இப்பொழுதாவது உங்கள் சந்தேகம் தீர்ந்ததா?' என்று வந்தவரைக் கேட்க, 'தீர்ந்தது சுவாமி, தீர்ந்தது' என்று வந்தவர் தலையை ஆட்டிக்கொண்டே வந்த வழியைப் பார்த்து நடப்பாராயினர்."

இருபத்து நான்காவது மாடி ரிஸப்ஷனிஸ்ட்டான மனோரஞ்சிதம் இந்தக் கதையைச் சொல்லி முடித்துவிட்டு, "நாளைக்கு வாருங்கள்; இருபத்தைந்தாவது மாடி ரிஸப்ஷனிஸ்ட் காந்தா சொல்லும் கதையைக் கேளுங்கள்!' என்று சொல்ல, "கேட்கிறோம், கேட்கிறோம், கேட்காமல் எங்கே போகப் போகிறோம்?" என்று போஜனும் நீதி தேவனும் வழக்கம்போல் கொட்டாவி விட்டுக்கொண்டே கீழே இறங்கி வருவது காண்க... காண்க... காண்க......

25. இருபத்தைந்தாவது மாடி ரிஸப்ஷனிஸ்ட் காந்தா சொன்ன அழகுக் கதை

"கேளாய், போஜனே! 'சிங்காரம்பட்டி, சிங்காரம்பட்டி' என்று ஓர் ஊர் உண்டு. அந்த ஊரிலே 'சிற்சபேசன், சிற்சபேசன்' என்று ஒரு சீரணித் தொண்டர் உண்டு. அந்தத் தொண்டர் ஒரு நாள் மாலை கல்லாத முதியோர் சிலரைக் கூட்டிக் கல்வி புகட்டிக் கொண்டிருந்தகாலை, அவர்களில் சிலர் அந்த வழியே போய்க்கொண்டும் வந்துகொண்டும் இருந்த பெண்களை வெறித்துப் பார்க்க, அவர்களுடைய கவனத்தைத் திருப்புவதற்காக, 'பெரியோர்களே! பெண்களுக்கு அழகு எங்கே இருக்கிறதென்று தெரியுமா, உங்களுக்கு?' என்று அவர் ஒரு கேள்வியைப் போட்டு வைப்பாராயினர்.

கேள்வி பிறந்ததுதான் தாமதம், 'அதுவா தெரியாது எங்களுக்கு. பெண்களுக்கு அழகு அவர்களுடைய கூந்தலிலே இருக்கிறது!' என்றார் ஒருவர்; 'இல்லை, கண்ணில்தான் இருக்கிறது!' என்றார் இன்னொருவர். 'கண்ணில் அழகு இருக்கலாம்; ஆனாலும் கன்னத்தின் அழகுக்கு அது ஈடாகாது!' என்றார் மற்றொருவர். 'அதெல்லாம் ஒன்றுமில்லை; பெண்களுடைய அழகு அவர்களுடைய உதட்டிலேதான் இருக்கிறது!' என்றார் மற்றும் ஒருவர். கடைசியாக ஒருவர் நாணிக்கோணி எழுந்து நின்று, 'அதைச் சொல்ல எனக்கு வெட்கமாயிருக்கிறது!' என்று சற்றே நெளிய, 'நல்லவேளை, அதைச் சொல்லிவிட்டு வெட்கப்பட்டு வைக்காமல், சொல்லாமலே வெட்கப்பட்டு வைத்தீர்களே, அந்த மட்டும் க்ஷேமம், உட்காருங்கள்!' என்று சிற்சபேசன் அவரை உட்கார வைத்துவிட்டு, 'இன்றிலிருந்து உங்களுக்கு மூன்று நாட்கள் அவகாசம் தருகிறேன்; என்னுடைய கேள்விக்குச் சரியான விடையைக் கண்டுபிடித்துக்கொண்டு வாருங்கள்!' என்று சொல்ல, 'ரொம்ப நல்லது; அப்படியே செய்கிறோம்' என்று அனைவரும் எழுந்து, அவரவர்கள் வீடு நோக்கிச் செல்வாராயினர்.

வழி நெடுக, 'பெண்களுக்கு அழகு எங்கே இருக்கும், பெண்களுக்கு அழகு எங்கே இருக்கும்?' என்று ஒருவரையொருவர் திரும்பத் திரும்பக் கேட்டுக்கொண்டும், அதி அதி தீவிரமாக யோசித்துக் கொண்டும் வந்த பெரியோர்கள், கடைசியில், 'சரி, பெண்களையே கேட்டுவிட்டால் போகிறது!' என்று தம் தம் மனைவிமாரைத் தேடி அவசர அவசரமாக வீட்டுக்கு வருவாராயினர்.

வீட்டுக்கு வந்ததும், 'ஏண்டி, பெண்களுக்கு அழகு எங்கே இருக்கிறது?' என்று தம் தர்மபத்தினியைக் கேட்டார் ஒருவர்; அவளோ, 'முதலில் உங்கள் தலையிலே என்ன இருக்கிறதென்று சொல்லுங்கள்; அதற்குப் பிறகு நான் பெண்களுக்கு அழகு எங்கே இருக்கிறதென்று சொல்கிறேன்!' என்றாள். இன்னொருவர், 'ஏண்டி, பெண்களுக்கு அழகு எங்கே இருக்கிறது?' என்று தம் இல்லாளைக் கேட்டார்; அவளோ, 'மூஞ்சைப் பார், மூஞ்சை! இப்படிக் கேட்க வெட்கமாயில்லை உங்களுக்கு?' என்று அவருடைய கன்னத்தில் ஓர் இடி இடித்துவிட்டுச் சென்றாள். மற்றொருவர் எடுத்த எடுப்பில் 'பெண்களுக்கு அழகு எங்கே இருக்கிறது?' என்று தம் மனையாளைக் கேட்டுவிடாமல், 'ஏண்டி, உன்னை ஒன்று கேட்க வேண்டும்; கோபித்துக் கொள்ளமாட்டாயே?' என்ற 'பிள்ளையார்சுழி'யுடன் ஆரம்பிக்க, 'என்ன, கேளுங்கள்!' என்று அவள் அவருக்குத் தைரியம் கொடுக்க, அதுதான் சமயமென்று 'பெண்களுக்கு அழகு எங்கே இருக்கிறது?' என்று அவர் அவளுடைய முகவாய்க் கட்டையைப் பிடிக்க, 'ஐயே! கேள்வியைப் பார், கேள்வியை?' என்று அவள் அவருடைய கையைத் தட்டி விட்டுவிட்டுப் போவாளாயினள். மற்றும் ஒருவர் தம் மனையரசியைக் கண்டதும், 'பெண்களுக்கு அழகு எங்கே இருக்கிறது?' என்ற கேள்விக் கணையை உடனே தொடுத்து விடாமல் மௌனமாக நின்று முன்னும் பின்னுமாக அவள் அழகைப் பார்க்க, 'என்ன, அப்படிப் பார்க்கிறீர்கள்?' என்று அவள் ஒன்றும் புரியாமல் கேட்க, 'ஒன்றுமில்லை; ஒரு நிமிஷம்

இப்படி வந்து நில்!' என்று அவர் அவளுடைய தோளைப் பற்றி இழுத்து நிறுத்தி உச்சந் தலையிலிருந்து உள்ளங்கால் வரை அவளை ஊடுருவிவிட்டு, 'இப்படிப் பார்த்தால் தெரியாதுபோல் இருக்கிறது; அழகிப் போட்டிக்கு வந்து நிற்கும் பெண்களைப்போல நீயும் நீச்சல் உடையில் வந்து நின்றால்தான் தெரியும்போலிருக்கிறது!' என்று முணுமுணுக்க, 'அப்படியா சமாசாரம்? என்ன தெரிய வேண்டும், உங்களுக்கு?' என்று அவள் கேட்க, 'பெண்களுக்கு அழகு எங்கே இருக்கிறதென்று தெரிய வேண்டும்!' என்று அவர் சொல்ல, 'அட கடவுளே! இப்பொழுது நீங்கள் எங்கே போய்விட்டு வருகிறீர்கள்? பெங்களூருக்கா, பாண்டிச்சேரிக்கா?' என்று அவள் அவருடைய வாயை முகர்ந்து பார்ப்பாளாயினள்.

இப்படி ஒரு நாள் அல்ல; இரண்டு நாட்கள் அல்ல; மூன்று நாட்கள் முயன்றும் பெண்களின் அழகு ரகசியத்தைத் தெரிந்து கொள்ள முடியாத முதியவர்கள் நான்காவது நாள் மாலை வாடிய முகங்களுடன் வந்து தங்கள் வாத்தியாருக்கு முன்னால் நிற்க, 'என்ன, தெரிந்ததா?' என்று வாத்தியார் கேட்க, 'தெரியவில்லை; நீங்கள்தான் சொல்லவேண்டும்!' என்று அவர்கள் அனைவரும் சேர்ந்தாற்போல் கையை விரிக்க, வாத்தியார் சிரித்து, 'உண்மையில் அது எனக்கும் தெரியாது; பெண்கள் பக்கம் சென்ற உங்கள் கவனத்தை என் பக்கம் திருப்புவதற்காகவே அன்று நான் அப்படி ஒரு கேள்வியைப் போட்டேன்!' என்று விளக்க, 'அட, விக்கிரமாதித்தா! இப்போது அந்தக் கேள்விக்கு விடை கிடைக்கா விட்டால் எங்கள் தலையே வெடித்து விடும்போலிருக்கிறதே, என்ன செய்வோம்?' என்று பெரியவர்கள் அத்தனை பேரும் தங்கள் தலையைப் பிடித்துக் கொண்டு தவிக்க, 'வந்தேன், வந்தேன்!' என்று மிஸ்டர் விக்கிரமாதித்தர் அவ்விடம் வந்து, 'பெண்களுக்கு அழகு வேறு எங்கும் இல்லை; அவர்களுடைய உள்ளத்தில்தான் இருக்கிறது!' என்று சொல்ல, 'இவ்வளவுதானா? இத்தனை நாட்களாக இது தெரியாமல்

போச்சே எங்களுக்கு!' என்பதுபோல் எல்லோரும் ஒருவர் முகத்தை ஒருவர் பார்த்துக்கொள்வாராயினர்."

இருபத்தைந்தாவது மாடி ரிஸப்ஷனிஸ்ட்டான காந்தா இந்தக் கதையைச் சொல்லி முடித்துவிட்டு, "நாளைக்கு வாருங்கள்; இருபத்தாறாவது மாடி ரிஸப்ஷனிஸ்ட் கலா சொல்லும் கதையைக் கேளுங்கள்!' என்று சொல்ல, "கேட்கிறோம், கேட்கிறோம், கேட்காமல் எங்கே போகப் போகிறோம்?" என்று போஜனும் நீதிதேவனும் வழக்கம் போல் கொட்டாவி விட்டுக்கொண்டே கீழே இறங்குவாராயினர் என்றவாறு... என்றவாறு... என்றவாறு......

26. இருபத்தாறாவது மாடி ரிஸப்ஷனிஸ்ட் கலா சொன்ன அவமரியாதைக் கதை

"கேளாய், போஜனே! அழகு மிகு சென்னையிலே 'ஆபட்ஸ்பரி, ஆபட்ஸ்பரி' என்று ஓர் அழகு மாளிகை உண்டு. அந்த மாளிகையிலே நடைபெறவிருந்த விழா ஒன்றுக்கு எங்கள் விக்கிரமாதித்தர் வந்து கொண்டிருந்தகாலை அவருடைய கார் வழியிலே கொஞ்சம் 'மக்கர்' செய்ய, எதற்கும் குறித்த நேரத்தில் செல்ல வேண்டும் என்பதைத் தம்முடைய குறிக்கோளாகக் கொண்டிருந்த விக்கிரமாதித்தர் சட்டென்று காரை விட்டுக் கீழே இறங்கித் தம் கைக் கடிகாரத்தைப் பார்த்துவிட்டு, 'விழா ஆரம்பமாக இன்னும் ஐந்தே நிமிஷங்கள்தான் இருக்கின்றன. காரைச் சரி செய்துகொண்டு போவதாயிருந்தால் குறித்த நேரத்தில் நாம் அங்கே போய்ச் சேர முடியாது. நான் முன்னால் நடந்தே போய் விடுகிறேன். நீ பின்னால் காரைச் சரி செய்துகொண்டு வா!' என்று பாதாளசாமியிடம் சொல்லிவிட்டு நடக்க, ஆபட்ஸ்பரி மாளிகை வாசலில் நின்று கொண்டிருந்த ஆடம்பரதாரிகள் சிலர் அவரை உள்ளே விடாமல் தடுக்க, 'அப்படியா சமாசாரம்?' என்று அவர் தம் காரை நோக்கி 'விறுவிறு' வென்று திரும்பி வருவாராயினர்.

அதற்குள் காரைச் சரி செய்துவிட்ட பாதாளசாமி மிஸ்டர் விக்கிரமாதித்தரை எதிர்கொண்டு வந்து அழைக்க, அவர் தம் காரில் ஏறிக்கொண்டு மறுபடியும் ஆபட்ஸ்பரி மாளிகைக்கு அவசர அவசரமாகச் செல்வாராயினர். சிறிது நேரத்திற்கு முன்னால் கால் நடையாக வந்த விக்கிரமாதித்தரை உள்ளே விட மறுத்த ஆடம்பரதாரிகள், இப்போது அவரை 'வருக, வருக!' என்று வாயெல்லாம் பல்லாக வரவேற்று மாலையிட, அந்த மாலையைக் கழட்டி அவர் தம் காருக்குப் போட்டுவிட்டு, 'மரியாதை எனக்கல்ல, இந்தக் காருக்குத்தான் என்பதை எனக்கு உணர்த்தாமல் உணர்த்திய உங்களுக்கு என் மனமார்ந்த நன்றி; நான் வருகிறேன்!' என்று திரும்ப, அந்த

ஆடம்பரதாரிகள் அனைவரும் வெட்கித் தலை குனிவாராயினர்."

இருபத்தாறாவது மாடி ரிஸப்ஷனிஸ்ட்டான கலா இந்தக் கதையைச் சொல்லி முடித்துவிட்டு, "நாளைக்கு வாருங்கள்; இருபத்தேழாவது மாடி ரிஸப்ஷனிஸ்ட் மாலா சொல்லும் கதையைக் கேளுங்கள்!' என்று சொல்ல, "கேட்கிறோம், கேட்கிறோம், கேட்காமல் எங்கே போகப் போகிறோம்?" என்று போஜனும் நீதிதேவனும் வழக்கம் போல் கொட்டாவி விட்டுக்கொண்டே கீழே இறங்கி வருவது காண்க... காண்க... காண்க......

27. இருபத்தேழாவது மாடி ரிஸப்ஷனிஸ்ட் மாலா சொன்ன கல்லால் அடித்த கதை

"கேளாய், போஜனே! 'வம்பனூர், வம்பனூர்' என்று ஓர் ஊர் உண்டு. அந்த ஊரிலே 'மாரி, மாரி' என்று ஒரு வள்ளல் உண்டு. அந்த வள்ளல் தம்மிடம் உதவி கோரி வருபவர்களுக்கெல்லாம் தம்மால் முடிந்த உதவியைத் தட்டாமல் செய்வதுண்டு. அங்ஙனம் செய்துவந்த அவரை அந்த ஊர் வம்பர்கள் போற்றாவிட்டாலும் தூற்றாமலாவது இருந்திருக்கலாம்; அதுதான் இல்லை. 'சும்மாவா செய்கிறான்? சுயநலத்துக்காகச் செய்கிறான்'' என்றனர் சிலர்; 'ஒரு பக்கம் செய்கிற பாவத்துக்கு இன்னொரு பக்கம் புண்ணியத்தைத் தேடவேண்டுமோ இல்லையோ, அதற்காகச் செய்கிறான்!' என்றனர் இன்னும் சிலர்; 'புகழாசை யாரை விட்டது? வேறு வகையில் அடைய முடியாத அதை அவன் விலை கொடுத்து வாங்குகிறான்!' என்றனர் மற்றும் சிலர். இவற்றையெல்லாம் கேட்கக் கேட்க வள்ளலுக்கு 'அழுவதா, சிரிப்பதா?' என்று தெரியவில்லை. 'கொடுத்தால் நல்லவன்; கொடுக்காவிட்டால் கெட்டவன் என்பதல்லவா இந்த உலக நீதி? அந்த நீதிக்கு விரோதமாக அல்லவா இருக்கிறது இது!' என்று அவர் வருந்தினார். அந்த வருத்தத்திலும் அவர் தம்மால் இயன்ற உதவியைப் பிறருக்குச் செய்யாமல் இருந்தார் இல்லை. யார் என்ன சொன்னபோதிலும், 'என் கடன் பணி செய்து கிடப்பதே!' என்று மேலும் மேலும் செய்தே வருவாராயினர்.

இங்ஙனம் செய்துவந்தகாலை அந்த ஊரிலிருந்த குடிசைகளில் சில திடீர், திடீரென்று தீப்பற்றி எரிய, அங்ஙனம் எரிந்த குடிசைகளுக்குப் பதிலாக வள்ளல் மாரி புதிய குடிசைகள் கட்டிக் கொடுக்க, அதையும அங்கிருந்த வம்பர்களில் சிலர் திரித்து, 'இதெல்லாம் யாருடைய சூழ்ச்சி என்கிறீர்கள்? எல்லாம் அந்த வள்ளல் மாரியின் சூழ்ச்சிதான்! தருமம் செய்யத் தனக்கு அடிக்கடி சந்தர்ப்பம் வாய்க்க வேண்டும் என்பதற்காக அவன் தன் ஆளை விட்டுக் குடிசைகளுக்குத் தீ

வைக்கச் சொல்லியிருக்கிறான்!' என்று வாய் கூசாமல் சொல்ல, 'அட, கடவுளே! இந்த அபவாதத்துக்கு ஒரு முடிவே இல்லையா?' என்று வாய்விட்டு அலறிய வள்ளல், 'தாங்காது அப்பனே, இனி தாங்காது!' என்று உடனே ஓடிப் போய் ஓர் ஆறுதலுக்காக மிஸ்டர் விக்கிரமாதித்தரைப் பார்ப்பாராயினர்.

அவர் குறை கேட்டார் விக்கிரமாதித்தர்; சிரித்தார். 'என்ன சிரிக்கிறீர்கள்?' என்றார் வள்ளல் மாரி, 'ஒன்றுமில்லை; சும்மாத்தான்!' என்றார் விக்கிரமாதித்தர். 'காரணமில்லாமல் நீங்கள் சிரிக்கமாட்டீர்களே?' என்றார் அவர்; 'காரணத்தோடுதான் சிரித்தேன்!' என்றார் இவர். 'என்ன காரணம்?' என்றார் மாரி, 'சொல்கிறேன்!' என்று விக்கிரமாதித்தர் சொன்னதாவது:

'கொடுத்தால் நல்லவன்; கொடுக்காவிட்டால் கெட்டவன் என்பது மட்டும் இந்த உலக நீதி அன்று; இன்னொரு நீதியும் உண்டு!'

விக்கிரமாதித்தர் இங்ஙனம் சொல்லி நிறுத்தியதும், 'அது என்ன நீதி?' என்று மாரி ஆவலோடு கேட்க, 'அதோ பாருங்கள்!' என்று அவர் தமக்கு எதிர்த்தாற்போலிருந்த மாந்தோப்பைச் சுட்டிக் காட்ட, 'அந்த மாந்தோப்புக்கும் நீங்கள் சொல்ல வந்த நீதிக்கும் என்ன சம்பந்தம்?' என்று இவர் கேட்க, 'இருக்கிறது' என்று விக்கிரமாதித்தர் அவரைப் பின்னும் தொடர்ந்து கேட்டதாவது:

'அந்தத் தோப்புக்கு வெளியே நிற்கிறார்களே சில சிறுவர்கள், அவர்கள் இப்போது என்ன செய்துகொண்டிருக்கிறார்கள்?'

'கல்லால் அடித்துக் கொண்டிருக்கிறார்கள்!'

'எதைக் கல்லால் அடித்துக் கொண்டிருக்கிறார்கள்?'

'காய்த்த மரத்தைக் கல்லால் அடித்துக் கொண்டிருக்கிறார்கள்!'

'காய்க்காத மரத்தை ஏன் அடிக்கவில்லை?'

'காய்க்கவில்லை; அதனால் அடிக்கவில்லை!'

'அதுதான் நான் சொல்ல வந்த இன்னும் ஓர் உலக நீதி ஐயா, இன்னும் ஓர் உலக நீதி! இப்போதாவது அந்த நீதி என்னவென்பது புரிந்ததா உங்களுக்கு?' என்று விக்கிரமாதித்தர் வினவ, 'புரிந்தது, புரிந்தது' என்று வள்ளல் மாரி தம் தலையை 'ஆட்டு, ஆட்டு' என்று ஆட்ட, 'அங்கே காய்த்த மரத்துக்குக் கல்லடி; இங்கே கொடுக்கிற மனிதனுக்குச் சொல்லடி! அதுதான் வித்தியாசம்; மனத்தைத் திடப்படுத்திக் கொண்டு போய்வாருங்கள்!' என்று விக்கிரமாதித்தர் அவருக்கு விடை கொடுத்து அனுப்புவாராயினர்."

இருபத்தேழாவது மாடி ரிஸப்ஷனிஸ்ட்டான மாலா இந்தக் கதையைச் சொல்லி முடித்துவிட்டு, "நாளைக்கு வாருங்கள்; இருபத்தெட்டாவது மாடி ரிஸப்ஷனிஸ்ட் ஷீலா சொல்லும் கதையைக் கேளுங்கள்!" என்று சொல்ல, "கேட்கிறோம், கேட்கிறோம், கேட்காமல் எங்கே போகப் போகிறோம்?" என்று போஜனும் நீதிதேவனும் வழக்கம் போல் கொட்டாவி விட்டுக்கொண்டே கீழே இறங்கிவருவாராயினர் என்றவாறு... என்றவாறு... என்றவாறு.......

28. இருபத்தெட்டாவது மாடி ரிஸப்ஷனிஸ்ட் ஷீலா சொன்ன கால் கடுக்க நின்ற கதை

"கேளாய், போஜனே! எங்கள் விக்கிரமாதித்தருக்குப் பத்து வயதுப் பாலகன் ஒருவன் உண்டு. ஆபீசுக்குச் செல்லுங்காலை அவனைத் தினந்தோறும் தம்முடைய காரிலே ஏற்றிக்கொண்டு போய் அவர் பள்ளியிலே விட்டுவிட்டுப் போவதுண்டு. அங்ஙனம் விட்டுக் கொண்டிருந்தகாலை அவன் ஒரு நாள், 'எனக்கு நேரமாச்சு, நேரமாச்சு!' என்று குதியாய் குதிக்க, 'என்னடா நேரமாச்சு, மணி ஒன்பதே முக்கால்தானே ஆச்சு?' என்று அவர் அவசர அவசரமாக 'டிரஸ்' செய்து கொண்டே சொல்ல, 'உங்களுக்கு என்ன அப்பா, சொல்லாமல்? நேற்று அரை மணி நேரம் வெயிலில் நின்ற வேதனை எனக்கல்லவா தெரியும்?' என்று பையன் சிணுங்க, 'ஏன் நின்றாய், வீட்டுக் கணக்குப் போட்டுக்கொண்டு போகவில்லையா?' என்று அப்பா கேட்க, 'அதெல்லாம் ஒன்றுமில்லை, அப்பா! ஐந்து நிமிஷம் 'லேட்'டாகப் போனேன்; அதற்காக நின்றேன்!' என்று அவன் அழாக்குறையாகச் சொல்ல, 'அதற்கா உன்னை அரை மணி நேரம் வெயிலில் நிற்க வைத்தார்கள்? 'நான் சாட்சாத் விக்கிரமாதித்தரின் பிள்ளை' என்று சொல்லிப் பார்த்திருக்கக் கூடாதோ?' என்று அவர் சிரித்துக்கொண்டே சொல்ல, 'எல்லாம் சொன்னேன்; 'அப்படியானால் ஒரு மணி நேரம் நில்' என்று சொல்லிவிட்டார் வாத்தியார்!' என்று பையன் அப்பா எதிர்பார்க்காத ஒரு 'வெடி குண்'டைத் தூக்கிப் போட, அவர் திடுக்கிட்டு, 'ஏனாம்?' என்று கேட்க, 'எதிலும் ஓர் ஒழுங்கைக் கடைப்பிடிக்கும் உன் அப்பாவைப் போன்றவர்களின் பிள்ளைகளே இப்படி வந்தால் மற்றவர்கள் எப்படி வருவார்கள்? அதற்காகத்தான் உனக்கு அதிகப்படியான தண்டனை என்று சொல்லி விட்டார் வாத்தியார்!' என்று அவன் விளக்க, அதற்குள் தயாராகிவிட்ட அவர், 'சரி சரி, வாவா!' என்று அவனை அழைத்துக்கொண்டு பள்ளிக்குச் செல்வாராயினர்.

வழியில் ஒரு ரேஷன் கடையையும், அந்தக் கடையை ஒட்டி வெயிலில் வியர்க்க விறுவிறுவிக்க நின்று கொண்டிருந்த 'கியூ'வையும் கண்ட பையன், 'நான்தான் பள்ளிக்கூடத்துக்கு லேட்டாகப் போன குற்றத்துக்காக நேற்று வெயிலில் நிற்கும் தண்டனையை அனுபவித்தேன்; இவர்கள் அந்தத் தண்டனையை அனுபவிக்க என்ன குற்றம் அப்பா, செய்தார்கள்?' என்றான்; 'இவர்கள் இன்னும் குற்றம் செய்யவில்லை; இனிமேல்தான் செய்யப்போகிறார்கள்!' என்றார் தகப்பனார். 'என்ன குற்றம் செய்யப் போகிறார்கள்?' என்றான் அவன்; 'அரிசி வாங்கப் போகும் குற்றத்தை!' என்றார் அவர்.

அடுத்தாற்போல் 'இந்தியா காப்பி ஹௌஸ்'ஸை ஒட்டி ஒரு நீண்ட 'கியூ' நின்றுகொண்டிருந்தது. அந்தக் 'கியூ'வைக் கண்ட பையன், 'இவர்கள் என்ன குற்றம் அப்பா, செய்யப்போகிறார்கள்?' என்றான்; 'காப்பிக் கொட்டை வாங்கப் போகும் குற்றத்தை!' என்றார் தகப்பனார்.

அதற்கும் அடுத்தாற்போல் பஸ் ஸ்டாண்டை ஒட்டி ஒரு 'கியூ' நின்றுகொண்டிருந்தது. அந்தக் 'கியூ'வைக் கண்ட பையன், 'இவர்கள் என்ன குற்றம் அப்பா, செய்யப் போகிறார்கள்?' என்றான்; 'பஸ்ஸில் ஏறப்போகும் குற்றத்தை!' என்றார் தகப்பனார்.

'அரிசி வாங்குவது குற்றம், காப்பிக்கொட்டை வாங்குவது குற்றம், பஸ்ஸில் ஏறுவது குற்றம்!' என்று தனக்குத் தானே முணுமுணுத்துக் கொண்ட பையன், 'அப்படியே குற்றமாயிருந்தாலும் அதைச் செய்த பிறகல்லவா தண்டனை அனுபவிக்க வேண்டும்? இவர்கள் அதைச் செய்வதற்கு முன்னாலேயே தண்டனையை அனுபவித்துக் கொண்டிருக்கிறார்களே?' என்று வியக்க, 'அந்த அதிசயத்தைத்தான் என்னாலும் புரிந்துகொள்ள முடியவில்லையடா மகனே, என்னாலும் புரிந்து கொள்ள

முடியவில்லை!' என்று கையை அகல விரித்துக் கொண்டே மிஸ்டர் விக்கிரமாதித்தர் தம் மகனைக் கொண்டு போய்ப் பள்ளியில் இறக்கி விட்டுவிட்டு மேலே செல்வாராயினர்.''

இருபத்தெட்டாவது மாடி ரிஸப்ஷனிஸ்ட்டான ஷீலா இந்தக் கதையைச் சொல்லி முடித்துவிட்டு, "நாளைக்கு வாருங்கள்; இருபத்தொன்பதாவது மாடி ரிஸப்ஷனிஸ்ட் நர்மதா சொல்லும் கதையைக் கேளுங்கள்!' என்று சொல்ல, "கேட்கிறோம், கேட்கிறோம், கேட்காமல் எங்கே போகப் போகிறோம்?" என்று போஜனும் நீதிதேவனும் வழக்கம் போல் கொட்டாவி விட்டுக்கொண்டே கீழே இறங்கி வருவது காண்க... காண்க... காண்க......

29. இருபத்தொன்பதாவது மாடி ரிஸப்ஷனிஸ்ட் நர்மதா சொன்ன போலீஸ்காரனைத் திருடன் பிடித்த கதை

"கேளாய், போஜனே! 'இட்லி நகர், சட்னி நகர்' என்று ஏதாவது ஒரு நகர் நிமிஷத்துக்கு நிமிஷம் உருவாகி வரும் இச் சென்னை மாநகரிலே 'இளிச்சவாயன் நகர், இளிச்ச வாயன் நகர்' என்று ஒரு நகர் உண்டு. அந்த நகரிலே 'பொன்னி, பொன்னி' என்று ஒரு கன்னி உண்டு. அழகென்றால் அழகு, கொள்ளை அழகாயிருந்த அந்தக் கன்னியை மணம் புரிய எத்தனையோ காளைகள் 'நான், நீ' என்று போட்டி போட்டுக் கொண்டு முன் வர, அத்தனை காளைகளையும் அவள் 'வேண்டாம், வேண்டாம்' என்று மறுத்து வர, 'யாரைத்தான் அம்மா, நீ கலியாணம் செய்து கொள்ளப் போகிறாய்?' என்று ஒரு நாள் அவளைக் கேட்டார் அவள் தகப்பனார். 'போங்கப்பா, நான் சொல்ல மாட்டேன்!' என்று அவள் தன் முகத்தை இரு கைகளாலும் பொத்திக் கொள்ள, அவர் அவளுடைய கைகளைச் சிரித்துக் கொண்டே விலக்கி, 'சும்மா சொல்லம்மா?' என்று ஒரு தடவைக்கு நாலு தடவையாக வற்புறுத்த, 'நான் ஒரு போலீஸ்காரரைக் கலியாணம் செய்துகொள்ளப் போகிறேன், அப்பா!' என்று சொல்லிவிட்டு அவள் வெட்கம் தாங்காமல் புழக்கடைக்கு ஓடுவாளாயினள்.

'இதென்ன வம்பு! எல்லாப் பெண்களும் போலீஸ்காரனைக் கண்டால் பயப்பட அல்லவா செய்வார்கள்? இந்தப் பெண் அவனைக் கலியாணமே செய்துகொள்கிறேன் என்கிறாளே? என்ன துணிச்சல்!' என்று வியந்த தகப்பனார், 'எங்கே தேடுவேன், போலீஸ்காரனை நான் எங்கே தேடுவேன்?' என்று தவிப்பாராயினர்.

இங்ஙனம் தவித்துக் கொண்டிருந்தகாலை ஒரு நாள் இந்த விஷயம் தெரிந்த அந்த ஊர்த் தடியன் ஒருவன் போலீஸ்காரர் வேடத்தில் திடீரென்று அவருடைய வீட்டுக்குள் நுழைந்து,

‘இப்படி ஒரு திருடன் வந்தானே, பார்த்தீர்களா?’ என்று அவரைக் கேட்க, ‘நான் யாரைப் பார்த்தேன்? உங்களைத்தான் பார்க்கிறேன்!’ என்று அவர் சொல்ல, ‘என்னைத்தான் பார்க்கிறேன் என்றால் என்னையே நீங்கள் திருடன் என்கிறீர்களா, என்ன?’ என்று அந்தப் போலீஸ்காரர் அவரைத் திருப்பிக் கேட்க, ‘ஏன் இருக்கக் கூடாது? இந்தக் காலத்தில்தான் போலீஸ்காரனே திருடன் வேடத்தில் வந்து திருடுகிறானே!’ என்று அவர் சொல்ல, ‘யாரைப் பார்த்து அப்படிச் சொல்கிறீர்? நான் அசல் போலீஸ்காரனாக்கும்! இப்போது நினைத்தால்கூட உம்மைச் சந்தேகத்தின் பேரில் கைது செய்துகொண்டு போய் என்னால் லாக்-அப்பில் அடைத்துவிட முடியும், ஜாக்கிரதை!’ என்று போலீஸ்காரராக வந்த அந்தக் கீலீஸ்காரர் ஒரு துள்ளுத் துள்ள, அடுக்களையில் இருந்தபடி அதைக் கேட்டுக் கொண்டிருந்த பொன்னி அலறியடித்துக்கொண்டு வெளியே ஓடி வந்து, 'ஐயோ, அப்படியெல்லாம் செய்துவிடாதீர்கள்!' என்று துடியாய்த் துடிக்க, அவளைக் கண்ட மாத்திரத்தில் ‘ஆ!’ என்று வாயைப் பிளந்த கீலீஸ்காரர் அப்படியே மூர்ச்சை போட்டுக் கீழே விழுவாராயினர்.

‘என்ன வந்துவிட்டது இந்தப் போலீஸ்காரருக்கு? இப்படி விழுந்து விட்டாரே!’ என்று பொன்னியின் தகப்பனார் அவரைக் குனிந்து பார்க்க, ‘ஒருவேளை காக்கா வலிப்பா யிருக்குமோ? எதற்கும் சாவிக் கொத்தை அவருடைய கையிலே திணித்துப் பாருங்கள், அப்பா!’ என்று பொன்னி சொல்ல, ‘காக்கா வலிப்பாயிருந்தால் இப்படி ஆடாமல் அசையாமல் இருக்க மாட்டாரே? இழுத்துப் பறித்துக் கொண்டிருப்பாரே!’ என்று அவர் சொல்ல, அதற்குள் கீழே விழுந்த கீலீஸ்காரர், 'அதெல்லாம் ஒன்றுமில்லை; அந்தப் பெண்ணின் அழகு...அந்தப் பெண்ணின் அழகு...’ என்று திக்கிக்கொண்டே தட்டுத் தடுமாறி எழுந்து உட்கார எந்தப் பெண்ணின் அழகு?’ என்று ஒன்றும் புரியாமல் பொன்னியின் தகப்பனார் கேட்க, ‘உங்கள் பெண்ணின் அழகுதான்!’ என்று கீலீஸ்காரர் சொல்ல, 'ஆமாம், என் பெண்ணின் அழகுக்கு

என்ன?' என்று அவர் மேலும் குழம்பிக் கேட்க, 'அதுதான் என்னை அப்படியே மூர்ச்சையடையச் செய்துவிட்டது!' என்று ஒரு கண்ணால் பொன்னியையும், இன்னொரு கண்ணால் அவளுடைய தகப்பனாரையும் பார்த்துக் கொண்டே சொன்னபடி கீலீஸ்காரர் எழுந்து நிற்க, 'ஆளைப் பார், ஆளை!' என்று அந்தக் கீலீஸ்காரரைத் தன் கண்ணால் ஒரு வெட்டு வெட்டிக்கொண்டே பொன்னி அடுப்பங்கரைக்குள் ஓடி ஒளிவாளாயினள்.

அவள் ஓட்டத்தைக் கண்ட தகப்பனார், 'ஹஹ் ஹஹ்ஹா!' என்று சிரிக்க, கீலீஸ்காரர், 'ஹிஹ்ஹிஹ்ஹி!' என்று சிரிக்க, 'இவன் அவளுடைய அழகைப் பார், அழகை' என்கிறான்; அவள் இவனை 'ஆளைப் பார், ஆளை!' என்கிறாள். 'இதற்கு என்ன அர்த்தம்?' என்று ஒரு கணம் யோசித்த தகப்பனார், மறுகணம், 'காதல், கீதல் என்று சொல்கிறார்களே, அதற்கு ஒரு வேளை இது ஆரம்பமாயிருக்குமோ?' என்று நினைக்க, அதற்குள், 'உங்கள் பெண்ணை நீங்கள் வெளியே அனுப்புவதுண்டா?' என்று கீலீஸ்காரர் அவரை மெல்ல விசாரிக்க, 'ஏன்?' என்று அவர் ஒன்றும் புரியாமல் கேட்க, 'இதுவரை அனுப்பியிருந்தாலும் இனிமேல் அனுப்பாதீர்கள்! அனுப்பினால் என்னைப்போல் பலர் மூர்ச்சையாகிக் கீழே விழலாம்; அதனால் பல விபத்துக்கள் நேரலாம். அந்த விபத்துக்களின் காரணமாக நானே உங்கள் பெண்ணைக் கைது செய்தாலும் செய்யலாம்!' என்று கீலீஸ்காரர் அளக்க, 'இதென்ன வம்பு, அதற்குள் இவள் விரும்புவதுபோல் இவளை எந்தப் போலீஸ்காரன் தலையிலாவது கட்டி வைத்து விடுவதுதான் நமக்கு நிம்மதிபோலிருக்கிறதே!' என்று நினைத்த தகப்பனார், 'அதெல்லாம் இருக்கட்டும்; உங்கள் பெயர் என்ன?' என்று கீலீஸ்காரரைக் கேட்க, 'செவன், நாட், திரீ!' என்று கீலீஸ்காரர் ஏக மிடுக்குடன் சொல்ல, 'அட, நான் அதைக் கேட்கவில்லை ஐயா! உங்களுக்கு உங்கள் அப்பாவும் அம்மாவும் வைத்த பெயர் என்ன என்று கேட்கிறேன்!' என்று அவர் அலுப்புடன் சொல்ல, 'ஓ, அதுவா? பொன்னுச்சாமி!' என்று கீலிஸ்காரர் தன் பெயருக்கு நடுவே வரும்

'ச்'சன்னாவுக்கு ஒரு தனி அழுத்தம் கொடுத்துச் சொல்ல, 'பொன்னுச்சாமியா, உங்களுக்கு எந்த ஊர்?' என்று அவர் கேட்க, 'இதே ஊர்தான்!' என்று பொன்னுச்சாமியும் சொல்ல, அதற்கு மேல் அவருடைய குலம், கோத்திரம் எல்லாவற்றையும் பற்றிக் கேட்டுத் தெரிந்துகொண்ட பொன்னியின் தகப்பனார், 'இனிமேல் நீங்கள் போய்த் திருடனைப் பிடிக்கலாம்!' என்று சொல்ல, 'ஆமாம்! ஆமாம்! அதை நான் மறந்தே போய்விட்டேன்!' என்று கீலீஸ்காரர் அப்படியும் இப்படியுமாகப் பாய்ந்து பாய்ந்து சென்று பார்த்தபடி, 'ஓடு, ஓடு' என்று ஓடுவாராயினர்.

பொன்னுச்சாமியின் தலை மறைந்ததும் பொன்னியின் தகப்பனார் தம் மகளைக் கூப்பிட்டு, 'போலீஸ்காரரைத்தான் கலியாணம் செய்துகொள்வேன் என்று சொல்லிக் கொண்டிருந்தாயே, அம்மா! இப்போது இங்கே வந்து போனவரை உனக்குப் பிடித்திருக்கிறதா?' என்று கேட்க, 'போங்கப்பா!' என்று அவள் முகம் சிவக்கச் சொல்ல, 'அப்போ சரிதான்!' என்று அவர் அக்கணமே துண்டை உதறித் தோளின்மேல் போட்டுக்கொண்டு பொன்னுச்சாமியின் வீட்டைத் தேடிச் செல்வாராயினர்.

அவர் சென்ற சிறிது நேரத்துக்கெல்லாம், 'ஐயோ, போலீஸ்காரனைத் திருடன் பிடித்துக்கொண்டு போகிறானே!' என்று அந்தத் தெருவில் இருந்தவர்கள் அது ஒரு சினிமாக் கதையில் வரும் 'வெளிப்புறக் காட்சி' என்பது தெரியாமல் கூச்சலிட, அதைக் கேட்ட பொன்னி, 'இது என்ன கூத்து!' என்று எண்ணியவளாய் வெளியே வந்து பார்க்க, சற்றுத் தூரத்தில் உண்மையிலேயே அங்கு வந்த போலீஸ்காரரை ஒரு திருடன் பிடித்துக்கொண்டு போவதை அவள் கண்டு, 'திகை, திகை' என்று திகைப்பாளாயினள்.

'இப்படியும் ஒரு போலீஸ்காரர் உண்டா?' என்று அவள் மூக்கின்மேல் விரலை வைக்க, அதுகாலை அங்கு வந்த அவள் தகப்பனார், 'எல்லாம் பேசி முடித்தாச்சு அம்மா, அடுத்த

வெள்ளிக்கிழமை கலியாணம்!' என்று சொல்ல, 'அதற்குள்ளாகவா?' என்று அவள் ஆச்சச்சச்சரியத்துடன் கேட்க, 'எனக்கே அது ஆச்சச்சரியமாய்த்தான் இருந்தது, அம்மா! அந்தப் பொன்னுச்சாமிக்குத் தாயும் இல்லை, தகப்பனும் இல்லை; சித்தப்பாவும் சித்தியும்தான் இருக்கிறார்கள். அவர்களைக் கேட்டால், 'அவனுக்கு நீங்கள் கலியாணம் செய்வீர்களோ, காஷாயம் வாங்கிக் கொடுத்துக் காசிக்கு அனுப்புவீர்களோ-அதைப்பற்றி எங்களுக்கு ஒன்றும் தெரியாது!' என்று சொல்லிவிட்டார்கள். 'இது என்ன, எடுக்கும்போதே அபசகுனமாயிருக்கிறதே!' என்று எண்ணிக் கொண்டே வெளியே வந்தேன். திண்ணையில் உட்கார்ந்திருந்த பொன்னுச்சாமியின் தாத்தா என்னைக் கூப்பிட்டு எல்லாவற்றையும் விசாரித்துத் தெரிந்துகொண்டு, 'பாகப் பிரிவினையின்போது பையன் கொஞ்சம் கண்டிப்பாக நடந்து கொண்டு விட்டான்; அதனால் சித்தப்பாவுக்கும் சித்திக்கும் அவனைப் பிடிக்காமல் போய்விட்டது. அதற்காக நீங்கள் கவலைப்படாதீர்கள்! பையனுக்கும் பெண்ணுக்கும் மனப்பொருத்தம் இருக்கிறது என்பதைத் தெரிந்துகொண்ட பிறகு, மற்ற பொருத்தங்களை நாம் பார்க்க வேண்டாம். அடுத்த வெள்ளிக்கிழமை ஒரு முகூர்த்தம் இருக்கிறது; அந்த முகூர்த்தத்திலேயே இருவருக்கும் ஒரு முடிச்சைப் போட்டு விட்டுவிடலாம். எல்லாவற்றையும் நான் முன்னால் நின்று நடத்தி வைக்கிறேன்; நீங்கள் போய் மேலே நடக்க வேண்டியதைக் கவனியுங்கள்!' என்றார். 'சரி' என்று வந்து விட்டேன். உனக்குச் சந்தோஷந்தானே?' என்று அவர் கேட்க, 'சந்தோஷந்தான்!' என்று அவள் கொஞ்சம் இழுத்தாற்போல் சொல்லிவிட்டு உள்ளே செல்வாளாயினள்.

வெள்ளிக்கிழமை வந்தது; கலியாணமும் நடந்தது. முதல் நாள் இரவு பொன்னுச்சாமியைச் சந்தித்த பொன்னி, 'திருடனைப் போலீஸ்காரர் பிடித்துக்கொண்டு போவது தானே உலக வழக்கம்? உங்களை ஏன் திருடன் பிடித்துக் கொண்டு போனான்? அவ்வளவு கோழையா நீங்கள்?' என்று அது ஒரு புரட்சிகரமான, புதுமையான சினிமாக் கதையில் வரும்

சம்பவம் என்பது தெரியாமல் கேட்க, 'யார் சொன்னது? வேறு எந்தப் போலீஸ்காரனாவாவது இருந்திருந்தால் அந்தத் திருடன் அவனைக் கொன்றே போட்டிருப்பானே!' என்று அவன் அப்போதும் குட்டை உடைக்காமல் ஒரு பக்கத்து மீசையை 'முறுக்கு, முறுக்கு' என்று முறுக்க, 'அட, என் வீர ராசா!' என்று அவள் இன்னொரு பக்கத்து மீசையை 'முறுக்கு, முறுக்கு' என்று முறுக்கி அழகு பார்ப்பாளாயினள்.

இங்ஙனம் ரதியும் மதனும்போல, ராசாவும் ராணியும் போல, அது போல, இது போலப் பொன்னியும் பொன்னுச்சாமியும் வாழ்ந்து வந்தகாலையில், ஒரு நாள் பொன்னியின் தகப்பனாருக்கும் பக்கத்து வீட்டுக்காரருக்கும் சண்டை வர, அந்தச் சண்டையில் பக்கத்து வீட்டுக்காரர் பொன்னியின் தகப்பனாரை ஓர் அறை அறைந்துவிட, அவரைத் திருப்பி அறைய முடியாத பொன்னியின் தகப்பனார், 'என்னை யார் என்று நினைத்துக் கொண்டாய்? போலீஸ்காரரின் மாமனாராக்கும்! அவரிடம் சொல்லி உன்னை நான் என்ன செய்கிறேன், பார்!' என்று சூள் கொட்டிவிட்டு வந்து மருமகப் பிள்ளையிடம் நடந்ததைச் சொல்ல, 'இதற்குப் போய் அவரைப் போலீஸ் ஸ்டேஷனுக்கு அழைத்துச் செல்ல வேண்டுமா, என்ன? என்னுடன் வந்து ஆளைக் காட்டுங்கள்; நானே அவரைப் பதிலுக்குப் பதில் அறைந்துவிடுகிறேன்!' என்று மருமகப்பிள்ளையாகப்பட்ட கீலீஸ்காரர் மீசையை முறுக்கி விட்டுக்கொண்டே கிளம்ப, 'அது போதாது அவனுக்கு! அன்றொரு நாள் 'நான் நினைத்தால் உம்மைக் கூடச் சந்தேகத்தின் பேரில் கைது செய்துகொண்டு போய் லாக்-அப்பில் அடைத்துவிடுவேன், ஜாக்கிரதை!' என்று என்னை மிரட்டினீர்களே, அந்த மாதிரி அவனைக் கொண்டு போய் ஒரே ஒரு நாளாவது லாக்-அப்பில் அடைக்க வேண்டும்; அதை இந்தக் கண்கள் பார்த்துக் களிக்க வேண்டும்!' என்று மாமனாராகப்பட்டவர் தம் கண்களைக் காட்டிச் சொல்ல, 'இதென்ன தொல்லை! இந்தச் சோதனையிலிருந்து எப்படித் தப்புவது என்று தெரியவில்லையே?' என்று மருமகப்பிள்ளை விழிக்க, 'நீங்கள்

எதற்கும் யோசிக்காதீர்கள்; அதற்காக மற்றவர்களைப் போல நானும் ஏதாவது 'சம்திங்' கொடுக்க வேண்டுமென்றாலும் கொடுத்து விடுகிறேன்!' என்று மாமனார் 'டக்' கென்று மணிபர்ஸை எடுத்துத் திறக்க, 'வேண்டாம், வேண்டாம். கொஞ்சம் பொறுங்கள்; இதோ வந்துவிட்டேன்!' என்று கீலீஸ்காரர் வெளியே வந்து, 'ஏ. விக்கிரமாதித்தா, இனி நீயே கதி!' என்று வாய் விட்டுக் கதறிக் கொண்டே மிஸ்டர் விக்கிரமாதித் தரைத் தேடி 'ஓடு, ஓடு' என்று ஓடுவாராயினர்.

அவர் கதை கேட்டார் விக்கிரமாதித்தர்; அவர் தன் மாமனாரிடம் சொல்லிவிட்டு வந்தது போலவே 'கொஞ்சம் பொறுங்கள், இதோ வந்து விட்டேன்!' என்று சொல்லிக் கொண்டே எழுந்து வெளியே சென்றார். அடுத்த நிமிஷம் மிஸ்டர் விக்கிரமாதித்தருடன் வந்த அசல் போலீஸ்காரர்கள் இருவர் போலி போலீஸ்காரரைக் கைது செய்ய, 'ஐயோ, இதற்குத்தானா உம்மைத் தேடி வந்தேன்?' என்று கீலீஸ்காரர் அலற, 'இன்னொரு முறை நீங்கள் ஆள் மாறாட்டம் செய்து யாரையும் ஏமாற்றக் கூடாது பாருங்கள்; அதற்குத்தான் இந்தத் தண்டனை!' என்று விக்கிரமாதித்தர் சொல்ல, அதற்குள் 'மருமகப்பிள்ளை அத்தனை அவசரமாக எங்கே போகிறார்?' என்பதைத் தெரிந்துகொள்ளும் ஆவலுடன் அவரைத் தொடர்ந்து அங்கே வந்த அவருடைய மாமனாரும், மாமனாரைத் தொடர்ந்து வந்த அவருடைய மனைவியும், 'ஐயோ, இது என்ன அநியாயம்? போலீஸ்காரரைப் போலீஸ்காரரே கைது செய்வதா?' என்று பதற, 'அவர் அசல் போலீஸ்காரர் இல்லை அம்மா, சினிமா போலீஸ்காரர்!' என்று விக்கிரமாதித்தர் விளக்க, 'அப்படியா சமாசாரம்? இருந்தாலும் அதற்காக இனி அவரைப் பிரிந்து வாடும் தண்டனையை எனக்கு நீங்கள் அளிக்கலாமா?' என்று அதற்குள் தன்னை ஒருவாறு சமாளித்துக்கொண்டு விட்ட பொன்னி புலம்ப, 'ஏமாற்றுபவர்கள் மட்டும் தண்டனை அடைந்தால் போதாது; ஏமாறுபவர்களும் தண்டனை அடைய வேண்டும் என்பதற்காகவே அதை நான் பொருட்படுத்தவில்லை, அம்மா!' என்று சொல்லி

விக்கிரமாதித்தர் அவளைச் சமாதானம் செய்து அனுப்பியதோடு, 'கவலைப் படாதீர், பெரியவரே! உம்மை அறைந்த உம் பக்கத்து வீட்டுக்காரரும் அடுத்தாற்போல் கைது செய்யப்படுவார்!' என்று சொல்லி அவள் அப்பாவையும் சமாதானம் செய்து அனுப்பி வைப்பாராயினர்."

இருபத்தொன்பதாவது மாடி ரிஸப்ஷனிஸ்ட்டான நர்மதா இந்தக் கதையைச் சொல்லி முடித்துவிட்டு, "நாளைக்கு வாருங்கள்; முப்பதாவது மாடி ரிஸப்ஷனிஸ்ட் முல்லை சொல்லும் கதையைக் கேளுங்கள்!' என்று சொல்ல, "கேட்கிறோம், கேட்கிறோம், கேட்காமல் எங்கே போகப் போகிறோம்?" என்று போஜனும் நீதிதேவனும் வழக்கம் போல் கொட்டாவி விட்டுக்கொண்டே கீழே இறங்கிவருவாராயினர் என்றவாறு... என்றவாறு... என்றவாறு.......

30. முப்பதாவது மாடி ரிஸப்ஷனிஸ்ட் முல்லை சொன்ன நட்சத்திர வீட்டு நாயின் கதை

"கேளாய், போஜனே! நாய் என்றால் எல்லா நாயும் ஒன்றாகிவிடாது. அதிலும் நட்சத்திர வீட்டு நாய் இருக்கிறதே, அதற்கென்று ஒரு தனி நடை, தனிப் பார்வை, தனிக் குணம் எல்லாம் உண்டு. அது பொதுவாக யாரைக் கண்டாலும் குரைத்துவிடுவதில்லை; 'யாரைக் கண்டால் குரைக்க வேண்டும். யாரைக் கண்டால் குரைக்கக் கூடாது' என்பதெல்லாம் அதற்குத் தெரியும். அது மட்டுமல்ல; அது தன் எஜமானியைத் தேடி யார் வந்தாலும் சரி-முதலில் வாலை ஆட்டும்; அதற்குப் பின் அவர்களை ஓர் உரசு உரசி நிற்கும். இவை யிரண்டும் பிடிக்காமல் யாராவது எழுந்து செல்ல முயன்றால்தான் அது குரைக்கும்!

இத்தனை அருங் குணங்களும் ஒருங்கே அமைந்திருந்த அபூர்வ நாய் ஒன்று நடிகை நவஸ்ரீயின் வீட்டில் இருந்தது. அதன் பராமரிப்புக்கென்றே நியமிக்கப்பட்டிருந்த பரமசிவன் நாயர் ஒரு நாள் அதை வழக்கம்போல் 'மாலை உலா'வுக்கு அழைத்துச் செல்ல, அது அந்த நாயரைக் கண்டதும் வழக்கத்துக்கு விரோதமாக 'வள், வள்' என்று குரைக்க, 'இன்று என்ன கேடு உனக்கு?' என்று நாயர் சுற்றுமுற்றும் பார்த்துக் கொண்டே அதன் தலையில் ஒரு போடு போட, 'அம்மா ஷூட்டிங்குக்குப் போயிருக்கிறார்கள்; இன்னொன்று வேண்டுமானலும் போடு!' என்று சமையற்காரன் 'அதற்குள்ள மதிப்புக்கூட இந்த வீட்டில் நமக்கு இல்லையே!' என்ற ஆத்திரத்தில் அவனை மேலும் கொஞ்சம் உற்சாகப்படுத்த, 'அம்மா வீட்டில் இல்லையா? அப்படியானால் ஒன்றென்ன இரண்டாகவே போடுகிறேன்!' என்று அவன் மேலும் இரண்டு போட்டு அதை இழுத்துக் கொண்டு வெளியே செல்வானாயினன்.

வழியிலும் நாயர் சொன்னதை அந்த நாய் கேட்கவில்லை; அவன் அதை ஒரு பக்கம் இழுத்துக்கொண்டு சென்றால் அது அவனை இன்னொரு பக்கம் இழுத்துக் கொண்டு சென்றது. மீறி அவன் அதைத் தன் வழிக்கு இழுத்தால் அது 'வள், வள்' என்று குரைத்தது. 'இது என்ன தொல்லை! இன்று என்ன வந்துவிட்டது இந்த நாய்க்கு?' என்று அவன் விழித்துக் கொண்டு நின்ற காலை, கேட்ட நேரத்தில் 'ஆப்பிள் ஜூஸ்' கொண்டு வந்து கொடுக்கவில்லை என்பதற்காக கோபித்துக் கொண்டு அன்றைய ஷூ அட்டிங்கைக் 'கான்சல்' செய்துவிட்டு வந்த நவஸ்ரீ, அவனையும் அவனுடன் ஒத்துழைக்க மறுத்துக் கொண்டிருந்த தன் அருமை நாயையும் பார்த்துவிட்டு, 'என்ன நாயர், என்ன நாய்க்கு?' என்று விசாரிக்க, 'என்னவோ தெரியவில்லை அம்மா, இன்று என்னைக் கண்டதிலிருந்து அது குரைத்துக்கொண்டே இருக்கிறது!' என்று அவன் கையைப் பிசைய, 'ஏன், என்ன உடம்புக்கு?' என்று பதறிய நவஸ்ரீ, தன்னை மறந்து சட்டென்று காரை விட்டுக் கீழே இறங்கி, 'எங்கே, அந்தச் சங்கிலியை இப்படிக் கொடு, பார்ப்போம்?' என்று அவன் கையிலிருந்த சங்கிலியைத் தானே வாங்கிப் பிடித்துக்கொண்டு, 'என்ன டார்லிங், என்ன?' என்று அதைத் தடவிக் கொடுத்துக்கொண்டே கொஞ்ச முயல, அதற்கும் இடம் கொடாமல் அது அவளைப் பார்த்தும் 'வள், வள்' என்று குரைக்க, அதற்குள் தங்கள் அபிமான நட்சத்திரத்தை அபிமான நாயுடன் அங்கே பார்த்துவிட்ட ரசிக மகாஜனங்கள் 'வொய்ங், வொய்ங்' என்று விசில் அடித்தும், அவள் சினிமாவில் பாடிய பாடல்களையும் ஆடிய ஆடல்களையும் அவளுக்கு எதிர்த்தாற்போல் பாடிக் காட்டியும், ஆடிக் காட்டியும் தங்களுடைய உற்சாகத்தை வெளிப்படுத்த, 'இது வேறே தொல்லை எனக்கு! ஏ நாயர்! நீ ஓடிப்போய் டாக்டரைக் கூட்டிக் கொண்டு வா; நான் டார்லிங்கைக் காரிலேயே வீட்டிற்கு அழைத்துக் கொண்டு போய்விடுகிறேன்!' என்று தன் ஆசை நாயுடன் அவசர அவசரமாகக் காரில் ஏறிக்கொண்டு, 'ரசிக மகா ஜனங்களே, வணக்கம்!' என்று

அவள் அவர்களை நோக்கிக் 'கடனே' என்று கை கூப்பிவிட்டுச் செல்வாளாயினள்.

டாக்டர் வந்தார்; நாயைப் பார்த்தார்; 'இன்ஜக்ஷன்' போட்டார். அப்போதும் அது குரைப்பதை நிறுத்தாமற் போகவே, 'இனி இதை ஆஸ்பத்திரிக்குத்தான் கொண்டு போகவேண்டும்' என்று டாக்டர் சொல்லிவிட்டுச் செல்ல, அப்படியே அந்த நாயை ஆஸ்பத்திரிக்குக் கொண்டு போய்க் காட்ட, அதை அவர்கள் பரிசோதித்துப் பார்த்துவிட்டு, 'இங்கேயே இரண்டு நாட்கள் இதை விட்டுவிட்டுப் போங்கள்!' என்று சொல்ல, 'ஆ! என் டார்லிங்கைப் பிரிந்து நான் எப்படி இரண்டு நாட்கள் உயிர் வாழ்வேன்?' என்று நவஸ்ரீ 'கிளிசரைன்' இல்லாமலேயே கண்ணீர் விடுவாளாயினள்.

பார்த்தார் நாயர்; 'இனி ஒரே வழிதான் இருக்கிறது!' என்று நாயையும் நடிகையையும் அழைத்துக் கொண்டு மிஸ்டர் விக்கிரமாதித்தர் வீட்டுக்கு வந்தார்.

விஷயத்தை கேட்ட விக்கிரமாதித்தர் விழுந்து விழுந்து சிரிக்க, 'என்ன சிரிக்கிறீர்கள்?' என்று நாயர் ஒன்றும் புரியாமல் கேட்க, 'கோளாறு எதுவும் நாயிடம் இல்லை; உங்களிடம்தான் இருக்கிறது' என்று விக்கிரமாதித்தர் சொல்ல, 'என்னக் கோளாறு?' என்று நாயர் கேட்க, 'ஐயப்பன் விரதத்துக்காக நீங்கள் அணிந்திருக்கும் கறுப்புச் சட்டையும் கறுப்பு வேட்டியும் இந்த நாய்க்குப் பிடிக்கவில்லை; அதனால்தான் இது உங்களைக் கண்டதும் குரைக்கிறது!' என்று விக்கிரமாதித்தர் விளக்க, 'அப்படியா? நான்தான் கறுப்பாடை அணிந்திருக்கிறேன்; அம்மா கறுப்பாடை எதுவும் அணியவில்லையே? அவர்களைப் பார்த்து இந்த நாய் ஏன் குரைக்கிறது?' என்று நாயர் கேட்க, 'அவர்கள் கறுப்பாடை அணியாவிட்டாலும், கறுப்புக் கண்ணாடி அணிந்திருக்கிறார்கள். அதனால்தான் அவர்களைப் பார்த்தும் இந்த நாய் குரைக்கிறது!' என்று விக்கிரமாதித்தர் சொல்ல, 'அப்படியா?' என்று நவஸ்ரீ உடனே தான் அணிந்திருந்த

கறுப்புக் கண்ணாடியைக் கழட்டிக் காரில் எறிந்துவிட்டு 'டார்லிங்!' என்று தன் அருமை நாயை அழைக்க, அது குரைப்பதை நிறுத்தி வாலைக் 'குழை, குழை' என்று குழைத்துக்கொண்டே சென்று அவளை ஓர் உரசு உரசிக் கொண்டு நிற்க, 'ஏ, நாயர்! இனி நீ உன் விரதம் முடியும்வரை இந்தப் பக்கம் எட்டிக்கூடப் பார்க்காதே!' என்று சொல்லிப் பரமசிவன் நாயரை அனுப்பி விட்டுத் தன்னுடைய டார்லிங்கைத் தூக்கி ஆசை தீர முத்தமிட்டுக்கொண்டே காரில் ஏறி, 'நன்றி' என்று சொல்லி மிஸ்டர் விக்கிரமாதித்தரிடம் விடை பெறுவாளாயினள்."

முப்பதாவது மாடி ரிஸப்ஷனிஸ்ட்டான முல்லை இந்தக் கதையைச் சொல்லி முடித்துவிட்டு, "நாளைக்கு வாருங்கள்; முப்பத்தோராவது மாடி ரிஸப்ஷனிஸ்ட் நிர்மலா சொல்லும் கதையைக் கேளுங்கள்!' என்று சொல்ல, "கேட்கிறோம், கேட்கிறோம், கேட்காமல் எங்கே போகப் போகிறோம்?" என்று போஜனும் நீதிதேவனும் வழக்கம் போல் கொட்டாவி விட்டுக்கொண்டே கீழே இறங்கி வருவது காண்க... காண்க... காண்க........

31. முப்பத்தோராவது மாடி ரிஸப்ஷனிஸ்ட் நிர்மலா சொன்ன கைகுவித்த கனவான் கதை

"கேளாய், போஜனே! 'தேசூர், தேசூர்' என்று ஓர் ஊர் உண்டு. அந்த ஊரிலே 'தெய்வசிகாமணி, தெய்வசிகாமணி' என்று ஒரு கிரகஸ்தர் உண்டு. 'தான் உண்டு, தன் குடும்பம் உண்டு' என்று வாழ்ந்து வந்த அவர் ஒரு நாள் காலை வழக்கம்போல் வெளியே செல்ல, வழியில் அவரைப் பார்த்த கனவான் ஒருவர் சிரம் தாழ்த்திக் கரங் குவித்துக் காலே அரைக்கால் சிரிப்புடன் அவரை வணங்க, 'யார் இவர்? இதற்கு முன் எங்கே பார்த்திருக்கிறோம் இவரை? எப்படி அறிமுகமானார் இவர்?' என்று ஒன்றும் புரியாமல் 'பதிலுக்கு இவரை வணங்குவதா, வேண்டாமா?' என்று ஒரு கணம் யோசித்து, மறுகணம், 'எதற்கும் வணங்கித்தான் வைப்போமே!' என்று வணங்கிவிட்டு அவர் மேலே செல்வாராயினர்.

ஆனாலும் அவர் மனம் அவரைச் சும்மா விடவில்லை; 'யார் அந்தக் கனவான், அவரை எங்கே பார்த்தோம்?' என்று வழி முழுவதும் அவரைச் சதா அரித்து எடுத்துக்கொண்டே இருந்தது. அது மட்டுமல்ல; அவருடைய ஞாபகசக்தியின் மீதே அவருக்கு கோபம் கோபமாக வந்தது. 'அப்படி என்ன வயதாகிவிட்டது தனக்கு? அதற்குள் இத்தனை ஞாபக மறதியா?' என்று அவர் தன்னைத் தானே கடிந்து கொண்டார். திரும்பிப் போய், 'யார் நீங்கள்? என்னை இதற்கு முன் எங்கே பார்த்தீர்கள்?' என்று அந்தக் கனவானையே கேட்டுவிடலாமா, என்றுகூட அவர் நினைத்தார். 'அப்படிக் கேட்டால் அது மரியாதைக் குறைவாக அல்லவா இருக்கும்? 'என்னய்யா, இதற்குள் என்னை மறந்துவிட்டீரே!' என்று அவர் சமீபத்தில் நிகழ்ந்த ஏதாவது ஒரு சம்பவத்தை நினைவூட்டிச் சிரித்தால் தன் முகத்தில் அசடு அல்லவா வழியும்? வேண்டாம்; இன்று முழுவதும் யோசித்துப் பார்ப்போம்'' என்று அரிக்கும் மனத்தை அழுத்திப் பிடித்துக் கொண்டே அவர் பின்னும் மேலே செல்வாராயினர்.

அன்று முழுவதும் மட்டுமல்ல; அதற்கு அடுத்த நாளும், அதற்கு அடுத்த நாளும்கூட அவர் யோசித்துப் பார்த்தார், யோசித்துப் பார்த்தார், அப்படி யோசித்துப் பார்த்தார். 'அந்தக் கனவான் யார், அவரை எங்கே பார்த்தோம், எப்படி அறிமுகமானோம்?' என்பது அவருடைய நினைவுக்கு வரவேயில்லை. இதற்கிடையில் அந்தக் கனவானும் அவரைக் கண்டதும் கை குவித்துக் காலே அரைக்கால் சிரிப்புச் சிரிப்பதை நிறுத்தவேயில்லை. 'இது என்ன குழப்பம்? இந்தக் குழப்பத்தைத் தெளியவைக்க இவ்வளவு பெரிய உலகத்தில் யாருமே இல்லையா?' என்று அவர் ஒரு நாள் அதிஅதிஅதி தீவிரமாக யோசித்துக் கொண்டிருந்தகாலை அவரைப் பார்க்க வந்த நண்பர் ஒருவர், 'என்ன அப்படி யோசிக்கிறீர்கள்?' என்று கேட்க, அவர் விஷயத்தை சொல்ல, 'இருக்கவே இருக்கிறார் மிஸ்டர் விக்கிரமாதித்தர்; அவரைப் போய்ப் பார்த்தால் உங்கள் குழப்பத்தை ஒரு நொடியில் தெளிய வைத்துவிடுவாரே!' என்று நண்பர் சொல்ல, 'அதுதான் சரி; ஏற்கெனவே இருக்கிற குழப்பங்களோடு இந்தக் குழப்பத்தையும் சேர்த்துக் குழப்பிக் கொண்டிருக்க இனி என்னால் முடியாது!' என்று அவர் அன்றே போய் விக்கிரமாதித்தரைப் பார்ப்பாராயினர்.

அவருடைய குழப்பத்தைக் கேட்டார் மிஸ்டர் விக்கிரமாதித்தர்; சிரித்தார். 'என்ன, சிரிக்கிறீர்கள்?' என்றார் இவர்; 'ஒன்றுமில்லை' என்று சொல்லிக்கொண்டே அவர் தமக்கு அருகிலிருந்த காலண்டரை ஒரு பார்வை பார்த்து விட்டு, 'இன்னும் ஒரு வாரம் கழித்து வந்து என்னைப் பாருங்கள்!' என்றார். இவர் விழித்தார்; 'என்ன விழிக்கிறீர்கள்?' என்றார் அவர். 'இந்த விஷயத்தில் தெளிவு காண உங்களுக்கே ஒரு வார கால அவகாசம் தேவை யென்றால் என்னுடைய குழப்பம் பெரிய குழப்பமாய்த்தான் இருக்கும் போலிருக்கிறதே!' என்றார் இவர்: 'ஆமாம், கொஞ்சம் பெரிய குழப்பம்தான்; நீங்கள் போய் வாருங்கள்!' என்றார் அவர்.

ஒரு வாரம் ஓடி மறைந்தது; மறுபடியும் வந்து விக்கிரமாதித்தரைப் பார்த்தார் தெய்வசிகாமணி. அவரைப் பார்த்ததும், 'இப்போது அந்தக் கனவான் உங்களைக் கண்டதும் கை குவிக்கிறாரா? காலே அரைக்கால் சிரிப்புச் சிரிக்கிறாரா?' என்ற விக்கிரமாதித்தர் கேட்க, 'அதெல்லாம் ஒன்றுமில்லை; அவர் இப்போதெல்லாம் என்னைப் பார்த்தாலும் பார்க்காதவர்போல் போய்விடுகிறார். ஏன், எனக்காக நீங்கள் அவரைப் பார்த்து ஏதாவது சொன்னீர்களா?' என்று தெய்வசிகாமணி உசாவ, 'நல்ல ஆளய்யா, நீர்! அவரை நான்தான் எதற்காகப் போய்ப் பார்க்கவேண்டும், நீர்தான் எதற்காகப் போய்ப் பார்க்க வேண்டும்? அவர் உம்மைப் போன்றவர்களைக் கண்டால் எப்போது கரங் குவிப்பார், எப்போது கரங் குவிக்க மாட்டார் என்பது எனக்குத் தெரியாதா?' என்பதாகத்தானே அவர் இவரைப் பார்க்க, 'அது உங்களுக்கு மட்டும் தெரிந்தால் போதுமா? எனக்கும் தெரிய வேண்டாமா?' என்பதாகத்தானே இவர் அவரைப் பார்க்க, 'நம் இருவருக்கும் மட்டும் தெரிந்தால் போதாது, இந்த உலகத்துக்கே தெரியவேண்டிய விஷயம் அது. சொல்கிறேன், கேளும்: சென்ற வாரம் நடந்து முடிந்த முனிசிபல் தேர்தலில் அந்தக் கனவான் ஒரு வேட்பாளர். அவரைப் போன்ற வேட்பாளர்கள் தேர்தலுக்கு முன்னால் தெரிந்தவர்களைக் கண்டாலும் சரி, தெரியாதவர்களைக் கண்டாலும் சரி; சிரம் தாழ்த்திக் கரங் குவித்துக் காலே அரைக்கால் சிரிப்பு, அரைச் சிரிப்பு, முக்கால் சிரிப்பு, முழுச் சிரிப்பெல்லாம்கூடச் சிரிப்பார்கள். தேர்தல் முடிந்ததும் தெரியாதவர்களை என்ன, தெரிந்தவர்களைக் கண்டாலும் தெரியாதவர்கள்போல் போய்விடுவார்கள். இந்த உண்மையை நீரே தெரிந்துகொண்டு விடுவீர் என்று நினைத்துத்தான் ஒரு வாரம் கழித்து உம்மை நான் வரச் சொன்னேன். இப்போதாவது தெரிந்துகொண்டு விட்டீரா, இல்லையா?' என்று மிஸ்டர் விக்கிரமாதித்தர் கடாவ, 'தெரிந்துகொண்டு விட்டேன், தெரிந்துகொண்டு விட்டேன்!' என்று தன் தலையைப் பலமாக

ஆட்டிக்கொண்டே தெய்வசிகாமணி அவரிடமிருந்து விடை பெற்றுக் கொள்வாராயினர்.''

முப்பத்தோராவது மாடி ரிஸப்ஷனிஸ்ட்டான நிர்மலா இந்தக் கதையைச் சொல்லி முடித்துவிட்டு, ''நாளைக்கு வாருங்கள்; முப்பத்திரண்டாவது மாடி ரிஸப்ஷனிஸ்ட் நித்தியகல்யாணி சொல்லும் கதையைக் கேளுங்கள்!' என்று சொல்ல, "கேட்கிறோம், கேட்கிறோம், கேட்காமல் எங்கே போகப் போகிறோம்?" என்று போஜனும் நீதிதேவனும் வழக்கம் போல் கொட்டாவி விட்டுக்கொண்டே கீழே இறங்குவாராயினர் என்றவாறு... என்றவாறு... என்றவாறு...

32. முப்பத்திரண்டாவது மாடி ரிஸப்ஷனிஸ்ட் நித்தியகல்யாணி சொன்ன விக்கிரமாதித்தனைக் கண்ட சாலிவாகனன் கதை

"கேளாய், போஜனே! நகரே 'நவராத்திரி விழா'க் கோலம் பூண்டிருந்த சமயம் அது. மிஸ்டர் விக்கிரமாதித்தர் குடும்ப சமேதராகக் கடை வீதிக்குச் சென்று, அந்த வருடம் கொலு வைப்பதற்காகப் புதிய புதிய பொம்மைகளைத் தேடித் தேடி வாங்கிக்கொண்டிருந்தார். அதுகாலை அவரைக் கண்ட அவருடைய நண்பர் ஒருவர், 'ஹெல்லோ, மிஸ்டர் விக்கிரமாதித்தன்! ஹௌ ஆர் யூ?' என்று விசாரிக்க, 'விசாரிப்பதைத் தமிழில் விசாரிக்கக் கூடாதா, ஐயா?' என்று விக்கிரமாதித்தர் கொஞ்சம் தமிழ்ப் பற்றோடு கேட்க, 'இது கலப்பட யுகம் சுவாமி! இந்த யுகத்தில் அரசியல்வாதிகளைத் தவிர வேறு யார் எதில் அசலைத் தேடிக்கொண்டிருக்க முடியும்?' என்று அவர் சிரித்துக்கொண்டே வந்து மிஸ்டர் விக்கிரமாதித்தரின் கையைப் பிடித்துக் 'குலுக்கு, குலுக்கு' என்று குலுக்க, இந்தக் காட்சியைக் கவனித்துக்கொண்டிருந்த பாதையோரத்துப் பொம்மைக் கடைக்காரர் ஒருவர் சட்டென்று எழுந்து தன் மேல் துண்டை எடுத்து இடுப்பில் கட்டிக் கொண்டு நின்று, 'வாருங்கள், வாருங்கள்!' என்று விக்கிரமாதித்தரை அகமும் முகமும் ஒருங்கே மலர வரவேற்க, 'யார் நீங்கள், ஏற்கெனவே என்னை உங்களுக்குத் தெரியுமா?' என்று விக்கிரமாதித்தர் ஒன்றும் புரியாமல் அவரை விசாரிக்க, 'இதற்கு முன் தெரியாது, இப்போதுதான் தெரியும். இவர் 'ஹெல்லோ, மிஸ்டர் விக்கிரமாதித்தன்' என்று சொன்னதும் நான் உங்களை இனம் கண்டுகொண்டுவிட்டேன்!' என்ற அவர், 'என் பெயர் சாலிவாகனன்!' என்று சற்றே கூச்சத்துடன் தன் பெயரைக் கடைசியாகச் சொல்லி நிறுத்த, மிஸ்டர் விக்கிரமாதித்தர் திடுக்கிட்டுத் தம்முடைய கழுத்தைத் தொட்டுப் பார்த்துக்கொள்ள, சாலிவாகனன் சிரித்து, 'என் பெயர் சாலிவாகனன் என்று சொன்னதும் உங்களுக்கு அந்தப் பெரிய

எழுத்து விக்கிரமாதித்தன் கதை ஞாபகத்துக்கு வந்து விட்டதுபோல் இருக்கிறது! பயப்படாதீர்கள், நானும் அந்தச் சாலிவாகனன் அல்ல; நீங்களும் அந்த விக்கிரமாதித்தன் அல்ல. என்னால் உங்கள் கழுத்து ஏன் துண்டாகப்போகிறது?' என்று சிரிக்க, 'யார் கண்டது? அந்த சாலிவாகனனைப் போலவே நீங்களும், 'சூ, மந்திரக்காளி!' என்றதும் உங்களுடைய யானைப் பொம்மை, குதிரைப் பொம்மை, போர்வீரன் பொம்மைகளெல்லாம் உயிர் பெற்று எழுந்து வந்து என்னை எதிர்க்கலாம்; அவற்றையும் எதிர்க்க முடியாமல், உங்கள் கையாலும் சாக விரும்பாமல் நான் தற்கொலை செய்துகொள்ள ஓடலாம்; அப்போதும் நீங்கள் என்னை விடாமல் துரத்தி, உங்களுடைய சக்கராயுதத்தை மந்திரித்து ஏவி என் கழுத்தை அறுக்கலாம். எதற்கும் நான் கொஞ்சம் எச்சரிக்கையாக இருக்க வேண்டும், பாருங்கள்!' என்று விக்கிரமாதித்தர் மீண்டும் தம் கழுத்தைத் தொட்டுப் பார்த்துக்கொள்ள, 'அது சாலிவாகனன் சகாப்தம்; இது நேரு சகாப்தம். அப்போது ஊருக்கு ஒரு ராசா இருந்தான். .ஒரு ராசா இன்னொரு ராசாவை ஒழித்துக் கட்டி, அவனுடைய ராஜ்யத்தைப் பிடுங்கிக் கொள்வதிலேயே எப்போதும் கண்ணும் கருத்துமாயிருந்தான். இப்போதுதான் நாம் எல்லோருமே ராசாக்களாகிவிட்டோமே! ஒருவரை ஒருவர் ஏன் ஒழிக்க வேண்டும்? உங்களைப்போல் 'ஒருவருக்கொருவர் உதவி வாழ்தல்' என்ற முறையைப் பின்பற்றி வாழ்ந்தால் போதாதா?' என்று சாலிவாகனன் சொல்ல, 'அப்படியானால் உம்மைக் கண்டு நான் பயப்பட வேண்டியதில்லை என்கிறீர்; அப்படித்தானே? சரி, அந்தப் பொம்மையை எடும், இந்தப் பொம்மையை எடும்' என்று தமக்குப் பிடித்த பொம்மைகளை யெல்லாம் பொறுக்கி எடுத்து விக்கிரமாதித்தர் பாதாளசாமியிடம் கொடுக்க, அவன் அவற்றை வாங்கிக் கொண்டு போய்க் காரில் வைத்துவிட்டு வர, மிஸ்டர் விக்கிரமாதித்தர் ஒரு நூறு ரூபாய் நோட்டை எடுத்துச் சாலிவாகனனிடம் நீட்டுவாராயினர்.

நோட்டைப் பார்த்தார் சாலிவாகனர்; சிரித்தார். ‘ஏன் சிரிக்கிறீர்கள்?’ என்றார் விக்கிரமாதித்தர்; ‘ஒன்றுமில்லை. எத்தனையோ பேர் என் கடைக்கு வருகிறார்கள்; அவர்களெல்லாம் விலை பேசி முடிந்த பிறகே என்னிடமிருந்து எந்தப் பொம்மையையும் எடுத்துச் செல்கிறார்கள். நீங்களோ எந்த விலையும் பேசாமலே என்னிடமிருந்து எல்லாப் பொம்மைகளையும் எடுத்துச் சென்றீர்கள். அதிலிருந்து ‘நீங்கள் என்னை வியாபாரியாக மதிக்கவில்லை; கலைஞனாக மதிக்கிறீர்கள்' என்று நான் நினைத்தேன். இப்போது நோட்டை நீட்டுகிறீர்கள்; இதிலிருந்து நான் என்ன நினைப்பது? நீங்கள் என்னைக் கலைஞனாக மதிக்கிறீர்கள் என்று நினைப்பதா, வியாபாரியாக மதிக்கிறீர்கள் என்று நினைப்பதா?' என்று சாலிவாகனன் கேட்க, ‘கலைஞனாகத்தான் மதிக்கிறேன்' என்று விக்கிரமாதித்தர் சொல்ல, 'அது போதும் எனக்கு; இந்தப் பணம் வேண்டாம். ஏனெனில் மற்றவர்களுக்கு வியாபாரியாகக் காட்சி அளித்தாலும் உங்களைப் பொறுத்தவரை நான் கலைஞனாகவே காட்சி அளிக்க விரும்புகிறேன்' என்று சொல்லி அவன் அவரை வணங்கி விடை கொடுக்க, 'கலைஞனுக்கு மட்டும் வாயும் வயிறும் இல்லையா, என்ன? மற்றவர்களுக்கு எண்ணிக் கொடுத்தால் கலைஞனுக்கு எண்ணாமல் கொடுக்க வேண்டும் என்று நினைப்பவன் நான். அதனால் தான் எந்த விதமான விலையும் பேசாமல், எந்த விதமான கணக்கும் பார்க்காமல் என்னால் முடிந்த இச் சிறு தொகையை உங்களுக்குக் காணிக்கையாக அளிக்கிறேன். தயவு செய்து ஏற்றுக்கொள்ள வேணும்' என்று மிஸ்டர் விக்கிரமாதித்தர் அந்த நோட்டை அவருடைய கையில் திணித்துவிட்டு மேலே செல்வாராயினர்."

முப்பத்திரண்டாவது மாடி ரிஸப்ஷனிஸ்ட்டான நித்திய கல்யாணி இந்தக் கதையைச் சொல்லி முடித்துவிட்டு, "இனிமேல் நீங்கள் போகலாம்; போய் மிஸ்டர் விக்கிரமாதித்தரைப் பார்க்கலாம்!' என்று அவர் இருந்த அறைக்கு வழி காட்ட, போஜனும் நீதிதேவனும் அப்போதும்

தங்கள் கொட்டாவியை மறக்காமல் விட்டுக்கொண்டே போய் அவரைப் பார்க்க, "இரண்டு மாதங்களுக்கு முன்னால் அல்லவா நீங்கள் வந்து என்னைப் பார்ப்பதாக எழுதியிருந்தீர்கள்? இவ்வளவு தாமதமாக வந்து நிற்கிறீர்களே, என்ன காரணம்?" என்று விக்கிரமாதித்தர் கேட்க, "நாங்கள் என்னவோ இரண்டு மாதங்களுக்கு முன்னாலேயே உங்களைப் பார்க்க வரத்தான் வந்தோம்; உங்கள் ரிஸப்ஷனிஸ்ட்டுகள்தான் தினம் ஒரு கதையாகச் சொல்லி, உங்களை அப்பொழுதே பார்க்க விடாமல் எங்களைத் தடுத்து விட்டார்கள்!" என்று போஜனும் நீதிதேவனும் சொல்ல, "எங்கே, கூப்பிடு அவர்களை!" என்று விக்கிரமாதித்தர் தம் ஆபீஸ் பையனை விட்டு அவர்களை அழைத்து வரச் செய்து, "நீங்களா இவர்களுக்குத் தினம் ஒரு கதையாகச் சொல்லிக் கொண்டிருந்தீர்கள்?" என்று கேட்க, "நாங்களாவது, இவர்களுக்குக் கதை சொல்வதாவது! இவர்கள் தினந்தோறும் வருவார்கள்; எங்களைப் பார்த்ததும் அப்படியே ஒரு கணம் அசந்து போய் நிற்பார்கள். மறுகணம் இவர்களில் ஒருவர் கதை சொல்ல ஆரம்பிப்பார்; இன்னொருவர் கேட்பார். கடைசியில் இருவரும் சேர்ந்தாற்போல் கொட்டாவி விட்டுக்கொண்டே கீழே இறங்கிப் போய் விடுவார்கள்!" என்று அவர்கள் சொல்ல, "உண்மையைச் சொல்லுங்கள்; உங்களில் யார் கதை சொன்னது?" என்று விக்கிரமாதித்தர் போஜனையும் நீதிதேவனையும் கேட்க, "நான்தான் சொன்னேன்!" என்று நீதிதேவன் மென்று விழுங்க, "இதற்குத்தான் உம்மை நான் அந்தப் பெரிய எழுத்து விக்கிரமாதித்தன் கதையைப் படிக்க வேண்டாம், படிக்கவேண்டாம் என்று படித்துப் படித்துச் சொன்னேன்; நீர் கேட்கவில்லை. தினம் ஒரு கதையாகப் படித்துவிட்டு இங்கே வந்தீர்; இவர்களைப் பார்த்துப் பதுமைகள் என்று நினைத்து அப்படியே மயங்கிநின்றீர். அந்த மயக்கத்தில் நீர் உம்மை மறந்து சொன்ன கதைகளை நானும் என்னை மறந்து இத்தனை நாட்களாகக் கேட்டுத் தொலைத்திருக்கிறேன்!" என்று போஜன் சொல்ல, 'அசடுகள், அசடுகள்! பெண்கள் என்னத்தைச் சொன்னாலும் அதை அப்படியே நம்பிவிடும்

அசடுகள்!' என்று தங்களுக்குள் எண்ணிச் சிரித்துக்கொண்டே ரிஸப்ஷனிஸ்ட்டுகள் அவரவர்கள் இடத்துக்குச் செல்ல, "சரி, இப்போது நீங்கள் என் சிம்மாசனத்துக்காக வந்திருக்கிறீர்களா? இல்லை, வேறு எதற்காகவாவது வந்து இருக்கிறீர்களா?" என்று விக்கிரமாதித்தர் போஜனையும் நீதிதேவனையும் கேட்க, "இப்போதுதான் ராசாக்களே இல்லையே, சிம்மாசனம் எங்கே இருக்கும்? நாங்கள் அதற்காக வரவில்லை; கர்ப்பத் தடைக்குப் புதிய மருந்து ஒன்றை நாங்கள் தயார் செய்திருக்கிறோம். அதை உங்கள் கம்பெனியின் மூலம் விற்றுத் தர வேண்டும் என்று உங்களைக் கேட்டுக் கொள்ளவே நாங்கள் வந்திருக்கிறோம்" என்று அவர்கள் சொல்ல, "மன்னிக்க வேண்டும்; ஏற்கெனவே இந்த உலகத்தில் பிறந்த குற்றத்தைச் செய்திருக்கும் நான், இனி பிறக்கப் போகிறவர்களைத் தடுக்கும் குற்றத்தையும் செய்ய விரும்பவில்லை. நீங்கள் வேண்டுமானால் உணவு உற்பத்தியை அதிகரிப்பதற்கு வேண்டிய முயற்சிகளில் இறங்கி, புதிய விதை, புதிய உரம் போன்றவற்றைக் கண்டு பிடியுங்கள். அதற்கு வேண்டிய ஊக்கமும் ஆக்கமும் அளிக்க நான் எப்பொழுதும் தயார்' என்று சொல்லி, மிஸ்டர் விக்கிரமாதித்தர் அவர்களை அனுப்பி வைப்பாராயினர்.

இத்துடன் மிஸ்டர் விக்கிரமாதித்தன் கதைகள் முற்றியது

காண்க... காண்க... காண்க..... .

வாழி வாழி,

மிஸ்டர் விக்கிரமாதித்தன்

ஏடு இஸட் வாழி!

வாழி வாழி,

மிஸ்டர் விக்கிரமாதித்தனைப்

படித்தார் வாழி!

வாழி, வாழி,

மிஸ்டர் விக்கிரமாதித்தனைப்

படிக்கக் கேட்டார் வாழி!

வாழி, வாழி,

மிஸ்டர் விக்கிரமாதித்தனைப்

படிக்காதாரும் வாழி!

www.ingramcontent.com/pod-product-compliance
Lightning Source LLC
LaVergne TN
LVHW010051170826
845678LV00012B/2105

9788198396631